மேற்கத்திய ஓவியங்கள்

குகை ஓவியங்களிலிருந்து
பிரெஞ்சுப் புரட்சிக்கு முந்தைய ஆண்டுகள் வரை

பி. ஏ. கிருஷ்ணன்

மேற்கத்திய ஓவியங்கள்
குகை ஓவியங்களிலிருந்து
பிரெஞ்சுப் புரட்சிக்கு முந்தைய ஆண்டுகள் வரை

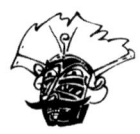

காலச்சுவடு பதிப்பகம்

● *அன்பார்ந்த வாசகருக்கு,*

வணக்கம்.

காலச்சுவடு நூலை வாங்கியமைக்கு நன்றி.

நூலின் உள்ளடக்கம், உருவாக்கம், அட்டைப்படம் இன்ன பிற அம்சங்கள் பற்றிய உங்கள் கருத்துகளையும் ஆலோசனைகளையும் காலச்சுவடு வரவேற்கிறது. தகவல், எழுத்து, வாக்கியப் பிழைகள் தென்பட்டால் கட்டாயம் தெரிவித்து உதவுங்கள். நூல் தயாரிப்பில் கடும் குறைபாடு இருப்பின் மாற்றுப் பிரதி உங்களுக்குக் கிடைக்கக் காலச்சுவடு ஏற்பாடு செய்யும்.

மின்னஞ்சல்: publisher@kalachuvadu.com

காலச்சுவடு நாகர்கோவில் தலைமையகத்துக்கும் கடிதம் அனுப்பலாம்.

தங்கள்
எஸ்.ஆர். சுந்தரம் (கண்ணன்)
பதிப்பாளர் – நிர்வாக இயக்குநர்

மேற்கத்திய ஓவியங்கள் குகை ஓவியங்களிலிருந்து பிரெஞ்சுப் புரட்சிக்கு முந்தைய ஆண்டுகள் வரை ♦ அறிமுகம்: நவீன ஓவியங்கள் ♦ ஆசிரியர்: பி.ஏ. கிருஷ்ணன் ♦ © பி.ஏ. கிருஷ்ணன் ♦ முதல் பதிப்பு: ஏப்ரல் 2014, நான்காம் பதிப்பு: ஜூலை 2023 ♦ வெளியீடு: காலச்சுவடு பப்ளிகேஷன்ஸ் (பி) லிட்., 669, கே.பி. சாலை, நாகர்கோவில் 629001

meeRkattiya ooviyankaL ♦ Western Paintings: An Easy Introduction from Cave Paintings to the years before the French Revolution ♦ Author: P.A. Krishnan ♦ © P.A. Krishnan ♦ Language: Tamil ♦ First Edition: April 2014, Fourth Edition: July 2023 ♦ Size: Demy 1 x 8 ♦ Paper: 18.6 kg maplitho ♦ Pages: 288

Published by Kalachuvadu Publications Pvt. Ltd., 669, K.P. Road, Nagercoil 629001, India ♦ Phone: 91-4652-278525 ♦ e-mail: publications@kalachuvadu.com ♦ Printed at Adyar Students xerox Pvt. Ltd., No. 275 Habibullah Road, Triplicane high Road, Opp Triplicane Post Office, Triplicane, Chennai 600005

ISBN: 978-93-82033-39-4

07/2023/S.No. 572, kcp 4537, 18.6 (4) uss

அஜந்தாவிலும் சித்தன்ன வாசலிலும் தங்கள் அழியா அழகுகளை
விட்டுச்சென்ற பல பெயர் தெரியாத ஓவியர்களுக்கு

நன்றி

புத்தகத்தின் சில அத்தியாயங்கள் உயிர்மை இதழில் வெளிவந்தன. புத்தகத்தின் வரைவைக் கூர்ந்து படித்து, பல திருத்தங்களைச் சொன்னவர் திவாகர். அச்சேறுவதற்கு முன் படித்து சிலபிழைகளைச் சுட்டிக்காட்டியவர் 'மண்குதிரை'. புத்தகத்தை மிக நேர்த்தியாக வடிவமைத்தவர் தி.முரளி. காலச்சுவடில் பணிபுரியும் சுபாவும் சில உதவிகள் செய்தார். எல்லாவற்றுக்கும் மேலாக இந்தப் புத்தகத்தைப் பதிப்பிக்க முன்வந்தவர் கண்ணன்.

இவர்கள் அனைவருக்கும் எனது நெஞ்சார்ந்த நன்றி.

புத்தகத்தில் ஏதாவது தவறுகள் இருந்தால்
அவை அனைத்தும் என்னுடையவை.

பொருளடக்கம்

ஓவியம் என்றால் என்ன?	9
பயணத்திற்கு முன். . .	12
குகை ஓவியங்கள்	17
எகிப்திய ஓவியங்கள்	23
கிரேக்க ஓவியங்கள்	35
ரோமப் பேரரசின் ஓவியங்கள்	41
மறுமலர்ச்சிக்கு முன்னால்	53
அர்னால்ஃபினியின் திருமணம்	65
வடபுல மேதைகள்	78
கோடுகளின் அரசன்	89
இத்தாலிய மறுமலர்ச்சியின் தொடக்கம்	101
மூன்று மேதைகள்	126
வெனிஸ் நகர ஓவியர்கள்	158
மீண்டும் வடபுலம்	173
வடிவமைதி இல்லாத முத்து	183
டச்சு நாட்டின் மும்மூர்த்திகள்	211
நேருக்கு நேர்	233
ஆங்கிலேய ஓவியங்கள்	239
புது யுகத்தின் நுழைவாயிலில் பிரெஞ்சு ஓவியர்கள்	261
புத்தகத்தில் குறிப்பிட்டிருக்கும் கலைஞர்களின் பெயர்கள்	272
LIST OF PAINTINGS AND THEIR LOCATIONS	276
REFERENCE	287

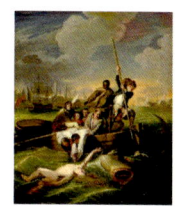

ஓவியம் என்றால் என்ன?

மூன்று பரிமாணங்களில் பார்த்ததை அல்லது பரிமாணங் களைக் கடந்து நினைத்ததை, உணர்ந்ததை இரு பரிமாணங்களில் மரம், துணி, காகிதம், சுவர் போன்ற பரப்புகளில் வரைவதையே ஓவியம் என்கிறோம். வரைந்தது அதைப் பார்ப்பவர்களை எங்கு இட்டுச் செல்கிறது என்பதே ஓவியம் காலத்தை வென்றதா இல்லையா என்பதை வரையறுக்கிறது. காலத்தின் கரங்களிலிருந்து மீட்கப்பட்ட எண்ணற்ற ஓவியங்கள் இன்று காட்சியகங்களில் நமக்குக் காணக்கிடைக்கின்றன. இவ்வோவியங்களைக் கடந்து நாள்தோறும் பார்வையாளர்கள் பலர் செல்கிறார்கள். ஆனால் காட்சியகங்களில் வைக்கப்பட்ட எல்லா ஓவியங்களும் காலத்தை வென்றதாக அடையாளப்படுத்த முடியாது. அழியாமல் இருப்பது என்பது ஒரு நிகழ்வுதான். ஆனால் அழியாமல் இருப்பதே வெற்றி எனக் கொள்ள முடியாது. மிகச் சில ஓவியங்களே திரும்பத் திரும்பத் தலைமுறை தலைமுறையாகக் கவனிக்கப்படுகின்றன. பொருள்கோள் (interpretation) செய்யப்படுகின்றன. இந்த மிகச் சில ஓவியங்களில் சிலவற்றைப் பற்றியே இந்தப் புத்தகத்தில் எழுதியிருக்கிறேன். இவற்றை வரைந்த ஓவியர்களைப் பற்றியும் அவர்கள் காலத்தைப் பற்றியும் கோடிகாட்ட விழைந்திருக்கிறேன்.

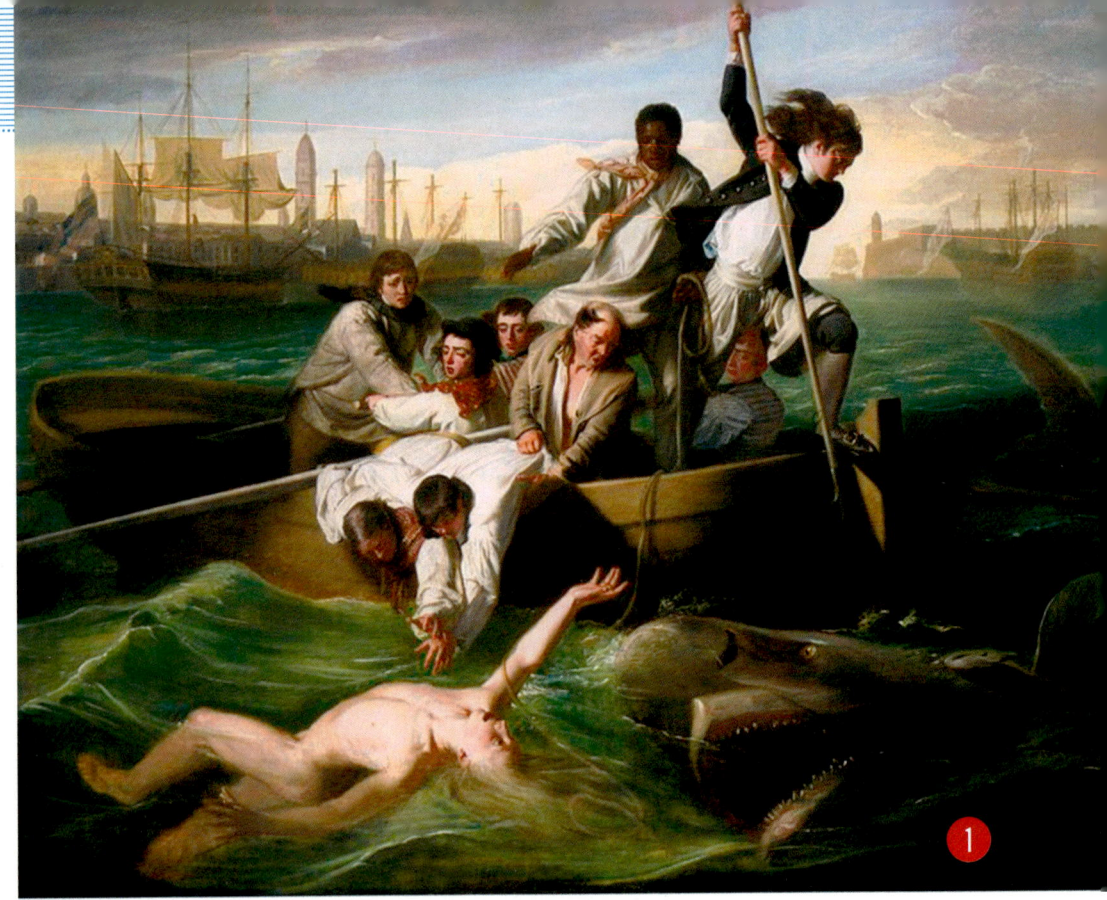

நான் ஓவியன் அல்ல. ஓவியத் திறனாய்வாளனும் அல்ல. ஓவியங்களைப் பார்த்துப் பிரமித்தவன். மனிதன் இத்தனை உச்சங்களை எட்ட முடியுமா என்று வியந்தவன். உச்சங்களை எட்டிய கலைஞர்களையும் அவர்கள் ஓவியங்களைப் பற்றியும் நான் ஓரளவு படித்ததை உங்களுடன் பகிர்ந்துகொள்ள விரும்புகிறேன். தமிழ் மட்டுமே தெரிந்தவர்கள், மேற்கத்திய ஓவியங்களைப் பற்றி ஓரளவு புரிந்துகொள்ள இந்தப் புத்தகம் உதவும் என நம்புகிறேன்.

நாவல் இலக்கியம் என்றால் கல்கி, மு.வ., அகிலன், நா.பார்த்தசாரதி, லக்ஷ்மி, சாண்டில்யன் மட்டும்தான் என்று தமிழன் எண்ணிக்கொண்டிருந்த காலம் ஒன்று உண்டு. அக்காலத்தை அவன் கடந்துவந்து அதிக நாட்கள் ஆகவில்லை. ஓவியத்தைப் பொறுத்தவரையில் அவனது புரிதல்கள் மிகக்

குறைவு. அவன் மணியம் செல்வன், பத்மவாசன் போன்றவர்களைத் தாண்டிச் செல்லத் தயங்குகிறான். அவர்களைத் தாண்டினால், சில்பி, மணியம், கோபுலு போன்றவர்களிடம் வழி கேட்பான். ரவி வர்மாவின் ஓவியங்கள், நாட்காட்டிகளில் பல ஆண்டுகளாகப் பதிவு செய்யப்பட்டு வந்தாலும் அவரை அவன் அதிகம் கவனித்ததாகத் தெரியவில்லை. மற்ற இந்திய ஓவியர்களைப் பற்றிக் கேட்கவே வேண்டாம். இந்த நிலையில் மேற்கத்திய ஓவியங்களைப் பற்றி எழுதி அவனைப் பயமுறுத்த வேண்டுமா என்ற கேள்வி எழலாம். பதில் இந்தப் புத்தகத்தில் இருக்கிறது என நினைக்கிறேன்.

> Fierce-browed, I coolly defy a thousand pointing fingers,
> Head-bowed, like a willing ox I serve the children.
>
> (என்னை நோக்கிக் காட்டப்படும் ஆயிரம் விரல்களைச் சினந்த புருவத்தோடு எதிர்கொள்கிறேன்.
> தலை பணிந்து, விருப்புள்ள காளைபோல நான் குழந்தைகளுக்காக உழைக்கிறேன்.)

இது லு ஷுன் என்ற சீனக் கவிஞரின் வரிகள்.

ஆழ்வாரும் 'பற்றுடை அடியவர்க்கு எளியவன் பிறர்க்கு அரிய வித்தகன்' என்று இறைவனைக் குறிப்பிடவில்லையா?

நல்ல ஓவியங்களும் அவ்வாறுதான். திறனாய்வாளர்களுக்குப் புதிராக இருக்கும். பல கேள்விகளை எழுப்பும். ஆனால் சாதாரணப் பார்வையாளர்களுக்குச் சொற்களால் விளக்க முடியாத அளவிற்குப் பேருவகையைக் கொடுக்கும். கேட்காமலே பதில்களையும் அளிக்கும்.

நாம் குழந்தைகள். நானும் குழந்தைதான். பார்த்தே பேருவகை பெற்றவன். ஆனாலும் சொற்களால் விளக்க முயல்கிறேன். உங்கள் உவகைக்காக.

பி.ஏ.கிருஷ்ணன்

பயணத்திற்கு முன். . .

சில ஆண்டுகளுக்கு முன்னால் பாஸ்டன் அருங்காட்சியகத்திற்கு நண்பர் பாலாஜியுடன் சென்றிருந்தேன். பல ஓவியங்களைப் பார்த்துப் பார்த்துக் கண்கள் பஞ்சடைவோம் என்று பயமுறுத்திக் கொண்டிருந்தன. பசி வேறு வயிற்றைப் பிசைந்துகொண்டிருந்தது. உணவகத்திற்குச் செல்லலாம் என்று நினைத்துக்கொண்டே நடந்தபோது தூரத்தில் ஓர் ஓவியம் தெரிந்தது. கீழிருந்து ஓவியத்தின் மீது ஒளிக்கற்றைகள் பாய்ந்துகொண்டிருந்தன. என்னை அறியாமலே சொன்னேன். “பாலாஜி, இது ஜான் சிங்கிள்டன் காப்ளியின் ஓவியம். வாட்சனும் சுறாவும் என்பது ஓவியத்தின் தலைப்பு என்று நினைக்கிறேன்.”

பாலாஜி அருகே சென்று பார்த்து நான் சொன்னது சரிதான் என்று உறுதிசெய்தார்.

“எப்படி சார்?”

எனக்கே புரியவில்லை.

காப்ளியின் இந்த ஓவியத்தின் பிரதியைப் பார்த்து நாற்பது ஆண்டுகளாவது இருக்கும். எனது தந்தையின் நண்பர் கோபாலப் பிள்ளை எனக்கு மேற்கத்திய ஓவியங்களை அறிமுகம் செய்தவர். அவர் கொடுத்த புத்தகங்களில் ஒன்று, *ரீடர்ஸ் டைஜஸ்ட்* பதிப்பித்த

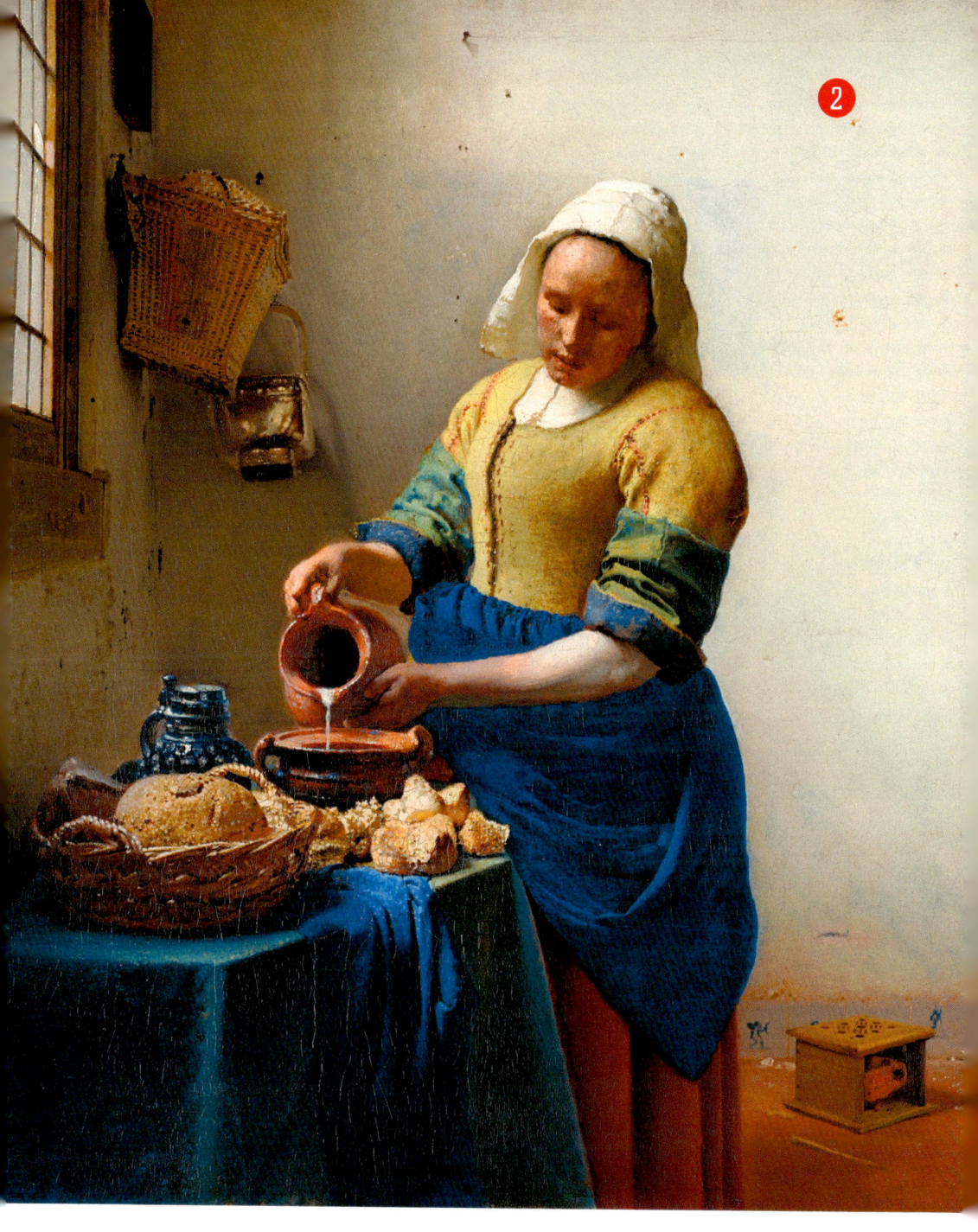

Great Painters and Great Paintings (மகத்தான ஓவியர்களும் மகத்தான ஓவியங்களும்). அந்தப் புத்தகத்தில் பேசப்பட்ட பல ஓவியர்களின் பெயர்களையும் அவர்கள் வரைந்த ஓவியங்களையும் ஒரு நோட்டுப் புத்தகத்தில் எழுதிவைத்துக் கொண்டேன். அவற்றில் ஒன்றுதான் காப்ளியின் **வாட்சனும் சுறாவும்** (1). படிக்கும்போது நினைவில் ஒட்டிக்கொண்டது நாற்பது ஆண்டுகளுக்குப் பின் உதிர்ந்திருக்க வேண்டும்.

இத்தகைய உதிர்வுகள் காலங்காலமாக நடக்கின்றன. இவை நடக்க வேண்டும் என்பதற்காகவே ஓவியர்கள் இரவும் பகலுமாக வாழ்நாள் முழுவதும் உழைத்துக்கொண்டிருக்கிறார்கள்.

காப்ளி வரைந்த இந்த ஓவியத்தின் வசீகரத்திற்குக் காரணம் என்ன?

சுறாமீனின் கூரிய பற்கள் நிறைந்த வாயும் அதனிடமிருந்து தப்ப வழியின்றி மல்லாந்து மிதக்கும் சிறுவனும் இத்தனை ஆண்டுகள் என்னுள் எதனால் இருந்தார்கள்?

தில்லிக்குத் திரும்பி வந்தவுடன் இந்த ஓவியத்தைப் பற்றிப் படித்துப் பார்த்தேன். 1749ஆம் ஆண்டு க்யூபா அருகே நடந்த சம்பவம் இது. கரையருகே நீச்சல் அடித்துக்கொண்டிருந்த வாட்சன் என்ற சிறுவனைச் சுறா தாக்கியது. அந்தத் தருணத்தை காப்ளி ஓவியமாக வடித்திருக்கிறார். சுறா வாட்சனை மூன்று முறை தாக்கியது. இந்த ஓவியம் மூன்றாம் தாக்குதலுக்கு முந்தைய தருணத்தைச் சித்தரிக்கிறது. சுறாவின் வாயில் மெல்லிய சிவப்பு; சிறுவன் முகத்தில் உறைந்த பயம்;. அவனைக் கையைப் பிடித்துத் தூக்குபவர்களின் முகங்களில் இறுக்கம், கவலை, அதிர்ச்சி; படகின் மேலிருந்து சுறாவைத் தாக்குபவரின் வேகம்; இவை எல்லாவற்றையும் காப்ளியால் கொண்டுவர முடிந்திருக்கிறது. உறைந்துபோன தருணம் நடக்கப்போவதைச் சூல் கொண்டிருக்கிறது. சிறுவன் காப்பாற்றப்பட்டானா இல்லையா என்பதை அறிந்துகொள்ள வேண்டும் என்று நம்மைத் துடிக்க வைக்கிறது.

சிறுவன் தனது வலது காலைச் சுறாவிற்குக் காவு கொடுக்க நேர்ந்தது. ஆனால் பிழைத்துக்கொண்டான். பின்னால் பெரும் வணிகனாக உயர்ந்து லண்டன் நகரத்தின் மேயரானான். மேயராகப் பணிபுரிந்தபோது வாட்சன் தன் கதையைச் சொல்ல அதைச் சித்திரமாக காப்ளி வரைந்திருக்கிறார். 1778ஆம் ஆண்டு இந்த ஓவியம் வரைந்து முடிக்கப்பட்டது. இந்த ஓவியத்தைப் பற்றி காப்ளிக்கு மிகப் பெருமை. மற்றொரு முறை வரைந்து தன்னுடைய

ஸ்டூடியோவில் வைத்துக்கொண்டார். அந்தப் பிரதிதான் பாஸ்டன் அருங்காட்சியகத்தில் இருக்கிறது.

அடுத்த ஓவியம் 'பணிப்பெண்' (2). யோஹானஸ் வெர்மீர் என்ற மகத்தான டச்சு ஓவியன் வரைந்தது. ஓவியனைப் பற்றி விரிவாகப் பின்னால் எழுதியிருக்கிறேன். ஓவியத்தைப் பார்த்தால் உடனே என்ன தோன்றுகிறது? பெண் ஒருத்தி ஒரு பாத்திரத்திலிருந்து மற்றொரு பாத்திரத்தில் பாலை ஊற்றுகிறாள். மிக அழகாக, நேரில் பார்ப்பதுபோல வரையப்பட்டிருக்கிறது.

இவ்வளவுதானா?

மறுபடியும் பாருங்கள்.

ஒளி ஜன்னலிலிருந்து பாய்கிறது. ஒரு கன்னம் பளபளக்கிறது. மற்றொரு கன்னம் நிழலில் மறைந்திருக்கிறது. வலக்கை நிழலில். இடக்கை வெளிச்சத்தில். ஒளியின் துகள்கள் படம் முழுவதும் விரவிக் கிடக்கின்றன. பாத்திரங்களின் விளிம்புகள், மேஜையின் மீது இருக்கும் நீல ஜாடி, பெண் கையில் இருக்கும் பாத்திரம், பால் விடப்படும் பாத்திரம், கூடையில் இருக்கும் ரொட்டி, நீலத்துணி, அவள் அணிந்திருக்கும் மஞ்சள் மேலாடை, இவை எல்லாம் ஒளித்துகள்களால் உயிர் பெறுகின்றன. நிழலில் இறங்கும் சிவப்புக் கீழாடை ஒளியின் மாயம் என்ன என்பதைச் சொல்கிறது.

கண்ணாடி ஜன்னலைக் கவனியுங்கள்.

ஓர் இடத்தில் கண்ணாடி உடைந்து வெளிச்சம் பீறிட்டு வருகிறது. அதன் தாக்கம் சுவரில் தெரிகிறது. ஆணி, அதன் நிழல், மாட்டப்பட்டிருக்கும் கூடை, பளபளக்கும் பித்தளைக் கூடை, இவை எல்லாம் வெளிச்சமும் இருளும் விளையாடும் விளையாட்டுகளை நமக்குக் காட்டுகின்றன.

இன்னும் கவனியுங்கள்.

உடையை வைத்துப் பார்த்தால் வீட்டு வேலை பார்க்கும் பெண்போல இருக்கிறாள். நீலத்துணியை அழுக்குப்படக் கூடாது என்பதற்காகத் தூக்கிச் செருகிக்கொண்டிருக்கிறாள். வாட்டசாட்டமாக இருக்கிறாள். செய்யும் வேலையை நன்றாகச் செய்ய வேண்டும் என்ற உறுதி முகத்தில் தெரிகிறது. சுவரில் வெள்ளையடித்து நாளாகியிருக்க வேண்டும். சிவப்புக் கீழாடைக்கு வலப்புறத்தில் தரையில் கால்களுக்குச் சூடளிக்கும் சாதனம் வைக்கப்பட்டிருக்கிறது. அதன் பின்னால் சுவர் தரையைச் சந்திக்கும்

ஓரங்களுக்கு மேல் நீலச் சதுரங்கள் பதிக்கப்பட்டிருக்கின்றன. இவற்றைக் கூர்ந்து பார்த்தால் க்யூபிட் (மேற்கத்தியக் காதல் தேவதை) தனது அம்புகளை விடுவது தெரிகிறது.

இந்த ஓவியத்தின் பரிமாணம் 45.5x41 சென்டி மீட்டர்கள். இவ்வளவு சிறிய ஓவியத்தில் இவ்வளவு விஷயங்களை அவனால் கொண்டுவர முடிந்திருக்கிறது.

இந்த ஓவியம் ஆம்ஸ்டர்டாம் ரெய்க்ஸ் அருங்காட்சியகத்தில் இருக்கிறது.

ஓர் ஓவியத்தையோ சிற்பத்தையோ பார்த்தால் நமக்குப் பிடித்திருக்கிறது அல்லது பிடிக்கவில்லை என்ற முடிவிற்கு நம்மில் பெரும்பாலோரால் உடனடியாக வர முடிகிறது. ஆனால் ஏன் பிடித்திருக்கிறது அல்லது ஏன் பிடிக்கவில்லை என்ற கேள்வியை நாம் கேட்பதில்லை. இந்தக் கேள்விக்கான பதிலைத் தேடிச் சென்றால் நமக்காகப் பல கதவுகள் திறக்கும். தேடிச் சோறு நிதம் தின்று வாழ்க்கை நடத்தும் கட்டாயம் இல்லாவிட்டால், கட்டாயம் இருந்தாலும்கூடவே கலை சார்ந்த மூர்க்கம் இருந்தால், திறந்த கதவுகள் காட்டும் வழிகளில் நம்மில் சிலராவது செல்ல முடியும். சென்றால் ஓவியங்கள் மட்டுமல்ல, வரலாறு, மக்கள் வாழ்ந்த முறை, அறிவியல், இலக்கியம் போன்ற பல வெளிகளில் நாம் பயணிக்கலாம்.

வெர்மீர் 17ஆம் நூற்றாண்டில் வாழ்ந்தவன். இவனுக்குப் பல நூற்றாண்டுகளுக்கு முன்பே மனிதன் வரையத் தொடங்கிவிட்டான்.

கிட்டத்தட்ட முப்பதாயிரம் ஆண்டுகளுக்கு முன்னால்.

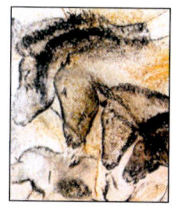

குகை ஓவியங்கள்

மனிதன் எழுதுவதற்கு முன்பே வரைய ஆரம்பித்துவிட்டான். யோசித்துப் பார்த்தால் எழுத்து என்பதே வரைவதிலிருந்து வடித்து எடுக்கப்பட்டது என்று தோன்றுகிறது. மேற்கத்திய ஓவியங்களின் கதை, பிரான்ஸ், ஸ்பெயின் ஆகிய நாடுகளின் குகை ஓவியங்களிலிருந்து ஆரம்பிக்கிறது. முப்பதாயிரம் ஆண்டுகளுக்கு முந்தைய இந்த ஓவியங்கள் இரும்புத்தாதுவின் வண்ணங்களைக் (மஞ்சள், பழுப்பு, சிவப்பு மற்றும் கருப்பு) கொண்டும் மரங்கள் மற்றும் எலும்புகளை எரித்து உண்டாக்கப்பட்ட கரியைக் கொண்டும் வரையப்பட்டவை. பத்தொன்பதாம் நூற்றாண்டில் ஸ்பெயின் நாட்டுக் குகை ஒன்றில் இத்தகைய ஓவியங்கள் முதன்முதலாகக் கண்டுபிடிக்கப்பட்டபோது விமர்சகர்கள் இவற்றைப் போலிகள் என்று நிராகரித்துவிட்டார்கள். கற்காலத்து மனிதர்கள் இவற்றை வரைந்திருக்க முடியும் என்று அவர்கள் நம்பத் தயாராக இல்லை. இன்று உலகெங்கும் கற்கால மனிதர்களின் கலைத்திறனுக்குச் சான்றாகப் பல குகை ஓவியங்கள் கண்டுபிடிக்கப்பட்டுவிட்டன.

இந்த ஓவியங்களில் மிகப் பழமையானவை பிரான்ஸ் நாட்டின் தெற்குப் பகுதியில் இருக்கும் **ஷோவே** (chauvet) குகை ஓவியங்கள். இவை கண்டுபிடிக்கப்பட்டு இருபது ஆண்டுகள்கூட ஆகவில்லை. பத்தொன்பது வகையான மிருகங்களின் ஓவியங்கள் இக்குகையில் காணக் கிடைக்கின்றன. சிங்கங்கள், எருதுகள், சிறுத்தைகள், கழுதைப் புலிகள், காண்டாமிருகங்கள், கரடிகள் போன்றவற்றின்

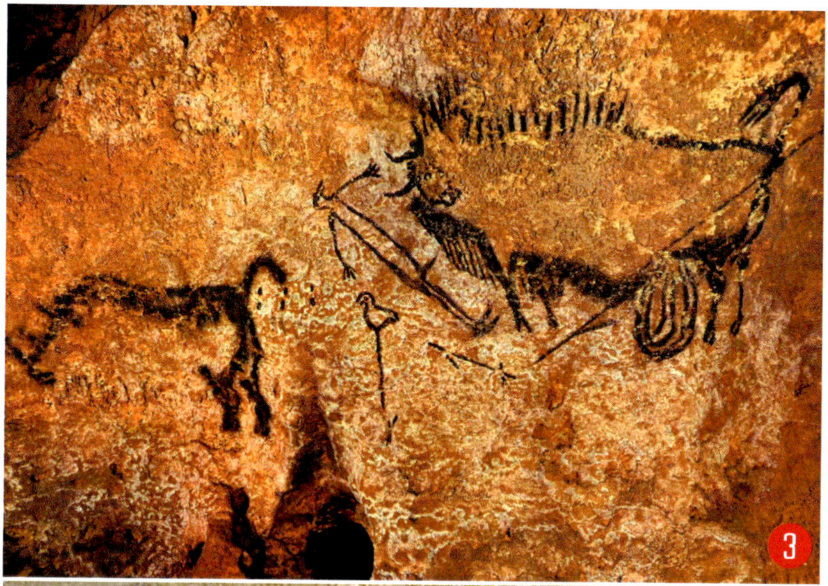

மேற்கத்திய ஓவியங்கள் | 19

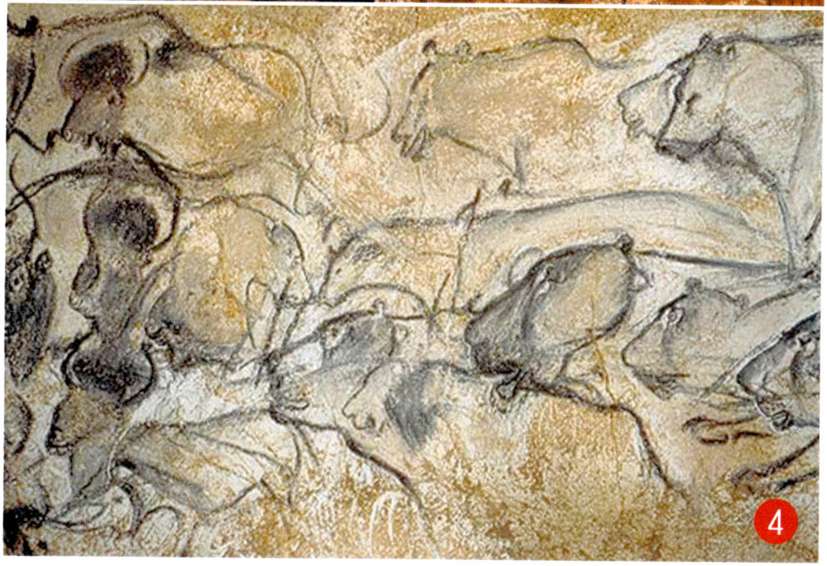

ஓவியங்கள். ஒரு ஆந்தைகூட இருக்கிறது. ஓவியங்களில் மிருகங்கள் இயற்கையில் எப்படி இருந்தனவோ அவ்வாறே சித்தரிக்கப்பட்டிருப்பதைக் கவனித்த வல்லுனர்கள் சிலர் இவை முப்பதாயிரம் ஆண்டுகளுக்கு முன்பு வரையப்பட்டிருக்குமா என்று சந்தேகப்பட்டனர். 2012ஆம் ஆண்டு கார்பன் டேட்டிங் முறைப்படி ஓவியங்களின் காலம் முப்பதாயிரம் ஆண்டுகளுக்கு முன்புதான் என்பது உறுதியாகிவிட்டது.

இத்தனை ஆண்டுகளுக்கு முன்னால் மனிதனால் எவ்வாறு இப்படி வரைய முடிந்தது?

குறிப்பாக '**சிங்கங்களும் எருதுகளும்**' (4) என்ற தலைப்பிட்ட ஓவியத்தைப் பாருங்கள். சில கரிக்கோடுகளின் மூலம் கலைஞனால் இந்த அற்புதத்தை நிகழ்த்த முடிந்திருக்கிறது. சிங்கங்கள், எருதுகளை நெருங்குகின்றன. எல்லாம் பெண் சிங்கங்கள். அவற்றின் பதுங்குதல், பாய்ச்சல், இரையைக் குறிவைத்து முகங்களின் ஒருமித்த நோக்கு, கண்களை வரைந்திருக்கும் முறை, இவை அனைத்தும் சேர்ந்து வரைந்தவனின் காலத்தை வென்ற திறமையைக் காட்டுகிறது. சிங்கங்கள் பக்கவாட்டில் வரையப்பட்டிருக்கின்றன. இரையாகப்போகும் எருதுகள் நம்மை நேராகப் பார்க்கின்றன.

பார்த்ததை நினைவில் வைத்துக்கொண்டு, நினைவில் தெரிவதைக் கைத்திறன் மூலம் வடிவுக்குக் கொண்டுவந்த இந்தத் தருணம் மனிதகுல வரலாற்றின் முக்கியமான தருணம். மனிதன் இயற்கையை வெல்லத் துவங்கிய வரலாற்றின் முதல் அத்தியாயத்தில் இது நடைபெற்றிருக்க வேண்டும்.

'**குதிரைகளும் காண்டாமிருகங்களும்**' (5) என்ற தலைப்பிட்ட ஓவியத்தில் கலைஞன் அவற்றின் மேய்ச்சல் களத்தைச் சித்தரிக்க முற்பட்டிருக்க வேண்டும். குதிரைகளை அருகில் இருந்து கவனித்திருக்கிறான். காண்டாமிருகத்தின் அருகில் செல்லுவதற்கு அச்சமாக இருந்திருக்க வேண்டும். இந்தக் குகையில் மனிதர்களுடைய முகங்கள் ஒன்றுகூட வரையப்படவில்லை. பெண் ஒருத்தியின் இடுப்புக்குக்கீழ் உள்ள பாகம் வரையப்பட்டிருக்கிறது. உற்றுப் பார்த்தால்தான் தெரியும்.

இவ்வோவியங்களுக்குச் சுமார் பதிமூன்றாயிரம் ஆண்டுகள் கழித்து வரையப்பட்ட ஓவியங்கள் பிரான்ஸ் நாட்டின் தென்பகுதியில் லாஸ்கோ (Lascaux) குகையில் கண்டுபிடிக்கப்பட்டன. 1940ஆம் ஆண்டில் பிரான்ஸ் நாஜிகளின் பிடியில் இருந்த காலத்தில் நான்கு மாடு மேய்க்கும் சிறுவர்கள் பைன் மரம்

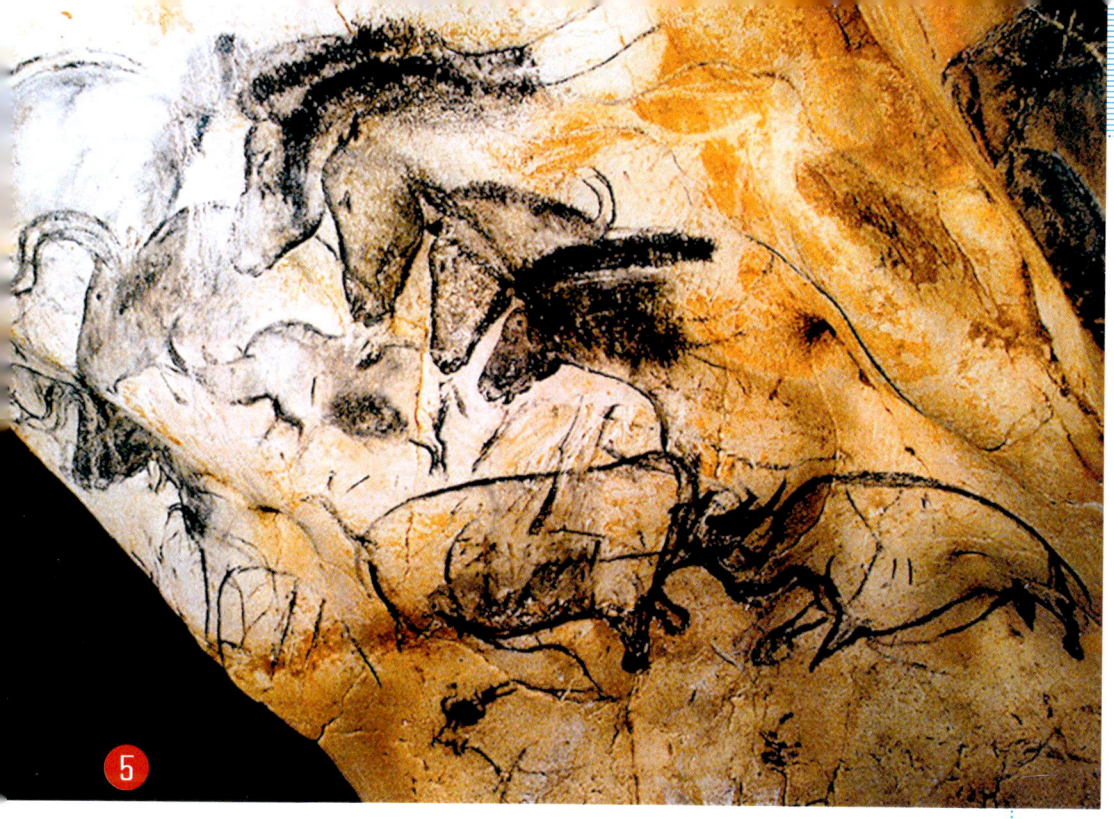

ஒன்றின் அடிப்பகுதியிலிருந்து பூமிக்குக் கீழே வழி ஒன்று செல்வதைப் பார்த்தார்கள். அவ்வழியே சென்று லாஸ்கோ குகையைச் சென்றடைந்தனர். குகைகளின் சுவர்களிலும் பல மிருகங்களின் உருவங்கள் தீட்டப்பட்டிருந்தன. மனிதன் தானும் மிகச்சில கோடுகளால் தீட்டப்பட்டுவிட்டேன் என்று அறிவித்துக்கொண்டிருந்தான். குகையைச் சென்றடைவது கடினமாக இருந்ததால், ஓவியங்கள் பதினேழாயிராம் ஆண்டுகள் தாக்குப்பிடித்துவிட்டன. 1940இலிருந்து 63 வரை குகை ஓவியங்களைக் காண ஏராளமானவர் வந்தனர். கூடவே வந்த கரியமில வாயு, ஓவியங்களை ஒரு கை பார்த்துவிட்டது. இனி மனிதர்களை உள்ளே விட்டால் மிஞ்சுவது மனிதர்கள் மட்டுமே என்பதை உணர்ந்த பிரெஞ்சு அரசு, பார்வையாளர்களுக்குத் தடை விதித்தது. லாஸ்கோவிலேயே இன்னொரு குகையில் ஓவியங்களின் பிரதிகள் வரையப்பட்டன. இப்பிரதிகளைத்தாம் இன்று பார்வையாளர்கள் பார்க்க முடியும்.

இவற்றில் புகழ்பெற்றது **'காயமடைந்த எருதால் தாக்கப்படும் மனிதன்'** (3) என்ற ஓவியம். இருண்ட குகையில் கல்விளக்கில் மிருகக் கொழுப்பை (அல்லது எலும்பின் மஜ்ஜையை) எரித்ததால் வந்த வெளிச்சத்தில் தீட்டப்பட்ட ஓவியம் இது. சிலிர்த்துக்கொண்டு, வாலைச் சுழற்றிக்கொண்டு மனிதன் மீது பாயத் தயாராக இருக்கிறது எருது. அதன் வயிற்றுக் கீழ் தள்ளிக்கொண்டிருப்பது அதன் குடல் என்றுதான் நம்ப வேண்டியிருக்கிறது. குத்திக் குடல் உருவப்பட்டு மரணத்தைத் தழுவப்போகும் மிருகம். உயிரின் உக்கிரத்தின் கடைசிக் கணங்களை இத்தனை துல்லியமாகச் சித்தரித்த கலைஞன் மனிதனையும் அவ்வாறு சித்தரிக்க வேண்டும் என்று நினைக்கவில்லை. பறவைத் தலையோடு குச்சி வடிவாகத் தரையில் கிடக்கிறான். ஆனாலும் அவனைக் குறியிடும் கோடுகள் அவனது விரிந்த கரங்களையும் இடறும் கால்களையும் அவை உணர்த்தும் பேரச்சத்தையும் வியக்கத்தக்க அளவில் நம் முன்னால் கொண்டுவந்துவிடுகின்றன.

இவ்வளவு உழைத்து யாரும் வரமுடியாத இடங்களில் ஓவியங்கள் தீட்டப்பட்டதின் காரணங்கள் என்ன?

சில விமர்சகர்கள் கற்கால மனிதன் இப்படி இயற்கையாக மிருகங்களின் உருவங்களைத் தீட்டினால் அவற்றின் சக்தியையும் திடத்தையும் பயமின்மையையும் தான் அடையமுடியும் என்று நினைத்திருக்கலாம் எனக் கருதுகிறார்கள். வேறு சிலர் இவை பூசாரிகளால் மந்திர வேலைகளுக்காக வரையப்பட்டிருக்கலாம் என்று நினைக்கிறார்கள். மற்றும் சிலர் – நரம்புசார் உளவியல் முறையில் ஓவியங்களை ஆராய்ந்தவர்கள் – கிறக்கம் தரும் விதைகளையும் இலைகளையும் உண்டதனால் மனத்தில் தோன்றும் வடிவங்களை ஓவியங்களாக வடிக்கும் முயற்சியாக இருக்கும் என்கிறார்கள். நமக்கு இந்த ஆராய்ச்சிகள் தேவையில்லை என்று தோன்றுகிறது. மனிதனுக்கும் கலைக்கும் உள்ள உறவு முப்பதாயிரம் ஆண்டுகள் தொடர்கிறது என்ற எண்ணமே நமக்கு ஒரு நிறைவைக் கொடுக்கிறது. இந்த நிறைவு, காலங்களையும் மொழிகளையும் கலாச்சாரங்களையும் கடந்தது. பிக்காசோ லாஸ்கோ ஓவியங்களைப் பார்த்துவிட்டு, 'நாம் புதிதாக ஒன்றும் கண்டுபிடிக்கவில்லை" என்று சொன்னாராம்.

உண்மைதான்.

ஓவியங்களில் நாம் நம்மை மறுபடியும் மறுபடியும் கண்டுபிடித்துக் கொண்டிருக்கிறோம்.

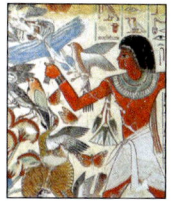

எகிப்திய ஓவியங்கள்

இவ்வாறு இருண்ட குகைகளில் தோன்றிய ஓவிய வரலாற்றின் அடுத்த குறிப்பிடத்தக்க காலம் எகிப்தில் தொடங்குகிறது. நமக்கும் எகிப்திய ஓவியங்களில் மிகப் பின்னால் வரையப்பட்டவைக்கும் உள்ள கால இடைவெளி குறைந்தது இரண்டாயிரம் ஆண்டுகள் என்றால், கற்கால ஓவியங்களுக்கும் எகிப்திற்கும் உள்ள கால இடைவெளி பதினைந்தாயிரம் ஆண்டுகள். இந்த இடைவெளியில் மனிதன் நிச்சயம் வரைந்துகொண்டிருந்திருக்க வேண்டும். ஆனால் அந்த ஓவியங்களின் குறிப்பிடத்தக்க அடையாளங்கள் நமக்கு இன்றுவரை கிடைக்கவில்லை.

எகிப்திய நாகரிகம் கிறிஸ்துவிற்கு 3000 ஆண்டுகளுக்கு முன்னால் துவங்குகிறது. அதன் முடிவு கிறிஸ்துவிற்கு இரு நூற்றாண்டுகள் பின்னால். அந்த நாகரிகம் விட்டுச் சென்ற கலைச் செல்வங்கள் பல. அவற்றைக் கணக்கிடும்போது ஓவியங்களில் மிகச் சிலவே நம்மை வந்தடைந்திருக்கின்றன.

அன்றைய எகிப்தியர் மரணத்திற்குப் பின் வாழ்க்கை இருக்கிறது என்று நம்பினார்கள். மரணம் முடிவல்ல. அது ஒரு முக்கியமான திருப்புமுனை. அவ்வளவுதான். இறந்தவர்களின் மறுவாழ்வு சிறப்பாக அமைய வேண்டும் என்ற முனைப்போடு அவர்கள் நிர்மாணித்த கலைச் சின்னங்கள் நம்மை இன்றும் பிரமிக்கவைக்கின்றன. அவர்கள் மிகவும் விரும்பியவை கட்டடங்களும் சிற்பங்களும்தாம். ஓவியங்கள் இரண்டாம்

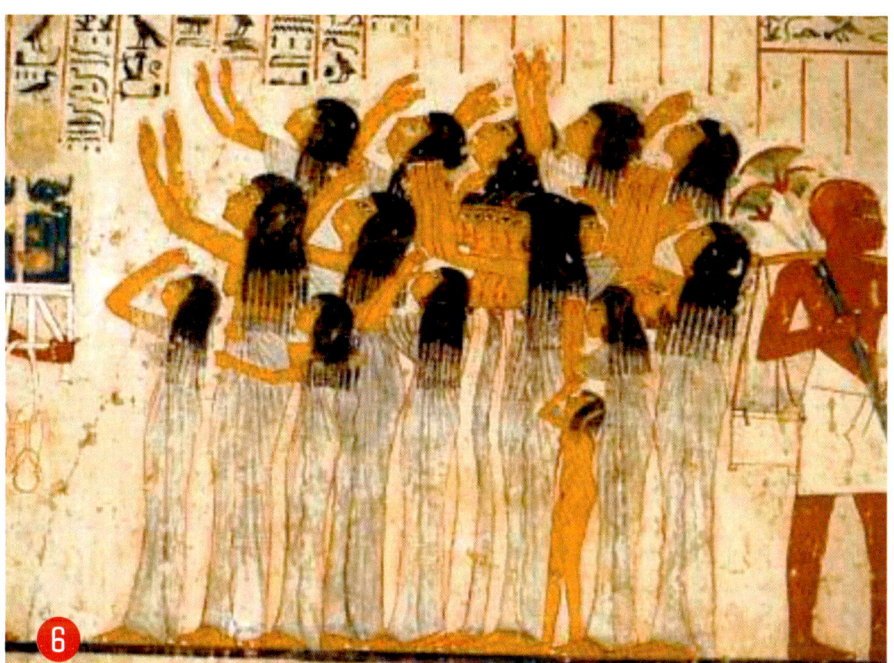

6

பட்சம்தாம். ஆனாலும் கல்லறைச் சுவர்களை அழகு செய்வதற்கு அவர்கள் ஓவியங்களைத் தேர்ந்தெடுத்தார்கள். சில பணக்கார எகிப்தியர்கள் தங்கள் வீட்டுச் சுவர்களில் ஓவியங்களை வரையச்செய்தனர். இவற்றில் காலத்தின் பிடியிலிருந்து தப்பியவை மிகச் சிலவே.

எகிப்திய ஓவியங்களில் பல fresco secco என்ற முறையில் வரையப்பட்டிருக்கின்றன. இந்த முறையின்படி ஓவியம் தண்ணீர் கலந்த வண்ணக்கலவை கொண்டு, சுண்ணாம்பு பூசிய சுவரில் – சுண்ணாம்பு நன்றாக உலர்ந்தபின் – தீட்டப்படுகிறது.

எகிப்திய ஓவியர்களுக்கு என்று சில விதிகள் இருந்தன. அவை அந்த நாகரிகத்தின் கடைசித் தருணங்கள்வரை தவறாமல் கடைபிடிக்கப்பட்டு வந்தன.

உதாரணமாக முகங்கள் எப்போது பக்கவாட்டில் வரையப்பட்டிருக்கும். ஆனால் கண்கள் நம்மை நேராகப் பார்த்துக்கொண்டிருக்கும். பொருட்கள் இருக்கும் பாத்திரங்களுக்கு மேல் அதன் உள்ளே இருக்க வேண்டிய பொருட்கள் வைக்கப்பட்டிருக்கும். தண்ணீர்ப் பரப்பிற்கு மேலேயே மீன்கள் வரையப்பட்டிருக்கும். ஓவியத்தில் ஒருவரது பரிமாணங்கள் அவர் சமுதாயத்தில் எந்தத் தட்டைச் சேர்ந்தவர் என்பதைப் பொறுத்தவை. அதாவது ஃபாரோ (அரசன்) ஓவியத்தில் ஒரு மீட்டர் உயரமாகக் காட்டப்பட்டிருந்தால் அவரது மனைவியர்களின் உயரம் அரை மீட்டர். அடிமைகளின் உயரம் கால் மீட்டர்.

உதாரணமாக, '**அழும் பெண்கள்**' (6) என்ற இந்த ஓவியத்தில் பெண்களின் கண்களிலிருந்து இழுக்கப்பட்ட கோடுகள் அவர்கள் அழுகிறார்கள் என்பதைக் காட்டுகின்றன. கண்களை மட்டும் பார்த்து அந்தச் செய்தி நமக்குக் கிடைக்காது.

முன்னால் இருக்கும் பெண்ணின் சரிந்த மார்பகம் அவர் சிறிது வயதானவர் என்பதைக் குறிக்கிறது. பின்னால் இருக்கும் பெண்கள் அவருக்கு இளையவர்களாக இருக்க வேண்டும். ஆடையே இல்லாமல் இருப்பவர் அடிமை. அவரது உயரமும் குறைவாகக் காட்டப்படுகிறது.

எகிப்திய ஓவியர்கள் பறவைகளையும் மற்ற உயிரினங்களையும் வரைந்திருக்கும் விதம் அசாதாரணமானது. பிரிட்டிஷ் அருங்காட்சியகத்தில் இருக்கும் நெபாமன் கல்லறை ஓவியங்களில் (**நெபாமன் வேட்டை** – (7&8)) மனிதன் விறைத்துக்கொண்டு நிற்கிறான். பறவைகள் உயிர்பெற்று இயங்குகின்றன. பூனையின் வாயில் சிக்கி உயிரை விடப்போகும் பறவைகூட. சிவப்பு வாத்து. வாலாட்டி, கொக்கு, ஊசி வால் வாத்து போன்ற பறவைகளை நாம் அடையாளம் கண்டுகொள்ள முடிகிறது. வண்ணத்துப்பூச்சிகளின் இறக்கைகளைப் பாருங்கள். பறப்பது என்பது என்ன என்பதை நமக்கு 3000 ஆண்டுகளுக்குப் பின்பும் கற்றுக்கொடுக்கின்றன. தண்ணீரின் 'மேல்' இருக்கும் மீன் வகைகள் mullet மற்றும் puffer fish வகைகளைச் சேர்ந்தவை என்று அறிஞர்கள் கருதுகிறார்கள்.

இது ஃபாரோவின் கீழ் வேலை செய்த ஒரு சாதாரண அதிகாரியின் ஒருவரின் கல்லறைச் சுவர்களில் வரையப்பட்டவை. எகிப்திய மைக்கேலாஞ்சலோ என்று அழைக்கப்படும் இந்த ஓவியனின் பெயர் தெரியவில்லை.

ஓவியங்களைப் பற்றி, குறிப்பாக மேற்கத்திய ஓவியங்களைப் பற்றி, பல விவரங்கள் நமக்கு இணையத்தில் கிடைக்கின்றன. இவை வியப்பளிப்பவை. ஆனால் ஓவியங்களைப் பற்றிய ஒரு தெளிவை நமக்கு அளிக்க இயலாதவை.

7

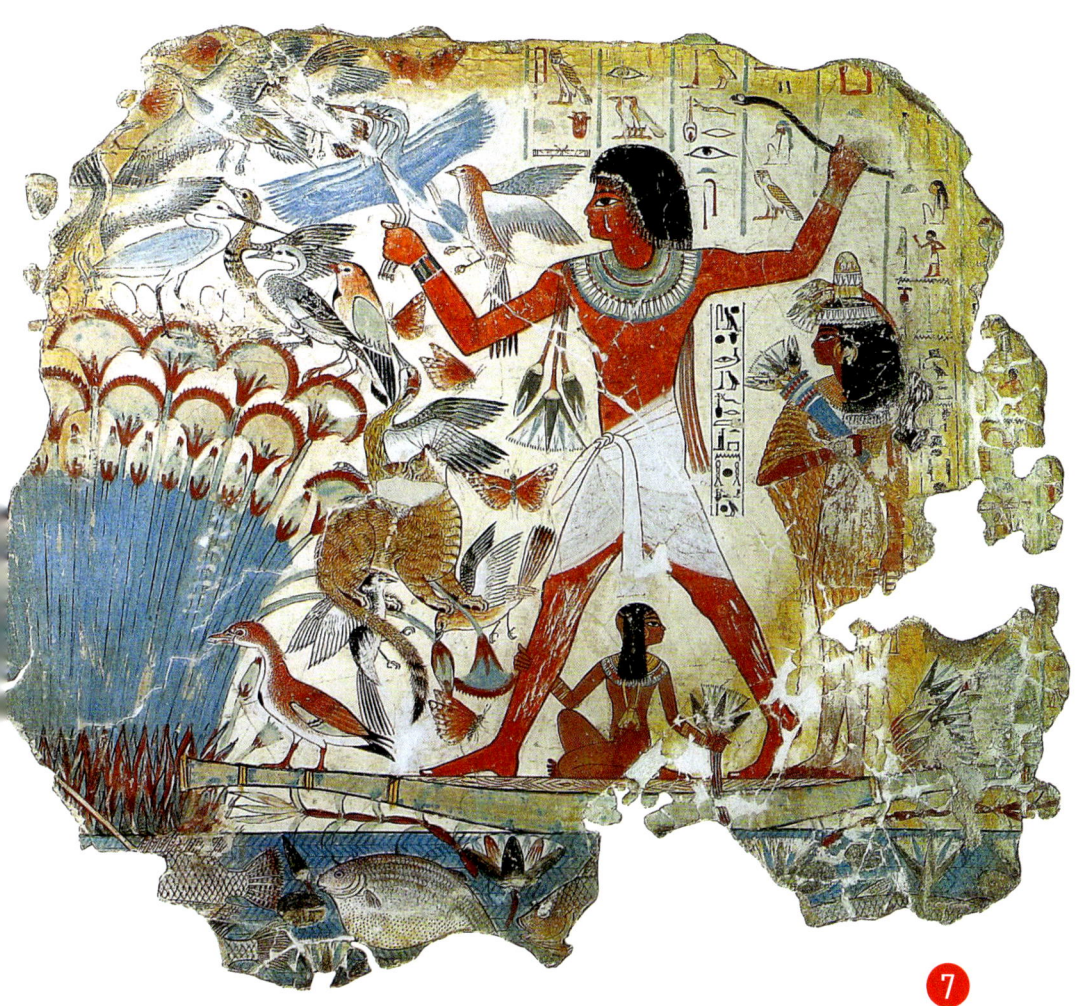

தெளிவுக்கு இன்றும் புத்தகங்களைத்தாம் நாட வேண்டியிருக்கிறது. நான் படித்த ஓவியப் புத்தகங்களில் எனக்குப் பிடித்த புத்தகம் E H Gombrich எழுதிய *கலையின் கதை* என்ற புத்தகம். இவரது மகன் இந்தியக் கலை அறிஞர்களில் ஒருவர். என்னிடம் இருப்பது 1992இல் வந்த பன்னிரண்டாம் பதிப்பு. இது இன்றுவரை மிக அதிக அளவில் விற்பனையாகிக்கொண்டிருக்கிறது.

கோம்ப்ரிஜ் கூறுவது இது:

> *(கலையைப் பற்றிச் சிறிது ஞானம் பெற்றவர்களில் சிலர்) ஓவியத்தைப் பார்க்கும்போது அதை நிதானமாகப் பார்ப்பதில்லை. மாறாக உடனே தங்கள் மூளையைக் குடைந்து ஒரு லேபிளைத் தேடுகிறார்கள். உதாரணமாக ரெம்ப்ராண்ட் chiaroscuro (ஒளியும் நிழலும்) உத்திக்குப் புகழ்பெற்றவர். இவர்கள் எந்த ரெம்ப்ராண்ட் ஓவியத்தைப் பார்த்தாலும் தங்களுக்குள் அருமையான chiaroscuro என்று முணுமுணுத்துக்கொள்வார்கள். உடனே அடுத்த ஓவியத்திற்கு நகர்ந்துவிடுவார்கள். . . கலையைப் பற்றிக் கெட்டிக்காரத்தனமாகப் பேசுவது அவ்வளவு கடினம் அல்ல. ஏனென்றால் கலை விமரிசகர்கள் பல கலைச்சொற்களை வேறுபட்ட தருணங்களில் பயன்படுத்தியிருப்பதால் அவை தங்கள் துல்லியத்தை இழந்துவிட்டன. ஓர் ஓவியத்தைக் களங்கமற்ற கண்களால் பார்த்து ஒரு கலைப் பயணத்தைத் துவங்குவது – கெட்டிக்காரத்தனமாகப் பேசுவதைவிட – கடினம் மட்டுமன்று, பயன் அளிப்பதுகூட. பயணம் முடிந்து திரும்பி வரும்போது எந்தப் புதையலைக் கொண்டுவருவோம் என்று சொல்ல முடியாது.*

இருந்தாலும் ஓவியத்தின் நுட்பங்களை உணர்வதற்குச் சிறிதளவாவது ஓவிய உத்திகளைப் பற்றிய புரிதல்கள் தேவை. நம்மில் பலருக்கு அந்தப் புரிதல்கள் இல்லாதாலேயே நமது தேடல்களை மிகக் குறுகிய ஒரு வட்டத்தில் வைத்துக்கொள்ள வேண்டிய கட்டாயம் ஏற்படுகிறது. மற்றொரு சிறந்த விமரிசகர் கூறுகிறார்.

> *எனக்கு என்ன பிடிக்கும் என்பது எனக்கு நிச்சயமாகத் தெரியும் என்று ஒருவர் கூறினால் அதற்கு அர்த்தம் அனேகமாக எனக்கு என்ன தெரிந்ததோ அதுதான் எனக்குப் பிடிக்கும் என்றுதான் இருக்கும்.*

பத்திரிகைகளில் வரையப்படும் ஓவியங்கள் (படங்கள்?) ஒருவருக்குப் பிடித்திருக்கலாம். தவறேயில்லை. ஆனால் அவற்றைத் தாண்டிப் போக மாட்டேன், மற்ற ஓவியங்களைப் பார்க்கவே மாட்டேன் என்று கூறுவது,

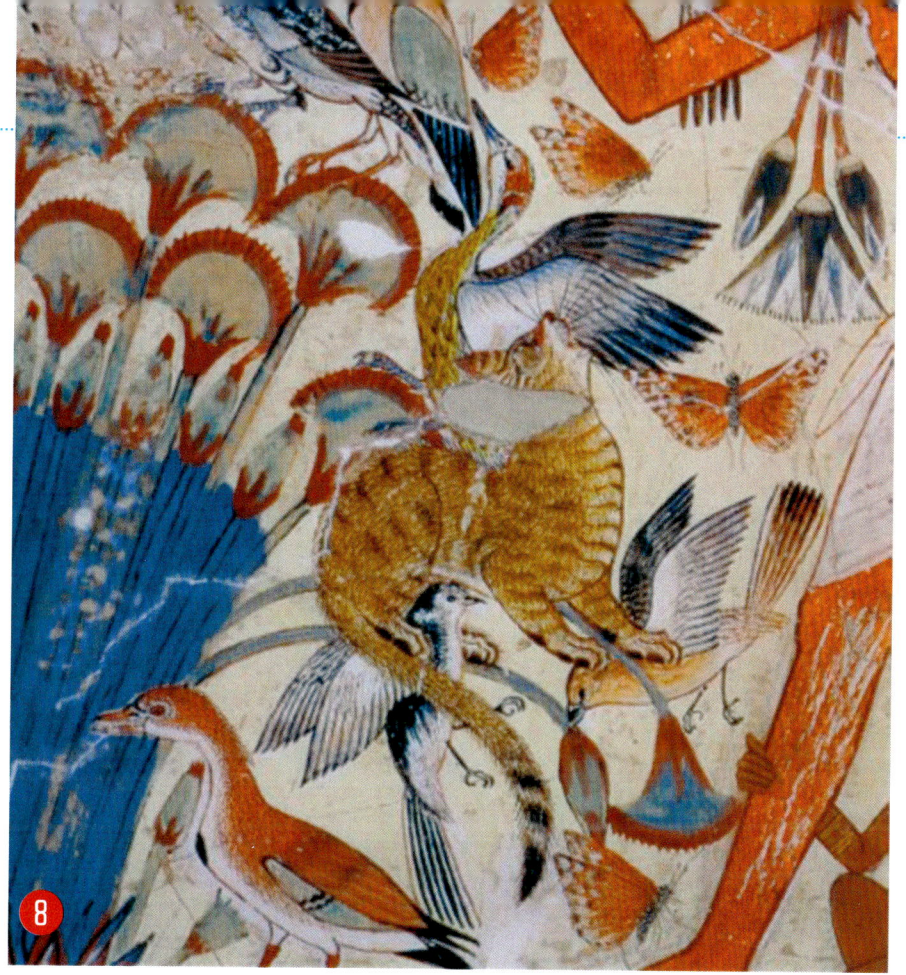

ஆத்திச்சூடி எனக்குப் பிடிக்கும், அதனால் மற்ற கவிதைகள், பாடல்கள் பக்கம் தலைவைத்துக்கூடப் படுக்கமாட்டேன் என்பது போல. சிலருக்கு நாட்டுப்பற்று மேற்கத்திய ஓவியங்களை ரசிப்பதற்குத் தடையாக இருக்கிறது. எனது பல நண்பர்கள் – என்னுடன் அருங்காட்சியகங்களுக்கு வந்தவர்கள் – 'இந்தியர்கள் இவற்றையெல்லாம்விடத் திறமையாக வரைந்திருக்கிறார்கள், ஆனால் எல்லாம் அழிந்து போய்விட்டன' என்று வருத்தப்பட்டார்கள். ஒவ்வொரு நாட்டு மக்களும் இதே ஒப்பாரியை வைக்கமுடியும் என்பது அவர்களுக்கு விளங்குவதில்லை. மேலாகக் கலை உலகத்தின் சொத்து, மனித குலத்தின் சொத்து என்பதைப் பலர் நம்புவதில்லை. நான் திடமாக நம்புகிறேன்.

இப்போது எகிப்திய ஓவியங்களுக்குத் திரும்பி வருவோம்.

இந்த ஓவியர்கள் சில விதிகளைக் கடைபிடித்தார்கள் என்று சொன்னேன். அதற்கு ஒரு முக்கியமான காரணம், அவர்கள் நினைவிலிருந்து வரைந்தார்கள். கல்லறைக்குள் குளத்தைத் தேட முடியாது. நினைவிலிருந்துதான் வரையமுடியும். அதனால் பார்ப்பவர்களுக்கு அவர்கள் எதைப் பார்க்கிறோம் என்பது தெளிவாகத் தெரிய வேண்டும் என்பதில் அவர்கள் மிகுந்த கவனம் செலுத்தினர். '**தீப்ஸ் நகரத்தில் ஒரு குளம்**' (9) என்ற ஓர் ஓவியம். இந்த ஓவியத்தில் பல மரங்கள் வரையப்பட்டிருக்கின்றன. மரங்கள் ஒரு மாலை போல் குளத்தைச் சுற்றியிருக்கின்றன. மரங்களைக் குளக்கரையிலிருந்து அவற்றின் முன்னால் நின்று பார்த்தால் எப்படியிருக்குமோ அப்படி வரைந்திருக்கிறான். ஆனால் குளத்தை அவ்வாறு வரைய முடியாது. அதனால் குளத்தை வானத்திலிருந்து பார்ப்பது போல ஓவியத்தின் நடுவில் செவ்வகமாக வரைந்திருக்கிறான். ஓவியனுக்கு இன்னொரு இக்கட்டு. குளத்தை வானத்திலிருந்து பார்த்தால் அதில் இருக்கும் மீன்கள் பறவைகள் மலர்கள் போன்றவைகளை சரியாக வரைய முடியாது என்று அவன் நினைத்திருக்கலாம். எனவே அவைகள் குளக்கரையிலிருந்து பார்த்தால் எப்படித் தெரியுமோ அப்படி வரையப்பட்டிருக்கின்றன. மொத்தத்தில் பார்ப்பவர்களுக்கு, குளம், மரங்கள் பறவைகள், மீன்கள், இவற்றைப் பற்றி அவர்கள் மனத்தில் இருக்கும் பிம்பங்கள் ஓவியங்களாக காட்சியளிக்கின்றன என்ற உணர்வை ஏற்படுத்துவதில் இக்கலைஞன் வெற்றி பெற்றுவிடுகிறான்.

எனக்குப் பிடித்த இரண்டு ஓவியங்களைக் குறிப்பிட்டே ஆக வேண்டும்.

முதல் ஓவியம் **நீர்யானை வேட்டை** (10).

இது 4500 ஆண்டுகளுக்கு முன்னால் வரையப்பட்டது. மற்றொரு கல்லறை ஓவியம். ஓவியத்தின் நாயகன் கல்லறையில் அடக்கம் செய்யப்பட்டவன். அவனுக்கு மேல் பேபிரஸ் மரம் ஒன்று. மரத்தில் இருக்கும் பறவைகளைக் குறிவைத்து சில குள்ளநரிகள் மரத்தில் ஏறிக்கொண்டிருக்கின்றன. பறவைகள் பயத்தில் அங்கும் இங்கும் பறக்கின்றன. அவன் காலடியில் படகு. முன்னால் உள்ள படகில் சில வேட்டைக்காரர்கள் நீர்யானைகளை ஈட்டிகள் கொண்டு தாக்குகிறார்கள். பின்னால் ஒரு படகு. படகுகளுக்குக் கீழ் அல்லாடும் மீன்கள், நீர்யானைகள். ஓவியனுக்குப் பரிமாணங்களைப் பற்றியோ அளவுகளைப் பற்றியோ கவலை இல்லை. எல்லாவற்றையும் வரைவதில் கொண்டுவர வேண்டும் என்ற தீவிரம். எனவே மீன்கள் ஏறத்தாழ நீர்யானைக்குப் பாதி

மேற்கத்திய ஓவியங்கள் | 31

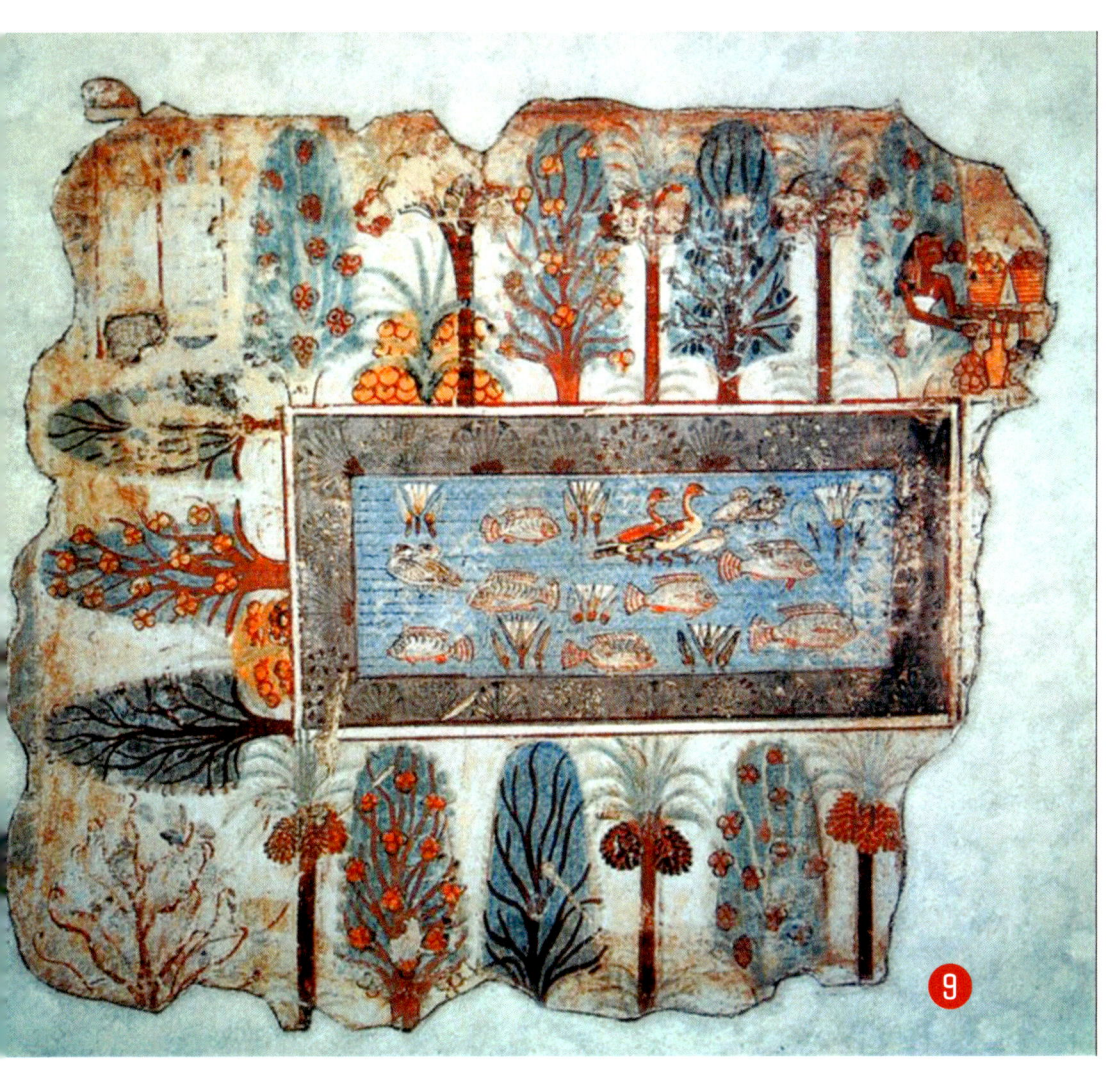

அளவிற்கு இருக்கின்றன. ஓவியத்தில் இருக்கும் மனிதர்கள் நாங்கள் உயிரோடு இருக்கிறோம் என்று அறிவித்துக்கொண்டிருக்கிறார்கள். மிருகங்களும் பறவைகளும் மீன்களும் அவ்வாறே சொல்கின்றன.

நமது நாயகனைத் தவிர.

அவன் நடுவில் விறைத்து நிற்கிறான். பேருருவம் கொண்டு. பார்த்த உடனேயே இந்த உலகில் இல்லாதவன் என்று தெரிந்துவிடுகிறது. வாழ்க்கையின் பருவ மாற்றங்களை அவன் மரணத்திற்குப் பின்னால் இருந்து கவனித்துக்கொண்டிருக்கிறான். வரைந்த கலைஞன் இவ்வுலகில் உழல்பவன். உயிரை வரைய முற்பட்டு ஓவியத்திற்கு இறவாத்தன்மையைக் கொடுத்துவிட்டான்.

இரண்டாவது ஓவியம் **ஆற்றைக் கடக்கும் மாடுகள்** (11).

ஓவியத்தில் பசுக்களுக்கு முன்னால் மாடு மேய்க்கும் சிறுவன் தோளில் பாரம் அழுத்த, கன்றைச் சுமந்து கொண்டு செல்கிறான். கன்று திரும்பித் தாயைப் பார்க்கிறது. தாய் கன்றை நிமிர்ந்து அழைக்கிறது. பசுக்களின் அசைவுகள் அவை முன்னோக்கிச் செல்வதைக் காட்டுகின்றன. காலங்காலமாக நடந்துகொண்டிருக்கும் காட்சி நான்காயிரம் ஆண்டுகளுக்கு முன்னும் நடந்திருக்க வேண்டும் என்பது நமக்குத் தெரிந்திருந்தாலும் அதை ஓவியத்தில் காணும்போது ஒரு நிறைவு.

எகிப்தைப் பற்றிப் பேசும்போது நாம் பல ஆயிரம் ஆண்டுகளைப் பற்றிப் பேசுகிறோம் என்பதை நினைவில் கொள்ள வேண்டும். நீர்யானை வேட்டைக்கும் தீப்ஸ் நகரக் குளத்திற்கும் உள்ள இடைவெளி ஆயிரம் ஆண்டுகள். நமக்கும் ராஜராஜ சோழனுக்கும் உள்ள இடைவெளி.

எகிப்தியக் கல்லறைகள் அவை கட்டப்பட்ட காலத்திலிருந்து திருடப்பட்டு வந்தன. கல்லறைச் சுவர்களில் எழுதப்பட்டிருந்த சாபங்கள் திருட்டுகளைத் தடுத்ததாகத் தெரியவில்லை. திருட்டே ஏற்படாமல் ஏறக்குறைய முழுமையாகக் கண்டெடுக்கப்பட்ட கல்லறை டூட்டன்காமன் என்ற 18 வயது இளைஞனின் கல்லறை.

இந்தக் கல்லறையில் கிடைத்த பெட்டி ஒன்றில் (12) **டூட்டன்காமன் வேட்டையாடும் சித்திரங்கள்** தீட்டப்பட்டிருக்கின்றன.

மேற்கத்திய ஓவியங்கள் | 33

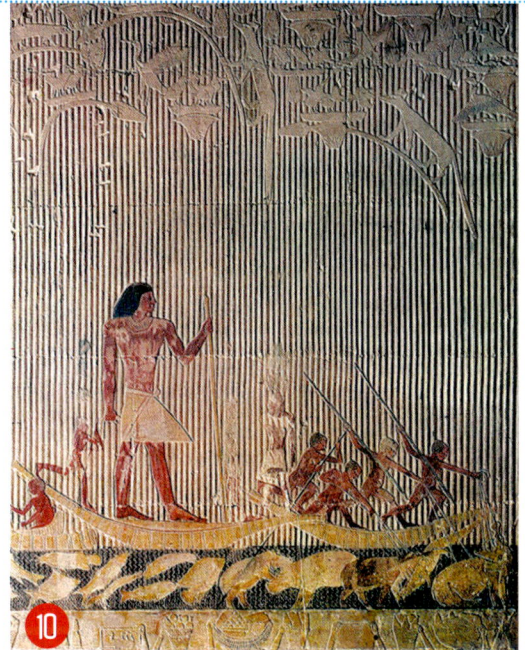

தேரில் செல்லும் மன்னன். கையில் வில்லிருந்தாலும் துடிப்பு இருப்பதாகத் தெரியவில்லை. முன்னால் பறவைகள் சிதறி ஓடுகின்றன. டூட்டன்காமனுடைய குதிரை தான் எல்லாவற்றையும்விடப் பெரிதாக வரையப்பட்டிருக் கிறது. பல கால்கள் உள்ளன. ஓடும் குதிரை என்பதைக் காட்டுவதற்காக. சுவரில் வரைவது போலவே மரத்தில் சுண்ணாம்பு தீட்டப்பட்டு அதன் மேல் வரையப்பட்டது.

நமக்குக் கிடைத்திருக்கும் எகிப்தியக் கலைப்பொருட்கள் அனைத்தும் மரணம் சார்ந்து இருந்தாலும் எகிப்திய மக்கள்

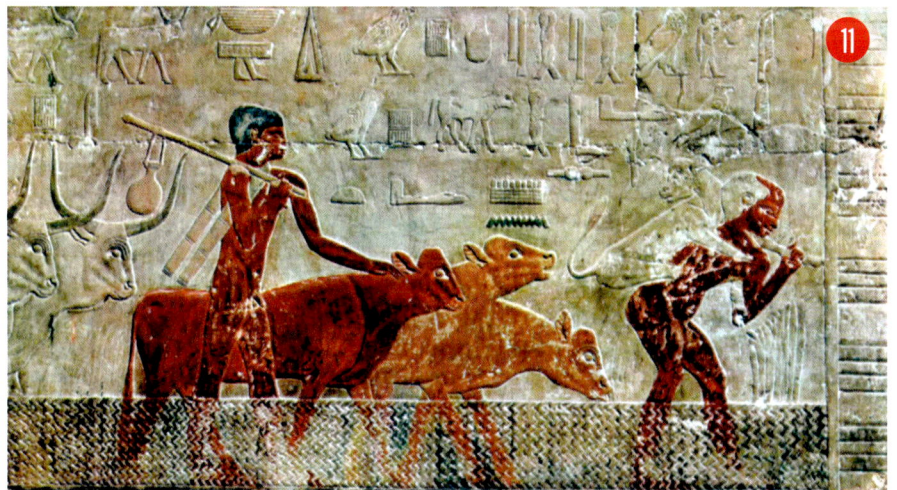

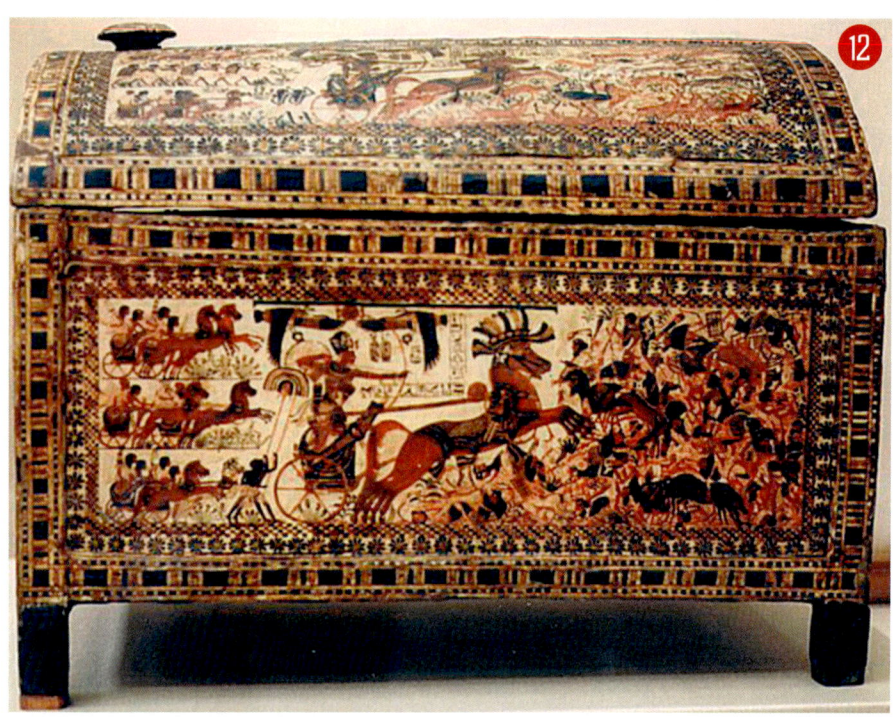

எப்போதும் மரணத்தைப் பற்றியே நினைத்துக்கொண்டிருந்தார்கள் என்பதற்கு எந்தவித ஆதாரமும் இருப்பதாகத் தெரியவில்லை. கிடைத்ததைக் கொண்டு பழமைக்கு வடிவம் கொடுக்கும் வேலை மதனகாமராஜன் கதையில் இளவரசி தலைமயிரைக் கொண்டு அவள் உருவப்படம் வரைவது போன்றது.

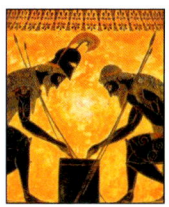

கிரேக்க ஓவியங்கள்

6

எகிப்திய நாகரிகத்திற்குப் பின்னர் வந்த ஓவியங்களில் முக்கிய மானவை மத்தியத் தரைக்கடலில் இருக்கும் க்ரீட் என்ற கிரேக்கத் தீவில் கிடைக்கும் சில சுவர்ச் சித்திரங்கள். இந்த சுவர்ச் சித்திரங்கள் திரும்பத்திரும்பச் செப்பனிடப்பட்டிருப்பதால் அவை முதன்முதலாக வரையப்பட்டபோது எப்படி இருந்தன என்பது நமக்குத் தெரியவரவில்லை. எனவே இந்த ஓவியங்களைப் பற்றி நான் எழுதப்போவதில்லை. ஆனால் கிரேக்க நாகரிகம் இன்றைய மேற்கத்திய நாகரிகத்தின் அடித்தளம் என்பதால் அவர்கள் வரைந்த சில ஓவியங்களைப் பற்றி பார்க்கலாம்.

கிரேக்கக் கட்டடங்கள் இன்றுவரை நமக்கு முன்மாதிரியாக இருக்கின்றன. அவற்றின் பரிமாணங்கள் மிகக் கச்சிதமானவை. முக்கியமாகக் கட்டடங்களின் தூண்கள். டோரிக் மற்றும் ஐயோனியன் தூண்கள் இன்றும் உலகில் பல நகரங்களில்—சென்னையிலும்—பல கட்டடங்களை அலங்கரிக்கின்றன. இதற்குக் காரணம் இந்தத் தூண்களின் எளிமையான வடிவமைப்பு. எவ்வளவு பெரிதாக இருந்தாலும் கட்டடங்களுக்கு நேர்த்தியையும் அழகையும் கொடுக்கிறது. “மதனற்கும் எழுத ஒண்ணாச் சீதை” என்று சீதாப் பிராட்டியின் அழகை வியக்கிறான் கம்பன். கிரேக்கச் சிற்பங்கள் கடவுளால்கூட இவ்வாறு செதுக்கமுடியுமா என்று நம்மை வியக்கவைப்பவை. அவர்கள் ஓவியங்களும் மிக அழகாக

மேற்கத்திய ஓவியங்கள் | 37

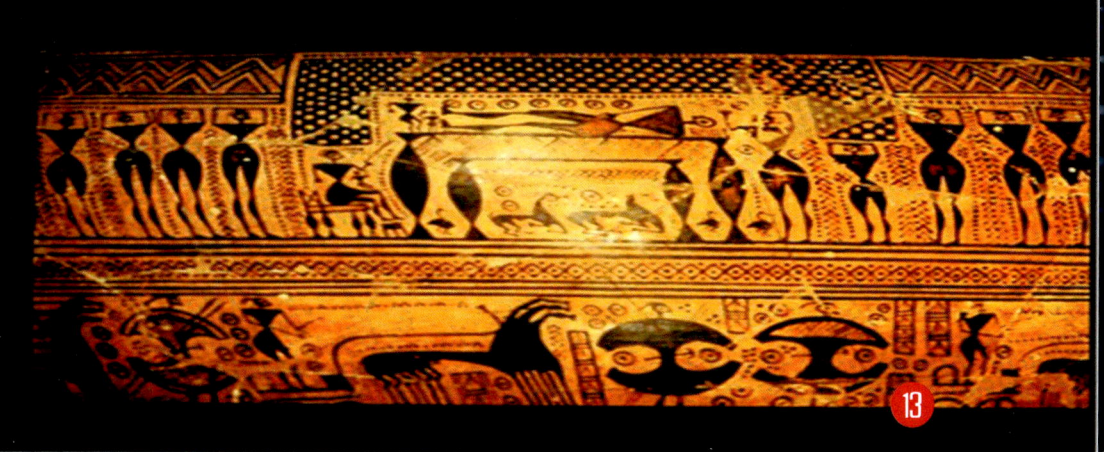

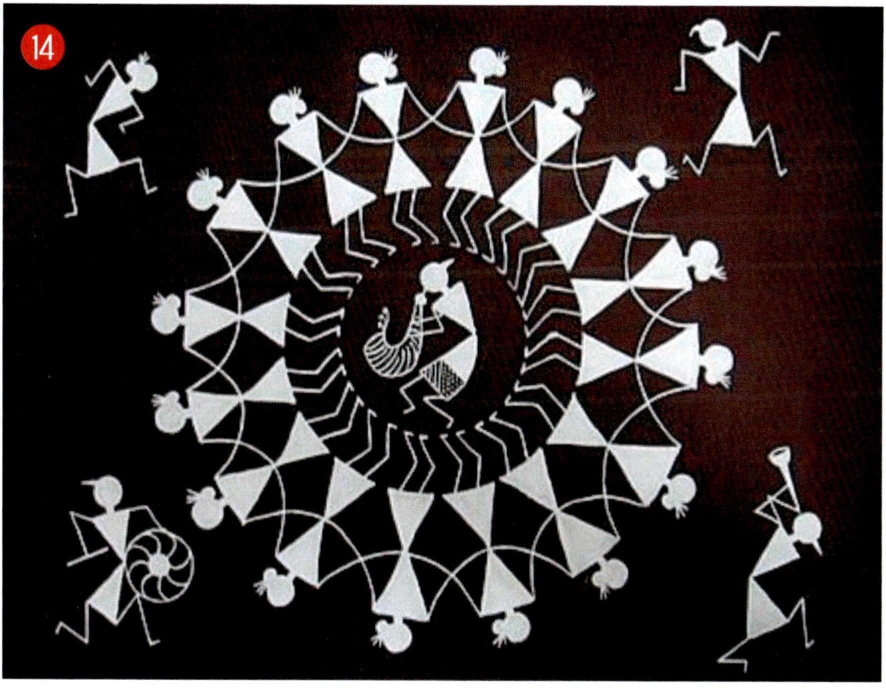

இருந்திருக்க வேண்டும். கிரேக்க எழுத்தாளர்களின் கூற்றுப்படி ஓவியர்கள் சிற்பிகளைவிடப் புகழ்பெற்றவர்களாக இருந்தார்களாம். ஆனால் கிரேக்க ஓவியங்களில் இன்று நமக்குக் காணக் கிடைப்பவை மிகச் சிலவே. அனேகமாக எல்லாம் ஜாடி ஓவியங்கள். மது அல்லது எண்ணெய் வைக்கும் ஜாடிகள் (vases) மீது வரையப்பட்டவை. சில மது அருந்தும் கோப்பைகளில் (kylix) வரையப்பட்டவை. இவற்றில் குறிப்பிடத்தக்க ஒன்று (13) ஆதென்ஸ் தேசிய அருங்காட்சியகத்தில் இருக்கும் மூன்றரை அடி ஜாடியில் வரையப்பட்டது. இதுவும் இறப்பைச் சித்தரிப்பது. ஆனால் இறந்தவன் இறந்தவனாகவே சித்தரிக்கப்படுகிறான். அவன் இரு மருங்கிலும் பெண்கள் கைகளைத் தலைக்குப் பின்னால் வைத்துக்கொண்டு துக்கம் கொண்டாடுகிறார்கள். இந்த உலக வாழ்க்கையை ஒத்தே மரணத்திற்குப் பின்னால் வரும் வாழ்க்கையும் இருக்கும் என கிரேக்கர்கள் நினைக்கவில்லை. அவர்களுக்கு அது ஒரு வண்ணமில்லாத நிழல் வாழ்க்கை. முக்கோண மனித உடல்கள் நமது வார்லி பழங்குடி மக்களின் ஓவியங்களை (14) நினைவுறுத்துபவை. தொடைகளில் சதை தெரிகிறது. வார்லி ஓவியங்களில் தொடைகளும் முக்கோணங்கள்தாம். எகிப்து ஓவியங்களைப் போல ஓடும் குதிரைக்குப் பல கால்கள், பல தலைகள். ஆனால் இறந்த குதிரைகளுக்கு நான்கு கால்கள், ஒரே தலை. மனிதக் கண்கள் வேறு மாதிரி வரையப்பட்டிருக்கின்றன. முகத்தின் நடுவில் ஒரே கண். பெரிய கண். இந்த இறப்பை நினைத்து பலர் துன்பப்படுகிறார்கள் என்பதை நமக்குத் தெரிவிக்க இறந்தவனைச் சுற்றிப் பல கண்கள் வரையப்பட்டிருக்கின்றன.

ஹோமரின் அக்கிலிஸ் ஒடிஸியஸிடம் சொல்கிறான்:

ஒடிஸியஸ், இறப்பைப் பற்றி உயர்வாகப் பேசாதே. நான் ஒரு பாழிடத்தில் அரசனாக இருப்பதைவிட இந்த மண்ணில் ஏழையாக வாழ விரும்புகிறேன்.

இந்த ஓவியம் மரணம் பேரிழப்பை ஏற்படுத்துகிறது என்பதைக் காட்ட முயன்று ஓரளவு வெற்றியும் கண்டிருக்கிறது.

எத்தனை நாட்கள் வட்டங்களிலும் சதுரங்களிலும் முக்கோணங்களிலும் உழன்றுகொண்டிருப்பது என்று கிரேக்க ஓவியன் யோசித்திருக்க வேண்டும். மனித உடலை எல்லாக் கோணங்களிலும் பார்க்கலாம், பார்த்ததை வரையலாம் என்பது அவனுக்கு மெல்ல மெல்லப் பிடிபட்டிருக்க வேண்டும். இந்தப் புரிதல் அவனுக்குக் கிடைத்ததும் பல தளைகள் உடைபட்டன.

அஜாக்ஸும் அக்கிலிஸும் பகடை விளையாடுவது (15) என்ற இந்த ஓவியம் மனித உடலில் பல வளைவுகளை ஓவியத்தில் காட்ட முயல்கிறது.

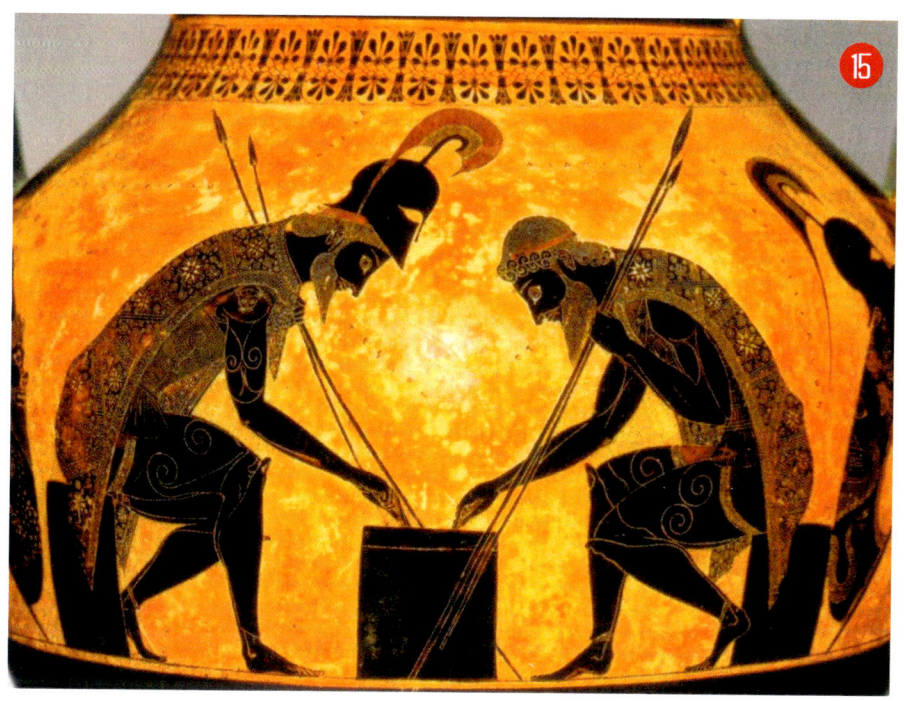

அமர்ந்திருப்பதால் ஏற்படும் பருமனோடு தொடைகள் இருக்கின்றன. ஓவியத்தில் அக்கிலிஸின் இடக்கையின் ஒரு சிறு பாகம் மட்டும் தெரிகிறது. ஓவியங்களில் இருகரங்களும் காட்டப்பட வேண்டும் என்ற தளை உடைத்தெறியப்பட்ட அடையாளம் தெரிகிறது.

ஓவியக் கலையின் திருப்புமுனை என்றால் மற்றொரு ஜாடி ஓவியத்தைக் குறிப்பிட வேண்டும்.

வீரன் விடைபெறுதல் (16) என்ற இந்த ஓவியத்தில்தான் 'முன்குறுக்கம்' (foreshortening) என்ற உத்தியை ஓவியன் கையாளுகிறான். வீரனின் இடக்கால் விரல்கள் ஐந்து சிறு வட்டங்களாகத் தெரிகின்றன. ஒரு மனிதனின் கால்விரல்களை அவன் முன்னால் நின்று பார்த்தால் எவ்வாறு தெரியுமோ

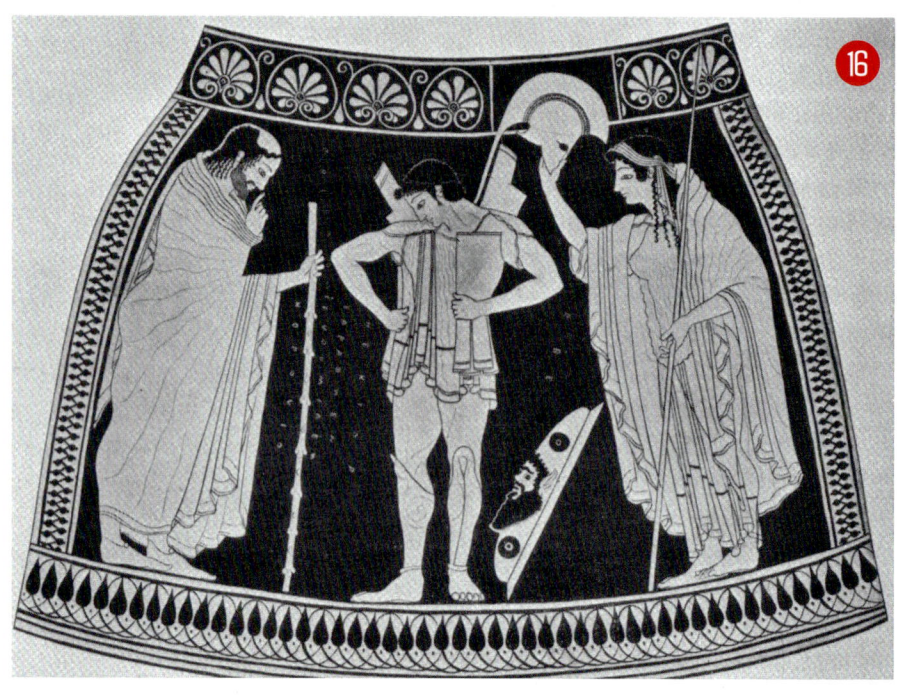

அவ்வாறே வரைய இந்தக் கலைஞன் முயன்றிருக்கிறான். வீரனது இடக்காலுக்கு அருகே சுவரில் ஒரு கேடயம் சாத்தப்பட்டிருக்கிறது. அது பக்கவாட்டில் வரையப்பட்டிருக்கிறது. கால் தசைகளின் இயக்கம், உடையின் மடிப்புகள், சுருக்கங்கள் போன்றவற்றையும் ஓவியம் காட்ட முனைகிறது.

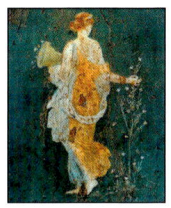

ரோமப் பேரரசின் ஓவியங்கள்

ஓவியத்திற்கும் சொல்லிற்கும் உள்ள முக்கியமான வேறுபாடு என்ன என்று நண்பர் ஒருவர் என்னிடம் கேட்டார். நான் சொன்ன பதில் இதுதான். சொற்களின் எல்லைகள் பரந்தவை. நமது எண்ணங்கள்போல. எழுதிக்கொண்டே போகலாம். மகாபாரதம் சிறந்த உதாரணம். ஓவியங்களின் எல்லைகள் அவ்வளவு பரந்தவை அல்ல. பார்வைக்கு உள்ள எல்லைகள் அனைத்தும் அவற்றுக்கு உண்டு. ஆனால் பார்வையின் வீச்சு ஓவியத்திற்குக் கிடையாது. கண், காது வழி போகலாம். ஆனால் ஓவியம் சட்டங்களுக்கும் சுவர்களுக்கும் மேற்கூரைகளுக்கும் உள்ளே அடங்க வேண்டிய கட்டாயத்தில் இருக்கிறது. இவற்றுக்கு எல்லைகள் உண்டு. ஓவியங்கள் அவற்றுக்குள் கட்டுப்பட வேண்டும். ஆனால் நல்ல சொல்லும் நல்ல ஓவியமும் வெளிப்படுத்துபவை எல்லைகளைக் கடந்தவை. ஒரு சிறிய கவிதை தனக்குள் உலகத்தையே அடைத்துக்கொண்டு காட்ட முற்படுவதைப் போல ஓவியமும் எல்லைகளுக்குள் அடங்காமல் திமிறிக்கொண்டு நம்மிடம் பேசுகிறது.

ஓவியங்கள் எல்லா எல்லைகளையும் கடக்க முடியும் என்பது புரிவதற்குப் பல ஆயிரம் ஆண்டுகள் ஆயிற்று. இடைப்பட்ட ஆண்டுகளில் மனிதன் இரு அடிகள் எடுத்துவைத்தால் ஒரு அடி பின்வாங்க வேண்டிய கட்டாயத்தைப் பல தருணங்களில் எதிர்கொள்ள நேரிட்டது. Quod legendibus scriptura, hoc idiotibus pictura.

17

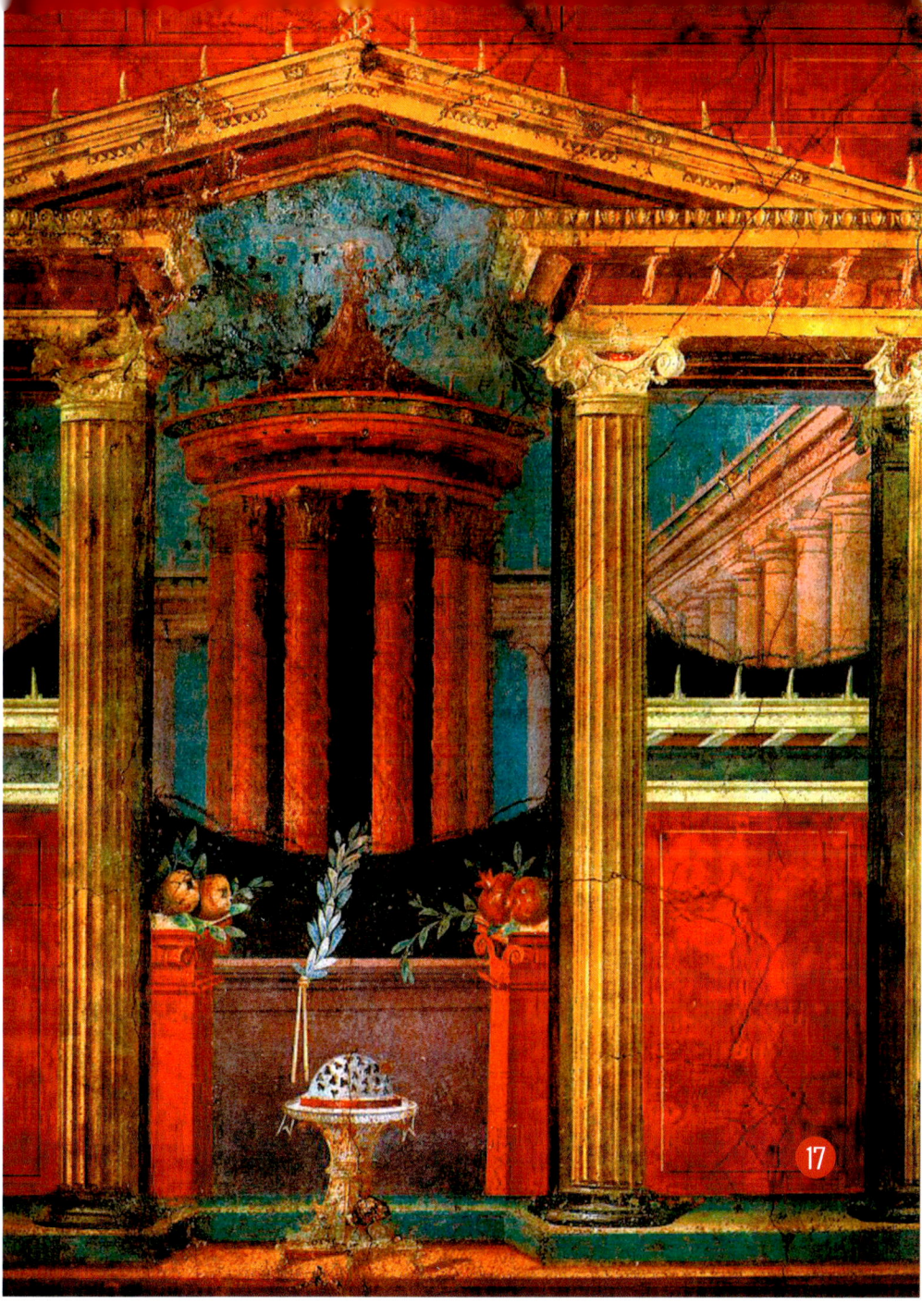

என்று இலத்தீன் மொழியில் ஒரு பழமொழி உண்டு. கடவுளின் சொல்லை முட்டாளுக்கு விளக்க ஓவியம் பயன்படுகிறது என்பது இதன் பொருள். இதில் கடவுளை எடுத்துவிட்டு அரசு, அரசன், ஆண், பெண், ஆண்டை, ஆசிரியன் போன்ற எந்தச் சொல்லை வேண்டுமானாலும் போட்டுக்கொள்ளலாம். அதேபோல முட்டாளை எடுத்துவிட்டுப் படிக்காதவன், தேடுபவன், மாணவன் என்று சேர்த்துக்கொள்ளலாம். அவை ஓவியங்கள் எவ்வாறு பல்வேறு காலகட்டங்களில் நோக்கப்பட்டன என்பதை ஒருவாறு விளக்கும். ஓவியத்தைப் பார்த்து அதை விளக்க முயல்பவனுக்கு 'கலை விமரிசகன்' என்ற பெயர் கிடைத்தது சில நூற்றாண்டுகளுக்கும் முன்புதான். ஆனால் நான் கலை விமர்சகன் அல்ல. உங்களோடு சேர்ந்து பயில்பவன்.

ஜாடி ஓவியங்களில் இரு வண்ணங்கள்தாம் பெரும்பாலும் பயன்படுத்தப் பட்டுவந்தன. ஒன்று கறுப்பு. மற்றொன்று சிவப்பு. முதலில் சிவப்பு ஜாடியில் கறுப்பு வண்ணம் தீட்டப்பட்டது. பின்புலம் கறுப்பில் தீட்டப்பட்டு ஜாடியின் வண்ணமே ஓவியத்தின் வண்ணமாகியது.

பல வண்ணங்களைக் கொண்டு சுவரில் அதிகம் வரையத் தொடங்கியது ரோமப் பேரரசு காலத்தில். இவற்றில் பெரும்பாலானவை fresco என்று அழைக்கப்படுபவை. Fresco என்ற சொல் buon fresco என்ற இத்தாலியச் சொல்லிலிருந்து வந்தது. உண்மையாகவே புதிது என்ற அர்த்தத்தைக்கொண்டது. இந்த முறையில் சுண்ணாம்பு அடித்துக் காயாத சுவரில் வண்ணங்களைக் கொண்டு ஓவியங்கள் தீட்டப்படுகின்றன. இதனால் சுவர் காயக் காய வண்ணங்களும் சுவரின் மேற்பூச்சின் ஒரு அங்கமாக மாறிவிடுகின்றன. பல நூற்றாண்டுகள் இந்த ஓவியங்கள் அழியாமல் இருப்பதற்கு இந்த முறை ஒரு முக்கியமான காரணம்.

Fresco ஓவியங்களில் மிகப் புகழ்பெற்றவை பண்டைய ரோம் நகரமான பாம்பெயெயில் இருப்பவை. இது இன்றைய இத்தாலியின் நேப்பிள்ஸ் நகருக்கு அருகில் உள்ளது. கி.பி. முதல் நூற்றாண்டில் பாம்பெய் ரோமப் பேரரசின் மிக முக்கியமான நகரங்களின் ஒன்றாக இருந்தது. இந்த நகரில் பணம் படைத்தவர்கள் இல்லங்களில் எல்லாம் சுவர்களில் ஓவியங்கள் தீட்டப்பட்டிருந்தன. பேரரசின் மற்ற நகரங்களிலும் இத்தகைய ஓவியங்கள் தீட்டப்பட்டிருக்க வேண்டும். "ஆனால் இவற்றில் பிழைத்த ஓவியங்கள் அனேகமாக இல்லை என்றே கூற வேண்டும்."

"பாம்பெய் நகர ஓவியங்கள் பேரழிவினால் பிழைத்தவை."

மேற்கத்திய ஓவியங்கள் | 45

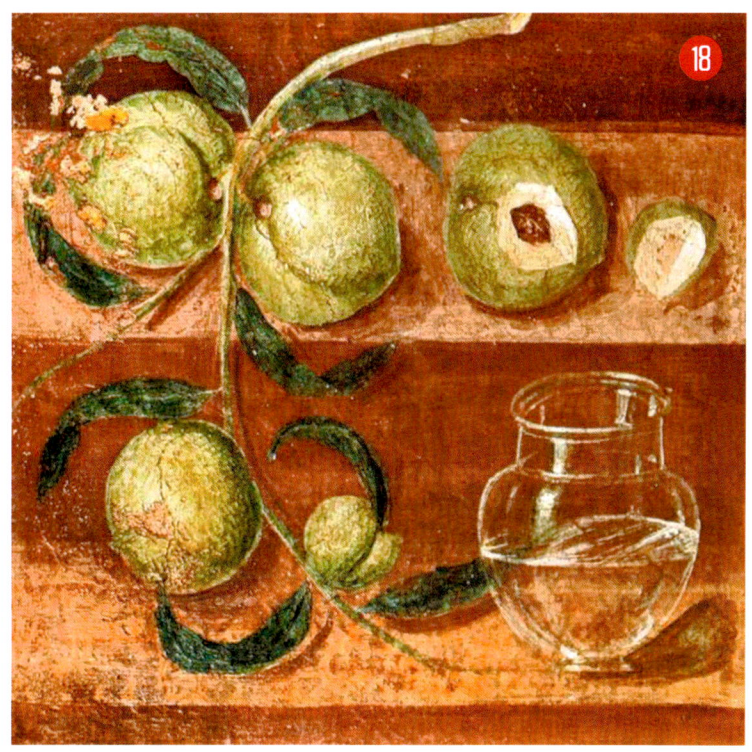

பாம்பெய் வெஸுவியஸ் மலையின் அடிவாரத்தில் இருந்த ஒரு நகரம். இந்த மலை அதிக உயரம் இல்லாதது என்பது பாம்பெய் மக்களுக்குத் தெரியும். உயரம் இல்லாததால் அமைதியாக இருக்கும் என்று அவர்கள் நினைத்துக்கொண்டிருந்தார்கள். ஆனால் கி.பி. 78ஆம் ஆண்டு மலையில் உள்ளிருந்து தீக்குழம்புகள் பீறிட்டுக் கிளம்பின. எரிமலைக் குழம்பிலிருந்து தப்ப முடியாமல் முழு நகரமே புதைந்துபோனது.

புதைந்த நகரம் மக்கள் மனங்களில் பல நூற்றாண்டுகள் இருந்து தேய்ந்து மறையத் தொடங்கியது. முற்றிலுமாக மறைந்திருக்கும். ஆனால் 1748ஆம் ஆண்டு இந்த இடத்தைத் தோண்டிப்பார்க்கலாம் என்று அகழ்வாராய்ச்சியாளர் ஒருவர் நினைத்தார். தோண்டத் தோண்ட ஒரு முழு நகரமே புதைந்து

கிடைக்கிறது என்பது தெரியவந்தது. முதலில் தோண்டியவர்கள் கலைப் பொருள்களுக்காகத் தோண்டினார்கள். அறிவியற்பூர்வமாகத் தோண்டாததால் பல வீடுகளும் அவற்றின் சுவர்களில் இருந்த ஓவியங்களும் அழிந்துவிட்டன. பல வீடுகள் பிழைத்தன. சுவர்கள் சிலவற்றில் வரையப்பட்டிருந்த ஓவியங்கள் மீட்டெடுக்கப்பட்டு நேப்பிள்ஸ் நகர அருங்காட்சியகத்தில் வைக்கப்பட்டன.

இன்று பாம்பெய் நகரத்தில் பல வீடுகள் அப்படியே இருக்கின்றன. பல சுவர்ச் சித்திரங்களும் இருக்கின்றன. பிழைத்த ஓவியங்கள் எல்லாம் பிழைக்க வேண்டிய ஓவியங்கள் என்று சொல்ல முடியாது எனச் சில கலை வல்லுனர்கள் கருதுகின்றனர். ஆனால் ஒரு நகரம் இரண்டாயிரம் ஆண்டுகளுக்கு முன்னால் எவ்வாறு இருந்தது என்பது பற்றி பாம்பெய் சென்றால் ஒரு புரிதல் கிடைக்கும். தமிழ்நாட்டு நகரங்களுக்குச் சுவரொட்டிகள் எவ்வளவு முக்கியமோ அவ்வளவு முக்கியம் பாம்பெய் நகருக்குச் சுவரோவியங்கள்.

இன்று ரோம் நகரத்திலிருந்து காலை சென்றால் பாம்பெய் நகரத்தைப் பார்த்துவிட்டு மாலை திரும்பி வந்துவிடலாம். இரண்டாயிரம் ஆண்டுகளுக்கு முன்னே இருந்த உலகத்தைப் பார்வையிட்டுவிட்டு இன்றைய உலகிற்கு ஒரே நாளில் திரும்பி வரும் அதிசயப் பயணம் அது.

ரோமப் பேரரசின் கலை, முற்றிலும் கிரேக்கக் கலையைச் சார்ந்தது என்பதில் எந்த ஐயமும் இல்லை. ரோமானிய எழுத்தாளரான பிளினி கிரேக்க ஓவியங்களில் பலவற்றை அவரது காலத்தில் இருந்த ஓவியர்கள் மறுபதிவு செய்திருப்பதைக் குறிப்பிடுகிறார். பாம்பெய் ஓவியங்களில் பலவும் மறுபதிவுகளாகத்தான் இருக்க வேண்டும். இவற்றில் ஓர் ஓவியத்தை (17) நியூயார்க் மெட்ரோபாலிடன் அருங்காட்சியகத்தில் பார்த்தேன்.

சிறு வயதில் நான் பார்த்த நாடகங்களில் திரைகளை நினைவுபடுத்திய இந்த ஓவியம் மிக முக்கியமான ஒன்று என்பது எனக்கு இந்தப் புத்தகத்தை எழுதுவதற்காக Janson எழுதிய *'கலையின் வரலாறு'* என்ற புத்தகத்தைப் படிக்கும்போது தெரியவந்தது. இந்த ஓவியத்தை வரைந்தவன் பரப்பின் கட்டமைதியை (texture) நன்கு அறிந்தவன் என ஜேன்ஸன் குறிப்பிடுகிறார். மூன்றாவது பரிமாணத்தைப் பற்றிய புரிதலும் அவனுக்கு இருந்திருக்கிறது. ஆனால் ஓவியத்தில் நுழைவுகளும் தூண்களும் சுவர்களும் வெளியும் முட்டி மோதிக்கொள்கின்றன. கலைஞன் இன்னும் வெளியின் ஆழத்தைச் (spatial depth) சித்தரிப்பதில் வெற்றி பெறவில்லை என்பதை இந்த ஓவியம் உணர்த்துகிறது.

மேற்கத்திய ஓவியங்கள் | 47

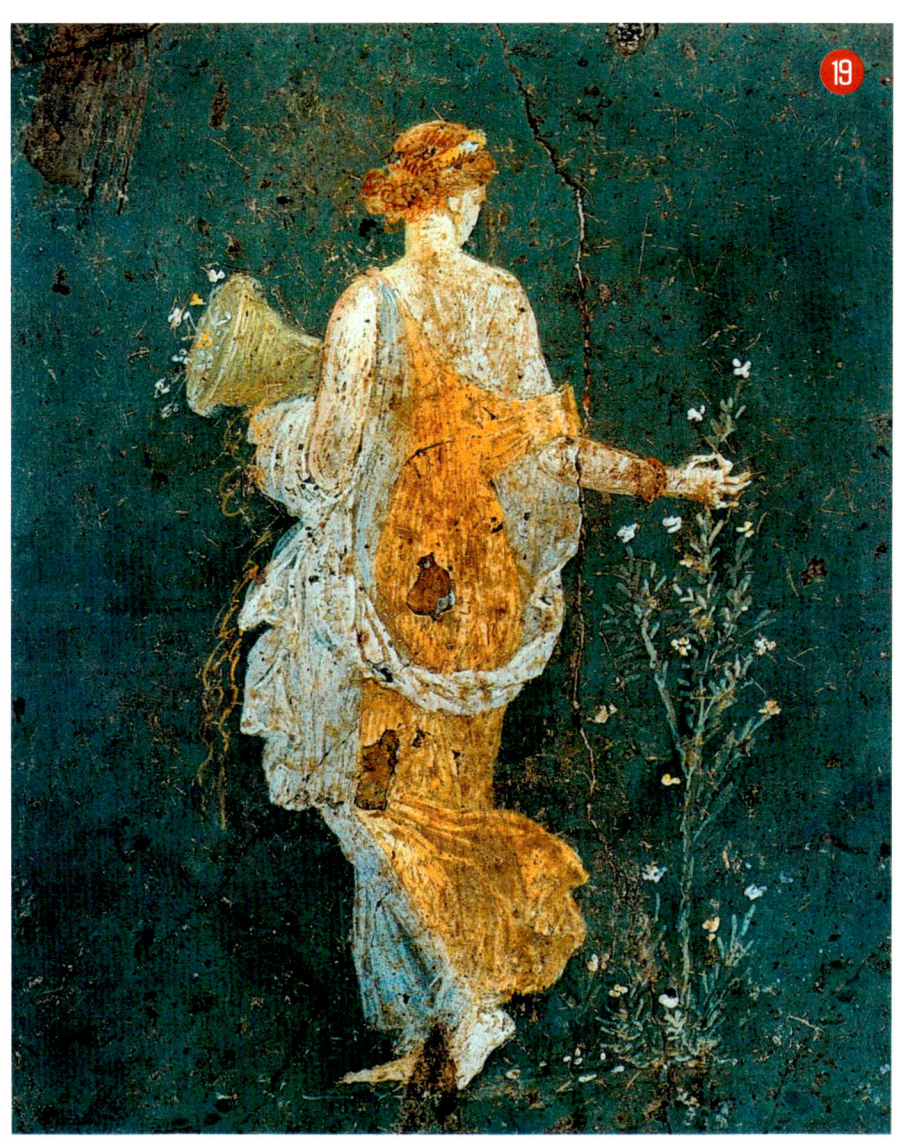

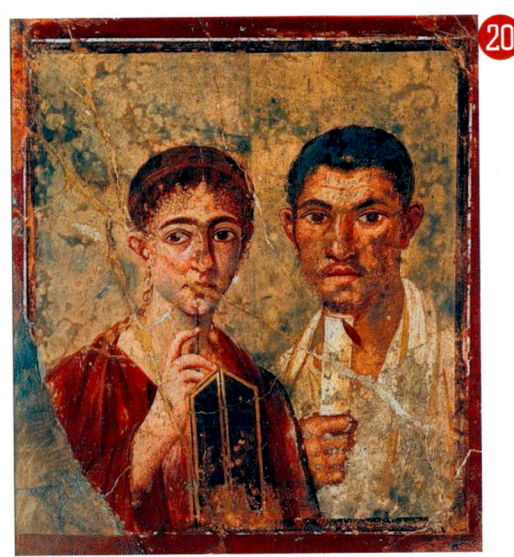

20

ரோமானியக் கலைஞர்கள் செய்துபார்த்த மற்றொரு உத்தி ஒளியால் ஏற்படும் நிழல்களின் விளைவுகளை வரைவது. இதற்குச் சான்று நேப்பிள்ஸ் அருங்காட்சியகத்தில் இருக்கும் ஓர் ஓவியம். **பீச் பழங்களும் தண்ணீர் ஜாடியும்** (18) என்ற இந்த ஓவியத்தில் பழங்களின் பளபளப்பும் சொரசொரப்பும் (ஒளியால் வருபவை) இலைகளும் கிளைகளும் அற்புதமாகச் சித்தரிக்கப்பட்டிருக்கின்றன. ஜாடியில் இருக்கும் தண்ணீர் அதற்கு ஒளி ஊடுருவும் தன்மை இருக்கிறது என்பதைச் சொல்லிக்கொண்டிருக்கிறது. ஆனால் ஒளி எந்த திசையிலிருந்து வருகிறது, அது பொருள்கள்மீது விளைவிக்கும் மாற்றம் என்ன என்பவற்றை எல்லாம் இந்த ஓவியத்திலிருந்து நாம் அறிந்துகொள்ள முடியாது. இத்தகைய பரிசோதனைக்கு நாம் டச்சு ஓவியர்கள் வரும்வரை காத்திருக்க வேண்டியிருந்தது. பார்க்கும் உலகை ஒரு நிலைப்பாங்கோடு பார்ப்பதற்கு ஓவியன் ஆயிரம் ஆண்டுகளுக்கு மேல் காத்திருக்க வேண்டியிருந்தது.

சுவரோவியங்களில் என்னை வெகுவாகக் கவர்ந்தவை இரண்டு. ஒன்று **பூக்கொய்யும் பெண்** (19).

ஓவியத்தின் கன்னி காலத்தை உருவகப்படுத்துகிறாள். மலர்கள்போல நாட்களும் கொய்யப்பட்டுக்கொண்டிருக்கின்றன.

மேற்கத்திய ஓவியங்கள் | 49

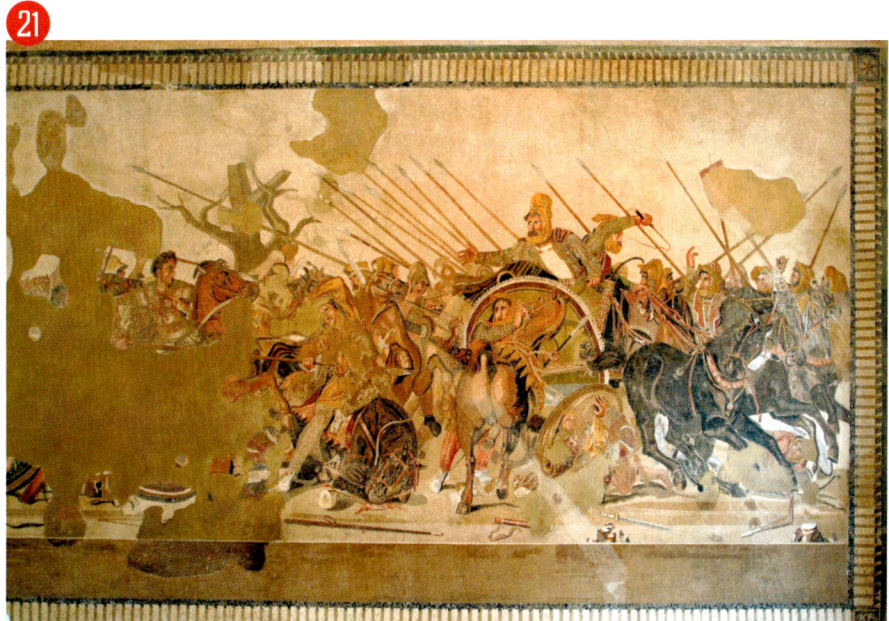

21

நமக்குத் தெரிவது அவளது பின்புறமும் முகத்தின் ஒரு பகுதியும்தான். புருவத்தின் மேடு தெரிகிறது. அழகிய கழுத்தின் சரிவு தெரிகிறது. அவள் அணிந் திருக்கும் எளிய உடை நடப்பதால் சலனமுறுவது தெரிகிறது. நடந்துகொண்டே செடியில் பூக்கொய்யும் நளினம் தெரிகிறது. முகம் தெரியாவிட்டாலும் இவள் பேரழகியாக இருக்க வேண்டும் என்பதும் நமக்குத் தெரிகிறது. ஒரு கலைஞன் உத்திகளை ஒரே பாய்ச்சலில் தாண்டி அழியா நிலையை அடைய முடியும் என்பதை இந்த ஓவியம் உறுதிசெய்கிறது.

மறக்க முடியாத மற்றொரு ஓவியம் **கணவனும் மனைவியும்** (20).

புதையுண்டுபோன இளந்தம்பதிகள் இவர்கள். புதுமண உறவின் சுவையை முழுவதும் அறியாதவர்கள் என்றுதான் தோன்றுகிறது. தாடி நன்கு முளைக்காத கணவன் கையில் ஒரு சுருளை வைத்துக்கொண்டிருக்கிறான் (பேபிரஸ் அல்லது தோலால் செய்யப்பட்டதாக இருக்கலாம்). கழுத்தில் அங்கவஸ்திரம்! மனைவியின் முகம் குழந்தைப் பருவத்திலிருந்து வெளியே வரத் தொடங்கியிருக்கிறது. அவள் கையில் எழுதுகோல். மெழுகினால் செய்யப்பட்ட

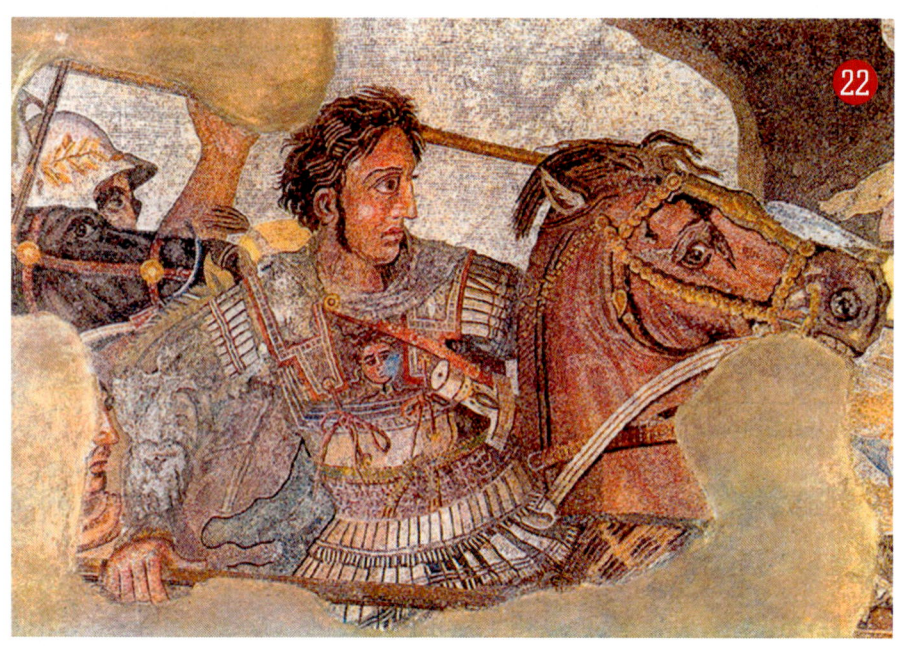

எழுதுபலகையும் தெரிகிறது. இருவரும் மிகவும் படித்தவர்களாக இருக்கலாம். தற்குறிகளாகக்கூட இருக்கலாம். இந்தக் காலத்தில் கல்லூரி வாயிலைக்கூட மிதிக்காதவன் பட்டதாரி உடையணிந்து படம் எடுத்துக்கொள்வதைப் போல அந்தக் காலத்திலும் புதுமணத் தம்பதிகள் ஓவியங்களை வரைந்துகொண்டார்கள். கணவன் ஓவியனைப் பார்க்கிறான். மனைவி தொலைவைப் பார்க்கிறாள் என்பது தெரிகிறது. கண்களில் எதிர்காலம் பற்றிய கனவு. புதைபடப்போகிறோம் என்பதை அறியாதவள்.

பாம்பெய் நகரத்தைப் பற்றிக் குறிப்பிடும்போது அதன் மொசைக் சித்திரங்களைப் பற்றிக் குறிப்பிடாமல் இருக்க முடியாது. மிகச் சிறிய வண்ணக்கற்களைக் கொண்டு படைக்கப்பட்டவை அவை. இவற்றில் புகழ்பெற்றது The House of Faun என்ற வீட்டில் இருக்கும் இந்தச் சித்திரம் (21). அலெக்ஸாண்டருக்கும் பாரசீக மன்னர் டரயஸுக்கும் இடையே நடந்த போரை விவரிக்கிறது. பத்து லட்சம் வண்ணக்கற்களைக் கொண்டு

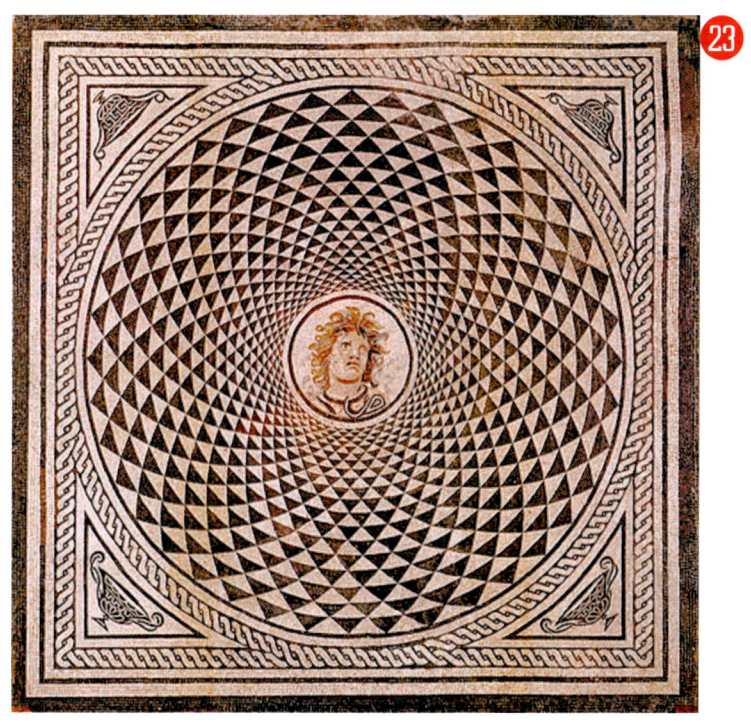

23

அமைக்கப்பட்டது என்று சொல்கிறார்கள். சுமார் பத்தொன்பது அடி நீளம் பத்தடி அகலம் கொண்ட இந்த மொசைக்கில் அலெக்சாண்டர் (22) பரட்டைத்தலையோடு இருக்கிறான். பிதுங்கி வெளியே வரும் கண்கள். கவசத்தில் மெடூஸா – பார்ப்பவர்களைக் கல்லாக்கிவிடுபவள். டரயஸ், குல்லாய் போன்ற தலைக் கவசத்தை அணிந்திருக்கிறான். கண்களில் பயம் ஒளிர்கிறது. அவனுக்கு முன்னால் அண்ணனுக்காக உயிரை விடத் தயாராக இருக்கும் தம்பி ஆக்ஸியத்ரெஸ். ஈட்டிகள் படத்தின் மேற்பகுதியை ஆக்கிரமித்துக்கொண்டிருக்கின்றன. முன் பாயும், பின்வாங்கும், இறக்கும் குதிரைகளும் புறமுதுகிடுவோமா என்று யோசிக்கும் பாரசீகப் போர் வீரர்களும் மற்ற பகுதிகளில் நிரம்பி வழிகிறார்கள்.

மற்றொரு அழகான மொசைக் லாஸ் ஏஞ்சலஸ் நகரத்தில் உள்ள பால் கெட்டி அருங்காட்சியகத்தில் இருக்கும் **மெடூஸா சித்திரம்** (23).

சித்திரத்தின் நடுவில் மெடூஸாவின் தலை. பரட்டை. கண்களில் பதற்றம். இருப்பது ஒரு வட்டத்தில். வட்டத்தைச் சுற்றி ஒரு பெரு வட்டம். அதை நிரப்புபவை வடிவியல் படிவங்கள். முதலில் முக்கோணங்களோ என்று தோன்றுகிறது. கூர்ந்து பார்த்தால் கறுப்பு ஒரு பாதி வெள்ளை ஒரு பாதி கொண்ட சதுரங்கள் தெரிகின்றன. மெடூஸா அருகில் குறுகி, பின் பெருகி விரிகின்றன. ஒரு சுழல் வட்டத்தை நினைவுபடுத்தும் இந்த மொசைக் Duch-amp போன்ற கலைஞர்கள் தோன்றுவதற்கு இரண்டாயிரம் ஆண்டுகளுக்கும் முன் படைக்கப்பட்டன என்பதை நினைவில் கொள்ள வேண்டும்.

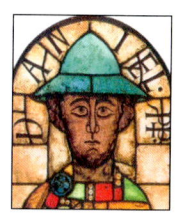

மறுமலர்ச்சிக்கு முன்னால்

அனடோல் ஃப்ரான்ஸ் எழுதிய 'The Procurator of Judea' (ஜூடெயாவின் அதிகாரி) எனக்குப் பிடித்த சிறுகதைகளில் ஒன்று. இந்தக் கதை ஏசுபிரான் காலத்தில் ஜெருசலத்தில் இருந்த ரோமாபுரி அதிகாரிகள் இருவரைப் பற்றியது. இருவரும் நண்பர்கள். ஒருவர் பான்டியஸ் பைலேட். ஏசுவை சிலுவையிலிடப் பணித்தவர். பல ஆண்டுகள் கழித்து சந்தித்துக்கொள்கிறார்கள். பேச்சுவாக்கில் பைலேட்டிடம் அவரது நண்பர் கேட்கிறார்: 'உனக்கு நினைவு இருக்கிறதா? நாசரேத்தின் ஏசு என்ற யூதரை? ஏதோ ஒரு குற்றத்திற்காகச் சிலுவையில் அறையப்பட்டார் என்று நினைக்கிறேன்.' பைலேட் புருவத்தைச் சுருக்கி, யோசித்துப் பார்க்கிறார். 'நாசரேத்தின் ஏசுவா? நினைவுக்கு வரவில்லையே?'

ஏசு அவரது காலத்திற்கு அண்மையில் வாழ்ந்தவர்கள் மத்தியில் அதிகம் அறியப்படாதவர். கிறித்தவம் ஐரோப்பாவில் வேரூன்ற ஆரம்பித்தது ஏசு மறைந்து முன்னூறு ஆண்டுகளுக்குப் பின்னால். பேரரசர் கான்ஸ்டன்டைன் தனது மிலன் அறிக்கையில் கிறித்தவத்திற்கு அங்கீகாரம் அளித்த பின்னர்.

கிறித்தவ மதம் வளரத் தொடங்கிய காலத்திலிருந்தே ஓவியங்களில் அந்த மதத்தின் தாக்கமும் ஆரம்பித்துவிட்டது. முதலில் கிறித்தவர்களுக்கு ஓவியங்களின் மேல் அவ்வளவாக நாட்டம் இல்லை. மாறாக வெறுப்பு இருந்தது. யூத மதத்தின்

மேற்கத்திய ஓவியங்கள் | 55

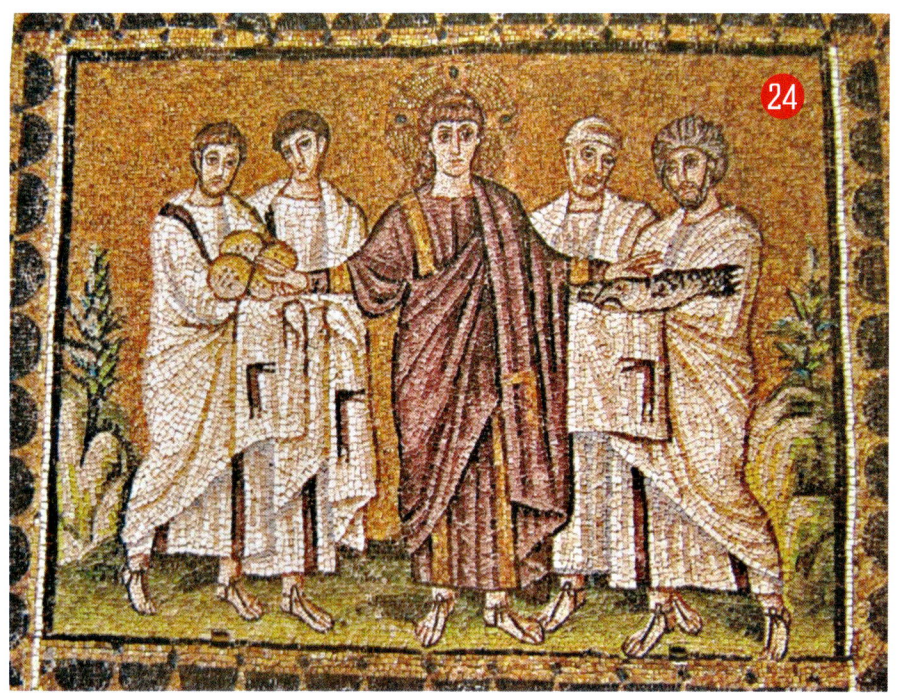

எச்சம் அது. ஆனால், ஓவியம் அசையாது, இருந்த இடத்தில் இருந்துகொண்டு, எப்போதும் சொல்லிக்கொண்டிருக்கும் செய்தி படிக்காத மக்களை சென்றடையும் என்பதையும் அன்றைய கிறித்தவர்கள் அறிந்திருந்தார்கள். மேலும் ஓவியங்களால் கடவுள் பற்றிய செய்திகளை மனிதர்களிடம் எளிதாகக் கொண்டுசெல்ல முடியும் என்பது அவர்களுக்குப் புரிந்தது. எனவே ஓர் இரட்டை மனப்பான்மையோடு ஓவியத்தை அணுகினார்கள். இதனால் கிரேக்க – ரோமானிய ஓவியங்களில் இருந்த துடிப்பு அவர்கள் ஓவியங்களிலும் மொசைக் சித்திரங்களிலும் இல்லை. நளினமும் இயற்கையும் மூன்றாவது பரிமாணத்தின் ஆழத்தைக் காட்ட வேண்டும் என்ற தவிப்பும் இக்காலகட்டத்தில் படைக்கப்பட்ட ஓவியங்களில் அனேகமாக மறைந்துபோயின. உடலை வரைவதைவிட உடலுக்குள் இருந்து இயங்கும் ஆன்மாவைச் சித்திரிக்க முயல வேண்டும் என்ற எண்ணம் மேலோங்கி நின்றது.

ரவேனா என்ற இத்தாலிய நகரத்தில் இருக்கும் **மொசைக் சித்திரம்** (24) இந்தக் கூற்றுக்கு விதிவிலக்கு.

பைபிளில் வரும் ஐந்து ரொட்டிகளையும் இரு மீன்களையும் வைத்துக் கொண்டு ஏசுபிரான் ஐயாயிரம் பேருக்கும் உணவளித்த அற்புதத்தைக் கூறும் சித்திரம் இது. பின்புலம் தங்க நிறத்தில் இருக்கிறது. ஏசுவின் தலையைச் சுற்றியிருக்கும் ஒளிவட்டம் தெளிவாகத் தெரிகிறது. ஒளிவட்டம் கிரேக்க ரோமானியக் கடவுளர் பின்னால் சுற்றிக்கொண்டிருந்தது. இப்போது ஏசுவின் தலைக்குப் பின்னால் இடம்பிடித்துவிட்டது. இவர் தாடி வைத்த ஏசு அல்ல. முப்பதாண்டு இளைஞர். அவரது வண்ண மேலாடை அவரை மற்றவர்களிடமிருந்து தனியாகக் காட்டுகிறது. இரண்டு கைகளையும் விரித்து ஆசி அளிக்கிறார். பக்கத்தில் வெள்ளையாடைகளில் அப்போஸ்தலர்கள். மீன்களையும் ரொட்டிகளையும் அவரிடம் அளிக்க முயல்கிறார்கள். துணிகளால் கைகளை மறைத்துக்கொண்டு ஓர் அரசனுக்குக் காணிக்கை செலுத்துபவர்கள்போல. ஏசுவின் முதன்மையும் உறுதியும் பெருமிதமும் இந்தச் சித்திரத்தில் தெளிவாகத் தெரிகிறது. இதைச் சமைத்த கலைஞன் தேர்ந்தவன். கற்களை ஒழுங்குசெய்வதன் மூலம் முகத்தோலின் மென்மையைக் காட்ட அவனால் முடிந்திருக்கிறது. நிழல்களைக் கொணர முடிந்திருக்கிறது. சித்திரத்தின் இருபுறங்களிலும் பாறையில் முளைத்திருக்கும் பசிய செடிகள். கலையின் அன்றைய நிலையை உருவகப்படுத்துகிறதோ என்று நம்மை நினைக்கத் தூண்டுபவை.

ரவேனா சித்திரங்கள் பைசான்டியக் கலையைச் சார்ந்தவை. இது ஓர் எளிய அறிமுகம் என்பதனால் பைசான்டிய ஓவியங்களைப் பற்றி அதிகம் பேசப்போவதில்லை. இந்தக் காலகட்டத்து ஓவியங்கள் கிரேக்க உத்திகளைத் தங்களுக்குள் பொதிந்துகொண்டு பின் வரப்போகும் மேற்கத்திய ஓவியங்களுக்கு முன்னோடிகளாக இருந்தன என வல்லுனர்கள் கருதுகிறார்கள். நிழல்–ஒளியின் விளையாட்டு, முன்குறுக்கம் போன்ற உத்திகள் பைசான்டிய ஓவியங்களில் ஒளிந்துகொண்டு ஒரு மேதையின் வரவிற்காகக் காத்திருந்தன. ஆயிரம் ஆண்டுகளுக்கு மேல் காத்திருக்க வேண்டியிருந்தது. இன்று நினைத்துப்பார்க்கும்போது இந்தக் காத்திருப்பு ஆச்சரியத்தைத் தருகிறது. ஆனால் அன்றைய கலைஞர்களிடம் நீங்கள் புதிதான உத்திகளில் ஏன் வரையவில்லை என்ற கேள்வியைக் கேட்டிருந்தால் அவர்களுக்கு ஏதும் புரிந்திருக்காது. இன்று பாடும் இசைக் கலைஞர்களிடம் நீங்கள் ஏன் பழைய ராகங்களிலேயே பாடிக்கொண்டிருக்கிறீர்கள், ஏன் புதிதாக ராகங்களைக்

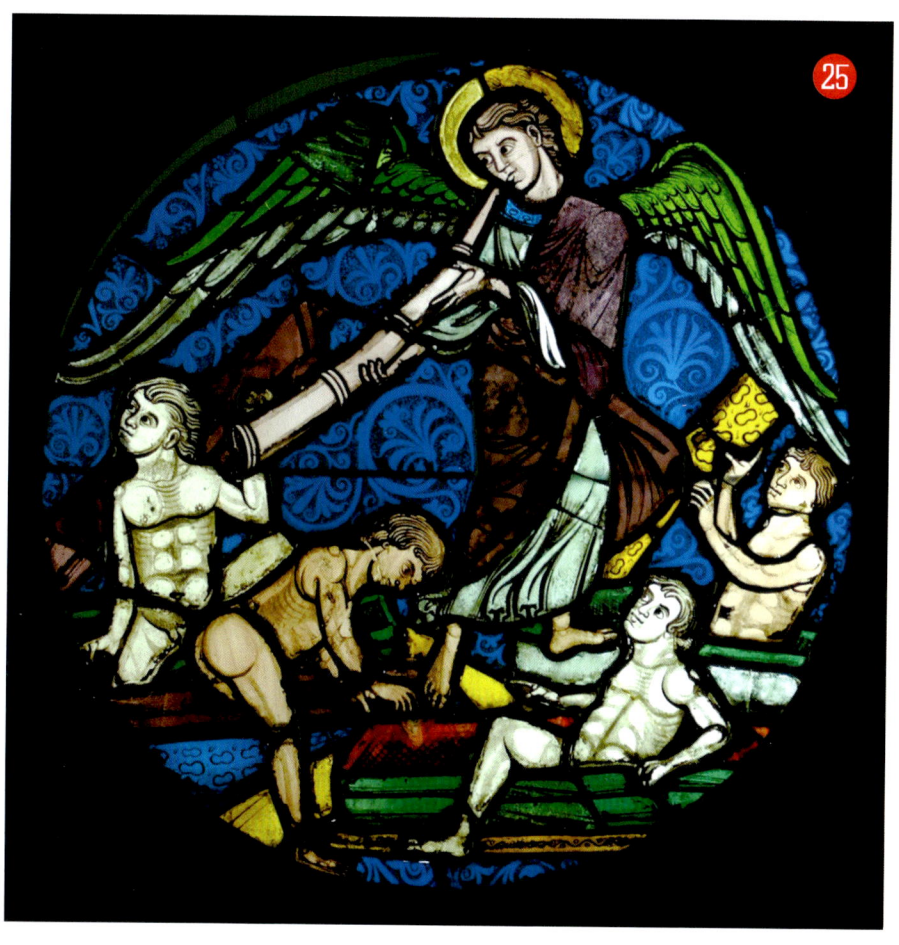

கண்டுபிடித்துப் பாடக் கூடாது என்று கேட்டால் அவர்களில் பலருக்குக் கேள்வியே புரியாது.

மூதாதையர்கள் செய்ததையே திரும்பத் திரும்பச் செய்துகொண்டிருந்த இந்த ஓவியர்கள் மாற்றங்களை நிகழ்த்தவேயில்லை என்று சொல்ல முடியாது. ஆனால் மாற்றங்கள் மெதுவாக நிகழ்ந்தன. ஒரு தேர்ந்த விமரிசகன் மட்டுமே

26

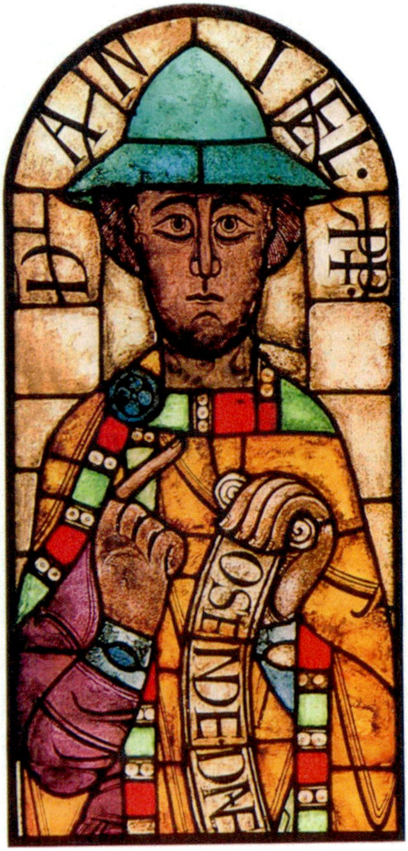

புரிந்துகொள்ளக்கூடிய மாற்றங்கள். உதாரணமாக நமது கோயிற் தூண்களைப் பார்த்ததுமே அவை பல்லவர் காலத் தவையா, சோழர் காலத்தவையா அல்லது நாயக்கர் காலத்தவையா என்று எளிதாகக் கூறிவிடலாம். ஆனால் தேர்ச்சி பெறாத ஒருவருக்கு எல்லாத் தூண்களும் ஒரே மாதிரிதான் தெரியும்.

கடவுள் சொன்னவை என்று பைபிள் சொல்வதைப் படிக்காதவர்களுக்கு விளக்க ஓவியம் பயன்படுகிறது என்று முன்னால் குறிப்பிட்டிருந்தேன். இந்தக் கூற்றின் சொந்தக்காரர் மகா க்ரேகரி (Gregory the Great) என்று அறியப்படும் போப்பாண்டவர். இவர் காலத்தில் தேவாலயங்களில் ஓவியங்கள் வரைவதற்கு அனுமதி அளிக்கப்பட்டது. இது ஏழை மக்களுக்கு எவ்வளவு உதவியாக இருந்தது என்பதை இந்த மத்திய காலத்து பிரெஞ்சுக் கவிதை விளக்குகிறது:

“நான் பெண், ஏழை, வயதில் முதிர்ந்தவள்
ஏதும் தெரியாது, படிப்பறியாத் தற்குறி.
எங்கள் ஊர் தேவாலயத்தில்
அழகே வடிவான ஓர் ஓவியம்.
அதில் தெரிவது –
இசையால் நிறைந்த இனிய சொர்க்கம்
பாவிகள் வேகும் பயங்கர நரகம்
ஒன்று நிறைவைத் தருகிறது.
மற்றது மனதைக் கலக்குகிறது.”

ஓவியங்கள் எளிய மக்களிடம் மட்டும் அல்ல, அனைவரிடமும் பேசக்கூடும், அதுவும் வெவ்வேறு குரல்களில் வெவ்வேறு அளவைகளில் என்பதை அறிய ஒரு மேதைக்காகக் காத்திருக்க வேண்டியிருந்தது.

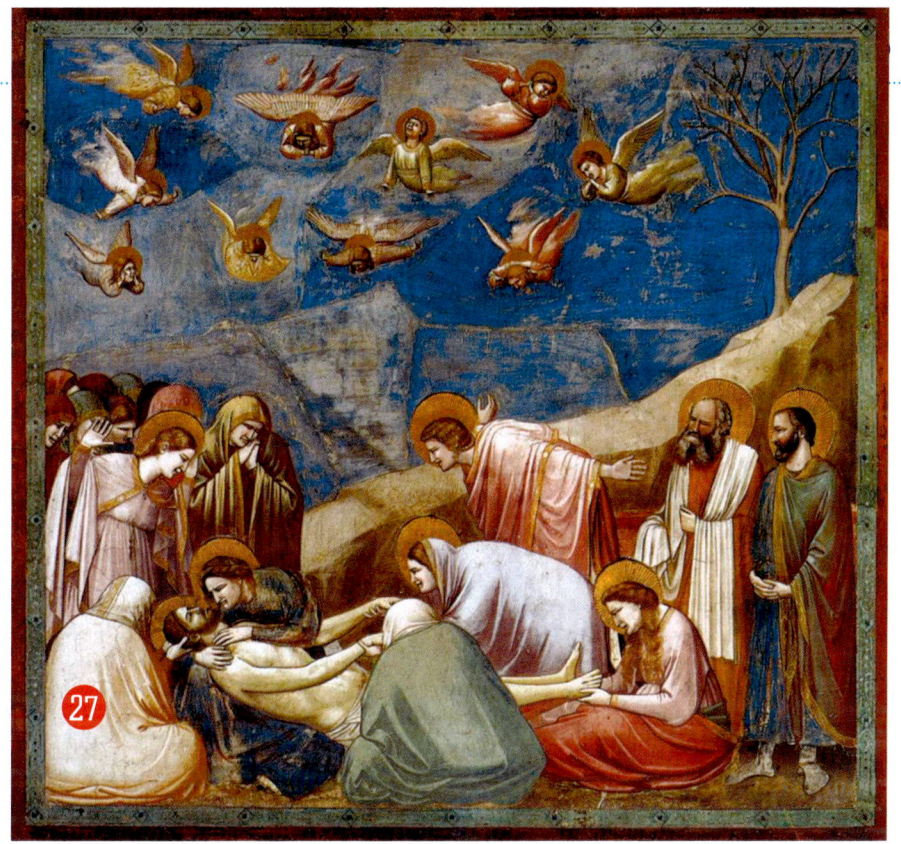

இந்த மேதையைப் பற்றிப் பேசும் முன்னால், வண்ணமூட்டிய கண்ணாடியைப் (Stained Glass) பற்றி எழுதலாம் என்று எண்ணுகிறேன்.

வண்ணமூட்டிய கண்ணாடி மூவாயிரம் ஆண்டுகளுக்கு முன்னால் எகிப்தில் பயன்படுத்தப்பட்டிருக்கிறது. ஆனால் அது ஒரு கலையுருவாக்கம் எடுத்தது கோதிக் தேவாலயங்களில். பதிமூன்றாம் நூற்றாண்டில்.

மணலுடன் பொடாஷ் சுண்ணாம்பையும் சேர்த்துக் கண்ணாடி உருவாகிறது. அதில் தாமிர ஆக்ஸைட் சேர்ந்தால் சிவப்பு; கோபால்ட் ஆக்ஸைட் சேர்ந்தால் நீலம்; மங்கனீஸ் ஆக்ஸைட் சேர்ந்தால் ஊதா. இவை போன்று பல உலோகக் கூட்டுப் பொருள்களால் பல வண்ணக் கண்ணாடிகளை உருவாக்க முடியும். கலைஞன் தான் படைக்க வேண்டியதை முதலில் ஒரு மரச்சட்டத்தில் சீமைச்சுண்ணாம்பைத் (chalk) தடவி அதன் மேல் வரைகிறான். அதன் மீது

வண்ணக் கண்ணாடித் துண்டுகள் ஒட்டப்படுகின்றன. முகம், துணிகளின் மடிப்பு போன்ற துல்லியமான வரைவுகள் ஈய ஆக்ஸைடினால் கண்ணாடிமீது வரையப்படுகின்றன. மரச்சட்டத்தோடு சூளையில் எரிய விடும்போது கண்ணாடித் துண்டுகள் ஒன்றோடு ஒன்று ஒட்டிக்கொண்டு முழுவடிவமாக மாறுகின்றன. இப்படிப் பல வடிவங்களை மெல்லிய ஈயத் துண்டுகளால் ஒட்டி ஒரு முழுச் சித்திரம் உருப்பெருகிறது.

பாரிசில் வண்ணமூட்டப்பட்ட கண்ணாடி ஜன்னல்களுக்குப் புகழ்பெற்றது செயின்ட் சாப்பெல் தேவாலயம்.

இதில் இருந்த இந்த **வண்ணக் கண்ணாடி ஓவியம்** (25) பாரிசில் உள்ள அருங்காட்சியகம் ஒன்றில் இருக்கிறது. வள்ளுவன் சொன்ன 'உறங்குவது போலும் சாக்காடு' என்ற கூற்றை உறுதிசெய்யும் வகையில் தங்கள் கல்லறைகளில் உறங்கிக்கொண்டிருந்தவர்கள் தேவதையின் ஊதுகுழல் ஒலியைக் கேட்டு உறக்கத்திலிருந்து விழித்துக் கல்லறைகளிலிருந்து வெளியே வருகிறார்கள். உறக்கத்திலிருந்து விடுபடுபவர்களின் தடுமாற்றம் இந்தச் சித்திரத்தில் மிக அருமையாகப் பதிவுபெற்றிருக்கிறது.

கண்ணாடி ஓவியக் கலையில் பதிமூன்றாம் நூற்றாண்டுக் கலைஞன் எவ்வளவு தூரம் தாண்டி வந்திருக்கிறான் என்பதை உணர வேண்டுமானால் இந்தப் படைப்பைப் (26) பாருங்கள். ஜெர்மனியில் ஆக்ஸ்பெர்க் நகரத்தில் உள்ளது. பைபிள் இந்த ஓவியத்தில் இருப்பது பாத்திரங்களில் ஒருவரான டானியல். இது 1065இல் வடிக்கப்பட்டது.

2

புகழ்பெற்ற இத்தாலியக் கலைஞன் ஒருவன் கிராமப்புறத்திற்குச் செல்ல நேர்ந்தது. அவன் செல்லும் வழியை ஆடுகள் மறித்துக்கொண்டிருந்தன. ஆடுகளை மேய்க்கும் சிறுவன் அருகில் உள்ள பாறையில் தன்னை மறந்து ஏதோ வரைந்துகொண்டிருந்தான். கலைஞன் அருகில் சென்று பார்த்தான். சிறுவன் வரைந்திருந்தது ஆடு ஒன்றின் வடிவம். தேர்ந்த ஓவியனுக்குக்கூட அமையாத நேர்த்தி இந்தச் சிறுவனுக்கு எளிதாகக் கைவந்திருப்பது கலைஞனை வியப்பில் ஆழ்த்தியது. சிறுவனின் தந்தையிடம் சென்று அவனைத் தனது மாணவனாகச் சேர்த்துக்கொள்கிறேன் என்றான். தந்தையும் சம்மதித்தான். சம்மதித்திருக்காவிட்டால் மேற்கத்திய ஓவியத்தின் வளர்ச்சி சில காலம் பின்தங்கியிருக்கலாம்.

28

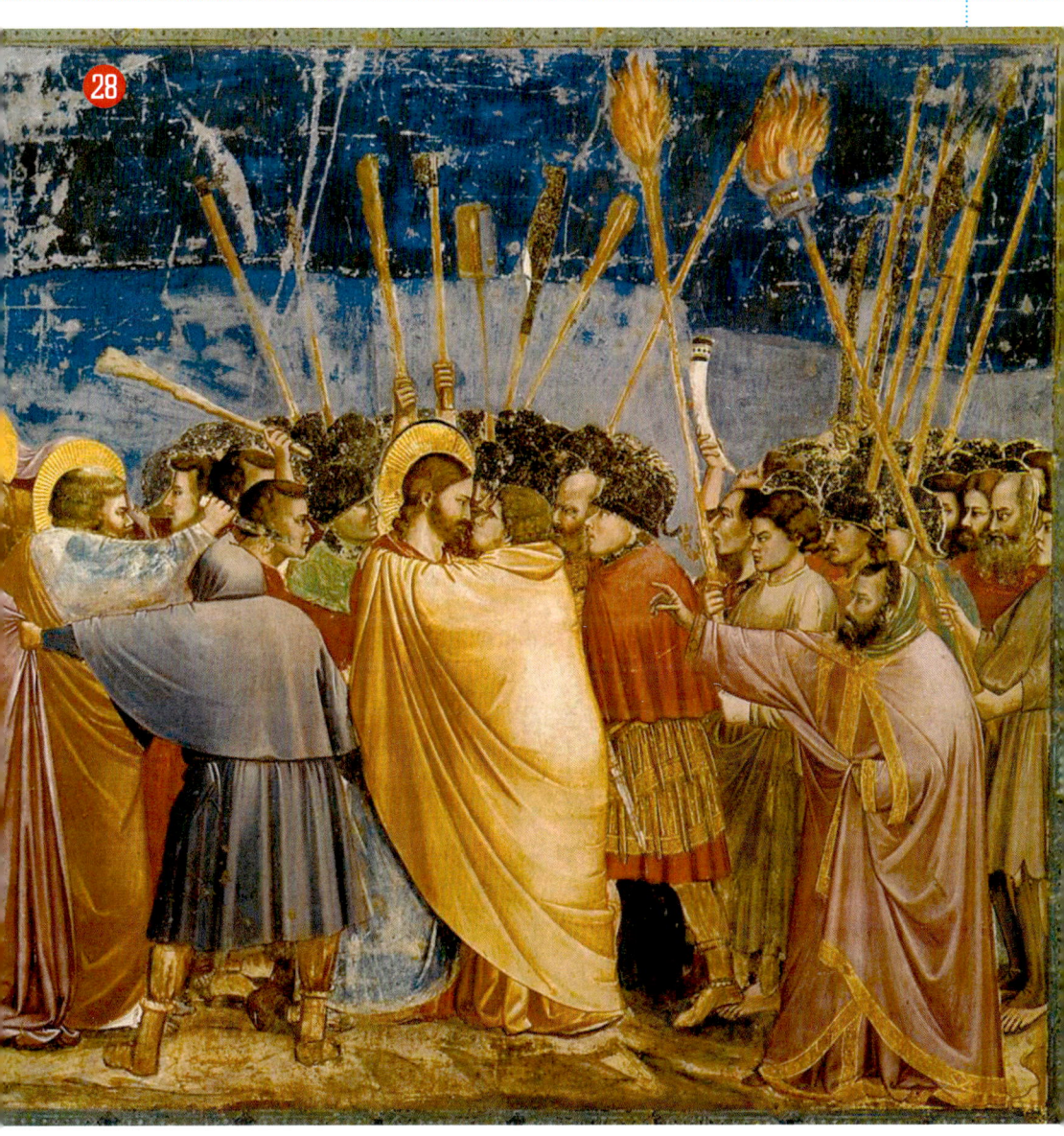

‘எனது காலத்தின் ஒப்பற்ற கலைஞன்’ என்று ஜியாட்டோவைப் பற்றி தாந்தே எழுதினான். ஜியாட்டோ 1267இல் பிறந்தான். 60 ஆண்டுகள் வாழ்ந்த அவன் சென்ற இடம் எல்லாம் சிறப்பைப் பெற்றவன். ஃப்ளாரன்ஸ் நகரில் பயிற்சி பெற்றாலும் இத்தாலியின் எல்லாப் பெருநகரங்களிலும் தனது கலைச் செல்வங்களை விட்டுச் சென்றிருக்கிறான். அவனது மிகப் புகழ்பெற்ற சுவர்ச் சித்திரங்கள் பாடுவா நகரத்தில் அரீனா தேவாலயத்தில் இருக்கின்றன. அவற்றில் ஒன்று ‘**இரங்கல்**’ **(Lamentation)** (27).

புனித மேரியின் மடியில் ஏசு கிடக்கிறார். ஒளியிழந்த கண்கள். அவரது தலையைத் தனது கைகளில் தாங்கிக்கொண்டு கண்களின் சோகம் பீறிட மகனைப் பார்க்கிறார். புனித யோவான் சற்றுத் தொலைவில் நின்றுகொண்டு குனிந்து பார்க்கிறார். அவரது கைகள் இறக்கைகள். ஏசு இல்லாத இடத்தை விட்டுப் பறந்து போய்விடலாமா என்று தோள்களுக்குப் பின்னால் செல்கின்றன. ‘ஓவியம் சிற்பத்தைவிட மிக உயர்ந்த கலை’ என்று சொன்னவன் ஜியாட்டோ. ஏன் என்பது இந்த ஓவியத்தைப் பார்த்தால் விளங்கும். இறப்பிற்கு உயிர் கொடுக்கும் சித்திரம் இது.

ஓவியத்தின் முக்கிய நிகழ்ச்சி கீழ்ப்பகுதியில் நடக்கிறது. நமது கண்கள் முதலில் செல்லும் பகுதி. மேற்பகுதியில் அண்ணாந்து எங்களையும் பாருங்கள் என்று தேவதைகள் கூச்சலிட்டுக்கொண்டிருக்கின்றன. அவர்கள் முகங்களில் துயரத்தின் பல சாயல்கள். ஓவியத்தின் கீழ்ப்பகுதியில் துயரத்தின் பளு கண்களிலும் வாய்களின் கோணங்களிலும் கைகளின் இயக்கங்களிலும் வெளிப்படுகிறது. மேற்பகுதியில் அது தேவதைகளின் சிறகடிப்பில் தெரிகிறது. அவர்களைச் சிறிது நேரத்தில் தரையில் இறக்கிவிடுமோ என்று நம்மை நினைக்கவைக்கும் பளு. இன்னும் கூர்ந்து பார்த்தால் மரங்களற்ற மலைச் சரிவும் இலையற்ற மரமும் துக்கத்தின் பரிமாணத்தைப் பெரிதாக்குகின்றன. இலையற்ற அந்த மரம் ‘the tree of knowledge’ என்று குறிப்பிடப்படும் ‘அறிவு மரம்’. ஆதாம் – ஏவாள் செய்த பாவத்தால் தனது இலைகளை இழந்து நிற்கிறது. ஏசுவின் இணையற்ற தியாகத்தால் பசுமை பெறப்போகிறது.

ஜியாட்டோவிற்கு முன்னால் எந்த ஓவியனும் இத்தகைய முயற்சியில் ஈடுபடவில்லை. எனவே அவன் புகழ் எளிதாகப் பரவியது. அவனுக்குத் தனது திறமை மீது அசாத்திய நம்பிக்கை. ஒரு சமயம் போப் பெனிடிக்ட் XI புனித பீட்டர் தேவாலயச் சுவர்களில் வரைய ஜியாட்டோ தகுதியானவன்தானா என்பதை அறிய அவன் வரைந்த ஓவியம் ஒன்றை வாங்கிவரச் சொன்னார். வந்தவனிடம் தாளில் ஒரு வட்டத்தை ஒரே கணத்தில் தூரிகையால் வரைந்து

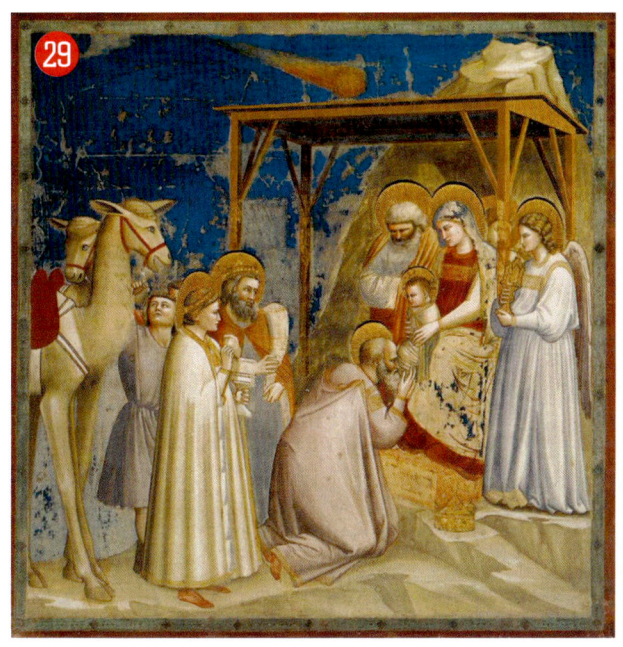

'இதை எடுத்துச் செல்லுங்கள்' என்றான். போப் அந்தத் தாளைப் பார்த்ததும் வரைந்தவன் அசாதாரணமான ஓவியனாகத்தான் இருக்க வேண்டும் என்று தெரிந்துகொண்டார். ஒரே கணத்தில் அவ்வளவு செம்மையாக வட்டத்தை வரைவது என்பது மிகச் சில ஓவியர்களாலேயே முடியும்.

அரீனா தேவாலயத்தில் இருக்கும் மற்றொரு சித்திரம் **The Betrayal of Christ – ஏசு காட்டிக் கொடுக்கப்பட்டது** (28). சிலுவைப் பயணத்தின் முதல் கட்டம் இந்த ஓவியத்தில் சித்தரிக்கப்படுகிறது. யூதாஸ் அவர் கன்னத்தில் முத்தம் கொடுப்பதற்கு முந்தைய தருணம். தான் என்ன செய்யப்போகிறோம் என்பது ஏசுவிற்குத் தெரியும் என்பதை அவன் அறியும் தருணம். ஏசு அவனை அமைதியாகப் பார்க்கிறார். தனது செயலின் சிறுமையை உணர்ந்துவிட்டான் என்பதை அவன் கண்கள் காட்டுகின்றன. துரோகத்தின் கண்கள். புனித பீட்டர் கத்தியை எடுத்து யூத குருவின் சீடனான மால்ஸஸின் காதை அறுக்க விழைகிறார். காது பறிபோகப்போவதை அறியாத அவன் நடப்பதைக் கவனமாகப் பார்த்துக்கொண்டிருக்கிறான். பீட்டரைத் தடுக்க ஒருவன்

முயல்கிறான். சித்திரத்தின் மேற்புறம் உயர்த்திப் பிடித்த ஆயுதங்களாலும் தீப்பந்தங்களாலும் நிறைந்திருக்கிறது. ஜியாட்டோவின் ஓவியங்களில் ஆடைகள் அனேகமாக உடல்களை இறுக்கமாகச் சுற்றியிருக்கும். வரையப்படுபவரின் உடலமைப்பை ஆடை வரையறுக்க முயலும். இந்த ஓவியத்திலும் இது அற்புதமாக நிகழ்ந்திருக்கிறது.

ஜியாட்டோவின் ஓவியங்கள் அவர் காலத்தவரை ஏன் கவர்ந்தன என்பது நமக்கு எளிதாகப் புரிகிறது. அவனுக்கும் முன்னால் வரைந்தவர்கள் யாரும் மனித உணர்ச்சிகளை வரையவில்லை. மர மனிதர்களை வரைந்தார்கள். ஒரு நிகழ்ச்சியின் ஆழம், அதன் சிக்கல் போன்றவற்றை ஓவியத்தில் காட்டலாம் என்று அவர்கள் நினைத்துக்கூடப் பார்க்கவில்லை. மனித உணர்ச்சிகளைப் படமாக வரைய முயன்றவர்களில் ஜியாட்டோ முதன்மையானவனாக இருக்கிறான். மனித வாழ்க்கையின் ஓட்டங்கள், அதிர்வுகள், ஆசைகள், துன்பங்கள், இன்பங்கள் போன்றவற்றை ஓவியத்தில் சித்தரிக்க முடியும் என்பதை முதலில் சொன்னவன் அவன். மூன்றாவது பரிமாணத்தை முதலில் வெல்ல முயன்றவன் அவன்.

எனக்குப் பிடித்த இந்த ஓவியனின் மற்றொரு படைப்பு (The Adoration of the Magi)'**கிழக்கிலிருந்து வந்த பெரியவர்கள் குழந்தை ஏசுவை வணங்குவது**' (29). மூவரில் ஒருவர் ஏசுவை வணங்க மற்ற இருவர் பார்த்துக்கொண்டிருக்கிறார்கள். நீலக் கண்களுடைய ஒட்டகம் போன்ற ஒன்று நடப்பதைக் கவனித்துக் கொண்டிருக்கிறது. ஜியாட்டோ ஒட்டகத்தை நேரில் பார்த்திருக்க முடியாது என்பதை இந்த மிருகம் உறுதிசெய்கிறது. பெருந்தாடி வைத்த ஜோசப். குழந்தையை மடியில் வைத்துக்கொண்டு பெரியவரைக் கனிவுடன் பார்க்கும் மேரி. வானத்தில் ஹாலி வால் நட்சத்திரம் (Halley's comet). இந்த வால் நட்சத்திரம் 1301ஆம் ஆண்டு தோன்றியது. எழுபத்து ஐந்து ஆண்டுகளுக்கு ஒரு முறை தோன்றும் இந்த வால் நட்சத்திரம் கடைசியாக 1986ல் நமக்குக் காட்சியளித்தது. ஜியாட்டோ வால் நட்சத்திரத்தைப் பதிவுசெய்வதற்காகவே இந்த ஓவியத்தை வரைந்திருக்க வேண்டும் என்று எனக்குத் தோன்றுகிறது. தன்னைச் சுற்றி இருக்கும் உலகத்தைக் கூர்மையாகக் கவனித்தவன் அவன் என்பது இந்த ஓவியத்திலிருந்து தெளிவாகிறது.

ஃப்ளாரன்ஸ் நகரத்தில் ஜியாட்டோவின் கல்லறை இருக்கிறது. அதில் எழுதப்பட்டிருக்கும் வாசகம் இது:

"நான் ஓவியத்திற்கு உயிர் கொடுத்த மனிதன். இயற்கையில் காணும் எல்லாவற்றையும் எனது ஓவியத்தில் காணமுடியும்."

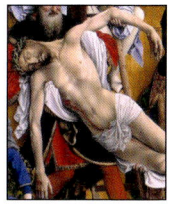

அர்னால்ஃபினியின் திருமணம்

லண்டன் சென்றால் முதலில் பார்க்க வேண்டும் என்று நினைத்த இடம் தேசீய ஓவியக் கூடம் (National Gallery). அங்கு நான் முதலில் பார்க்க வேண்டும் என்று நினைத்த ஓவியம் ‘அர்னால்ஃபினியின் திருமணம்’. 1992ஆம் ஆண்டு லண்டன் சென்றவுடனே ஓட்டல் வரவேற்பாளரிடம் வழி கேட்டுக்கொண்டு ஓவியக் கூடத்திற்கு நடக்கத் தொடங்கினேன். அந்தக் கூடத்தில் பார்க்க வேண்டிய பல ஓவியங்களை மனம் பட்டியல் போட்டுக்கொண்டிருந்தாலும் அதில் முதலில் இருந்தது இந்த ஓவியம்தான். ட்ரஃபால்கர் சதுக்கத்தின் ஒரு புறம் முழுவதையும் அடைத்துக்கொண்டிருக்கும் இந்தக் கூடம் உலகெங்கிலும் உள்ள ஓவியப் பிரியர்கள் உய்வடைய விரும்பும் திருத்தலம். நுழைந்தவுடனே நம்மைக் கவர்வது ஹால்பைன் வரைந்த தூதுவர்கள் ஓவியம். அதைத் தாண்டிச் சிறிது தூரம் நடந்தால் **அர்னால்ஃபினியின் திருமணம்** (30).

நான் இந்த ஓவியம் மிகப் பெரியதாக இருக்கும் என்று நினைத்துக்கொண்டிருந்தேன். மூன்று அடிக்கு இரண்டு அடிதான் அது இருந்தது. பலகைமீது வரையப்பட்ட அந்த எண்ணெய்ச் சாய ஓவியத்தைப் பார்த்தவுடனே பிறப்பின் பேறை அடைந்துவிட்டது போன்ற ஒரு மகிழ்ச்சி.

இந்த ஓவியத்தில் காலணி அணியாத அர்னால்ஃபினி கறுப்பு ஊதா நிற உடை அணிந்துகொண்டு ஒரு பெண்ணின் கையைத்

30

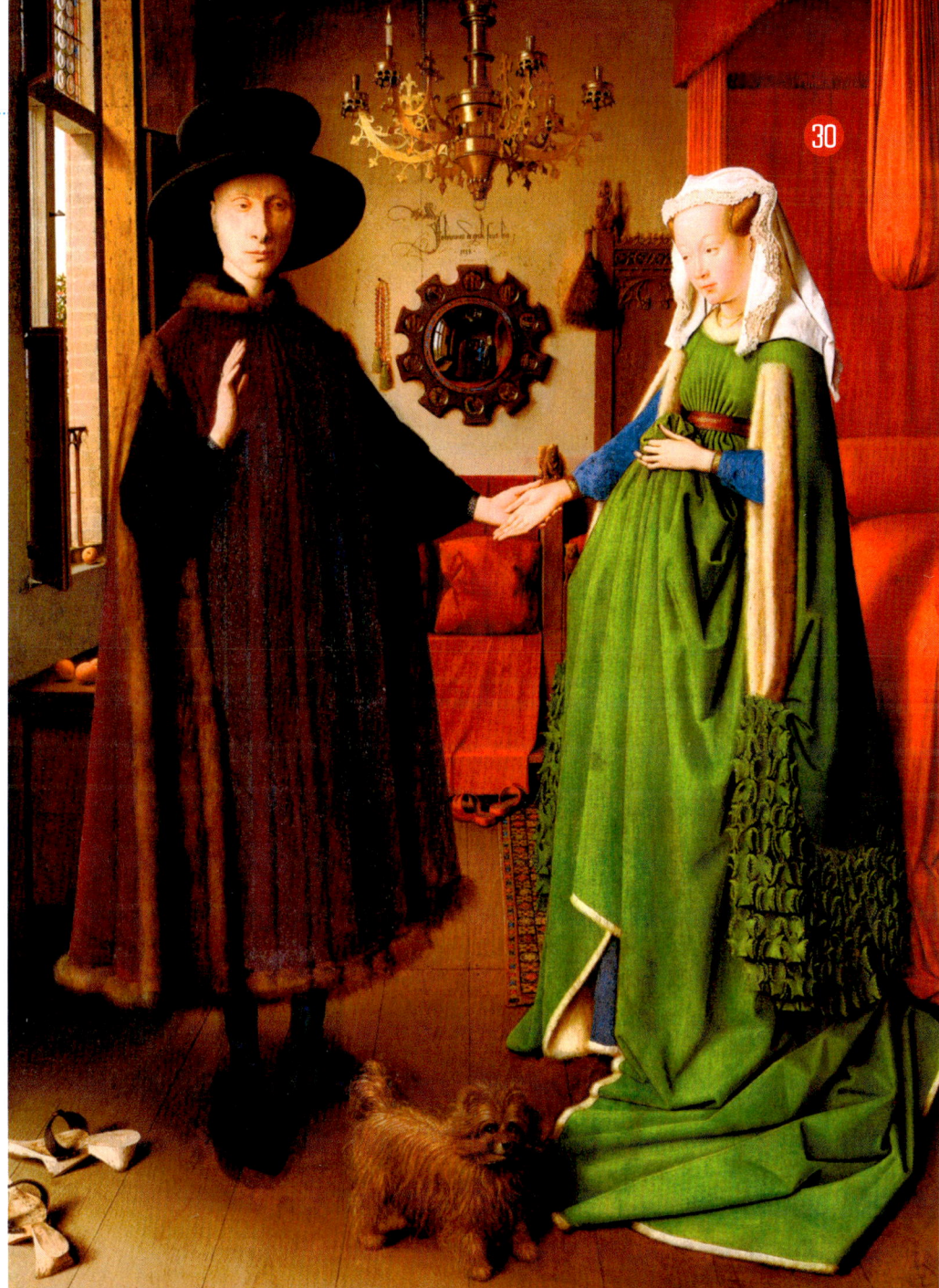

தனது இடக்கையால் பற்றிக்கொண்டு நின்றிருக்கிறார். தலையை வெள்ளைப் பூ வேலை செய்த துணியால் மறைத்துக்கொண்டிருக்கும் அந்தப் பெண் பச்சை மற்றும் நீல நிற ஆடை அணிந்திருக்கிறார். அர்னால்ஃபினி தனது வலக் கரத்தால் யாரையோ இரு என்று சைகை காட்டுகிறார் என்று நினைக்கத் தோன்றும் வகையில் அவரது வலக் கரம் வரையப்பட்டிருக்கிறது (நான் திருநெல்வேலி இந்துக் கல்லூரியில் வேலை பார்த்துக்கொண்டிருந்தபோது நாங்கள் ஒருவருக்கு ஒருவர் வணக்கம் சொன்னது அர்லால்ஃபினி பாணியில்தான்).

தம்பதிகளின் காலடியில் ஒரு சிறிய நாய். சடை நாய். பெண்ணிற்குப் பின்னால் சிவப்புத் திரைகள் கொண்ட ஒரு படுக்கை தெரிகிறது. அர்னால்ஃபினிக்குப் பின்னால் ஒரு நாற்காலி. தரையில் செருப்புகள். பார்த்தால் அந்தப் பெண்ணினுடையதாகத்தான் இருக்க வேண்டும் என்று தோன்றுகிறது. ஜன்னல் ஓரத்திலும் அர்னால்ஃபினிக்குப் பின் உள்ள மேஜையிலும் பழங்கள். அறையின் கூரையிலிருந்து சாண்டலியர் தொங்குகிறது. அதில் உள்ள மெழுகுவர்த்திகளில் ஒன்றே ஒன்று எரிந்துகொண்டிருக்கிறது. மற்றொன்று அணைக்கப்பட்டிருக்கிறது. மர மறைப்பின் மேல் முனையில் புனித மார்க்கெரட்டின் உருவம் செதுக்கப்பட்டிருக்கிறது (புனித மார்க்கெரட் சுகப் பேறுக்காக வணங்கப்படுபவர்). அதன் கீழ் ஒரு துடைப்பான் தொங்குகிறது. அதன் பக்கத்தில் இருக்கும் கண்ணாடிச் சட்டத்தில் ஏசுபிரானின் வாழ்க்கையில் நடந்த சில சம்பவங்கள் சித்தரிக்கப்பட்டிருக்கின்றன. கண்ணாடியில் அர்னால்ஃபினியும் அவரது மனைவியும் தெரிகிறார்கள். உற்றுப்பார்த்தால் கதவுப் புறம் நின்றுகொண்டு நடப்பதைக் கவனித்துக் கொண்டிருக்கும் ஒருவர் தெரிகிறார். சுவற்றில் ஜப மாலை மாட்டப்பட்டிருக்கிறது. ஜன்னலுக்கு வெளியே இலைகள் தெரிகின்றன. ஜன்னலுக்கு மேற்புறச் சட்டம் stained glass அலங்கரிப்பைப் பெற்றிருக்கிறது. கண்ணாடிக்கு மேல் அழகிய எழுத்துக்களில் இவ்வாறு எழுதப்பட்டிருக்கிறது: 'Johannes de Eyck Fuit hic' – இங்கு வான் ஐக் வந்திருந்தான்.

இந்த ஓவியம் வரையப்பட்டது 1434ஆம் ஆண்டு. அந்த ஆண்டிலிருந்து இன்று வரை இந்த ஓவியம் என்ன சொல்ல முயல்கிறது என் பதைப் பற்றிப் பல விவாதங்கள் நடந்துகொண்டிருக்கின்றன. இந்த ஓவியத்தின் ஒவ்வொரு காட்சிப் பொருளுக்கும் ஒவ்வொரு அர்த்தம் இருக்கிறது என வல்லுனர்கள் கூறுகிறார்கள்.

பெண் படுக்கைக்கு அருகில் இருக்கிறாள். இது அவளது பொறுப்பு வீட்டைக் கவனித்துக்கொள்வது என்பதைக் குறிக்கிறது என்று கூறப்படுகிறது. நமது

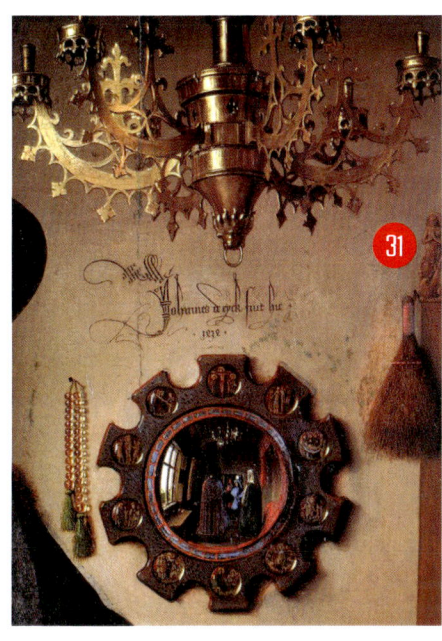

தமிழ்ப்படங்களில் படுக்கையையும் ஆண், பெண் இருவரையும் காட்டினால் அது எதைக் குறிக்கும் என்பதைக் கூறத் தேவையில்லை. ஆண் கதவருகே இருக்கிறான். அவனுக்கு வெளியில் இருக்கும் விரிந்த உலகம் சொந்தம். ஜன்னலோரத்திலும் மேஜையிலும் இருக்கும் ஆரஞ்சுப் பழங்கள் தூய்மையைக் குறிக்கின்றன. ஆரஞ்சு அந்தக் கால ஐரோப்பாவில் அதிகம் கிடைக்காத பழம். மிக விலையுயர்ந்த பழம். அவை கிடப்பது அர்னால்ஃபினியின் செல்வச் சிறப்பைக் காட்டுகிறது. தரையில் கிடக்கும் மரக் காலணிகள் மணமகன் மணமகளுக்கு அளித்த பரிசு. நாய் குறிப்பது பெண் வம்சம் வளர்க்கத் தகுதியானவள் என்பதை. பெண்ணின் பச்சை ஆடை நம்பிக்கையின் சின்னம். தலையில் அணிந்திருக்கும் வெள்ளைத் துணி தூய்மையின் அடையாளம். சிவப்புத் திரை உடலுறவின் சின்னம். சாண்டலியரில் இருக்கும் மெழுகுவர்த்தி பகலில் எரியும் மெழுகுவர்த்தி. அது எங்கும் எப்போதும் ஒளிர்ந்துகொண்டிருக்கும் கடவுளின் அடையாளம்.

இந்த ஓவியத்தின் பல குறியீடுகள் இன்றுவரை கண்டுபிடிக்கப்பட்டுக் கொண்டிருக்கின்றன. குறிப்பாக ரஷ்யர்கள் அர்னால்ஃபினி இன்றைய ரஷ்யத் தலைவர் புடின் மாதிரி இருக்கிறார் என்கிறார்கள். பெண்ணின் வயிற்றைப் பார்த்தால் வேறு விதமான சந்தேகம் எழுகிறது. ஆனால் அந்த வயிற்றின் நிலைமைக்குக் காரணம் நிச்சயம் அர்னால்ஃபினி அல்ல; அன்றைய பெண்கள் அனைவருமே படம் வரைவதற்கு நின்றால் தாங்கள் உப்பிய வயிறுடன் வரையப்படுவதையே விரும்புவார்கள் என்று சில விமரிசகர்கள் கூறுகிறார்கள்.

இரண்டு அடிக்கு மூன்றடிச் சட்டத்திற்குள் இத்தனையா என்று நம்மை மலைக்கவைப்பது 'அர்னால்ஃபினியின் திருமணம்'. நமது சிற்பக்கலையில்

பல குறியீடுகள் இருப்பதுபோல (உதாரணமாக புத்தரின் தலைப் புடைப்பு அவர் சாதாரண மனிதர்களிலிருந்து வேறுபட்டவர் என்பதைக் குறிப்பது) மேற்கத்திய ஓவியங்களிலும் பல குறியீடுகள் இருக்கின்றன. ஆலிவ் இலைகள் அமைதியின் குறியீடு என்பது நம் அனைவருக்கும் தெரியும். ஆப்பிள் பழம் மனிதனின் முதற்பாவத்தின் குறியீடு. ஏசுபிரானின் கையில் அந்தப் பழம் இருந்தால் மனித குலத்தின் உய்வை அது குறிக்கும். காட்டுப் பன்றி காமத்தைக் குறிக்கும். புறா புனித ஆவியைக் குறிக்கும். நீருற்று அமரத்துவத்தைக் குறிக்கும். திராட்சைப் பழங்கள் ஏசுபிரானின் ரத்தத்தைக் குறிக்கும். தாமரை தூய்மையையும் சிங்கம் புத்துயிரையும் குறிக்கும்.

2

இந்த ஓவியத்தை வரைந்தவன் வான் ஐக் என்ற ஒரு கலைஞன். இப்போது பெல்ஜியத்தில் இருக்கும் ஒரு சிறிய நகரத்தில் *(1390?)* பிறந்தவன். இவன் வரைந்ததில் பிழைத்தவை இவனது வாழ்வின் கடைசிப் பத்து ஆண்டுகளைச் சேர்ந்தவை. இவனது இளமைக் கால ஓவியங்களில் ஒன்றுகூடப் மிஞ்சிய தாகத் தெரியவில்லை. இவனது வாழ்க்கையிலும் குறிப்பிடத்தக்கதாக ஏதும் நடந்ததாகத் தெரியவில்லை. இவனை ஆதரித்த பர்கண்டியின் பிலிப் (Philip the Good) போர்ச்சுகல் நாட்டு இளவரசியை மணம் புரிந்தது ஐக் வரைந்த அவளது ஓவியத்தைப் பார்த்து என்பதை ஒரு பெரிய செய்தியாக இவன் வரலாற்றை எழுதியவர்கள் சொல்கிறார்கள். ஓவியங்களைப் போலவே ஓவியர்களின் வாழ்க்கைகளும் நம்மை வியக்கவைப்பதாக இருக்க வேண்டும் என்று நினைப்பது தவறென்று தோன்றுகிறது.

வான் ஐக் அவன் காலத்திய ஓவியர்களிடமிருந்து எவ்வாறு வேறுபடுகிறான்?

வான் ஐக் முதலில் குட்டிச்சித்திரங்கள் (*miniatures*) வரைவதில் பயிற்சி பெற்றவன். குட்டிச்சித்திரங்களில் பல பொருட்களைக் குறுகிய பரப்பளவில் அடைக்க வேண்டும். அடைத்தாலும் அவை என்ன என்பது பார்ப்பவர்களுக்குத் தெளிவாகத் தெரிய வேண்டும். இத்தகைய சித்திரங்களுக்குச் சிறந்த உதாரணம் **லிம்பூர் சகோதரர்களின்** (Limbourg brothers) **சித்திரங்கள்** (32).

புத்தகங்களுக்காக (illuminating) வரையப்பட்ட இந்தச் சித்திரங்கள் மலை, மடு, மனிதர்கள், குதிரைகள், நாய்கள், பலவகை மிருகங்கள், கோட்டை கொத்தளங்கள், கோவில், ஆறு, மரம் செடி கொடிகள், வானம், சூரியன், இவை அனைத்தையும் உள்ளடக்கியிருக்கின்றன.

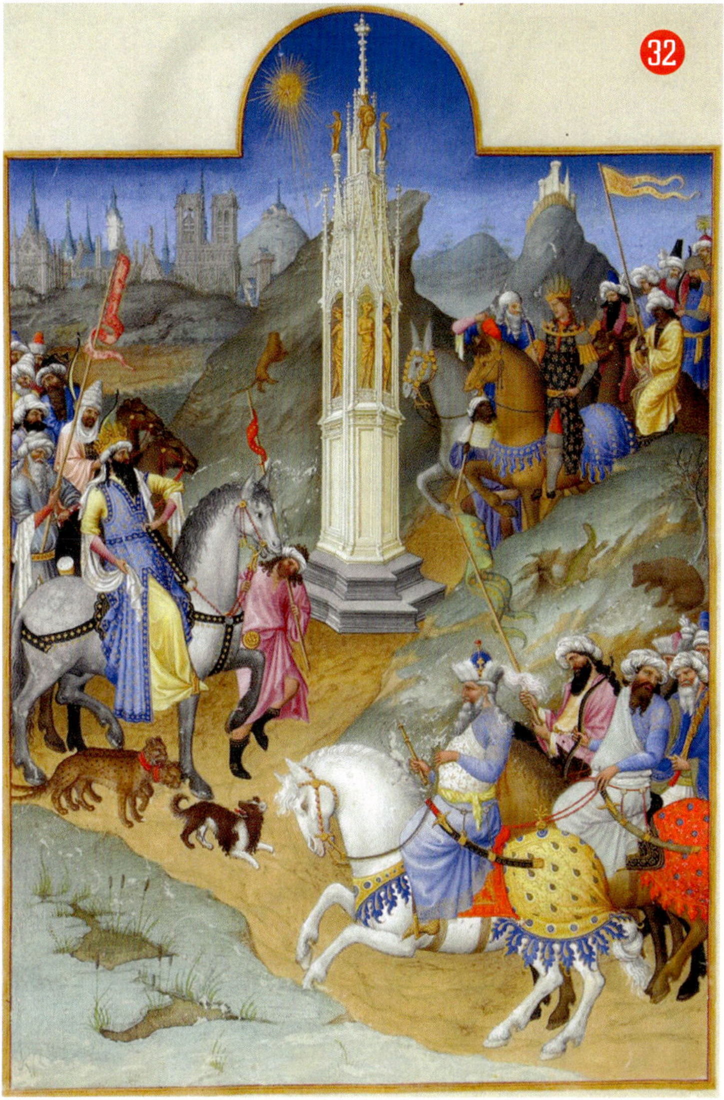

மேற்கத்திய ஓவியங்கள்

இவை எல்லாவற்றையும் இயற்கையில் எப்படி இருக்குமோ அப்படிக் காட்ட வேண்டும் என்பதைப் பற்றி அன்றைய ஓவியர்கள் நினைக்கவில்லை. அப்படி முதன்முதலாக நினைத்து, மிகுந்த பொறுமையோடு தனது ஓவியங்களை வரைந்தவன் வான் ஐக். இவன் இயற்கையின் கண்ணாடியாக தனது ஓவியங்கள் இருக்க வேண்டும் என்ற ஆர்வத்தில் பல உத்திகளைக் கையாண்டான். மிகச் சாதாரணமான பொருட்களுக்கும் அழகு உண்டு, அதை வெளிப்படுத்துவதில்தான் கலைஞனின் திறன் இருக்கிறது என்பதை அறிந்து, செயற்பட முற்பட்டவன் அவன். அவன் வரைந்த துடைப்பானை (31) மறுபடியும் பாருங்கள்.

இவனால் படைத்தவர்கள் இயற்கையாகத் தோன்றுவதற்கு ஒரு காரணம், இவன் 'முக்கால் முகங்கள்' (three-quarter faces) என்ற உத்தியைத் திறமையாகக் கையாண்டது. திருமதி அர்னால்ஃபினியின் முகத்தில் அந்த நாணம் கலந்த முறுவலை இந்த 'முக்கால் முகங்கள்' உத்தி மிக அழகாகக் கொண்டுவந்திருக்கிறது. இவன் வரைந்த புனித மேரிகள் அனைவரும் 'முக்கால் முகங்கள்' கொண்டவர்களே.

வான் ஐக் கையாண்ட மற்றொரு உத்தியை **மாடன்னாவும் சான்ஸலர் ரோலினும்** (34) என்ற ஓவியம் தெளிவாக்குகிறது.

இந்த ஓவியத்தில் சான்ஸலர் ரோலின் வணங்க வேண்டும் என்பதற்காகப் புனித மேரியும் கடவுளின் குழந்தையும் அவர் இருக்கும் இடத்திற்கே வந்துவிடுகிறார்கள். இடம் ஓவியத்தின் முன்புலத்தில் உயரத்தில் காட்டப்படுகிறது. ஓவியத்தின் பின்புலத்தில் ம்யூஸ் நதி ஓடுகிறது, சிறிதாக. ஓவியத்தின் முன்புலத்திற்கும் பின்புலத்திற்கும் உள்ள உறவை அறிய முயன்ற ஓவியர்களில் முதலாவனாக வான் ஐக் அறியப்படுகிறான். இந்த ஓவியத்தைக் கூர்ந்து பார்த்தால் அதன் அடர்த்தி நமக்கு நன்கு விளங்கும். நதி, நதியின் குறுக்கே அமைந்திருக்கும் பாலம், நதியில் செல்லும் படகுகள், பின்னால் தெரியும் குன்றுகள், நகரத்தின் தேவாலயம், வீடுகள், நதியைப் பார்க்கும் இரு மனிதர்கள் – எல்லாம் பின்புலத்தில் இருக்கின்றன. அவன் முன்னிலையில் நிறுத்துபவர்கள் ஓவியத்தின் அரைப் பகுதியை ஆக்கிரமித்துக்கொண்டாலும், ஆக்கிரமிப்பு நமக்கு முரணாகத் தெரிவதில்லை. மாறாக பதவிக்கே உரிய பார்வையோடு ரோலின் வணங்குவது நமக்கு ஒரு முறுவலை வரவழைக்கிறது. குழந்தை ஏசுவும் தாயும் அவரைப் பார்க்கவில்லை. பின்னால் ஒரு தேவதை பெரிய கிரீடம் ஒன்றை வைத்துக்கொண்டு பறந்துகொண்டிருக்கிறது.

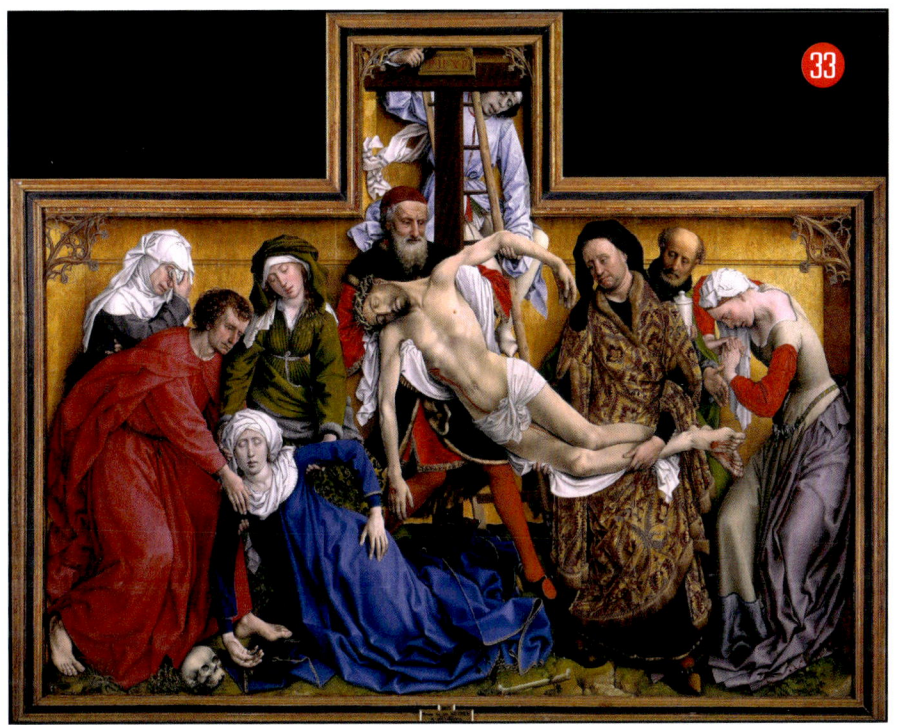

குழந்தை ஏசுவிற்கு அது சற்றுப் பெரிதாக இருக்கும் என்று தோன்றுகிறது. குழந்தையைக் கவனித்தால் அது மத்தியத் தரைக் கடல் பகுதியிலிருந்து வந்த குழந்தையாகத் தெரியவில்லை. வடக்கு ஐரோப்பியக் குழந்தையின் சாயல் அப்படியே இருக்கிறது. புனித மேரியும் ஐரோப்பியப் பெண்ணாகவே தோற்றம் அளிக்கிறார். இது நமது ரவிவர்மா சீதைக்கு ரவிக்கை அணிவித்திருப்பது போல. எல்லாக் கலாச்சாரங்களின் கலைஞர்களும் கடவுளர்களைத் தங்களுக்கு மிக நெருக்கமாகக் காண்கிறார்கள். தங்கள் உடைகளுடன், தங்கள் சாயலிலேயே அவர்களை வரைய முற்படுகின்றார்கள் என்பதற்கு ஓவிய, சிற்ப வரலாறுகளில் பல உதாரணங்கள் இருக்கின்றன. இது அவற்றில் ஒன்று.

3

வான் ஐக் என்றால் 'எண்ணெய்ச் சாயத்தைக் கண்டுபிடித்தானே, அவனா?' என்று சிலர் கேட்பார்கள். அவன்தான் கண்டுபிடித்தானா என்பதில் கலை விமரிசகர்கள் மாறுபட்டாலும், எண்ணெய்ச் சாயத்தைத் திறமையாக முதன்முதலில் ஓவியங்களில் உபயோகித்தவன் அவன் என்பதில் ஐயம் இல்லை. வான் ஐக் இருந்த காலத்தில் வார்னிஷ், diluents (கரைப்பான்கள், விளாவிகள்), dryers (காய்ப்பான்கள்) போன்றவை கண்டுபிடிக்கப்பட்டுவிட்டன. இவற்றில் வண்ணங்களைக் குழைத்தால் ஓவியங்களுக்கு ஒளி கிடைக்கும், ஒளியின் விளையாட்டை ஓவியங்களில் துல்லியமாகக் காட்டமுடியும் என்பதையும் ஐக்கிற்கு முந்தைய ஓவியர்கள் அறிந்திருந்தார்கள். ஆனால் அவர்களுக்குக் கலவை முறை சரியாகப் பிடிபடவில்லை. எண்ணெயில் வண்ணங்கள் சரியாகக் கலக்கப்படாமல் வழிந்து ஓடிக்கொண்டிருந்தன. வண்ணங்களைக் குழைப்பதற்கு இவனுக்கு முன்னால் முட்டைக் கருவையோ கோந்துகளையோ பயன்படுத்திக்கொண்டிருந்தார்கள். இது போன்ற கலவையைப் பயன்படுத்தினால் ஓவியங்கள் பளிச்சிடமுடியாது. வான் ஐக் பலமுறை முயன்று சரியாகக் கலந்து சீராகக் காயும் கலவை முறையைக் கண்டுபிடித்தான். ஓவியத்திற்கு ஒளிச் சிதறல்கள் கிடைத்தது இவனால்தான். '**அர்னால்ஃபினியின் திருமணம்**' ஓவியத்தை மறுபடியும் பாருங்கள் (30). சாண்டலியர், கண்ணாடி போன்றவற்றில் வெளிச்சத்தின் ரேகைகள் எவ்வளவு நேர்த்தியாகப் பதிந்திருக்கின்றன என்பது விளங்கும்.

ஓவியம் என்பது தானே இயங்கும் தனிக் கொழுந்து அல்ல, அது தொழில்நுட்பத்தை உள்வாங்கிக் கொண்டால்தான் மேலே செல்ல முடியும் என்பதையும் வான் ஐக்கின் ஓவியங்கள் விளக்குகின்றன.

இந்தக் காலத்தில்தான் ஓவியர்கள் தங்களது உரிமைகளைப் பாதுகாத்துக் கொள்ளக் குழுமங்கள் அமைக்கத் தொடங்கினர். பெரிய ஓவியர்கள் ஓவியப் பயிற்சிக்கூடங்களை அமைத்து, அவற்றில் பல மாணவர்களைப் பயிற்றுவித்தனர். குழுமங்கள் மூலமாக ஓவியங்கள் விற்கப்பட்டன. ஓவியங்களை நல்ல விலைக்கு விற்பது மட்டுமல்லாமல், விலைபோகாத நாட்களில் ஓவியர்களுக்கு வாழ்வாதாரம், தகராறுகளைத் தீர்த்துவைப்பது, ஓவியர்கள் இறந்துவிட்டால் அவர்கள் குடும்பங்களைக் காப்பாற்றுவது போன்ற கடமைகளையும் குழுமங்கள் செய்துகொண்டிருந்தன. இந்தக் குழுமங்களின் மூலம் ஓவியங்களை விற்றுப் புகழ்பெற்றவர்களில் குறிப்பிடத் தக்கவர் ரோஜியர்

34

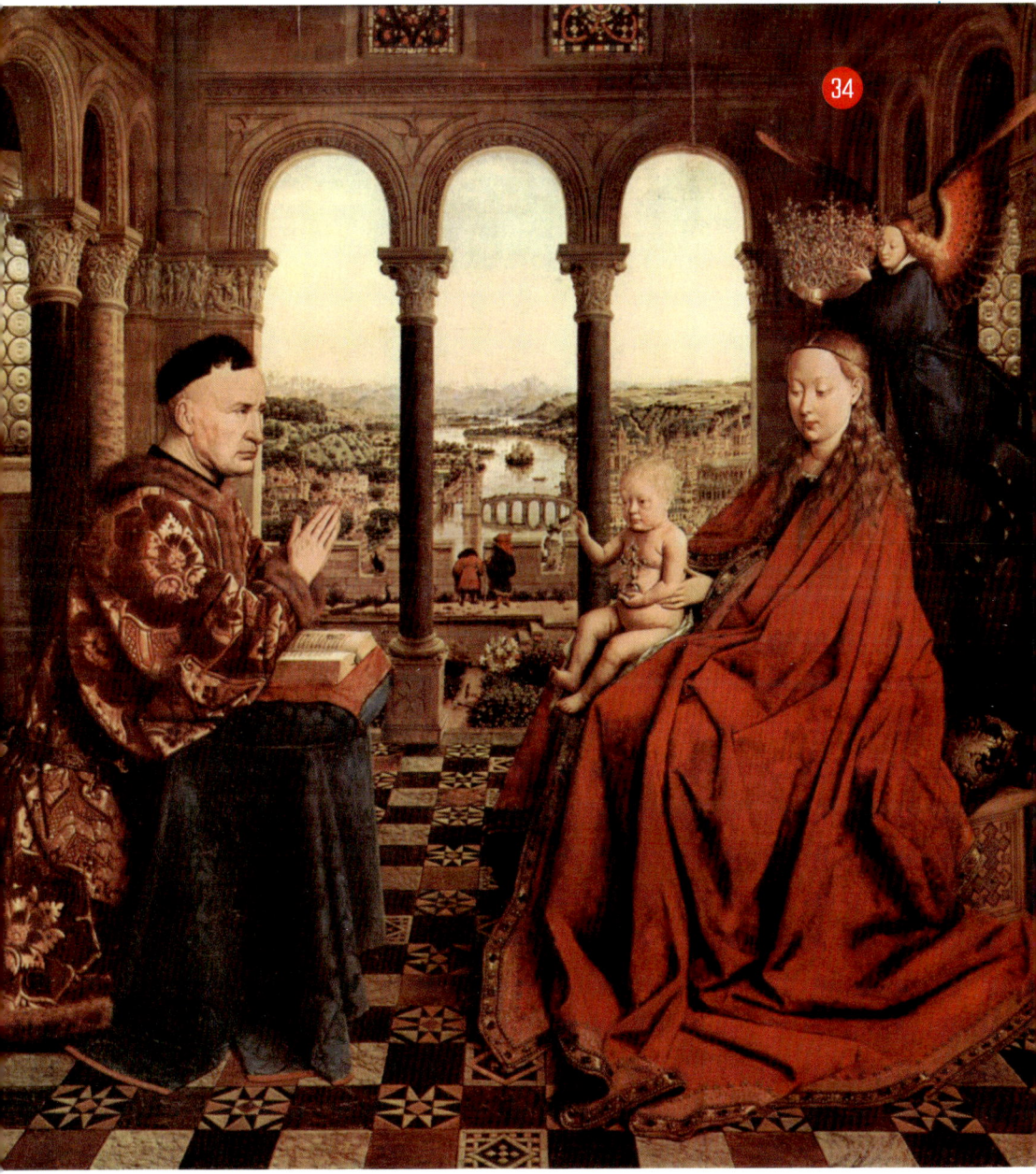

வான் டெர் வெய்டன். இவரது 'சிலுவையிலிருந்து இறக்கப்படுதல்' (33) என்ற ஓவியம் எண்ணெய்ச் சாயத் தொழில்நுட்பத்தின் வளர்ச்சிக்கு ஒரு சாட்சி.

ஓவியத்தின் சட்டத்திற்குள் மனிதர்களை அடைக்க வேண்டிய கட்டாயம் ஓவியனுக்கு இருந்தாலும் கிடைத்த பரப்பை அவன் மிகத் திறமையாகப் பயன் படுத்தியிருக்கிறான். கொஞ்சம் கூர்ந்து பார்த்தால் சிற்பமாக இருக்க வேண்டியது ஓவியமாக ஆகிவிட்டது என்று தோன்றுகிறது. வான் ஐக் இவனுக்கு மானசீக குருவாக இருந்திருக்க வேண்டும். துணிகளின் வழுவழுப்பும் அங்கிகளின் ஜொலிப்பும் துக்கத்தை இன்னும் கூர்மையாக்குகிறது. எண்ணெய்ச் சாயத்தைக் கொண்டு வரையும் கலை வலுப்பெற்றுவிட்டது என்பதை அறிவிக்கிறது. வான் டெர் வெய்டன் தனது இளமைக் காலத்தில் வரைந்த ஓவியம் இது. இதற்குப் பின் அவனிடமிருந்து குறிப்பிடத்தக்க ஓவியம் ஏதும் வந்ததாகத் தெரியவில்லை.

4

வான் ஐக் வாழ்க்கையில் எதுவுமே நடக்கவில்லை என்று சொன்னேன். அவன் சுமார் ஐம்பது ஆண்டுகள் வாழ்ந்தவன். அவன் காலத்திலேயே வாழ்ந்து பதினேழு வயதில் மறைந்த ஒரு பெண்ணின் வாழ்க்கையில் சம்பவங்கள் ஒரே வருடத்தில் அதிசயத்தக்க நெருக்கத்தில் நடந்தன.

ஜோன் என்ற அந்தப் பெண் தனது 13ஆம் வயதில் ஒரு கனவு கண்டதாகச் சொன்னாள். கனவில் தேவதை கேப்ரியல் பிரெஞ்சு நாட்டின் மகுடம் சார்லஸ் என்பவருக்குத்தான் கிடைக்கும், ரீம் நகரில் அவர் முடிசூடுவார் என்று சொன்னார் என்பதை ஜோன் எல்லோரிடமும் சொல்லிக்கொண்டிருந்தாள். சார்லஸ் நிலை அப்போது திண்டாட்டத்தில் இருந்தது. அவன் பிரெஞ்சு அரசனாக ஆவதற்கு ஆங்கிலேயர்கள் தடையாக இருந்தார்கள். அவர்கள் தங்கள் அரசனான ஆறாம் ஹென்றிக்குத்தான் பிரெஞ்சு மகுடம் சொந்தம் என்று உரிமை கொண்டாடிக் கொண்டிருந்தார்கள். ஆனால் ஜோன் இறுதி வெற்றி சார்லஸிற்கே என்பதில் உறுதியாக இருந்தாள்.

1428ஆம் ஆண்டிலேயே ராணுவத்தில் சேர முயன்று தோல்வியடைந்த ஜோன் 1429ஆம் ஆண்டு ஆண் வேடம் தரித்துக் கொண்டு சார்லஸைச் சந்திக்கச் சென் றாள். அரியணையில் வேறு யாரையோ அமர்த்தி அவர்தான் சார்லஸ் என்று ஜோனை ஏமாற்றச் செய்த முயற்சி தோல்வியடைந்தது. சார்லஸை முன்னால் பார்த்திராத ஜோனால் கூட்டத்தில் அவனை அடையாளம் காட்ட முடிந்தது. இந்தப் பெண்ணிடம் ஏதோ இருக்கிறது என்பதை அறிந்த சார்லஸ் அவளுக்கு

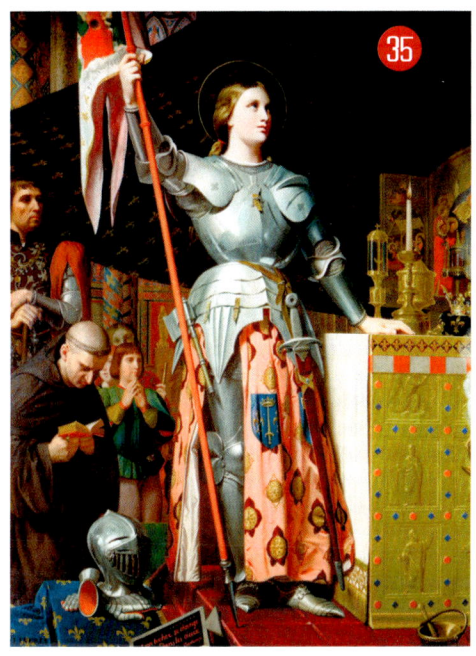

வெண்ணிறக் கவசம் ஒன்றையும் கறுப்புக் குதிரை ஒன்றையும் கொடுத்துப் போர்க்களத்திற்கு அனுப்பிவைத்தான்.

கடவுள் பிரான்ஸின் பக்கம் என்ற அவளது திடமான நம்பிக்கை பிரெஞ்சு வீரர்களைக் கவர்ந்தது. அவளது தலைமையை ஏற்கச்செய்தது. போரில் வெற்றி மேல் வெற்றி. ஆங்கிலேயனே வெளியேறு, கடவுள் எங்கள் பக்கம் என்று எதிரிக்கு அவள் எழுதியது பிரசித்தி பெற்றது. அவள் கனவு நிறைவேறியது. சார்லஸ் ரீம் நகரில் முடிசூட்டிக்கொண்டான்.

பெண் ஒருத்தி தலைமையில் முன்னின்று நடத்தி வெற்றி யடைய முடியும் என்பதை ஆங்கிலேயர் களால் ஒப்புக்கொள்ள முடிய வில்லை. பல தகிடுதத்தங்கள் செய்து அவளைப் பிடிக்க முயன்றார்கள். 1429ஆம் ஆண்டு இறுதியில் அவள் தொடையில் அம்பு பாய்ந்து காயமடைந்தாள். ஆங்கிலேயரால் பிடிக்கப்பட்டு, சூனியக்காரி என்ற முத்திரை குத்தப்பட்டு உயிரோடு எரிக்கப்பட்டாள்.

வான் ஐக்கிற்கு ஜோனைத் தெரிந்திருக்க வாய்ப்பு இல்லை. ஆனால் 1429ஆம் ஆண்டு வான் ஐக் போர்ச்சுகல் இளவரசி இசபெல்லாவின் படத்தை வரைந்த வருடம். இந்தப் படம் இன்று கிடைக்கவில்லை. ஆனால் ஜோனின் தியாகத்தைக் குறிக்கும் வகையில் கணக்கற்ற ஓவியங்கள் வரையப்பட்டுவிட்டன. ஓர் ஓவியத்தை (35) நீங்கள் பார்க்கிறீர்கள். இதை வரைந்த ஆங்கர் (Ingres) பற்றி அடுத்த பாகத்தில் பேச இருக்கிறோம்.

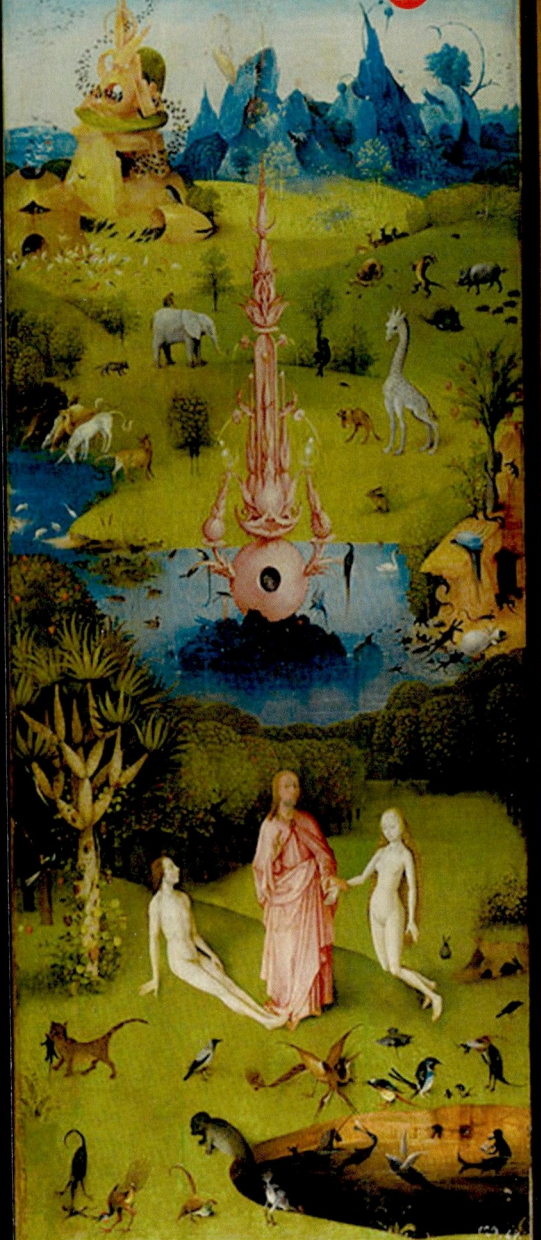

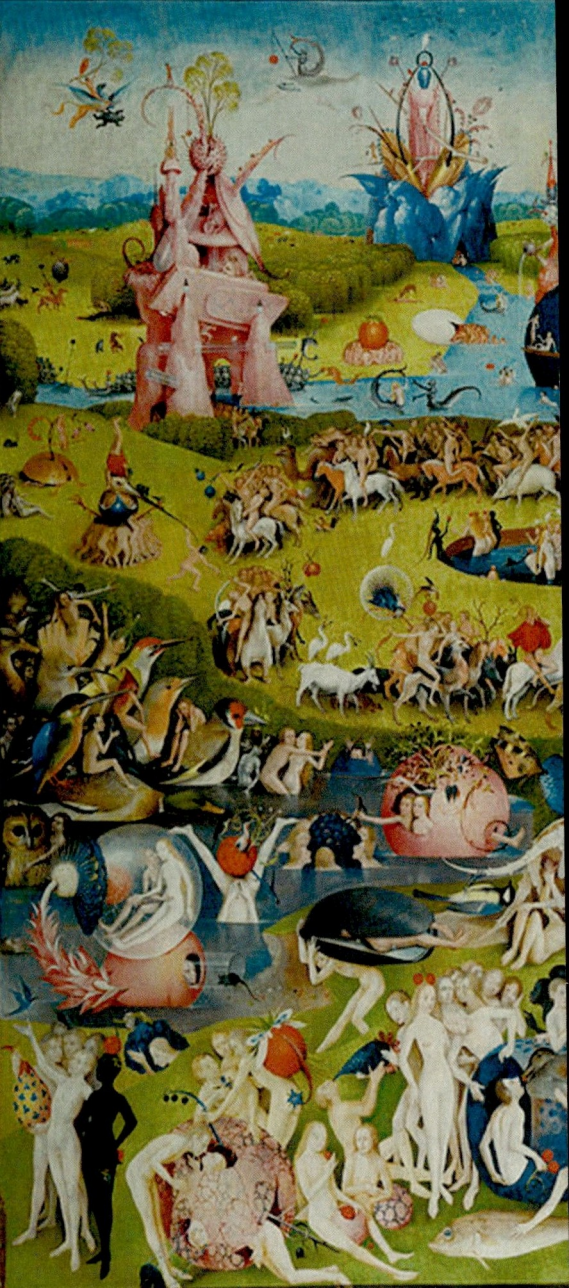

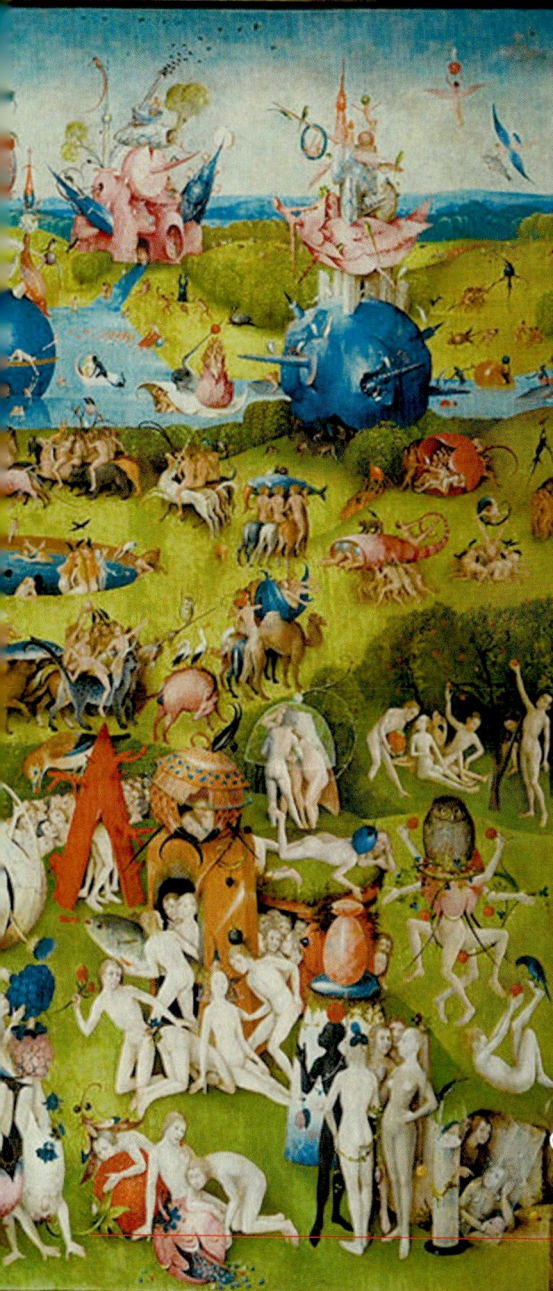

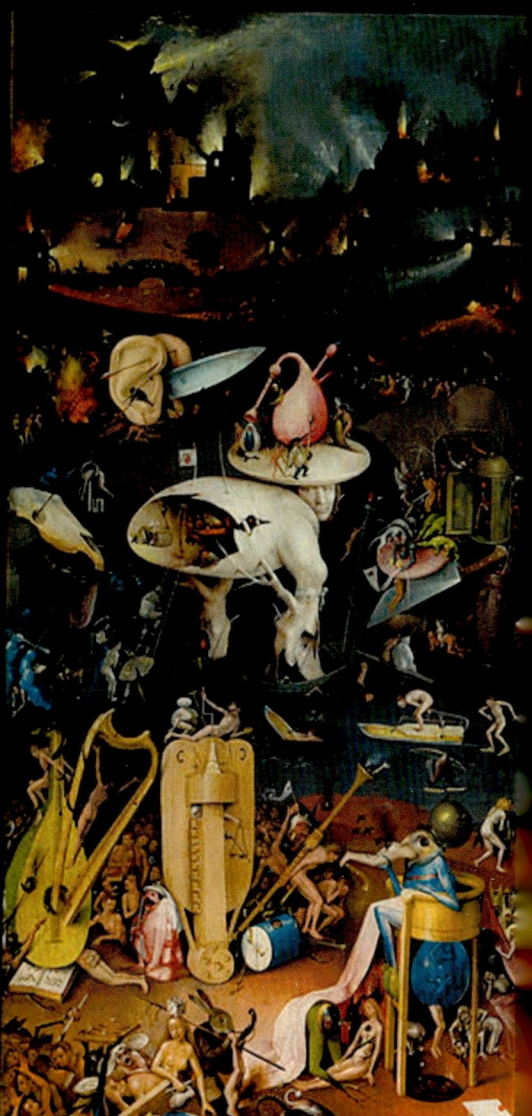

மேற்கத்திய ஓவியங்களைப் பற்றிச் சற்றுத் தெளிவாகத் தெரிந்து கொள்வதற்கு, குறிப்பாக 16ஆம் நூற்றாண்டுவரை படைக்கப்பட்ட ஓவியங்களைத் தெரிந்துகொள்வதற்கு, ஏசுபிரானின் வாழ்க்கையில் நடந்த சில சம்பவங்களைப் பற்றி அறிந்துகொள்வது அவசியம். அவர் பிறக்கப்போவதைப் பற்றிய அறிவிப்பு (Annunciation), பிறப்பு (Nativity), குழந்தை ஏசுவைத் தொழுதல் (Adoration), கடைசி உணவு (Last Supper), காட்டிக்கொடுக்கப்படுதல் (Betrayal), சிலுவையில் அறையப்படுதல் (Crucifixion), சிலுவையிலிருந்து இறக்கப்படுதல் (Deposition), இறப்பு குறித்த துயரம் (Lamentation), புத்துயிர் பெறுதல் (Resurrection) போன்ற சம்பவங்கள் திரும்பத் திரும்பப் பல ஓவியர்களால் பல முறைகளில் வரையப்பட்டிருக்கிறன.

ஏசுவிற்கும் அன்னை மேரிக்கும் அவர்களைச் சூழ்ந்திருந்தவர்களுக்கும் விதவிதமான உருவங்களையும் உடைகளையும் ஓவியர்கள் கொடுத்திருக்கிறார்கள். பின்புலங்களில் தாங்கள் இருக்கும் நகரங்களின், கிராமங்களின் சாயல்களைக் கொண்டுவர முயன்றிருக்கிறார்கள். இதனால் இந்தச் சம்பவங்களைப் பற்றிய ஓவியங்களைத் திரும்பத் திரும்பப் பார்த்தாலும் அலுப்பு ஏற்படுவதில்லை. மாறாக, மனிதனின் படைப்புத் திறன் அளவிடமுடியாதது என்ற புரிதல் ஏற்பட்டு, அந்தப் புரிதல் காரணமாக மனித குலத்தின் மீது பெருமிதம் ஏற்படுகிறது.

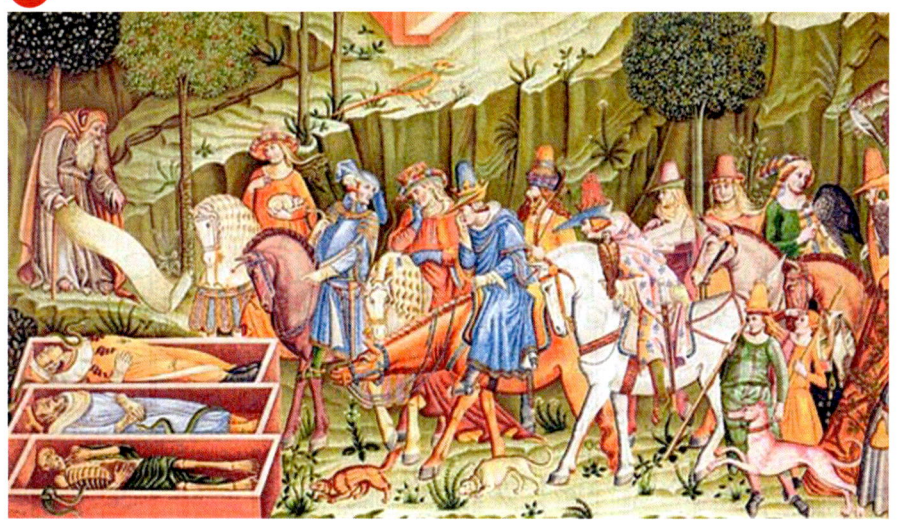

37

இந்தப் பெருமிதம் ஓவியர்களுக்கும் இருந்திருக்க வேண்டும். அதனாலேயே சாவு அவர்களைத் திரும்பத் திரும்பத் தாக்கியபோதிலும், சாவைப் பற்றி, சாவைக் கடந்த பல ஓவியங்களை வரைந்திருக்கிறார்கள்.

2

வான் ஐக்கைப் பற்றிப் பேசினோம். அவன் பிறப்பதற்கு நாற்பது ஆண்டுகளுக்கு முன்னால் (1347–1351) சாவு உலகம் முழுவதையும் மிகப் பெரிய அளவில் பயங்கரமாகத் தாக்கியது. Black Death என்று அழைக்கப்பட்ட இந்தக் கறுப்புச் சாவு சீனா, இந்தியா போன்ற நாடுகளில் பல உயிர்களைக் காவு கொண்டது. ஐரோப்பாவில் அது மக்கள் தொகையை 50 சதவீதம் குறைத்தது. உதாரணமாக, ஃப்ளாரன்ஸ் நகரின் மக்கள்தொகை கறுப்புச் சாவிற்கு முன்னால் ஒரு லட்சத்திற்கும் அதிகம். பின்னால் 50,000க்குக் குறைந்துவிட்டது. லிம்பூர் சகோதரர்கள் மூவர், அவர்களை ஆதரித்த பெரி பிரபு போன்றோரைக் கறுப்புச் சாவு காவு கொண்டது. இவர்கள் நால்வரும் முப்பது வயதுகூட ஆகாத இளைஞர்கள். சிலர் இந்தச் சாவுகளுக்குக் காரணம் எபோலா போன்ற ஒரு வைரஸ்தான் என்று சொன்னாலும், பெரும்பாலான ஆய்வாளர்கள் ப்ளேக் என்று இன்று நாம் அழைக்கும்

நோய்தான் மரணதூதனாக வந்தது என்கிறார்கள். ஐரோப்பாவில் கிராமங்கள் மரணத்தால் காலியாகத் தொடங்கியதால் வயல்களில் வேலை செய்வதற்கு ஆட்கள் அதிகம் கிடைக்கவில்லை. கைவினைஞர்கள் அருகிப்போனார்கள். இதனால் மேற்கு ஐரோப்பா முழுவதும் நில உடமையாளர்கள் கூலியை உயர்த்த வேண்டிய நிலை ஏற்பட்டது. விவசாயிகள், கைவினைஞர்களின் சக்தி அதிகரித்தது. அவர்களுக்கு நிலம் குறைந்த விலைக்குக் கிடைத்தது. உண்பவர் அதிகம் இல்லாததால் உணவும் அதிகம் கிடைத்தது. முதலாளித்துவம் பிறப்பதற்குக் கறுப்புச் சாவும் ஒரு காரணம் என்று கூறுகிறார்கள்.

கறுப்புச் சாவின் மற்றொரு முக்கியமான விளைவு, ரோமன் கத்தோலிக்க மதத்திற்கு மக்கள்மீது இருந்த தாக்கம் வலுவிழக்கத் தொடங்கியது. இந்த நோய் எலிகளிடம் இருந்து பரவுகிறது என்பதை அறிவதற்குத் தேவையான அறிவியல் வளர்ச்சி மதகுருமார்களிடம் இல்லை. ஒரு கெட்டகாற்று (miasma) இதைப் பரப்புகிறது என்று மக்களிடம் சொன்னார்கள். மக்கள் கெட்ட காற்று என்ற கூற்றை நம்பியதாகத் தெரியவில்லை. படிப்படியாக மக்கள் மதகுருமார்களை நம்புவது குறைந்தது.

படைப்புலகம் கறுப்புச் சாவைப் பல முறைகளில் அணுகியது. சிலர் உலக முடிவின் தூதுவன் அது என்று நம்பினார்கள். வாழ்வு இத்தனை கோரமாக முடிவது அவர்கள் மனங்களில் நம்பிக்கையின்மையை ஏற்படுத்தியது. ஆனால் இன்னும் சிலர், வாழ்வு முடிவது என்பது மறுக்க முடியாத உண்மை, இருக்கும்போதே முழுவதுமாக வாழ வேண்டும் என்று கருதினார்கள். இந்த எண்ணங்களின் ஒரு வெளிப்பாடு பொக்காசியோ எழுதிய ‘டெக்கமரான்’ புத்தகம்.

மரணத்தில்தான் புத்துயிரின் விதைகள் இருக்கின்றன என்று பல கலைஞர்கள் நம்பினார்கள். ஏசுபிரான் உயிர்த்தெழுந்த கதை அவர்களுக்கு மிகுந்த ஊக்கத்தை அளித்தது.

கறுப்புச் சாவு உலக முடிவின் தூதுவன் என்று நம்பியவர்களில் ட்ரைனி என்ற ஓவியனும் ஒருவன். அவனது **மரணத்தின் வெற்றி** (37) என்ற சுவரோவியம் பிஸா நகரத்தில் இருக்கிறது. (இன்று பலர் இந்த ஓவியம் பப்ஃபல்மாச்சோ வரைந்தது என்று சொல்பவர்கள்). இந்த ஓவியத்தின் ஒரு பகுதியில் மூன்று திறந்த பிணப் பெட்டிகளை அழகிய உடை அணிந்த மூவர் குதிரைகளில் அமர்ந்து, அவர்கள் கூட வந்தவர்களோடு பார்வையிடுகிறார்கள். பிணப் பெட்டிகளில் அழுகி நாற்றமடிக்கும் பிணங்கள். நாற்றத்தில் மிருகங்கள்கூடப்

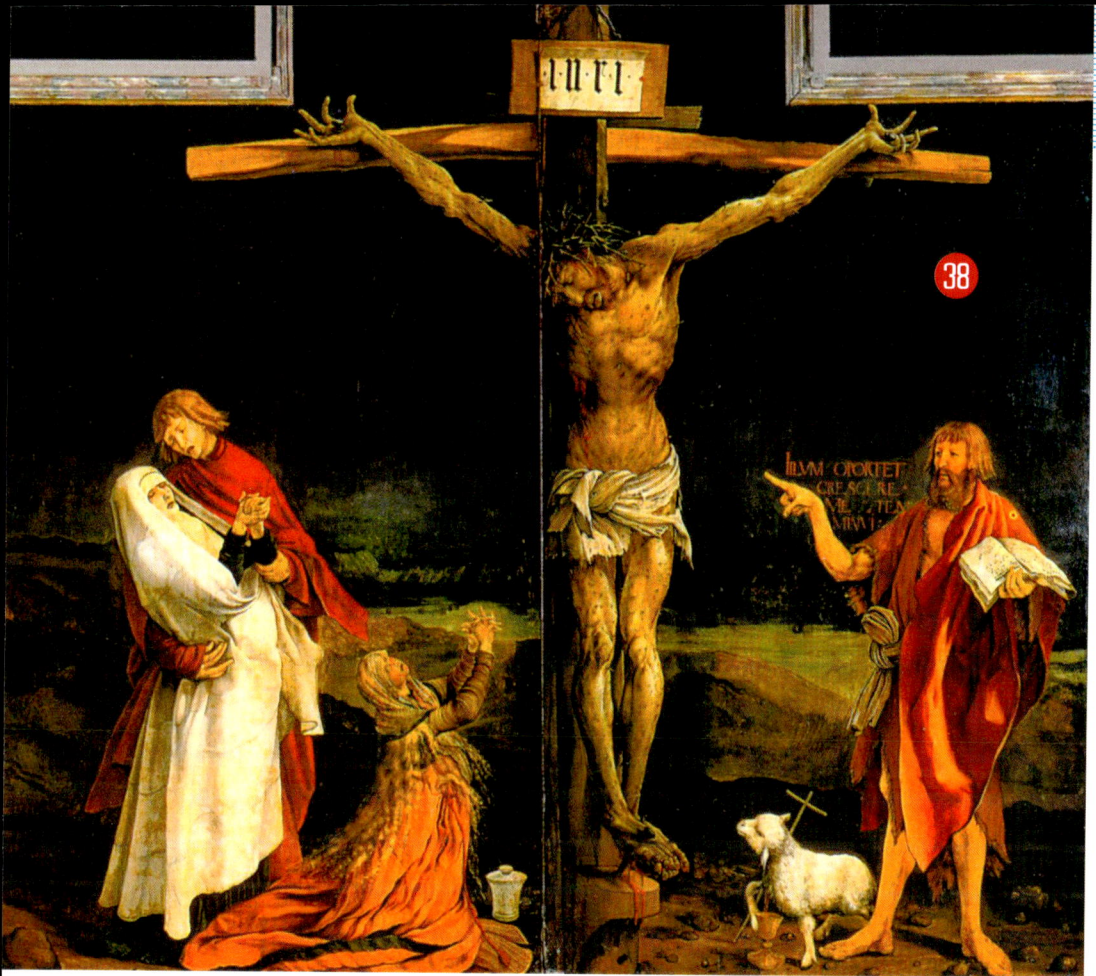

பின்வாங்குகின்றன. கூர்ந்து பார்த்தால் பிணங்களாகக் கிடப்பவர்கள் குதிரை யில் அமர்ந்திருப்பவர்கள்தாம் என்று தெரிகிறது. மரணம் மிக அருகே இருக்கிறது, அதன் வெற்றி மிக எளிதானது என்பதை இந்த ஓவியம் கூற முற்படுகிறது.

ஐந்தே ஆண்டுகள் உலகை உலுக்கிய கறுப்புச் சாவின் தாக்கம் பல ஆண்டுகளுக்கு இருந்தது. இத்தகைய நோயிலிருந்து உலகம் மீண்டு, மக்கள் இயல்பு நிலைக்கு மெல்ல மெல்லத் திரும்பியது, மனித குலம் வாழ்வின் மீது கொண்டுள்ள இறுக்கமான பிடிப்பை உணர்த்துவதாகப் பல கலைஞர்கள் உறுதியாக நம்பினார்கள். மரணம் எப்படி அழிவற்றதோ அது போல மனித குலத்தை உய்விக்க வந்த ஏசுபிரானும் அழிவற்றவர் என்பதைக் காட்டுவதற்காக

வரையப்பட்ட ஓவியங்களில் மிகப் புகழ்பெற்ற ஓவியம் **ஐஸன்ஹைம் ட்ரிப்டிக்** (38). மூன்று பகுதிகளாகப் பிரிக்கப்பட்ட மரப்பலகையில் (முப்பலகை?) வரையப்பட்ட எண்ணெய்ச் சாய ஓவியம் என்று நாம் அதைக் கூறலாம். முப்பலகை நாம் சாப்பாட்டு அறையை வரவேற்பு அறையிலிருந்து பிரிப்பதற்காக வைத்துக்கொள்ளும் தடுப்பைப் போன்றது. மடிக்கக்கூடியது. இந்தப் தடுப்பை மேற்கத்திய தேவாலயங்களில் ஆல்டருக்கு (பலி பீடம்) மேலேயும் அதற்குப் பின்னாலும் வைப்பார்கள். இந்த ஓவியத்தை வரைந்தவன் க்ருன்வால்ட் என்ற ஜெர்மானியக் கலைஞன். இந்தக் கலைஞனின் புகழ் பல ஏற்ற இறக்கங்களைக் கண்டது. பத்தொன்பதாம் நூற்றாண்டில் இவனை 'டூரரை நகல் செய்பவன்' (டூரர் ஒரு மகத்தான ஜெர்மானியக் கலைஞன். இவனைப் பற்றி நாம் விரிவாகப் பின்னால் பேச இருக்கிறோம்) என்று எள்ளல் செய்தார்கள். ஆனால் இருபதாம் நூற்றாண்டில் இவனது மேதைமையைப் புரிந்துகொள்ளப் பலர் கிடைத்துவிட்டார்கள்.

ஐஸன்ஹைம் ட்ரிப்டிக் ஏசுநாதர் சிலுவையில் அறையப்பட்டதைக் காட்டும் ஓவியம். மனிதகுலம் உய்வதற்காகத் தம்மை எவ்வளவு வருத்திக் கொண்டிருக்கிறார் என்பதைக் காட்டும் ஓவியம். 'தன்னரிய திருமேனி சதைப்புண்டு தவிப்பெய்தி' என்று கிருஷ்ணப் பிள்ளையின் இரட்சண்ய யாத்திரிகம் கூறும். அவர் சதைப்புண்டதையும் தவிப்பெய்தியதையும் இவ்வளவு நெஞ்சைப் பிழியும் அளவிற்கு மிகச் சில கலைஞர்களே வரைந்திருக்கிறார்கள். க்ருன்வால்ட் மருத்துவமனையில் பணி செய்தவன். அங்கு வலியாலும் தோல் சம்பந்தமான வியாதிகளாலும் தவிப்பவர்கள் பலரை அவன் நிச்சயம் பார்த்திருப்பான். ஏசுவையும் இந்த ஓவியத்தில் அவர்களைப் போல் தவிக்கச் செய்துவிட்டான். இந்த ஓவியமே மருத்துவமனைக்குச் சொந்தமான ஒரு தேவாலயத்தில் இருந்தது.

ஓவியத்தில் ஏசு அறையப்பட்ட சிலுவை அவரது எடையால் வளைந்திருக்கிறது. அவரது கைகள் வலியினால் விறைத்து ஓலமிடுவதுபோல இருக்கின்றன. இரண்டு பாதங்களிலும் பருத்த ஆணி புகுந்து மரத்திற்குள் மறைகிறது. வழிந்து உறைந்த ரத்தம் காலுக்குக் கீழ் உள்ள மரத்தின் மேல். உடல் கருத்துப் புள்ளிகளால் நிரம்பியிருக்கிறது. தேவகுமாரனின் மரணவேதனைக்கும் சாதாரண மனிதனின் மரணவேதனைக்கும் அதிக வித்தியாசம் இல்லை என்பதை இந்த ஓவியம் சொல்கிறது. ஏசுபிரான் தனது தந்தையிடம் தனக்காக எந்த ஒரு பரிவையும் கேட்கவில்லை, எதிர்பார்க்கவில்லை.

ஓவியத்தின் இடப்பக்கம் அன்னை மேரியின் துயரத்தைத் தணிக்கப் புனித

யோவான் முயல்கிறார். ஆனால் நம்மைக் கவர்வது வலப்புறத்தில் காண்பது. ஏசுவிற்கு ஞானஸ்நானம் செய்வித்த மற்றைய யோவான் ஏசுபிரானைச் சுட்டிக்காட்டுகிறார். முகத்தில் துயரத்தின் தடயங்களைக் காணோம். அவர் திடமாக நம்புவது பின்புலத்தில் எழுதப்பட்டுள்ளது.

He will increase while I decrease – அவர் வளர்வார்; நான் தேய்வேன்.

இந்தச் செய்தி கிறித்தவத்தின் அசைக்க முடியாத நம்பிக்கையையும் கடையேனும் தேறலாம் என்பதையும் நமக்குச் சொல்கிறது. எந்தத் துன்பத்திலிருந்தும் மனிதன் மீளலாம் என்பதையும் உறுதி செய்கிறது. யோவானின் காலடியில் ஒரு செம்மறி ஆடு. அதன் கழுத்திலிருந்து இரத்தம் பீறிட்டுக் கீழே உள்ள கோப்பையை நிரப்புகிறது. ஆட்டுக்குட்டி ஏசுவின் ஒப்பற்ற தியாகத்தின் குறியீடு. Behold the lamb of God என்று அவரைப் பற்றிச் சொன்னது இடப்புறம் நிற்கும் புனித யோவான். அவரது கூற்றின் சான்றை நாம் இந்த ஓவியத்தில் காண்கிறோம்.

3

ஓவியர்களைப் பற்றி எழுதும்போது காலவரிசைப்படி எழுதுவது சிறிது கடினம். உதாரணமாக, க்ருன்வால்ட் வாழ்ந்தது பதினைந்தாம் நூற்றாண்டின் இறுதியிலிருந்து பதினாறாம் நூற்றாண்டின் ஆரம்பம் வரை. 1475இல் பிறந்த அவன் 1528ஆம் ஆண்டு மறைந்தான். மாமேதையான லியனார்டோ டா வின்சி பிறந்த ஆண்டு 1452. மறைந்தது 1519இல். நாம் இன்னும் Renaissance எனப்படும் 'மறுமலர்ச்சி' (மறுபிறப்பு?) பக்கத்திலேயே போகவில்லை. குறிப்பாக க்ருன்வால்ட் வாழ்ந்த காலத்தைப் பற்றி The Art of Renaissance என்ற புத்தகம் இவ்வாறு குறிப்பிடுகிறது: Grunewald stands at the absolute extreme pole from the elegiac serenity of the High Renaissance which at this moment was in its final stage in Rome. அவனுடைய ஓவியங்களில் காணப்படும் மரணத்தின் வன்முறைக்கும் மறுமலர்ச்சி ஓவியங்களின் காட்டப்படும் அமைதியான துயரத்திற்கும் இடைவெளி அதிகம்.

ஐரோப்பாவின் வடபுலத்து ஓவியர்களில் முக்கியமான சிலரைப் பற்றி எழுதிவிட்டுத்தான் மறுமலர்ச்சி பக்கம் வர இருக்கிறேன். கலையின் வரலாற்றைப் பற்றி எழுதுபவர்கள் மத்திய காலத்திற்குப் பின் வந்த காலத்தை சர்வதேசக் கோதிக் பாணி, வடபுலத்தில் புதுமை, பிந்தைய கோதிக் பாணி

(அல்லது வடபுல மறுமலர்ச்சி – முந்தையது மற்றும் பிந்தையது) என்று மூன்று பிரிவுகளாகப் பிரிக்கிறார்கள். இது எளிய அறிமுகம் என்பதால் இந்தப் பிரிவுகளைப் பற்றி அதிகம் கூற விரும்பவில்லை. இதைப் பற்றி நாம் அதிகம் கவலைப்படவும் வேண்டாம். சுருக்கமாகச் சர்வதேசக் கோதிக் பாணியின் பிரதிநிதியான லிம்பூர் (Limbourg) சகோதர்களைப் பற்றி முன்னால் பேசியிருக்கிறோம். இவர்களது ஓவியங்கள்தாம், '**இயற்கையியம்**' (Naturalism) பாணியின் ஆரம்பம் என்கிறார்கள். இவர்கள் ஓவியத்தில் இயற்கையில் இருப்பவை அனைத்தையும் ஓவியத்தில் கொணர வேண்டும் என்ற ஆர்வம் முதன்முதலாக வெளிப்பட்டது என்றும் சொல்கிறார்கள். எனக்குத் தோன்றியது இந்தச் சகோதரர்கள் தாங்கள் வரைபவற்றுக்குள் எல்லாவற்றையும் அடைத்துவிட வேண்டும் என்ற முனைப்புடனேயே வரைந்திருக்கிறார்கள் என்பதே. ஒரு அடிச் சதுரத்தில் எவ்வளவு அடைக்க முடியும்? 'வடபுலத்தில் புதுமை'யைக் கொண்டுவந்தவன் வான் ஐக். இவனிடமிருந்துதான் வடபுல மறுமலர்ச்சி பிறக்கிறது என்று கருதுகிறேன். அவனைப் பற்றி ஏற்கனவே பேசி விட்டோம். வடபுல மறுமலர்ச்சியின் (அல்லது பிந்தைய கோதிக் பாணியின்) முக்கியமான ஒரு பிரதிநிதி க்ருன்வால்ட். மற்றவன் போஷ்.

4

போஷ் ஓர் அரிய மேதை என்பதை எல்லாக் கலை விமரிசகர்களும் ஒப்புக்கொள்கிறார்கள். ஆனால் அவனுடைய ஓவியங்கள் கூறுவது என்ன என்பது பற்றிக் கருத்து வேறுபாடுகள் இன்றுவரை இருக்கின்றன. அவன் வாழ்ந்த காலத்திலும் அதற்குச் சற்றுப் பின்பும் அவனைப் பற்றிப் பேசியவர்களில் சிலர் அவன் சாத்தானின் தூதன் என்றும் அவனால் வரையப்பட்டவை எல்லாம் கிறித்தவ மதத்திற்கு எதிரானவை என்றும் கூறினார்கள். இதற்கு நேர்மாறாக ஸ்பானியப் பாதிரியார் ஒருவர் கிறித்துவ மதத்தைத் தங்கள் படைப்புகளின் மூலம் தாங்கிப் பிடித்தவர்களில் அவன் முக்கியமானவன் என்றார். இருபதாம் நூற்றாண்டு விமரிசகர் ஒருவர் அவனை ஒரு கலகக்காரன் என்று நிறுவ முயன்றிருக்கிறார். எது எப்படி இருந்தாலும் அவன் வரைந்த ஓவியங்களில் பல என்ன சொல்கின்றன என்பது இன்றுவரை தெளிவாகவில்லை. அவனது காலத்தில் வாழ்ந்தவர்களுக்கு அவை புரிந்திருக்கலாம்; ஏனென்றால் அவர்களுக்குத் தெரிந்த நாட்டுப்புறக் கதைகளை அவை சொல்ல முயல்கின்றன என்று சிலர் சொல்கிறார்கள். இந்த நூற்றாண்டின் சர்ரியலிச ஓவியர்கள் பலர் அவனை முன்னோடியாக ஏற்றுக்கொண்டிருக்கிறார்கள். இவர்களில் மிகப் புகழ்பெற்றவர் சால்வடார் டாலி. 1962இல் அவர் வரைந்த **Vision of Hell**

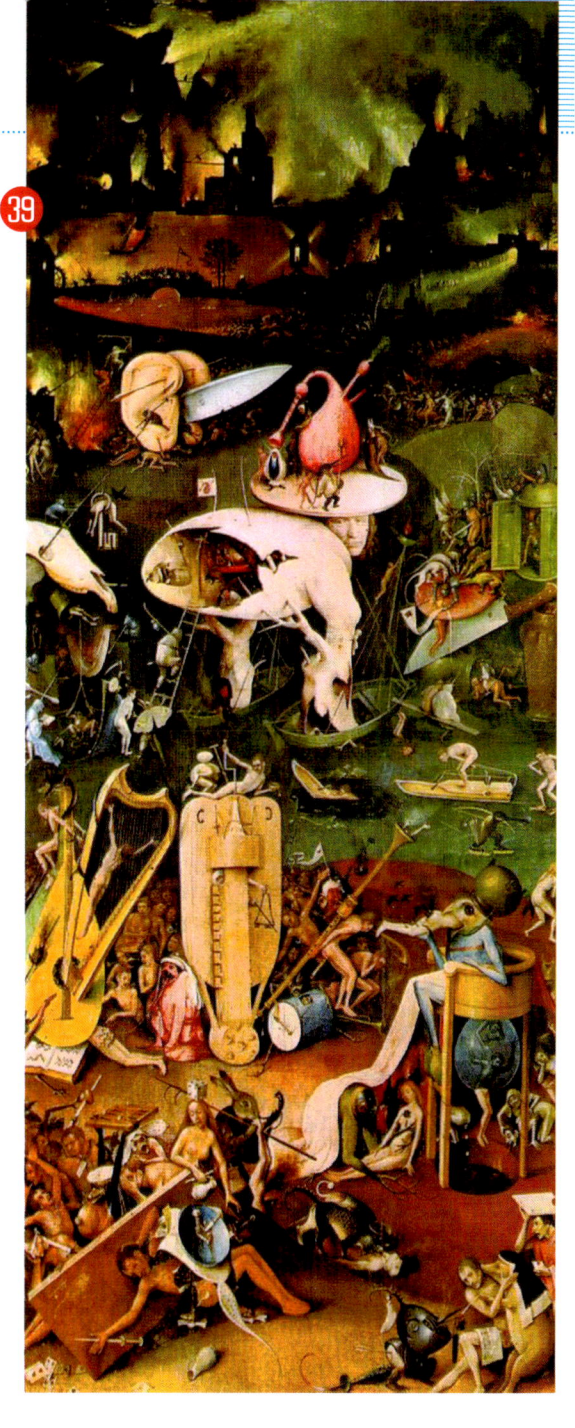

என்ற ஓவியத்தில் இருக்கும் எரியும் கட்டடங்கள் போஷ் வரைந்த நரக ஓவியத்தில் இருக்கும் எரியும் கட்டடங்களை ஒத்திருக்கின்றன என்று வல்லுனர்கள் கருதுகிறார்கள்.

இரவில் நம்மை அதிரவைக்கும் பேய்க்கனவுகளை ஓவியங்களாக வடிக்க முடியுமா? இதைத்தான் போஷ் வடித்த நரகம் செய்கிறது.

நரகம் அவரது உலக இன்பங்களின் தோட்டம் (36) என்ற ஓவியத்தில் ஒரு பகுதி. முப்பலகைகளில் ஒரு பலகை. இது பேய்க்கனவுகளுக்கு வண்ணமூட்டும் முயற்சி. இந்த ஓவியத்தைப் (39) பார்க்கும்போது நாம் நம்மை அறியாமலே இதுவரை அறிந்த ஓவிய இலக்கணங்களுக்கு விடை கொடுத்துவிடுகிறோம். இன்பம் கொடுக்கும் என்று நாம் நினைக்கும் பொருள்கள் நம்மைத் தாங்க முடியாமல் துன்புறுத்துகின்றன.

ஓவியத்தில் இருக்கும் சங்கீத வாத்தியங்கள் காமத்தைக் குறிப்பவை. அவை இந்த ஓவியத்தில் நம் மீது வன்முறை செலுத்தும் ஆயுதங்களாக மாறிவிடுகின்றன. ஆடையில்லாத பெண் ஒருத்தி ஹார்ப் தந்திகளில் மாட்டிக்கொண்டு படர்ந்து கிடக்கிறாள். முயல் ஒன்று வேட்டைக்கு அழைக்கும் குழலை ஊதுகிறது. அது தனது கைகளாக மாறிய கால்கள் ஒன்றில் கம்பு ஒன்றைப் பிடித்துக் கொண்டிருக்கிறது. கம்பிலிருந்து ஒரு பெண் தொங்குகிறாள். பன்றி ஒன்று

39

கன்னியாஸ்திரியின் தலையணியை அணிந்துகொண்டு விலகி ஓட நினைக்கும் ஒரு ஆணை அணைத்து முத்தம் கொடுக்க முயல்கிறது.

ராட்சசக் காதுகள், உறைந்த ஏரி, பிரம்மாண்டமான சாவி, மர மனிதன், அவன் வயிற்றில் இயங்கும் மதுபான விடுதி, இப்படிச் சொல்லிக்கொண்டே போகலாம். ஓவியத்தின் மேற்புறத்தில் கட்டடங்கள் தீப்பிடித்து வெடித்துச் சிதறுகின்றன. மக்கள் ஒரு பாலம் வழியாக ஓடி வர முயல்கிறார்கள். ஓவியம் ஆண்களாலும் பெண்களாலும் மிருகங்களாலும் விளக்க முடி யாதவற்றாலும் நிறைந்து கிடக்கிறது.

மனித குலத்திற்கு விடுதலையே கிடையாதா என்று நம்மை எண்ண வைக்கிறது.

போஷ் Devotio Moderna (புதிய பக்தி) என்று அழைக்கப்படும் ஒரு பதினைந்தாம் நூற்றாண்டு இயக்கத்தின் உறுப்பினராக இருந்திருக்கிறான். இந்த இயக்கம் கிறித்தவத்தை அதனுடைய 'பொற்கால'த்திற்குக் கொண்டுசெல்ல முயற்சித்தது. எல்லோரும் படிக்க வேண்டும்; ஏழைகளும் படிக்க வேண்டும்; படித்தால் கடவுளை அறியும் சக்தியைப் பெறலாம்; சக்தியைப் பெற்றால் நமது செயல்களுக்கு நாமே பொறுப்பு என்ற புரிதலையும் பெறலாம் என்று நம்பிய இயக்கம் அது.

போஷ் தனது ஊரை விட்டு – ஹாலந்தில் இருக்கும் மிகச் சிறிய ஊர் அது – அதிகம் வெளியே செல்லாதவன். அவனது காலத்திலேயே அவனது மேதைமை ஐரோப்பா முழுவதும் பரவியிருந்தது. அவனது மரணத்திற்குக் காரணம் கறுப்புச் சாவின் எச்சம். கொள்ளைநோய் அவனைக் கொண்டுசென்றுவிட்டது.

போஷ் வரைந்த ஓவியங்கள் அறத்தை வலியுறுத்தும் ஆயுதங்களாக அவன் காலத்தில் இயங்கியிருக்கலாம். ஆனால் இன்று பார்ப்பவர்கள் அவற்றை வேறு விதமாகப் பார்க்கிறார்கள். 2004ஆம் ஆண்டு ராட்டர்டாம் நகரில் 'உலக இன்பங்களின் தோட்டம்' இலவசமாக வழங்கப்பட்ட புத்தகம் ஒன்றின் அட்டையில் இடம்பெற்றது. புத்தகத்தை மக்களுக்கு விநியோகிக்க முன்வந்த ஒருவர், அட்டையைக் கிழித்துவிட்டுத்தான் பொதுமக்களுக்குப் புத்தகத்தைக் கொடுப்பேன் என்று பிடிவாதம் பிடித்தார். அவர் கூறியது இது:

இந்த ஓவியம் கிறித்தவ மதத்தைச் சார்ந்ததுபோல இல்லை. போர்னோகிராஃபி போல இருக்கிறது.

போஷ் இதைக் கேட்டிருந்தால் அவன் வரைந்த நரகத்திற்கு இவரையும் அனுப்பிவைத்திருப்பான்.

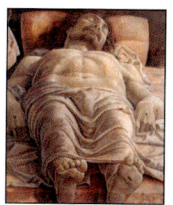

கோடுகளின் அரசன்

தமிழகத்தை உலகிற்கு அடையாளப்படுத்துவது கோவில்கள்தாம். நுழைந்தால் எண்ணற்ற சிற்பங்கள். இவை எல்லாவற்றையும் விலை மதிக்க முடியாத பொக்கிஷங்கள் என்று கூறிவிட முடியாது. பெரும்பாலானவை பழமையானவை என்பதனால் பெற்ற மதிப்பைத் தவிர வேறு ஒரு மதிப்பும் இல்லாதவை. மற்றவற்றில் சில, கலைஞர்களின் கைவினைத் திறனுக்கு உதாரணமாக இருப்பவை. சிறந்த கலைப் படைப்புகள் என்று கருதப்படுபவை மிகச் சிலவே. மாமல்லபுரத்தின் மகிஷன் வதம் ஏன் நம்முள் மின்சாரத்தைப் பாய்ச்சுகிறது? நாயக்கர் காலத்தில் படைக்கப்பட்ட எண்ணற்ற சிற்பங்களில் மிகச் சிலவற்றைத் தவிர – இவற்றில் பலவற்றின் கைவினைத் திறன் நம்மை மலைக்க வைப்பது – மற்றவை நமது மனங்களில் ஏன் நிலைத்து நிற்ப தில்லை? மகிஷன் வதம் வரலாற்றின் தொடக்கத்திலிருந்து நிகழ்ந்துவரும் தீமை – நன்மை போராட்டத்தின் பிரதி. தீமை அவ்வளவு தீயதா? மகிஷனின் பெருமிதமும் ஆண்மையும் நம்மை இவ்வாறு சந்தேகப்படவைப்பதே அந்தச் சிற்பத்தைப் படைத்த கலைஞனின் வெற்றி. சிற்பியின் கைவினைத் திறன் மகத்தானது. ஆனால் அவனது கலை அதைவிடப் பல மடங்கு உயர்ந்தது.

நியூயார்க் மெட்ரோபாலிடன் கலைக்கூடத்தின் நுழைவாயிலில் ஆறு மகத்தான கலைஞர்களின் உருவப் பதிவுகள் (medallions) இருக்கின்றன – பிரமாண்டே, மைக்கேலாஞ்சலோ, ரெம்ப்ராண்ட், ரஃபயெல், வெலாஸ்கெஸ் (ஸ்பானிஷ் உச்சரிப்பு – வெலாத்கெத்)

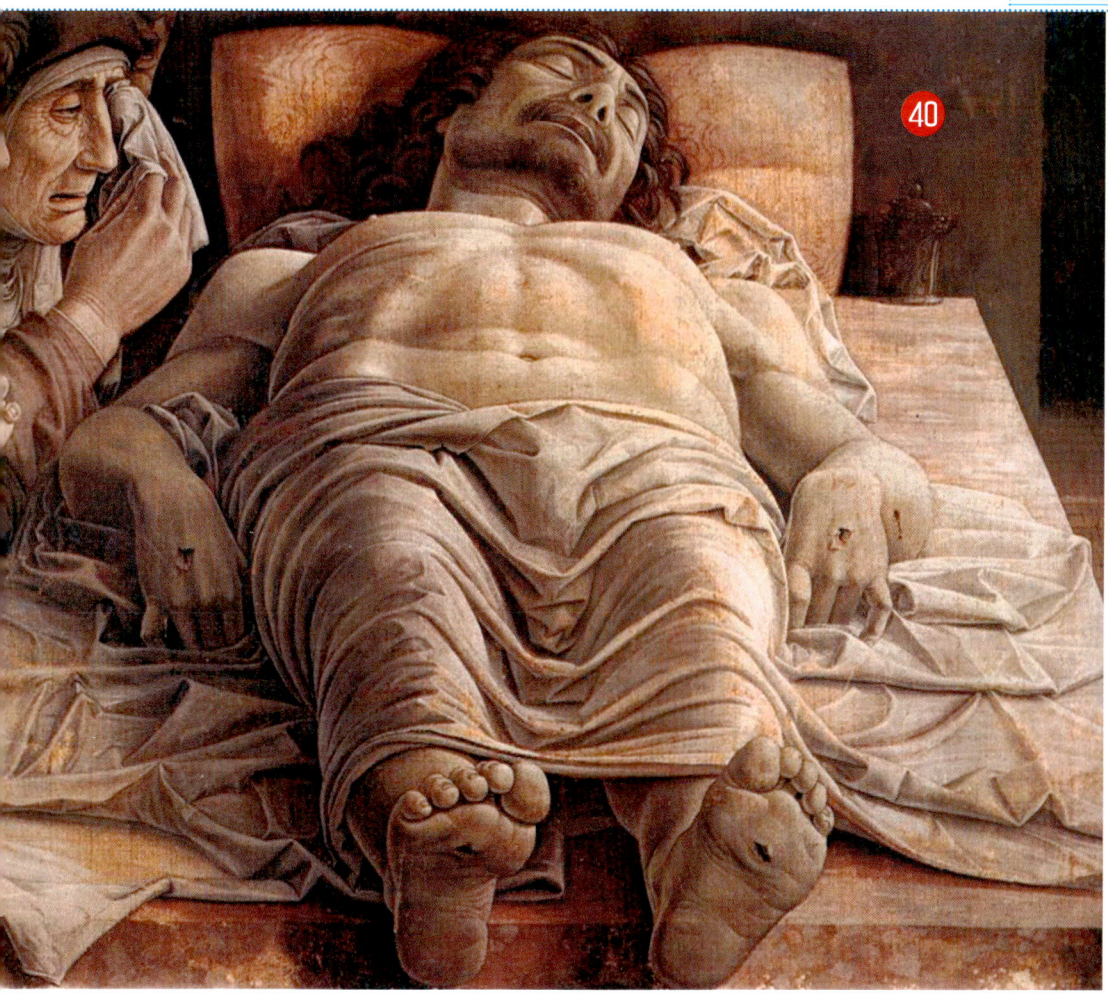

மற்றும் ஆல்பெரெக்ட் டூரர். பிரமாண்டே புனித பீட்டர் தேவாலயத்தைக் கட்டத் தொடங்கிய கலைஞன். மற்ற ஐவரைப் பற்றி நாம் பேச இருக்கிறோம் முதலில் டூரரைப் பற்றிப் பேசலாம். இவனது கலையும் கைவினைத் திறனும் அமானுஷ்யமானது.

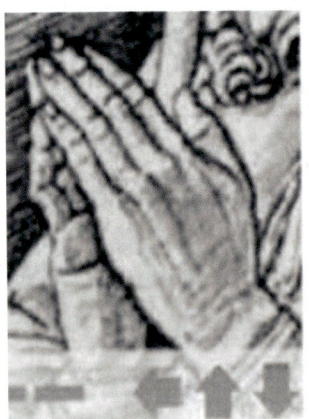

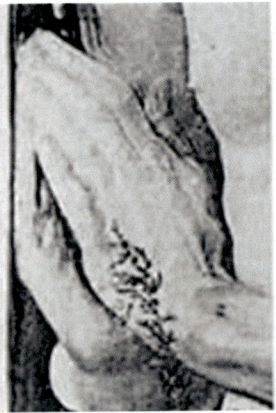

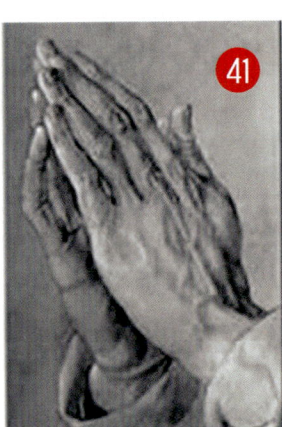

41

2

ஜெர்மனி உலகிற்கு அளித்த விலை மதிக்க முடியாத சொத்துகளில் ஒருவன் டூரர். இவனிடம் கலையும் கைவினைத் திறனும் அடைந்திருந்த சமன்பாடு வேறு ஒரு கலைஞனிடமும் இருந்திருக்கவில்லை. *57* ஆண்டுகள் வாழ்ந்த டூரர் *(1471–1528)* இத்தாலிய மறுமலர்ச்சியில் புதைந்திருந்த அறிவியல் உண்மைகளை கடைசிவரை தேடிக்கொண்டிருந்தான். இவனது மூதாதையர்கள் ஹங்கேரியைச் சேர்ந்தவர்கள். தந்தை நியூரெம்பர்க் நகரத்தில் பொற்கொல்லராக இருந்தார். கைவினைத் திறனைச் சிறிது காலம் பயின்ற டூரர் தனது மனம் ஓவியத்தை நாடுகிறது என்பதைத் தந்தையிடம் வெளிப்படுத்தினான். நியூரெம்பர்க் நகரத்தின் அன்று புகழ் வாய்ந்து விளங்கிய மிஷாயெல் வோல்கெமுட் என்ற கலைஞனிடம் மூன்று ஆண்டுகள் மாணவனாக இருந்தான். பிறகு ஊர் ஊராக அலைந்து களைத்து ஊருக்கு திரும்பி வந்ததும் திருமணம். மனைவிக்கும் டூரருக்கும் இடையே உறவு நிலை சரியாக அமையவில்லை என்று இவனது நண்பர்களின் எழுத்துகளிலிருந்து தெரியவருகிறது.

இத்தாலிக்குத் திரும்பத் திரும்பச் சென்று அந்நாட்டின் புகழ்பெற்ற ஓவியர்களின் உத்திகளை டூரர் கற்றறிந்தான். முக்கியமாக மாண்டேன்யா என்ற ஓவியனை அவன் கூர்ந்து கவனித்திருக்க வேண்டும். மாண்டேன்யா உத்திகளுக்குப் பெயர் பெற்றவன். அவனது **மரணித்த ஏசு** (40) முன்குறுக்கத்திற்கு

உதாரணமாகக் காட்டப்படுகிறது. இவனிடமிருந்து டூரர் கற்றுக்கொண்டான் என்பதை நிறுவ (41) **வணங்கும் கரங்கள்** என்ற ஓவியத்தைக் காட்டுகிறார்கள்.

இடது கோடியில் இருப்பது மாண்டேன்யா வரைந்தது. மற்ற இரண்டும் டூரர் வரைந்தவை. இந்த முழுமையை அடைவதற்கு அவன் திரும்பத் திரும்ப வரைந்திருக்க வேண்டும்.

அவன் ஓவியர்களுக்கு இத்தாலி அளிக்கும் மதிப்பைக் கண்டு வியப்படைந்தான். 'இந்த நாட்டில் நான் உயர்ந்த மனிதன். எனது நாட்டில்? எனது நாட்டில் நான் ஒட்டுண்ணி' என்ற அவனது கூற்று ஜெர்மனியில் அன்று கலைஞர்களுக்கு இருந்த மதிப்பைக் காட்டுகிறது. ஆனால் டூரர் மதிப்பைப் பெற வெகுகாலம் காத்திருக்கவில்லை. வியாபாரம் வளர்ந்து முதலாளிகள், பணம் படைத்தவர்கள் பெருகத் தொடங்கிய காலம் அது. வட புலத்தில் ஓவியங்களின் மீதான மதிப்பு கூடத் தொடங்கியது. ஓவியர்களின் மதிப்பும் உயர்ந்தது. கூட்டன்பெர்கின் அச்சுப் புரட்சியின் விளைவாக அச்சுக் கூடங்கள் ஜெர்மனி முழுவதும் பெருகத் தொடங்கின. படக் கட்டை (woodcut) உத்தியில் தேர்ந்தவரான டூரருக்கு இது வரப்பிரசாதமாக அமைந்தது. அவனது புகழ் ஐரோப்பா முழுவதும் பரவத் தொடங்கியது. சென்றவிடமெல்லாம் அவனுக்குச் சிறப்பு.

3

டூரரின் ஓவியங்களைப் பற்றிப் பேசும் முன்னால் அவன் கையாண்ட உத்திகளையும் அவன் உபயோகித்த medium (சாதனம்) பற்றியும் அறிந்துகொள்ள வேண்டியது அவசியம். டூரர் வரைந்த ஓவியங்கள் எண்ணற்றவை. பல இன்றுவரை நம்மிடை இருக்கின்றன. எண்ணெய்ச் சாய ஓவியங்கள், நீர் வண்ண ஓவியங்கள், படக்கட்டைச் சித்திரங்கள் (woodcut), செதுக்கோவியங்கள் (engravings), பேனா, பென்சில், கரி மற்றும் சாக்பீஸில் வரைந்த ஓவியங்கள் எனப் பலதரப்பட்ட ஓவியங்கள் அவனது மேதைமையைப் பறைசாற்றுகின்றன.

இவற்றில் எண்ணெய்ச் சாய வரைமுறையைப் பற்றி முன்பே பேசிவிட்டோம். நீர்வண்ணம் என்பது நிறப்பொருளை (நிறமி?) கோந்துடன் கரைத்த கலவை. இதைத் தண்ணீரில் தோய்த்த தூரிகையால் எடுத்து வரையப்படும் ஓவியங்களே நீர் வண்ண ஓவியங்கள் என்று அழைக்கப்படுகின்றன. இந்தக் கலவையுடன் தேன், கிளிசரின் போன்ற பொருட்கள் சேர்க்கப்பட்டால் வண்ணம் ஓடாமல் வரையும் பரப்பில் படிந்துகொள்ளும். நிறப்பொருள்கள் சாதாரணமாக

ஒளியைப் புக விடும். இந்தத் தன்மையே நீர்வண்ண ஓவியங்களுக்கும் பளபளப்பையும் (ஒளிர்வையும்) புத்தம்புதிய தன்மையையும் அளிக்கின்றன. நிறப்பொருளை ஒளி புகாததாக்க அதனுடன் வெள்ளை வண்ணத்தைக் கலந்துகொள்ளலாம். இது gouache (க்வாஷ்) என்று அழைக்கப்படுகிறது.

படக்கட்டைச் சித்திர முறையில் கலைஞன் மென்மையான கட்டையின் மீது வரைவான். அந்தச் சித்திரத்தைக் கைவினைஞர்கள் மிகத் துல்லியமாகச் செதுக்கி எடுத்துவிடுவார்கள். கட்டையில் உயர்ந்திருக்கும் பகுதியில் அச்சு மை தடவப்பட்டு வரைந்தது அச்சடிக்கப்படும்.

செதுக்கோவியங்கள் தாமிரத் தகட்டில் புரின் எனப்படும் மெல்லிய உளி கொண்டு செதுக்கப்பட்டவை. செதுக்கப்பட்ட பாகங்களில் மை தடவப்பட்டுத் தாளில் அச்சிடப்படும். ஒரு சிறு தவறு நேர்ந்தால்கூட சரிசெய்வது மிகக் கடினம். டூரர் தனது தந்தையிடம் பெற்ற பொற்கொல்லர் பயிற்சி அவன் சிறந்த செதுக்கோவியன் ஆக உதவியது.

4

தனிப்பட்ட முறையில் எனக்கு மிகப் பிடித்த கலைஞன் டூரர். ஓவியக் கலையின் மீது அதிக ஈடுபாடு இல்லாதவர்களைக்கூட அதன்பால் ஈர்க்க வைக்க வேண்டுமானால் டூரரின் ஓவியங்களை அவர்களிடம் காட்டினால் போதும்.

இவனது கரி ஓவியங்களில் மிகப் புகழ்பெற்றது '**தாய்**' என்ற ஓவியம். கோம்பிரிட்ச் தனது புத்தகத்தில் இந்த ஓவியத்தைப் பற்றி இவ்வாறு எழுதுகிறார்: *முதுமையின் எல்லாத் தேய்வுகளையும் கொண்ட இந்த ஓவியம் முதலில் நம்மை அதனிடமிருந்து விலகச்செய்யும். ஆனால் அந்த முதல் வெறுப்பை நாம் வென்றால் நமக்குக் கிடைப்பது ஓர் அரிய பரிசு. டூரர் உண்மைபால் கொண்டுள்ள பற்றை நமக்கு எடுத்துக்காட்டும் உயர்ந்த ஓவியம் இது* (42).

இந்த ஓவியத்தை நான் பல புத்தகங்களில் பார்த்திருக்கிறேன். படத்தின் மீது '**டூரரின் தாய் – அவளது 63ஆம் வயதில்**' என்று எழுதப்பட்டிருக்கிறது. டூரர் தனது தாய் மீது மிகுந்த பாசம் கொண்டவன். இந்தப் பாசம் அவனது சித்திரத்தில் வெளிப்படுகிறது. தாயை அவளுடைய குறைகளை மறைத்துக் காட்ட அவன் விரும்பவில்லை. ஆனால் முதுமையும் அழகின்மையும் உன்னதத்தை அடையலாம் என்பதற்கு இந்த ஓவியம் ஒரு சாட்சி. கரி

42

கழுத்து நரம்புகளாகிறது. நெற்றிச் சுருக்கங்களாகிறது.

கோடு என்பது இயற்கையில் காணக் கிடைக்காதது. ஒரு மரத்தைப் பார்க்கிறோம். மரம் முடிவதும் வெளி தொடங்குவதும் நம் கண்ணுக்குத் தெரிகிறது. ஆனால் மரத்தின் விளிம்பு கள் கோடுகளால் ஆனவை அல்ல. ஆனால் கோடுகளையே இயற்கையின் பல வடிவுகளையும் வளைவுகளையும் பொருண்மைகளையும் மனித உருவங் களின் பல தன்மைகளையும் மனித உணர்ச்சிகளையும் நம்மிடம் கொண்டுவரக் கலைஞன் பயன் படுத்துகிறான். டூரர் கோடுகளின் அரசன். அவன் கீறிய கோட்டை அவை தாண்டாதவை. இந்த ஓவியத் தில் கன்னத்தின் பள்ளங்கள், மூடிய வாய், உலர்ந்த மார்பகங்கள், தலையை மறைக்கும் துணி போன்றவை கோடு கள் எந்த உச்சத்தையும் அடையலாம் என்பதை நிறுவுகின்றன.

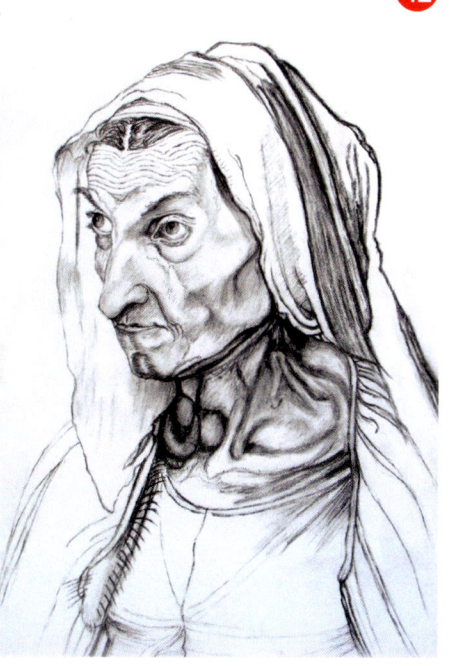

டூரரின் படக்கட்டை ஓவியங்களை மிஞ்சியவை இன்றுவரை வந்ததில்லை. கறுப்பு – வெள்ளை புகைப்படங்களையும் திரைப்படங்களையும் போல கறுப்பு – வெள்ளை ஓவியங்களுக்கும் ஒரு வியக்கவைக்கும் தன்மை உண்டு. அவை காட்டும் உலகம் தனியானது. வண்ணமில்லா உலகம். ஆனால் அதில் கறுப்பின் பல அடர்வுகள் காட்டும் விவரங்கள் எண்ணற்றவை. ஜெர்மனியின் மற்ற ஓவியர்களை – கலையின் இலக்கணங்களை அறியாமல் பயிற்சியின் மூலம் வரையக் கற்றுக்கொண்டவர்களை – டூரர் ‘wild, unpruned trees’ (வெட்டப்படாத காட்டு மரங்கள்) என்று குறிப்பிடுகிறான். இத்தாலியில் தான் கற்றுக்கொண்ட perspective உத்தியைத் தன்னுடைய படக்கட்டையில் அவன் பதிக்க முயன்றிருக்கிறான். இந்த முயற்சி அவனது ஓவியங்களுக்கு ஓர் ஆழத்தைத் தருகிறது.

இத்தகைய ஓவியங்களில் புகழ்பெற்ற ஒன்று, **பேரழிவின் நான்கு குதிரை வீரர்கள் – Four Horsemen of Apocalypse**. (43) 1498இல் வரையப்பட்டது அது. அந்தக் காலத்தியவர் 1500ஆம் ஆண்டு உலகம் நிச்சயம் அழிந்துவிடும் என்று நம்பினார்கள். உலகப் பேரழிவைக் கொண்டுவருவதாகப் பயமுறுத்துபவர்கள் குதிரைகள்மீது வருகிறார்கள். மரணம், போர், கொள்ளை நோய், பஞ்சம் இந்த நான்கையும் குறியிடுபவர்கள். குதிரைகளின் கால்களுக்குக் கீழ் மனிதர்கள் நசுங்குகிறார்கள். பேய் வாய்க்குள் ஒருவன் போய்க்கொண்டிருக்கிறான். மரணம் எலும்புக்கால்களுடன் மெலிந்து காணப்படுகிறது. போர் உண்டு கொழுத்திருக்கிறது. கொள்ளை நோய் வாளை வீசிக்கொண்டு வருகிறது. பஞ்சத்தின் கையில் வில். இலக்கை நோக்கும் அம்பு. மரணத்தின் குதிரை இறக்கும் தருவாயில் இருக்கிறது. போரின் குதிரை போரைப் போலவே கொழுத்திருக்கிறது. இவற்றைப் பார்த்துக்கொண்டு ஏதும் செய்ய முடியாமல் தவிக்கும் தேவதை ஒன்று வானில் இவர்களைத் தொடர்ந்து பறந்து வருகிறது.

டூரரின் செதுக்கோவியங்களில் எனக்குப் பிடித்தது. அவனால் 1513இல் வரையப்பட்ட **வீரன், மரணம், சாத்தான் – Knight, Death and the Devil** (44). உலகம் அழியாமல் பதிமூன்று ஆண்டுகள் கழிந்துவிட்டதில் கிடைத்த தன்னம்பிக்கை இந்த ஓவியத்தில் பிரதிபலிக்கிறது. குதிரை வீரன் கிறித்தவ மத நம்பிக்கையின் குறியீடு. குதிரை அழகின் உருவம். பண்பின் குறியீடு. வெனிஸில் அவன் பார்த்த வெரோச்சியோவின் குதிரைச் சிற்பத்தின் ஓவிய வடிவம் இது என்று சில வல்லுனர்கள் கூறுகிறார்கள். வீரன் புதிய ஜெரூசலம் நோக்கிச் செல்கிறான். தன்னை வெட்டிச் சாய்க்க நிற்கும் மரணத்தைப் பற்றியோ (கையில் மணற்கடிகாரத்தை ஏந்திக்கொண்டு நீ என்னிடம் வரத்தான் வேண்டும் என்று கூறுகிறது அது) அல்லது பின்னாலிருந்து தாக்க வரும் சாத்தானைப் பற்றியோ அந்த வீரன் கவலை கொள்வதாகத் தெரியவில்லை. அவனுடன் செல்லும் நாய் நம்பிக்கையின் குறியீடு.

அவனது நீர் வண்ண ஓவியங்களில் எல்லோரையும் கவர்ந்தது அவனது **இள முயல்** (Young Hare) என்ற ஓவியம் (45). எனது எழுத்தாள நண்பர் ஒருவருக்கு இது ஓவியம் என்று நம்புவதே கடினமாக இருந்தது. இருபதாம் நூற்றாண்டில் விற்பனையான ஓவியப் பிரதிகளில் மிக அதிகமாக விற்பனையானது இந்த ஓவியமும் ஒன்று என்று சொல்லப்படுகிறது. முயலின் மயிரடர்ந்த உடல்மீது வெளிச்சம் விளையாடுவது டூரரின் தூரிகையும் வண்ணக் கலவையும் செய்கின்ற மாயம். கண்ணில் ஒரு ஜன்னலின் பிரதிபலிப்பு, காது விளிம்புகளில் மெல்லிய ரோமங்கள், மூக்கிலிருந்தும் கண் விளிம்புகளிலிருந்தும் கிளம்பும்

43

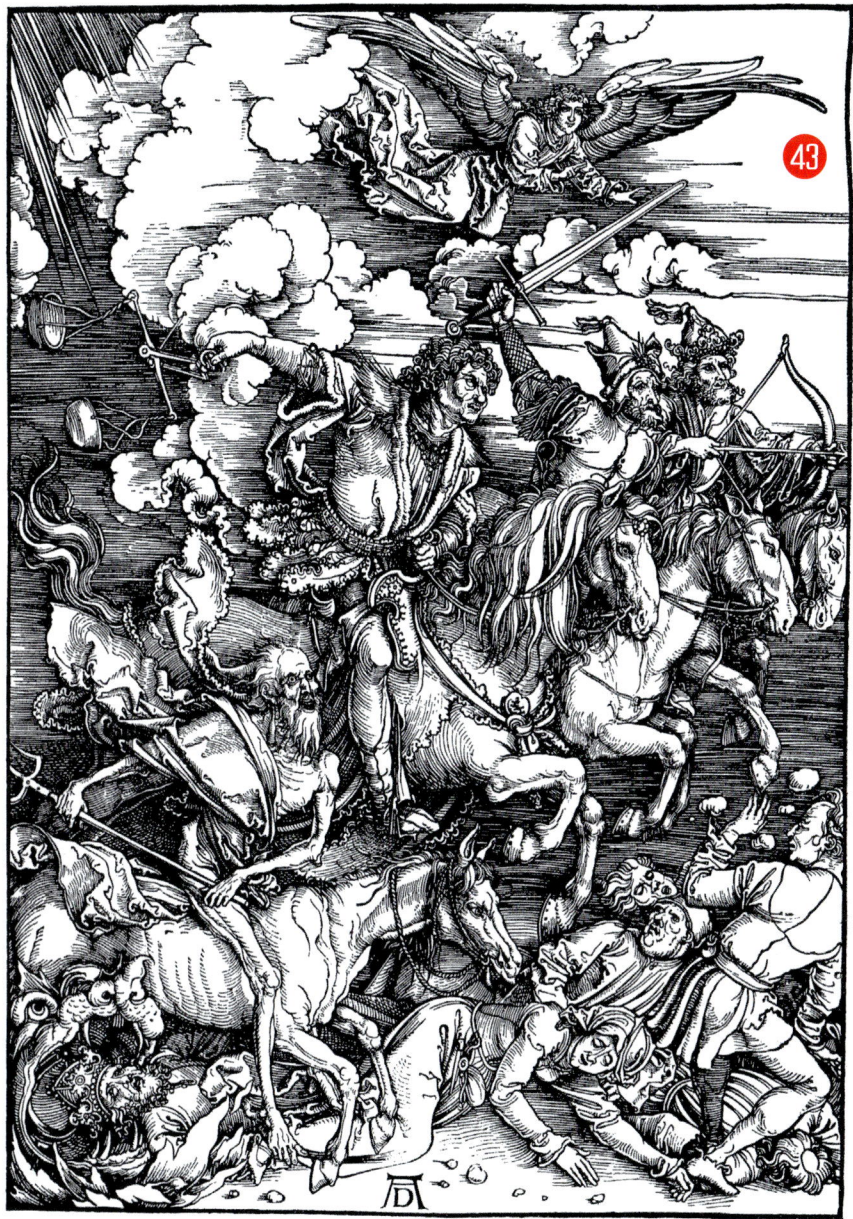

44

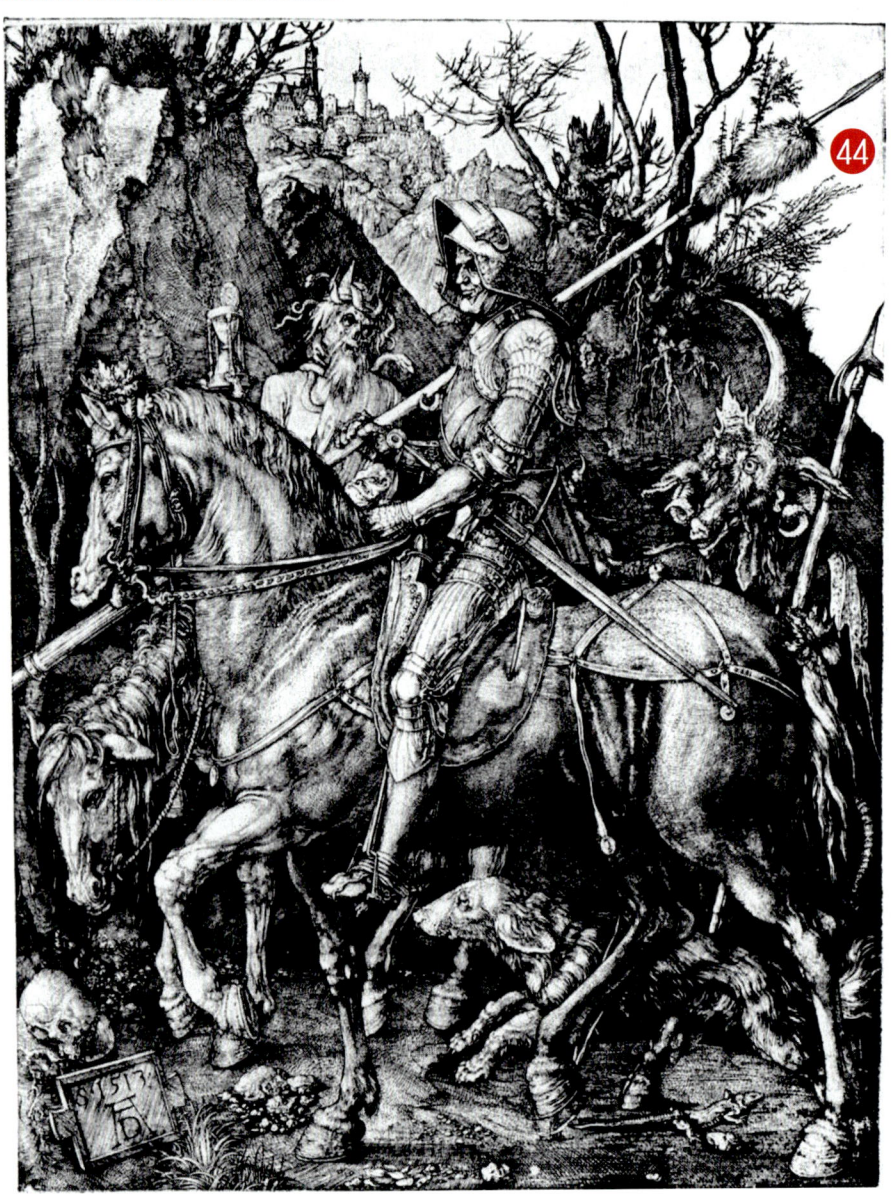

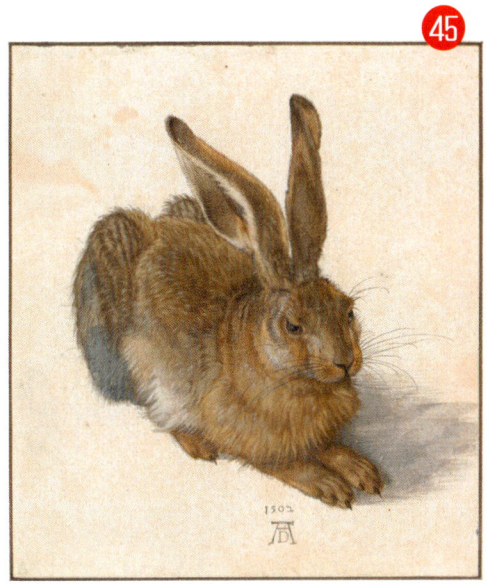

45

ஒற்றை ரோமங்கள் போன்றவை இள முயலுக்கு உயிரை அளிக்கின்றன. அதன் நிழல் தரையில் படர்ந்திருப்பது ஓவியத்திற்கு மூன்றாவது பரிமாணத்தை அளிக்கிறது.

டூரர் தன்னைத் தானே பல முறை வரைந்துகொண்டிருக்கிறான். தன்னுடைய தோற்றப் பொலிவு குறித்து அவனுக்கு அசாத்தியத் தன்னம்பிக்கை. இந்தத் தன்னுருவ ஓவியங்களில் நம்மை அசரவைப்பது அவன் 1500ஆம் ஆண்டு வரைந்தது (46). டூரர் தன்னை ஏசுபிரான் போல வரைந்துகொண்டது ஏசுவை இழிவுபடுத்துவதற்காக அல்ல, மனிதன் கடவுளின் உருவத்தை ஒட்டியே படைக்கப்பட்டிருக்கிறான் என்பதைத் தெரிவிக்கவே என்று பல வல்லுனர்கள் கருதுகிறார்கள்.

டூரர் வாழ்ந்த காலம் கிறித்தவ மதத்தில் முக்கியமான திருப்பங்கள் நிகழ்ந்த காலம். மார்ட்டின் லூதர் கத்தோலிக்கத் திருச்சபையை எதிர்த்துப் போர்க்கொடி உயர்த்திய காலம். டூரர், லூதர் பக்கம். அவனுக்கு ஆதரவளித்த பலர் கத்தோலிக்கத் திருச்சபையைச் சார்ந்தவர்கள். இத்தகைய முரண்களை வாழ்நாள் முழுவதும் எதிர்கொண்ட டூரர், கலைக்கும் கலையின் அறிவியலுக்கும்

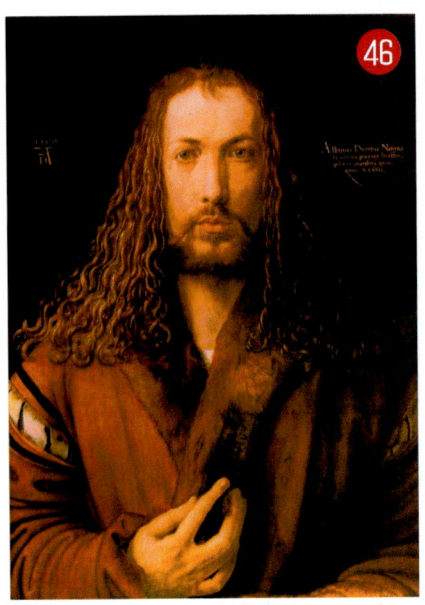

இருக்கும் தொடர்பு பற்றித் தானும் அறிந்து, பிறருக்கு அறிவுறுத்த வேண்டும் என்பதிலும் உறுதியாக இருந்தான். கடவுள்மீது சந்தேகமில்லாத நம்பிக்கை கொண்ட அவன் தன்னுடைய திறனைப் பற்றிக் கூறியது இது:

> கடவுள் சில சமயம் ஒரு மனிதனுக்கு அறிந்துகொள்ளும் திறமையையும் உயர்ந்ததைப் படைக்கும் உள்ளுணர்வையும் அளிக்கிறார். அத்தகைய மனிதனுக்கு ஈடு அவன் காலத்தில் யாரும் இருப்பதில்லை. அவன் காலத்திற்குப் பின்னரும் அவனைப் போன்றவர் அவ்வளவு சீக்கிரத்தில் வருவதில்லை.

டூரரைப் போன்ற கலைஞன் இன்றுவரை பிறந்ததில்லை.

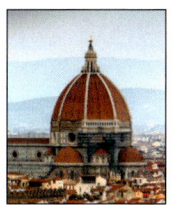

இத்தாலிய மறுமலர்ச்சியின் தொடக்கம்

இதுவரை நாம் ஐரோப்பாவின் வடக்கே சுற்றிக்கொண்டிருந்தோம். இப்போது தெற்கு நோக்கிச் செல்லப்போகிறோம். ஓரிரு நூற்றாண்டுகள் பின்னோக்கியும் செல்லப்போகிறோம்.

மறுமலர்ச்சி என்ற சொல் முதன்முதலில் 18ஆம் நூற்றாண்டு பிரெஞ்சு அறிஞர்களால் கையாளப்பட்டது. கட்டடக் கலையில் கிரேக்க, ரோமானியக் கட்டட முறைகள் பதினான்காம், பதினைந்தாம் நூற்றாண்டுகளில் இத்தாலியில் மறுபிரவேசம் செய்ததைக் குறிப்பிடுவதற்காக அது பயன்படுத்தப்பட்டது. மெல்ல மெல்ல ‘மறுமலர்ச்சி’, கலைகள் புத்துயிர் பெறுவதைக் குறிப்பிடும் சொல்லாடலாக ஆகிவிட்டது. வறுமை, இருண்ட காலத்தில் இருந்ததைவிட ‘மறுமலர்ச்சி’க் காலத்தில் அதிகமாக இருந்தது என்று மார்க்சிய அறிஞர்களில் பலர் சொல்கிறார்கள். கொழுத்ததும் வளர்ந்ததும் மிகச் சிலரே என்றும் கூறுகிறார்கள். இந்தக் கூற்று உண்மையாக இருக்கலாம். கொழுத்து, வளர்ந்தவர்கள் காத்த கலைச் செல்வங்களே நம்மிடம் வந்து சேர்ந்திருக்கின்றன. வறுமையின் சின்னங்களைக் காலம் எளிதாக அரித்துவிடுகிறது. நம்மிடம் சேர்ந்தடைந்திருப்பவை தாங்கள் அழிந்தாலும் தங்களது எச்சங்கள் அழிவற்றதாக இருக்க வேண்டும் என்று நினைத்தவர்கள் ஆக்கியவைதாம். அப்படி நினைத்து, நினைத்த வண்ணம் செயலாற்றியவர்கள் எளியவர்களாக இருக்க முடியாது. எளியவர்களாக இருந்தால் அவர்களுக்கு ஆதரவு அளிக்கச்

செல்வர்கள் இருந்திருக்க வேண்டும். பத்தொன்பதாம் நூற்றாண்டின் தொடக்கத்திற்கு முந்தைய காலத்திலிருந்து நம்மை வந்தடைந்திருக்கும் கலை, இலக்கியச் செல்வங்கள் எல்லாமே அன்றைய உயர் வர்க்கத்தினர் விட்டுச் சென்றவைதாம். உயர் வர்க்கத்தினர் விட்டுச் சென்றதாலேயே அவற்றின் ஒப்பற்ற கலைத் தன்மை குறைந்துவிடாது. இராஜராஜ சோழன் கட்டிய பெரிய கோயிலின் கலைத்தன்மை, அவன் காலத்தில் எளியவர்கள் நசுக்கப்பட்டார்கள் என்ற உண்மையால் தேய்ந்துவிடாது.

நாம் பெரிய கோவிலைப் பார்த்து இன்று வியப்பதைப் போல மறுமலர்ச்சிக் காலத்தில் இருந்தவர்கள், கிரேக்க, ரோமானியச் செல்வங்களைப் பார்த்து வியந்தார்கள். வியந்தவர்கள் வியப்புடன் நின்றுவிடவில்லை. ஜேன்ஸன் கூறுவது இது: பழங்கதையில் வரும் மந்திரவாதியின் உதவியாளன் ஒருவன் மந்திரவாதி சாதித்ததைத் தானும் சாதிக்க வேண்டும் என்ற முயற்சியில் கனவில்கூட நினைத்திராத சக்திகளைக் கைவரப் பெற்றான். இவர்கள் அவனைப் போன்றவர்கள். தமது குருவை மிஞ்சிய சிஷ்யர்கள்.

அவர்கள் வெளிக்கொணர்ந்த சக்திகளைக் கண்டு நாம் இன்றும் வியந்துகொண்டிருக்கிறோம்.

2

சிற்ப, ஓவியக் கலைகளில் நிகழ்வதற்கு முன்பே இலக்கியத்தின் மறுமலர்ச்சி நிகழ்ந்துவிட்டது என்று கருதுபவர்கள் பலர் இருக்கிறார்கள். அதன் விதை பதிமூன்றாம் நூற்றாண்டிலேயே ஊன்றப்பட்டுவிட்டது என்றும் *Divine Comedy* என்ற நூலை எழுதிய தாந்தே இந்த வித்தை ஊன்றியவர் என்றும் பால் ஜான்சன் என்ற அறிஞர் கருதுகிறார். தாந்தே லத்தீன் மொழியின் பிடியிலிருந்து இத்தாலிய இலக்கியத்தை விடுதலை செய்தவர். இவருக்கு பின்னால் வந்த படைப்பாளி பொக்காச்சியோ. டெக்கமரான் கதைகளை எழுதியவர். இவரது கதைகள் மனிதர்களைப் பற்றியவை. மதகுருமார்கள் செய்த பித்தலாட்டங்களைப் பற்றியவை. எனவே மதகுருமார்களால் ஒதுக்கப்பட்டவை. இவர் காலத்தியவரான மற்றொரு அறிஞர் பெட்ரார்க். மதத்தையே மையமாகக் கொண்டிருந்த பல்கலைக்கழகங்களில் மற்ற கலைகளையும் பயிற்றுவிக்க வேண்டும் என்று பாடுபட்டவர். தணியாத அறிவுத் தாகம் கொண்ட இவரைப் போன்றவர்கள் கிரேக்க, ரோமானிய எழுத்துச் செல்வங்களைத் தேடிக் கண்டுபிடித்து அவற்றை மறுபடியும்

உலகிற்கு அறிமுகம் செய்துவைத்தார்கள். கிரேக்க, ரோமானிய நூல்களில் பல– மொழிபெயர்ப்புச் செய்யப்பட்டு – அரபு மொழியில் இருந்தன. மத்திய கிழக்கு ஐரோப்பியக் கலை, இலக்கியச் சொத்துகளைப் பாதுகாத்துக்கொண்டிருந்த காலம் அது. Crusades எனப்படும் மதப் போர்களால் ஐரோப்பாவிற்கு விளைந்த மிகச் சில பயன்களில் ஒன்று, அந்தச் சொத்துகள் மறுபடியும் ஐரோப்பா வந்தடைந்ததுதான். கான்ஸ்டான்டினோபிள் நகரம் (இன்றைய இஸ்தான்புல்) துருக்கியின் வசம் ஆனதும், அங்கிருந்த பல பைசான்டியக் கலைஞர்கள் இத்தாலி வந்தடைந்தனர். இவர்களாலும் இத்தாலியக் கலாச்சாரம் ஒரு புத்துயிர் பெற்றது.

பிரான்ஸின் ராபலே, இங்கிலாந்தின் சாசர், ராட்டர்டாம் நகரத்தின் எராஸ்மஸ் போன்ற அறிஞர்கள் அனைவரும் மானுடத்தில் நம்பிக்கை மிக்கவர்கள். மதத்திற்கு அப்பால் மனிதன் அறிய வேண்டியவை பல இருக்கின்றன என்ற எண்ணத்தை வளரச் செய்தவர்கள்.

ஜான்ஸன் மறுமலர்ச்சி நிகழ்ந்ததற்கு முக்கியமான காரணம் இடைக் காலத்தில் ஏற்பட்ட தொழில்நுட்ப மாறுதல்கள்தாம் என்கிறார். காற்றாலைகள் நிறுவப்பட்டதன் மூலமாக மரம் அறுப்பது, உலோகத் தொழில்கள் போன்றவை அமோக வளர்ச்சி அடைந்தன. பட்டறைகள் வார்ப்பு இரும்பை உற்பத்தி செய்யத் தொடங்கின. தொழில் வளர்ச்சியால் பலரிடம் செல்வம் சேர்ந்தது. நமக்கும் ஒரு பழைய வரலாறு இருந்தது, அதைப் பற்றி அறிய வேண்டும், அதன் செல்வங்களைக் கண்டெடுத்து மறுபார்வை செய்ய வேண்டும் என்ற ஆர்வம் பணம் படைத்தவர்களுக்கும் வந்தது. கலைஞர்களை ஊக்குவித்தவர்கள் அதிகரித்தார்கள். எல்லாவற்றுக்கும் மேலாக, காகிதம் உற்பத்தி செய்யும் முறை சீர்படுத்தப்பட்டது. காகிதத்தின் விலை மலிந்தது. அச்சு இயந்திரம் கண்டுபிடிக்கப்பட்டுப் புத்தகங்கள் மக்களை அடையத் தொடங்கின. புத்தகங்களால் கலைஞர்களின் பெயர்களும் அவர்களுடைய படைப்புகளைப் பற்றிய குறிப்புகளும் மக்களைச் சென்றடைந்தன. எண்ணெய்ச் சாயம் கண்டுபிடிக்கப்பட்டது.

மறுமலர்ச்சிக் கலைஞர்களைப் பற்றிப் பேசுவதற்கு முன்னால் முக்கியமான புரிதல் ஒன்று நமக்கு இருப்பது அவசியமாகிறது. மறுமலர்ச்சி மனிதனை மையமாகக் கொண்டது என்பதற்குப் பொருள், அது மதத்திற்கு எதிராக இருந்தது என்பது அல்ல. Humanism என இன்று நம்மால் அறியப்படும் மனிதவியம் மதச்சார்பற்ற கொள்கையாகத் தொடங்கப்படவில்லை. கடவுளுடைய திட்டங்களில் மனிதனுடைய இடம் என்ன என்பதைப் புரிந்து

கொள்வதற்காகவே அது பிறந்தது. அது கிறித்தவக் கோட்பாடுகளுக்கும் கிறித்தவம் அல்லாத பழைய கோட்பாடுகளுக்கும் (உதாரணமாக, பிளேட்டோவின் கோட்பாடுகள்) இடையே ஒரு பாலம் அமைக்க விழைந்தது. கடவுள் மனிதனைச் சுயமாகச் சிந்திக்க அனுமதித்திருக்கிறார், மனிதன் தனது பாதையைத் தானே அமைத்துக்கொள்ளலாம் என்ற கூற்று மிகப் பழையது. மறுமலர்ச்சிக் காலத்திற்குப் பல நூற்றாண்டுகளுக்கு முன்பாகவே பேசப்பட்டுக்கொண்டிருந்தது அது. மறுமலர்ச்சிக் காலத்தில் தூசு தட்டி வெளிக்கொணரப்பட்டது. வெளிக்கொணர்ந்தது கிறித்தவ நிறுவனங்களுக்குச் சவாலாக அமைந்தது. இந்தச் சவாலின் உராய்வுகள் உன்னதமான கட்டடங்களும் சிற்பங்களும் ஓவியங்களும் இலக்கியமும் பிறப்பதற்குக் காரணமாக அமைந்தன. நவீன அறிவியலின் தோற்றத்திற்கும் இவைதான் காரணம்.

கிறித்தவ நிறுவனங்களால் மக்கள்மீது ஏற்பட்டிருந்த தாக்கம் தளர்ந்ததற்கு கறுப்புச் சாவு ஒரு காரணம் என்று முன்பே பார்த்திருக்கிறோம். மற்றொரு காரணம் 'போப் ஆண்டவரின் ஆணை கடவுளின் ஆணை' என்ற கூற்றை அரசர்கள் ஏற்க மறுத்தது. ராணுவ பலம் இல்லாமல் வாடிகனிலிருந்து இயங்கும் போப் ஆண்டவர் சொல்வதை நாம் ஏன் கேட்க வேண்டும் என்று ஐரோப்பிய அரசர்கள் நினைக்கத் தொடங்கினார்கள். தாங்கள் சொல்வதற்குத் தலையாட்டுபவர்களையே அவர்கள் விரும்பினார்கள். இதன் விளைவாக, பிரெஞ்சு மண்ணில் மற்றொரு போப் ஆண்டவர் இயங்கத் தொடங்கினார். ஒரு காலகட்டத்தில் மூன்று போப் ஆண்டவர்கள் ஐரோப்பாவில் இருந்தனர். இத்தகைய குழப்பங்கள் அறிஞர்களையும் கலைஞர்களையும் அமைப்புகளுக்கும் நிறுவனங்களுக்கும் வெளியே இருந்துகொண்டு சிந்திக்க வழிவகுத்தன.

முதன்முதலாக, கலைஞன் 'கைவினைஞன்' என்ற இடத்திலிருந்து 'படைப்பாளி' என்ற இடத்திற்கு உயர்த்தப்பட்டான். அவனுக்கு அசாதாரண மான தன்னம்பிக்கை பிறந்தது. காரணம், அவனது படைப்புகளுக்குக் கேட்ட விலையைத் தரும் வசதி படைத்தவர்கள் பலர் இருக்கும் நகரங்கள் தோன்றியதுதான்.

3

வசதி படைத்தவர்கள் இருந்த நகரங்களில் முதன்மையான நகரம் ஃப்ளாரன்ஸ் எனப்படும் ஃபிரென்ஸே நகரம். கொடுக்கல் – வாங்கல் தொழில்

செய்யும் பெரும் குடும்பங்கள் இந்த நகரத்திலிருந்து இயங்கின. இவற்றில் முக்கியமான ஒன்று மெடிசி குடும்பம். மிகச் சாதாரணமாகக் கம்பளி நூல் வியாபாரத்தில் தொடங்கி போப் ஆண்டவரிடமே கொடுக்கல் – வாங்கல் வைத்துக்கொள்ளும் வரை உயர்ந்த குடும்பம் அது. இந்த உறவின் உச்சகட்டமாக மெடிசி குடும்பத்திலிருந்து போப் ஆண்டவர்கள் நியமிக்கப்பட்டார்கள்.

இன்றைய அரசியல்வாதிகளின் குருநாதர்கள் என்று மெடிசி குடும்பத்தினரைச் சொல்லலாம். இன்று கையாளப்படும் அரசியல் உத்திகளை அன்றே மிகவும் புத்திக்கூர்மையுடன் கையாண்டு இத்தாலியில் பெரும் செல்வாக்குடன் இருந்த குடும்பம் அது. இதன் வரலாற்றில் நடைபெற்ற திருப்பங்களின் முன்னால் இன்றைய மெகா சீரியல்களில் வரும் திருப்பங்கள் மெரீனா சாலையைப் போல நேரானவை. நமது மெகா சீரியல் தயாரிப்பாளர்களுக்கு இந்தக் குடும்பத்தின் கதை தெரியவந்தால் குறைந்தது பத்து ஆண்டுகளுக்குக் கவலை இல்லை. கையூட்டு, விபசாரம், கொலை, கொள்ளை போன்றவை இவர்களுக்கு மிகச் சாதாரணம். Amici degli amici – நண்பர்களின் நண்பர்கள். இந்த மந்திர வார்த்தையின் உபயோகத்தை நன்றாக அறிந்திருந்த இவர்களது நண்பர்கள், அந்த நண்பர்களின் நண்பர்கள் இத்தாலிய நகரங்கள் எல்லாவற்றிலும் இருந்தார்கள். போப் ஆண்டவர் தயவால் தேவாலயங்களின் வருவாயில் 10 சதவீதம் இவர்களுக்கு.

மெடிசி குடும்பத்திலிருந்து இரண்டு போப் ஆண்டவர்கள் வந்தார்கள் முதலாமவர் ஏழாம் க்ளெமென்ட். இவரது தாயும் தந்தையும் முறையாகத் திருமணம் செய்துகொள்ளாதவர்கள். இவருக்கே பல ஆசை நாயகிகள் இருந்திருக்க வேண்டும். ஏழாவது க்ளெமெண்டிற்கும் மெடிசி வீட்டில் வேலைபார்த்துக்கொண்டிருந்த கறுப்புப் பெண் ஒருத்திக்கும் பிறந்தவர் ‘இல் மோரோ’ (The Moor) என அழைக்கப்பட்ட அலெஸாண்ட்ரோ மெடிசி, இவர் ஃப்ளாரன்ஸ் நகரத்தையே தன் கைக்குள் வைத்துக்கொண்டிருந்தார். இரண்டாமவர் பத்தாம் லியோ. இவருக்கு சிறுவர்களின் மீது ஆசை. மேலும் தனது காலம் பொற்காலம் என்று ஃப்ளாரன்ஸ் நகரம் அறிந்துகொள்ள வேண்டும் என்று ஆசை. அதனால் ஒரு சிறுவனைத் தலையிலிருந்து கால்வரை தங்க முலாம் பூசி ஊர்வலம் வரவைத்தார். சிறுவன் மறுநாளே இறந்து போனான்.

ஆனால் இந்தக் குடும்பம் கலைகளை ஆதரித்த குடும்பம். கலைஞர்களுக்கு வாரி வழங்கிய குடும்பம். நகரம் முழுவதையும் கலைச் செல்வங்களால் அலங்கரிக்க விழைந்த குடும்பம். இன்றும் ஃப்ளாரன்ஸ் நகரம் இவர்கள்

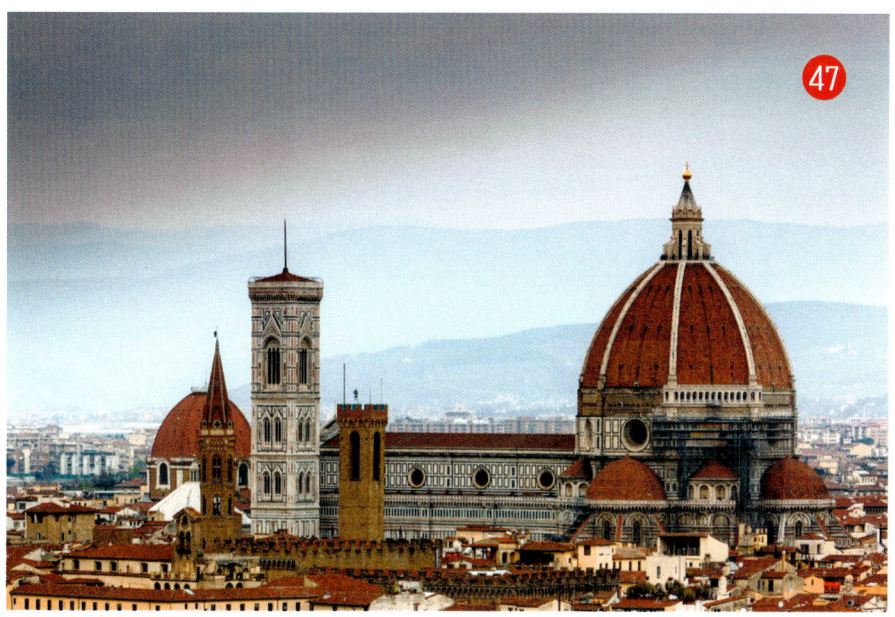

விட்டுச் சென்ற கலைச் செல்வங்களால் நிறைந்திருக்கின்றன. புகழ்பெற்ற உஃபிஸி கலைக் கூடத்தில் மெடிசி குடும்பம் சேகரித்த ஓவியங்கள்தாம் அதிகம்.

4

மறுமலர்ச்சி ஓவியர்களைப் பற்றிப் பேசத் தொடங்கும் முன்னால் மறுமலர்ச்சி சாதித்தது என்ன என்பதைப் பற்றிச் சொல்ல வேண்டும். 1300லிருந்து 1600வரை மறுமலர்ச்சிக் காலம் என்று சொல்லலாம்.

ஓவியர்களில் நம் எல்லோருக்கும் தெரிந்த பெயர்களான மைக்கேலாஞ் சலோ, லியனார்டோ டாவின்சி, ரஃபையேல், டிசியன், பாட்டிசெல்லி போன்றவர்கள் மறுமலர்ச்சிக் காலத்தியவர்கள். நம்மில் பலருக்கு அதிகம் தெரிந்திராத இக்காலத்திய ஓவிய மேதைகளில் சிலர், மஸாச்சியோ, ஃபிலிப்போ லிப்பி, ஃப்ரா ஏஞ்செலிகோ, பியரா டெல்லா ஃப்ரான்செஸ்கா போன்றவர்கள். சிற்பிகளில் 'டேவிட்' போன்ற அதிசயச் சிற்பங்களைப் படைத்த டொனாட்டெல்லோ மற்றும் ஜிபெர்ட்டி போன்றவர்கள். உலகத்திலேயே

மிகப் பெரிய குவிமாடம் (dome) உள்ள **Santa Maria del Flore** (மலர் மேரி அன்னை) தேவாலயம் (47) ஃப்ளாரன்ஸ் நகரத்தில்தான் இருக்கிறது. அது ப்ரெனலெஸ்ஸி என்ற மகத்தான கலைஞனால் படைக்கப்பட்டது.

இதன் தாக்கம் பல நூற்றாண்டுகளாகத் தொடர்ந்துவருகிறது. நமது குடியரசு தலைவர் மாளிகைகூட இந்தக் கட்டிடத்தின் தாக்கம் கொண்டதுதான். இந்தக் காலத்தில்தான் டாவின்சி போன்ற கலைஞர்கள் மனித உடற்கூறு பற்றிய ஆய்வுகளைத் தொடங்கினார்கள். கலீலியோ நவீன அறிவியலின் வித்துக்களை விதைத்தார். கலீலியோவை ஆதரித்தவர் மெடிசி குடும்பத்தினர்.

மார்ட்டின் லூதர் தனது போர்க்கொடியை உயர்த்தியதும் மாக்கியவெல்லி தனது புகழ்பெற்ற ‘இளவரசன்’ புத்தகத்தை எழுதியதும் இந்தக் காலத்தில்தான். குடியரசுகள் பல இத்தாலி முழுவதும் தோன்றின. கொலைக் கருவிகளின் திறன் பல மடங்கு அதிகரித்தது.

இந்த முன்னூறு ஆண்டுகளோடு உலக வரலாற்றில் எந்தக் காலத்தையும் ஒப்பிட முடியாது – இருபதாம் நூற்றாண்டைத் தவிர. இருபதாம் நூற்றாண்டிலும் மறுமலர்ச்சிக் காலத்தில் இருந்த ஓவியர்களுக்கு ஈடானவர்கள் இருந்தார்களா என்பது சந்தேகம்.

மறுமலர்ச்சி மனித குலத்தின் மேதைமையைப் பறைசாற்றும் ஒரு நிகழ்வு. பால் ஜான்சன் சரியாகவே கூறுகிறார்:

> *பொருளாதார, தொழில்நுட்ப வளர்ச்சிகள் இல்லாமல் மறுமலர்ச்சி அது பெற்ற வடிவத்தைப் பெற்றிருக்க முடியாது. ஆனால் இதற்காக மறுமலர்ச்சியை ஒரு பொருளாதார, தொழில்நுட்ப நிகழ்வு என்று கூற முடியாது. அது முதன்முதலாக ஒரு மானுட நிகழ்வு. பல அசாத்தியத் திறமை வாய்ந்தவர்களால் – அவர்களில் சிலர் மேதைகள் – அது உந்தப்பட்டது.*

5

மஸாச்சியோ மறுமலர்ச்சியின் மேதைகளில் ஒருவன். இருபத்து ஏழு ஆண்டுகள்தாம் அவன் வாழ்ந்தான். அவன் பிறந்த 1401ஆம் ஆண்டில் ஃப்ளாரன்ஸ் நகர வர்த்தகக் குழுமம் கலைஞர்களுக்கான போட்டி ஒன்றை அறிவித்தது. ஞானஸ்நான அரங்கிற்கு (Baptistry) வேலைப்பாடுகள் நிறைந்த வெண்கலக் கதவு ஒன்றை வடிப்பதற்கான போட்டி அது. கடுமையான

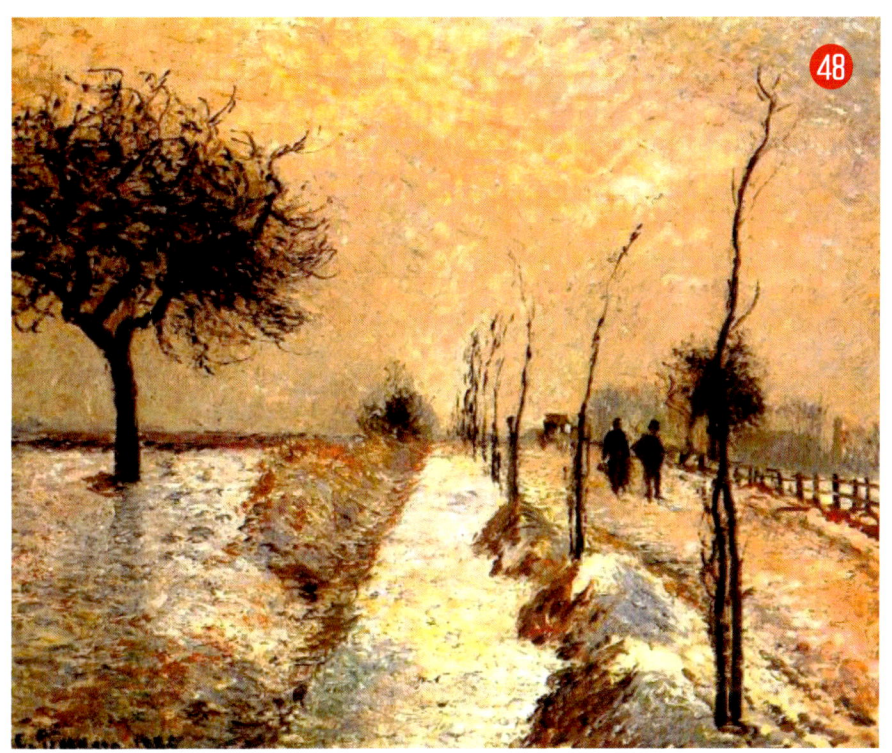

தேர்வு முறைகளுக்குப் பின்னர் அந்தக் கதவை வடிப்பதற்கு ஜிபெர்டி தேர்வு செய்யப்பட்டான். மறு மலர்ச்சி இயக்கத்தின் கதவு அது. இருபது வயதான ஜிபெர்டியின் கதவோடு தோன்றிய இந்த இயக்கம் 14ஆம் நூற்றாண்டில் முடிவதற்கு முன்னால் பல உயரிய சிற்பங்களையும் பிரமாண்டமான கட்டடங்களையும் தந்தது. ஜிபெர்டி கிரேக்க, ரோமானியச் சிற்பங்களை, குறிப்பாக சுவர் (புடைச்?) சிற்பங்களை (bas relief) மிகக் கவனமாக ஆராய்ந்தவன். மூன்றாம் பரிமாணம் தரும் ஆழம், வாழ்வின் தருணங்களைச் சிற்பங்களில் உறையவைக்க உதவுகிறது என்பதை மிகத் துல்லியமாகப் புரிந்துகொண்ட கலைஞர்களில் அவன் முதலானவன். Bas relief சிற்பங்களில் சிற்பிக்குக் கிடைக்கும் ஆழம் மிகக் குறைவு. இதற்குள்தான் சிற்பி மூன்றாம் பரிணாமம் தரும் அடர்த்தியையும் இடை வெளியையும் காட்ட வேண்டும். ஓவியனுக்கு

இதைவிடக் கடின மான வேலை. ஓவியத்திற்கு இரண்டு பரிமாணங்கள்தாம் இருக்கின்றன. இவற்றுக்குள் மூன்றாம் பரிணாமத்தை எப்படி நுழைப்பது? இந்தப் புதிருக்கு முதன்முதலாக விடை காண முயன்றவர்களில் ஒருவன் மஸாச்சியோ. இந்த விடைக்கான தேடலை இவன் ஜிபெர்டி, டொனாட்டெல்லோ போன்றவர்கள் வடித்த சிற்பங்களிலிருந்து தொடங்கினான். இவனது இயற்பெயர் தாமஸோ – புனித தாமஸின் பெயர். ஆனால் இவனது மறதி, தோற்றம் பற்றி அதிகம் கவலைப்படாத தன்மை போன்றவை இவனுக்கு 'மஸாச்சியோ' – சீர்கெட்ட தாமஸ்' என்ற பட்டத்தை வாங்கித் தந்தன. தந்தையை ஐந்து வயதிலேயே இழந்து தாயின் அரவணைப்பில் வளர்ந்தான். வாழ்ந்த குறைகாலம் முழுவதும் ஓவியத்திற்காகவே வாழ்ந்தவன். 1550ஆம் ஆண்டில் 'ஓவியர்கள், சிற்பிகள், கட்டடக் கலைஞர்களின் வாழ்க்கைகள்' என்ற புத்தகத்தை எழுதிய வஸாரி இவனைப் பற்றிக் கூறுவது இது: *மஸாச்சியோ ஒரு புதிய ஓவியப் பாணியைத் தொடங்கினான். இவனுக்கு முன்னே வரையப்பட்ட அனைத்து ஓவியங்களும் செயற்கையானவை. ஆனால் மஸாச்சியோ உண்மை சார்ந்த, இயற்கையான, உயிருள்ள ஓவியங்களைப் படைத்தான்.*

ஜியோட்டோ நூறு ஆண்டுகளுக்கு முன்னால் தொடங்க நினைத்ததை இவன் தனது காலத்தில் தொடங்கினான். மறுமலர்ச்சி ஓவியத்தின் தந்தை என்ற பெயர் இவனுக்குத்தான் பொருந்தும்.

6

பதினைந்தாம் நூற்றாண்டின் தொடக்கத்தைப் பற்றித் தமது புத்தகத்தில் எழுதும் கோம்ப்ரிஜ் அந்த அத்தியாயத்திற்கு 'Conquest of Reality' என்று தலைப்பு வைத்திருக்கிறார். கலைஞர்கள் தங்களுடன் வாழும் மனிதர்களையும் விலங்குகளையும் சூழல்களையும் பார்த்துத் தங்களால் அவற்றின் வடிவங்களை அப்படியே படைக்க முடியுமா என்று பரிசோதனை செய்யத் தொடங்கிய காலம் அது. அவர்கள் பரிசோதனையில் வெற்றி அடைந்ததையே கோம்ப்ரிஜ் உண்மையின் மீது மனிதன் அடைந்த வெற்றி என்று சொல்கிறார்.

இந்த வெற்றிக்கு முக்கியமான காரணம் ஓவியங்களிலும் சுவர்ச் சிற்பங்களிலும் ஆழத்தைக் கொண்டுவருவதில் கலைஞர்கள் தேர்ச்சி அடைந்ததுதான். ஒரு நிழற்சாலை, ஓவியத்தில் எவ்வாறு வரையப்படுகிறது? பார்ப்பவர்களுக்கு அருகே இருக்கும் மரங்கள் பெரிதாகத் தெரிகின்றன. பின்னால் இருக்கும்

49

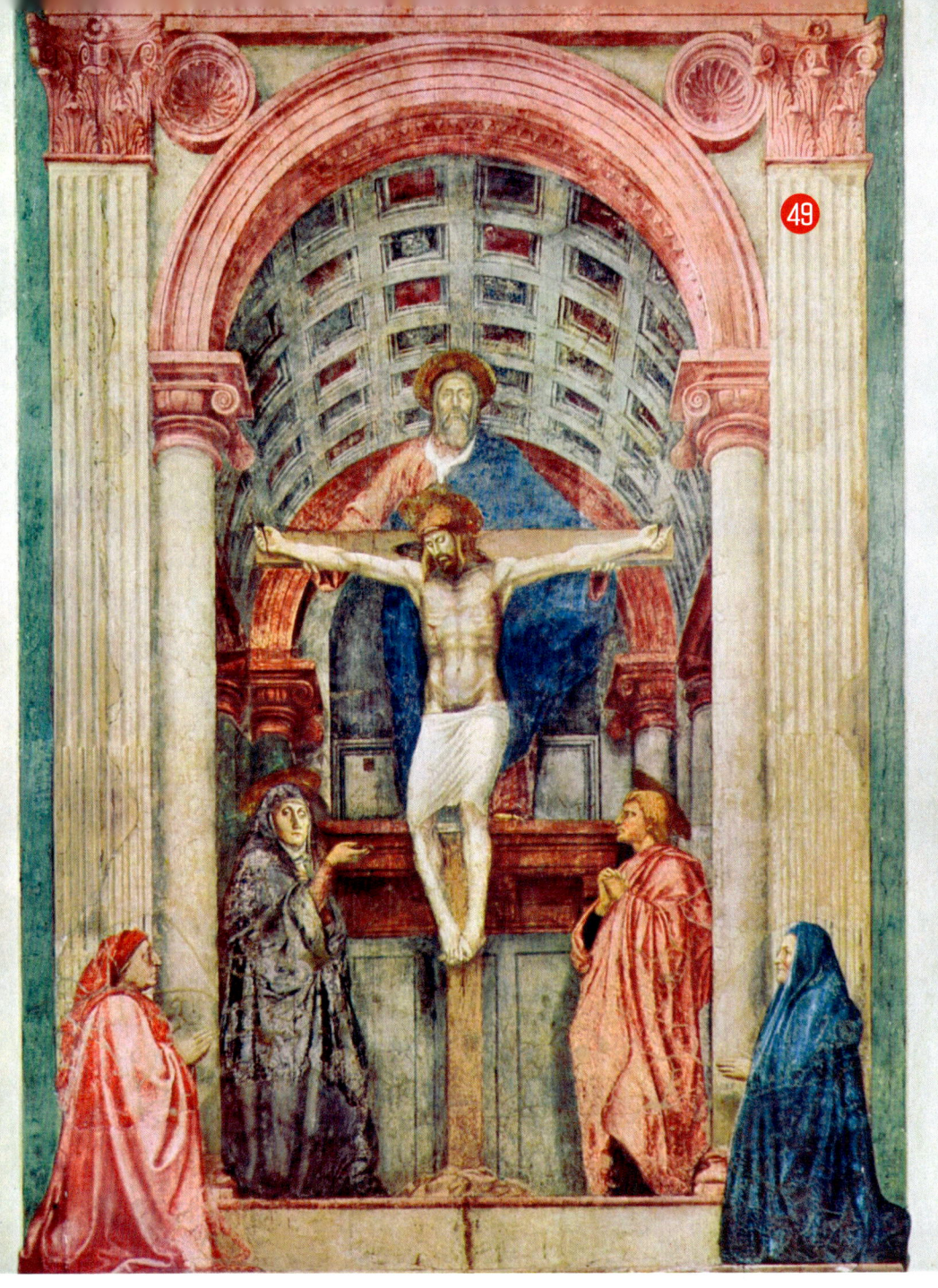

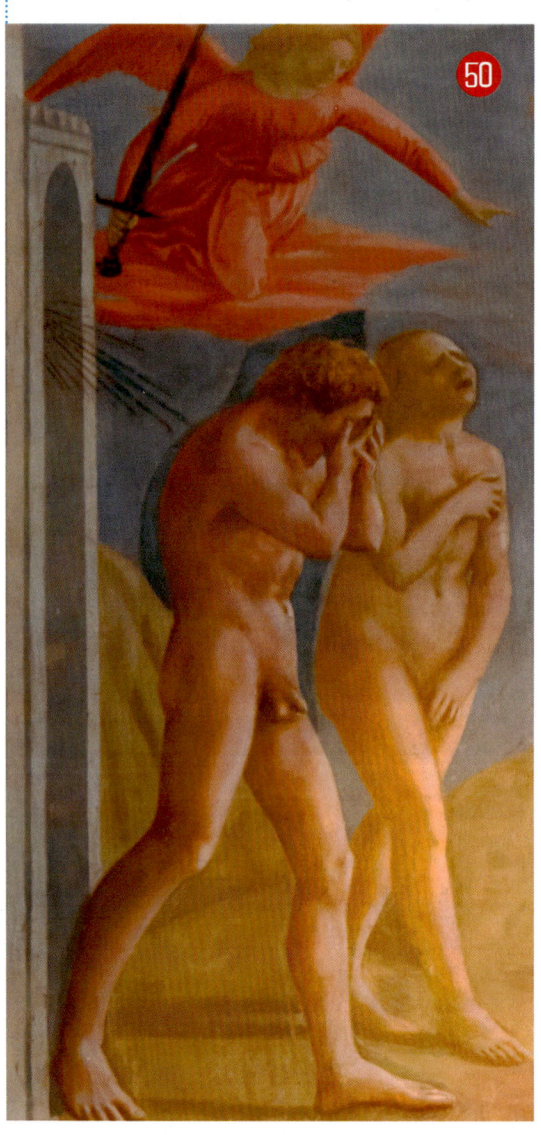

மரங்கள் சிறுத்துக்கொண்டே போகின்றன. மிகத் தொலைவில் இருக்கும் மரம் ஒரு புள்ளியில் மறைந்து போகின்றது. அதே போன்று சாலையின் அகலமும் குறுகிக்கொண்டே போய் ஒரு புள்ளியில் சேர்கிறது. இதற்கு ஒரு சிறந்த உதாரணமாக 19ஆம் நூற்றாண்டில் வாழ்ந்த பிஸாரோ என்ற பிரெஞ்சுக் கலைஞனின் ஓவியத்தைக் காட்டலாம். குளிர்காலச் சாலை ஒன்றைச் சித்தரிப்பது இந்த ஓவியம் (48).

ஓவியத்தில் மரங்களும் சாலையும் தொலைவில் புள்ளி ஒன்றில் மறைவதை காண முடிகிறது. இந்த ஓவியத்தில் ஒரு மறையும் புள்ளி அல்ல, பல புள்ளிகள் வெவ்வேறு இடங்களில் இருக்கின்றன. இவற்றைப் பற்றி நன்கு அறிந்த ஓவியன் ஒருவன் வரைந்ததால்தான் குளிர்காலச் சாலை நமக்கு முன்னால் விரிந்து சுருங்கி மறைவது போன்ற தோற்றத்தை ஓவியம் கொடுக்கிறது. இந்த உத்திக்கு ஆங்கிலத்தில் perspective என்று பெயர். Perspective என்றால் தெளிவாகக் காணல் என்று பொருள். இந்த உத்தி வந்த பிறகு ஓவியங்களில் உண்மை தெளிவாகப் புலப்படத் தொடங்கியது என்று கூறலாம்.

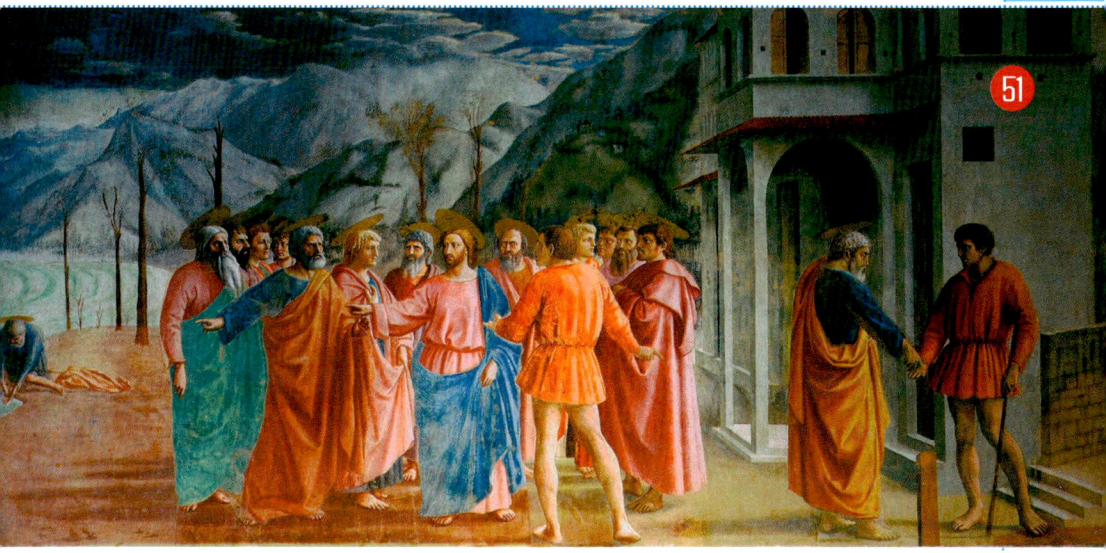

கிரேக்க, ரோமானிய, மத்திய காலக் கலைஞர்கள் இந்த உத்தியைக் கையாள முயன்றிருக்கிறார்கள். ஆனால் இதற்குப் பின்னால் இருக்கும் கணிதத்தைக் கண்டுபிடித்தவன் ப்ருனெலெஸ்சி. இவன்தான் முப்பரிமாணங்களை இரு பரிமாணங்களில் கொண்டுவர வேண்டுமானால் என்ன செய்ய வேண்டும் என்பதைத் தனக்குப் பின்னால் வந்த கலைஞர்களுக்குத் தெளிவாகச் சொன்னவன். மஸாச்சியோ இவனது மாணவன். ஓவிய வரலாற்றிலேயே முதன்முதலாக இந்த உத்தியைக் கையாண்டு வெற்றி கண்டான். இவனது The Holy Trinity (பரிசுத்த மூவர்) என்ற இந்தச் சுவரோவியம் (49) லென்சி என்ற மற்றொரு பணக்காரக் குடும்பத்திற்காக வரையப்பட்டது. 1861இல்தான் இந்த ஓவியம் இருப்பது கண்டுபிடிக்கப்பட்டது. அப்போதும் பாதிதான் தெரிந்தது. மீதிப் பாதி 1925இல் ஓவியம் சுத்தம் செய்யப்பட்டபோது தெரியவந்தது. இந்த ஓவியத்தில் தேவன், தேவகுமாரன், தேவகுமாரின் தாய், புனித யோவான் ஆகிய நால்வருடன் லென்சி குடும்பத்தைச் சேர்ந்த இருவரும் ஓவியத்தில் வரையப்பட்டிருக்கிறார்கள் – நமது கம்பன் சடையப்ப வள்ளலை இராமயணத்தில் சேர்த்துக்கொண்டதைப் போல. பரிசுத்த ஆவி தேவகுமாரனின் தலைக்கு மேல் புறா வடிவில் தோன்றுகிறது. தேவகுமாரனின் உருவம் அதே தேவாலயத்தில் இருக்கும் ப்ருனெலெஸ்சி வடித்த சிற்பத்தை

ஒட்டி வரையப்பட்டது என்று வல்லுனர்கள் கருதுகிறார்கள். சிலுவையில் அறையப்பட்ட தனது மகனைச் சுட்டிக்காட்டும் புனித மேரியும் கிறிஸ்துவிற்குப் பின்னால் கம்பீரமாக நின்றிருக்கும் தேவனும் தங்களது உணர்வுகளை அடக்கிவைத்துக்கொண்டிருப்பது நமக்குத் தெரிகிறது. தேவனின் முகத்தில் சலனமே இல்லை. கீழே ஒரு கல்லறையின் மேல் எலும்புக் கூடு ஒன்று கிடக்கிறது. அதன் மேல் இந்த வாசகம் எழுதப்பட்டிருக்கிறது: *ஒரு காலத்தில் நான் நீயாக இருந்தேன். இன்று நான் நீ எதாக மாறப்போகிறாயோ அது*.

தேவனுக்கும் சிலுவையில் அறையப்பட்டிருக்கும் ஏசுவிற்கும் பின்புலத்தில் தான் perspective உத்தி கையாளப்பட்டிருக்கிறது. கூரையில் பதித்திருக்கும் சதுரங்கள் சிறுத்துக்கொண்டே பின் செல்கின்றன. இதனால் தேவனுக்குப் பின்னால் வெளி இருக்கிறது என்ற அனுபவம் நமக்குக் கிடைக்கிறது. ஆனால் இந்த ஓவியத்தைக் கவனமாகப் பார்த்தால் perspective உத்தியை மஸாச்சியோ இந்த ஓவியத்தில் முழுமையாகக் கையாளவில்லை என்பது தெரியவருகிறது. ஏசுவிற்குப் பின்னால் நின்றிருக்கும் தேவன், ஏசு, அன்னை மேரி இவர்கள் அனைவரும் ஏறத்தாழ ஒரே அளவில் வரையப்பட்டிருக்கிறார்கள். முன்குறுக்கம் (foreshortening) செய்யப்படாமல். எனவே கூரையில் தெரியும் ஆழம் மனித, தேவ உருவங்களிடையே தெரியவில்லை. 'தெளிவாகக் காணல்' என்றால் என்ன என்பதைப் பார்ப்பவர்களுக்குத் தெளியவைப்பதற்காகவே மஸாச்சியோவால் வரையப்பட்ட ஓவியம் இது என நமக்கு இன்று தோன்றுகிறது.

மஸாச்சியோவின் மற்றொரு மறக்க முடியாத ஓவியம் '**சுவர்க்கத்திலிருந்து வெளியேற்றப்படுதல்**'. அலங்காரம் ஏதும் இல்லாத ஓவியம் இது (50). ஆதாமிற்கும் ஏவாளுக்கும் துக்கம் என்றால் என்ன, மறுக்கப்படுதல் என்றால் என்ன, எதிர்காலத்தைப் பற்றிய அச்சம் என்றால் என்ன என்பது முதன் முதலாகத் தெரியவருகிறது. அந்தத் தருணத்தை மிக அநாயாசமாகக் காட்டுகிறது இந்த ஓவியம். ஆதாம் ஆண்மைக்கு ஓர் உதாரணம். கண்களை மூடியிருக்கிறான். ஏவாள் அழகி அல்ல. அவளது துக்கம் அவளை மேலும் அழகற்றவளாகக் காட்டுகிறது. இருவரும் வேகமாக சுவர்க்கத்தை விட்டு வருகிறார்கள். சுவர்க்கத்தின் கதவு குறுகலானது. திரும்பிச் செல்வது அவ்வளவு எளிதாக இருக்க முடியாது. வானத்தில் தேவதை இவர்களைத் தொடர்ந்து பறந்து வருகிறது, வெளியே செல்லும் வழியைக் காட்டிக்கொண்டு. ஆதாமும் ஏவாளும் திரும்ப வராமல் இருக்க. ஆனால் இருவரும் திரும்பி வருபவர்களாகத் தெரியவில்லை. சுவர்க்கத்திலிருந்து தொலைதூரம் செல்லப் போகிறோம் என்ற கவலையின் அடையாளங்கள் அவர்கள் முகங்களில், நடையில்

மேற்கத்திய ஓவியங்கள் | 115

52

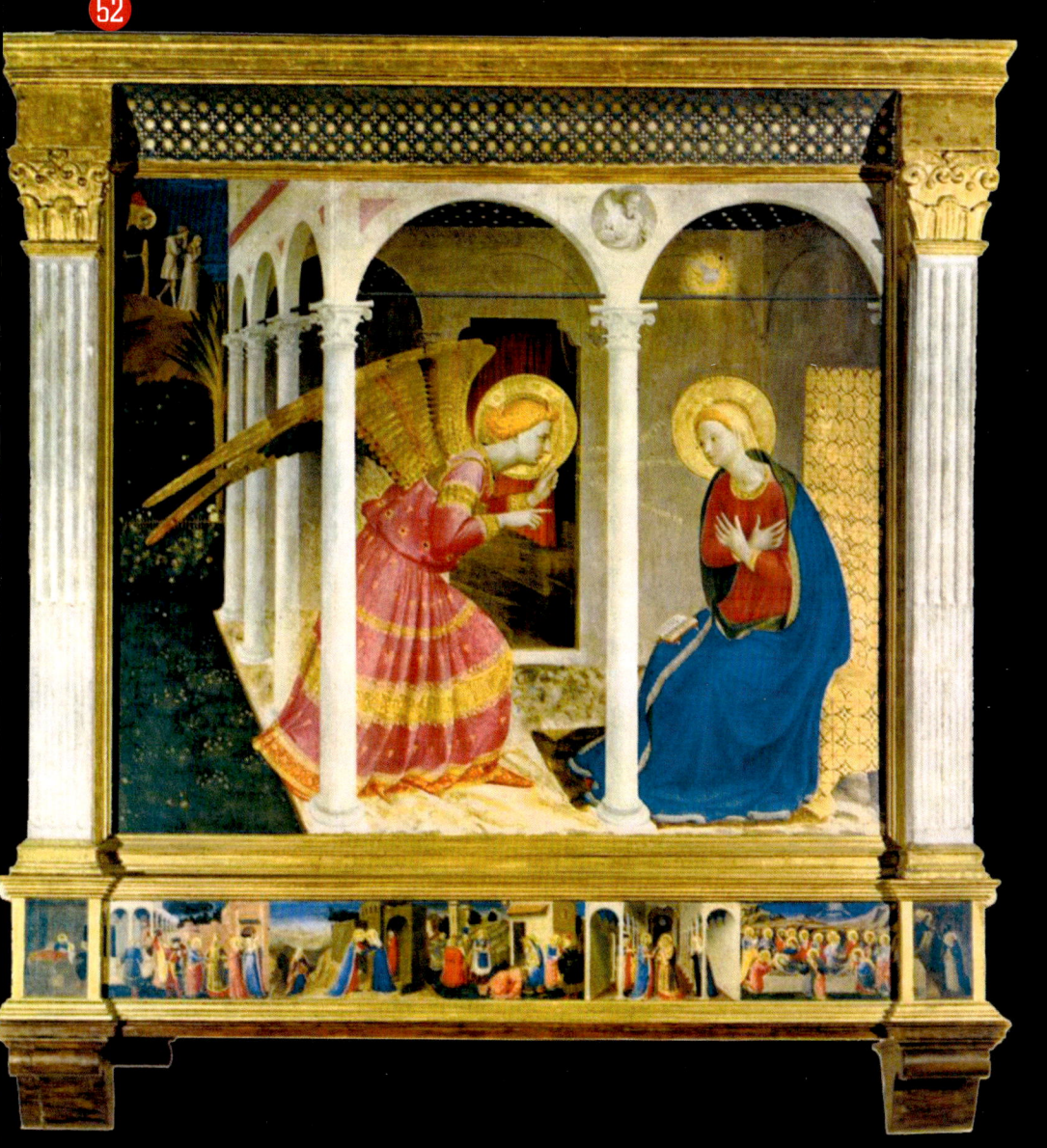

தெரிகின்றன. மிகப் பெரிய இழப்பின் எல்லாப் பரிணாமங்களையும் இந்த ஓவியம் காட்ட முயன்று வெற்றியும் அடைந்திருக்கிறது.

மஸாச்சியோவின் மற்றொரு முக்கியமான சுவரோவியம் 'வரிப்பணம்' (51). கிறிஸ்துவிடமே வரி வசூலிக்கும் காட்சி அது. பன்னிரண்டு அடி நீளமும் எட்டடிக்கு மேல் அகலமும் உள்ள இந்த ஓவியம் பைபிளில் வரும் இந்தக் கதையை முழுமையாகச் சொல்ல முயல்கிறது. ஏசுபிரான், பீட்டரிடம் பக்கத்திலிருக்கும் ஏரிக்குப் போகச் சொல்கிறார். ஏரியில் அவர் பிடிக்கும் மீனின் வாயில் வெள்ளி நாணயம் ஒன்று இருக்கும் என்பது ஏசுவின் முன்கூற்று. ஓவியத்தின் இடப்புறத்தில் புனித பீட்டர் மீனில் வாயிலிருந்து நாணயத்தை எடுக்கிறார். நடுப்புறத்தில் எடுத்த நாணயத்தை வரி வசூலிப்பவரிடம் கொடுக்கப்போகிறார். ஏசுவின் சீடர்கள் அனைவரும் அவரைச் சூழ்ந்திருக்கிறார்கள். மனிதச் சைகைகளிலும் அசைவுகளிலும் இருக்கும் கம்பீரத்தையும் கலைத்தன்மையையும் இந்த ஓவியம் மிக எளிமையாகவும் நுண்ணியதாகவும் வெளிக்கொணர்ந்திருக்கிறது.

7

கருவுற்ற தாய்க்குத் தான் கருவுற்றிருக்கிறோம் என்று தெரியவரும் தருணம் மகத்தானது. ஏசுபிரானைச் சுமந்துகொண்டிருக்கிறோம் என்று புனித மேரிக்குத் தெரியவந்த தருணத்தைப் பல கலைஞர்கள் வரைந்திருக்கிறார்கள். புனித மேரிக்கு இந்தச் செய்தியை அறிவிப்பது ஆங்கிலத்தில் The Annunciation என்று கூறப்படுகிறது. நான் பார்த்த 'அறிவிப்பு'களில் மனத்தில் நின்ற ஒன்று ஃப்ரா ஏஞ்செலிகோ வரைந்தது. இவன் டொமினிகன் துறவி. துறவிகளுக்கு மறுமலர்ச்சிக் காலத்தில் அவ்வளவு மதிப்பு இருந்ததில்லை. ஒரு கலைஞன் கூறுகிறான்: ஏமாற்றுதல், திருடுதல், பெண்களின் சேர்க்கை, இவையெல்லாம் செய்து முடித்துச் சோர்ந்துபோகும் வேளை வரும்போது இவர்கள் துறவிகளாக மாறுகிறார்கள். இவ்வாறு துறவிகளாக மாறிய பிறகும் பழைய நினைப்பு மாறாமல் பலர் இருந்திருக்கிறார்கள். உதாரணமாக, லிப்பி என்ற துறவிக் கலைஞன். ஓவியம் வரையாத வேளைகளில் இவனுக்குக் கன்னியாஸ்திரீகள் துணை வேண்டும். இவன் மூலம் பெண் துறவி ஒருத்திக்குப் பிறந்தவன் பெரிய ஓவியனாக உயர்ந்தான்.

ஆனால் ஏஞ்செலிகோ இத்தகைய துறவி அல்ல என்று வஸாரி தனது புத்தகத்தில் கூறுகிறான். அவன் வரைந்த ஓவியங்களுக்குக் கிடைத்த

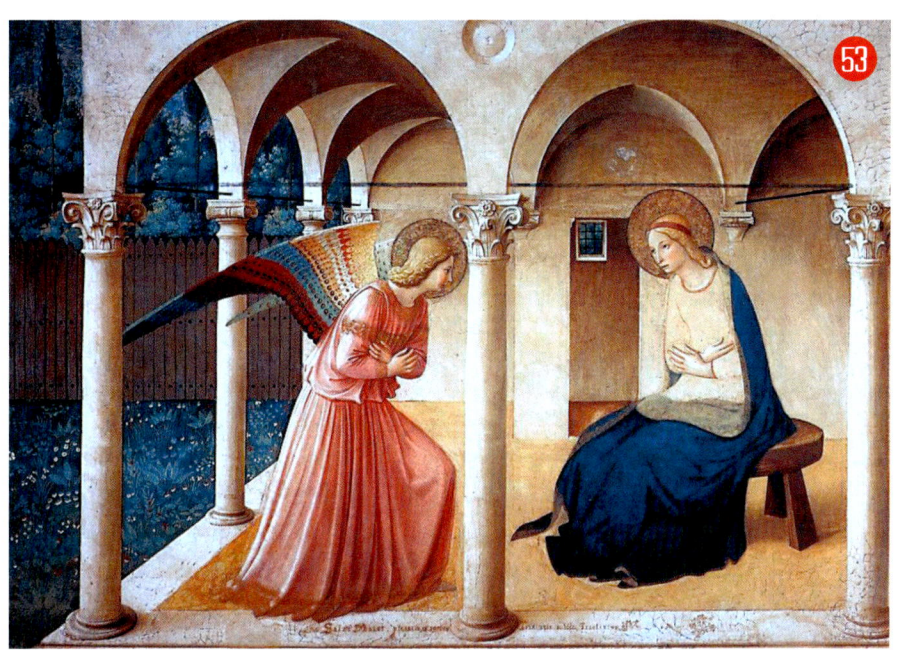

பணம்கூட அவன் இருந்த மடாலயத்திற்குத்தான் போய்ச் சேர்ந்தது. ஏஞ் செலிகோ என்றாலே தேவதை போன்றவன் என்றுதான் பொருள். இவன் பல அறிவிப்புகளை வரைந்திருக்கிறான். இவற்றுள் மிகச் சிறந்தவை என்று கருதப்படுபவை இரண்டு. எனக்குப் பிடித்தது இரண்டாவது. ஏன் என்பதை விளக்க முதல் ஓவியத்தைப் பற்றியும் பேச வேண்டும். முதல் ஓவியத்தில் (52) ஒரு பரபரப்பு காணப்படுகிறது. மிக அழகிய சிறகுகள் உள்ள தேவதை (ஏஞ் செலிகோ வரைந்த எல்லா தேவதைகளுமே அழகிய, வண்ணங்கள் மிகுந்த இறக்கைகள் கொண்டவை) அவசரமாகப் புனித மேரியிடம் பேசுகிறது. கைகளை அசைத்துக்கொண்டு. என்ன சொல்கிறது என்பது எழுத்துகளால் சித்தரிக்கப்பட்டிருக்கிறது – நமது படக்கதைகளில் வருவது போன்று. புனித மேரியும் தலையைச் சாய்த்து தேவதை கூறுவதைக் கேட்கிறார். மேலே பரிசுத்த ஆவி பறந்து கொண்டிருக்கிறது. ஓவியத்தின் இடப்புற மேற்பக்கத்தில் ஆதாமும் ஏவாளும் கத்தி முனையில் சுவர்க்கத்திலிருந்து வெளியேற்றப்படுகிறார்கள். புனித மேரி விலை உயர்ந்த ஆடை அணிகளைத் தரித்திருக்கிறார். தேவதையின்

உடையில் தங்க ரேக்குகள் பளபளக்கின்றன. ஒளிவட்டங்களில் தங்க மயம். தேவதையிலிருந்து புறப்படும் தங்கக் கிரணங்கள். புல்தரையில் இருக்கும் பூக்கள்கூட ஒளிவிட்டுக்கொண்டிருக்கின்றன. ஓர் அரசகுமாரன் பிறப்பின் அறிவிப்பு இது.

இரண்டாம் ஓவியத்தில் (53) அறிவிப்பவர், அறிவிப்பைக் கேட்பவர், இவர்கள் இருவர் மட்டும்தான் இருக்கிறார்கள். தேவதையின் ஆடைகள் மிக எளியவை. அன்னையின் ஆடை அவற்றைவிட எளியவை. தலைகளுக்கு மேல் இருக்கும் ஒளிவட்டம்கூடப் பளபளக்கவில்லை. இந்த ஓவியத்தில் அன்னை இருக்கும் அறைக்கு வெளியில் உள்ள புல்தரையும் அதில் இருக்கும் பூக்களும் பின்னால் உள்ள மரங்களும் அமைதியின் சின்னங்களாக விளங்குகின்றன. அறிவிப்பவர், அறிவிப்பைக் கேட்பவர் ஆகிய இருவருமே கைகளைக் கட்டிக்கொண்டிருக்கிறார்கள். அறையில் சிறிய சாளரம் ஒன்று. சாளரத்திற்குப் பின்னால் பசுமை. ஓவியம் முழுவதும் அமைதி ததும்பி வழிகிறது. பசுமையும் எளிமையும் கலந்த ஓர் அற்புதக் கலவை இந்த ஓவியம். தச்சு வேலை செய்பவரின் மனைவி கருவுற்றிருப்பதைப் பற்றிய அறிவிப்பை அது கூறுகிறது.

ஏஞ்செலிகோ ரோம் சென்று வந்த பிறகு வரைந்த ஓவியம் இது என்று சொல்கிறார்கள். முதல் ஓவியம் வரைந்து ஏழு ஆண்டுகளுக்குப் பின்னால் வரைந்தது. வாடிகன் நகரத்தின் செல்வக் கொழிப்பைப் பார்த்து விட்டு ஏசுவிடமிருந்து எவ்வளவு தொலைவு நாம் வந்து விட்டோம் என்ற எண்ண உறுத்தலால் பிறந்த ஓவியம் இது என்று எனக்குத் தோன்றுகிறது.

மறுமலர்ச்சியின் தொடக்கத்தில் இருந்த இரண்டு சிறந்த ஓவியர்களைப் பற்றிக் குறிப்பிட்டே ஆக வேண்டும். ஒருவன் உச்சலோ. மற்றவன் பாட்டிசெல்லி.

பவாலோ உச்சலோ என்ற அந்த ஓவியன் 'தெளிவாகக் காணல்' உத்தியை அடுத்த தளத்திற்குக் கொண்டுசென்றவன்.

'சான் ரமானோ சண்டை' என்ற இந்த ஓவியத்தைப் பாருங்கள் (54). முக்கியமாகத் தரையில் கிடப்பவற்றை. இறந்து கிடக்கும் வீரனும் உடைந்த ஈட்டிகளும் முன்குறுக்கப்பட்டிருக்கின்றன(ர்). ஓவியத்தின் மையப்புள்ளி, நடுவில் இருக்கும் குதிரையின் கழுத்துப் பட்டையில் குவிகிறது. நாயகன் அணிந்திருக்கும் உடையைப் பார்த்தால் இது சண்டையா அல்லது ஏதாவது போட்டியா என்ற சந்தேகம் எழுகிறது. ஓவியத்தின் வலப்பகுதியில் இருக்கும் வீரன் – போர்க்கவசம் அணிந்தவன் – உறைந்த நிலையில் காணப்படுகிறான். அவனது போர்வாளைக் கோடலியால் தடுக்க நினைப்பவனும் அவ்வாறே.

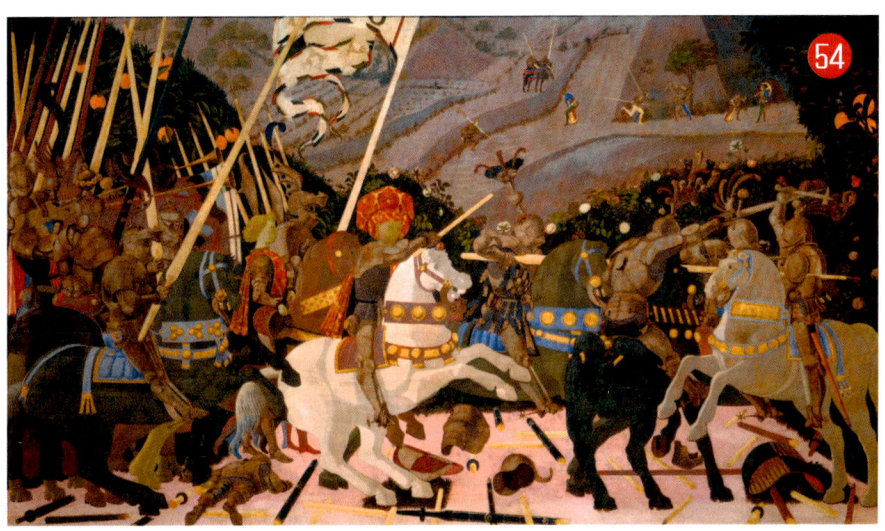

குதிரைகளும் உறைந்த நிலையிலேயே இருக்கின்றன. ஒரு புகைப்படம்போல் தெரிகிறது.

உச்சலோ மிருகங்களை வரைவதில் மிகுந்த ஆர்வம் காட்டினான். குறிப்பாகக் குதிரைகளை. இந்த ஆர்வம் இவன் வரைந்த '**இரவு வேட்டை**' என்ற சித்திரத்தில் வெளிப்படுகிறது (55). இரவை எப்படிச் சித்திரத்தில் காட்டுவது? அதுவும் திறந்த வெளியின் இரவை?

ஓவியத்தின் முன்புலத்தில் குதிரைகள் மேல் இருக்கும் வேட்டைக்காரர்கள் பல்வேறு கோணங்களில் வரையப்பட்டிருக்கிறார்கள். மிகுந்த பரபரப்போடு இலக்கை நோக்கி விரையும் நாய்கள் வெறியோடு இயங்குவது புலப்படுகிறது. அவற்றிடமிருந்து தப்பி ஓட முயலும் மான்கள் தடுமாறுவது தெரிகிறது. ஓவியத்தின் பின்புலத்தில் மரங்கள் நாய்களோடும் மான்களோடும் சிறுத்து மறைகின்றன. நமக்கு அருகில் வலப்பக்க ஓரத்தில் இருக்கும் குதிரைகள் மற்றும் அவற்றின் மீது அமர்ந்திருக்கும் வீரர்களின் பரிமாணங்களையும் இடப்புறம் மரங்களுக்கிடையே இருக்கும் குதிரைகள் மற்றும் வீரர்களின் பரிமாணங்களையும் கவனியுங்கள். ஓவியத்தில் ஆழமும் வெளியும் எவ்வளவு திறமையாகச் சித்தரிக்கப்பட்டிருக்கிறது என்பது தெரியும்.

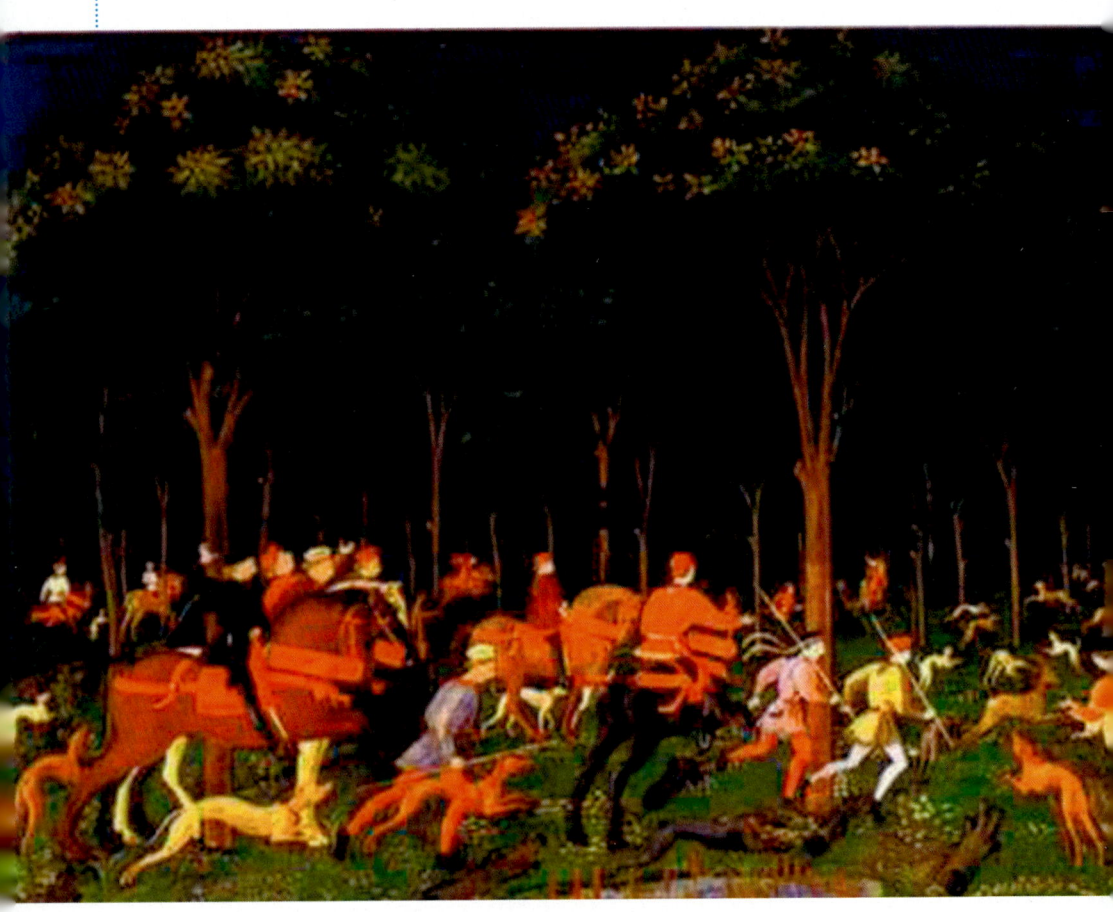

இரண்டாம் ஓவியன் பாட்டிசெல்லி.

வெரோச்சியோ என்ற ஓவியனின் மாணவனான பாட்டிசெல்லி மெடிசி குடும்பத்திற்குப் பல ஓவியங்களை வரைந்திருக்கிறான். இவற்றில் புகழ்பெற்றவை இரு ஓவியங்கள். முதாலது **Primavera - வசந்தம்** (56). இந்த ஓவியத்தில் காலையின் புத்துணர்வு ஒளி விடுகிறது. வலப்பக்க ஓரத்தில் ஸெஃபிர் எனப்படும் காற்றுக் கடவுள் ஃப்ளோரா என்ற மலர்க் கடவுளைத் தழுவ முயல்கிறான்.

மேற்கத்திய ஓவியங்கள் | 121

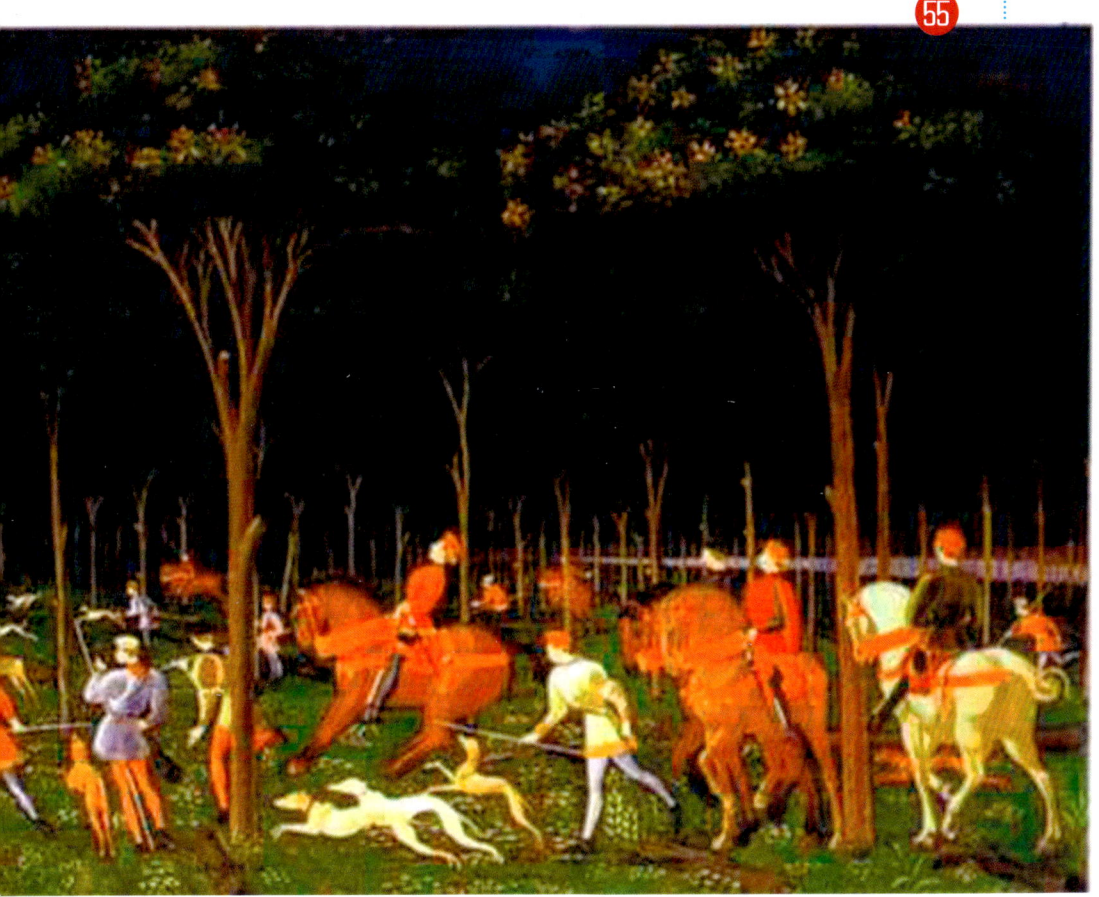

55

அவள் மலர்களாக மாறுவதற்கு முந்தைய தருணம். அவளது மூச்சு மலர்களாக வெளியே வருகின்றன. அவளுக்கு அடுத்து மலர்க் கடவுள் ஆடையுடன் வரையப்பட்டிருக்கிறாள். மலர்கள் நிறைந்த ஆடையுடன். அவள் கால்கள் பட்ட இடங்களெல்லாம் பூத்துக் குலுங்குகின்றன. நடுவில் வீனஸ் எனப்படும் காதல் தேவதை. அவள் தலைக்கு மேல் க்யூபிட். தனது அம்பை விட முயல்றான். வீனஸுக்கு இடது புறம் Three graces என்று அழைக்கப்படும்

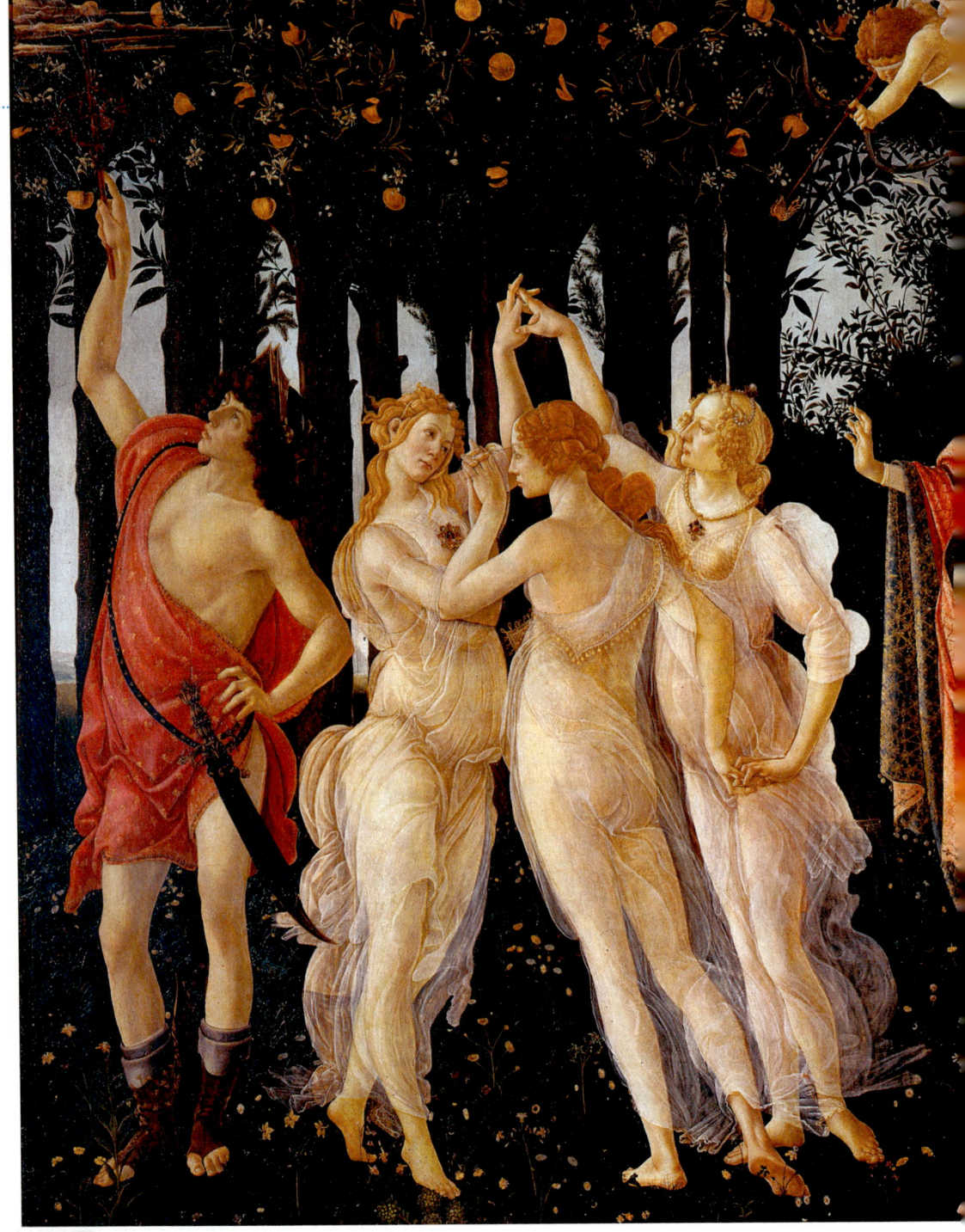

56

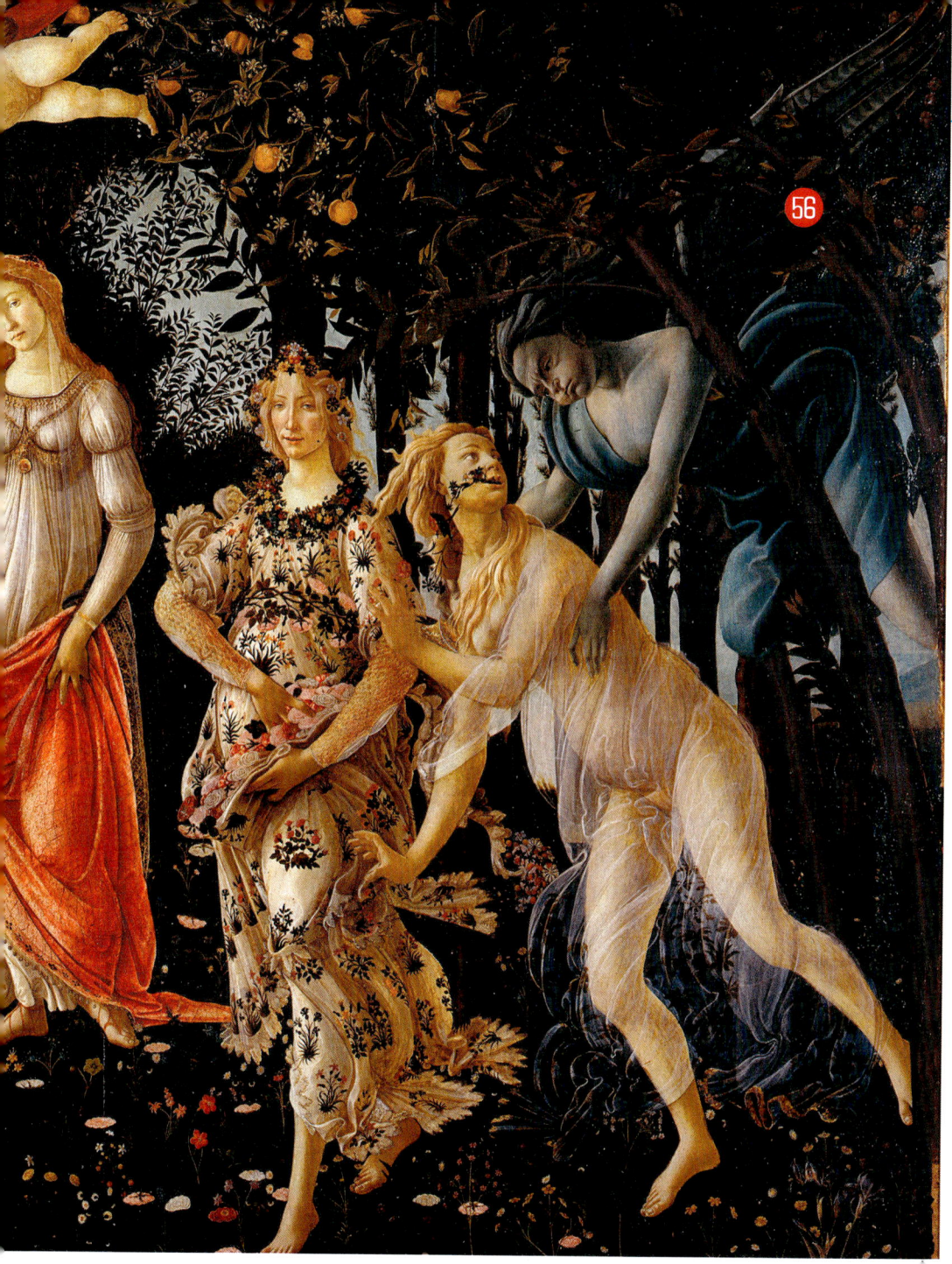

தேவதைகள் கைகோர்த்து நின்றிருக்கின்றன. அவர்கள் அழகு, கவர்ச்சி, மகிழ்ச்சி என்ற மூன்று நிலைகளின் தேவதைகள். இடப்பக்க ஓரத்தில் மெர்க்குரி என்ற போர்க் கடவுள் மேலே பார்த்துக்கொண்டிருக்கிறான். இந்த மொத்த ஓவியமும் bliss என்று ஆங்கிலத்தில் சொல்லப்படும் ஆனந்த நிலையைக் குறிக்கிறது என்று சில வல்லுனர்கள் சொல்கிறார்கள். ஆனால் ஆனந்தம் நிலையானது அல்ல என்பதை க்யூபிடின் அம்பு குறிக்கிறது. ஓரத்தில் இருக்கும் போர்க் கடவுள் நடுவில் வருவதற்கு அதிக நேரம் எடுக்காது.

பாட்டிசெல்லியின் மற்றொரு ஓவியம் '**வீனஸின் பிறப்பு**' (57). வீனஸ் கடலுக்கும் யுரேனஸ் என்ற கடவுளுக்கும் பிறந்தவள். க்ரோனஸ் என்ற கோபக்கார மகன் தனது தந்தை யுரேனஸின் ஆண்குறியை வெட்டி எறிந்தானாம். அது கடலுக்குள் விழுந்து வீனஸ் உருவானாள். இந்த ஓவியத்திற்கு '**வீனஸின் பிறப்பு**' என்று பெயர் சூட்டியிருந்தாலும் அது அவள் சிப்பியில் பயணம் செய்து சைப்ரஸ் தீவில் இருக்கும் பாஃபோஸ் என்ற இடத்தை அடையும் தருணத்தைக் காட்டுகிறது. வீனஸ் சிப்பியிலிருந்து தரையில் இறங்கக் காலடி எடுத்துவைக்கிறாள். தனது நீண்ட பொன்னிறக் கூந்தலால் பிறப்புறுப்பை மறைத்துக்கொண்டு, கைகளால் மார்பகங்களை மறைக்க முயல்கிறாள். முயற்சி முழுவதும் வெற்றி பெறவில்லை என்பதை ஓவியம் காட்டுகிறது. வலப்புறத்தில் ஹோரே எனப்படும் பருவகாலங்களின் கடவுள் வீனஸ் உடனே அணிவதற்கு ஓர் அழகிய அங்கியை நீட்டுகிறாள். இடப்பக்கம் ஸெஃபிர், க்ளோரிஸ் என்ற வசந்த தேவதையோடு பிணைந்துகொண்டு வீனஸை நோக்கி மூச்சு விடுகிறான். காற்றில் அவளது தலைமுடி பறக்கிறது.

இது ஹோமரின் கவிதை ஒன்றின் ஓவிய வடிவம் என்று சில வல்லுனர்கள் கருதுகிறார்கள்:

I shall sing of beautiful Aphrodite,
Who is obeyed by the flowey sea-girt land of Cyprus
Whither soft Zephyr and the breeze wafted her in soft foam over the waves.
Gently the gold-filleted Horae received her and clad her in divine garments

(நான் காதல் தேவதையைப் பாடுவேன்
மலரடர்ந்த, கடல் சூழ்ந்த சைப்ரஸ் தொழும் தேவதை
தென்றலும் மென்மையான காற்றின் தேவனும் நுரையால் அவளை மறைத்து அலைகளின் மீது மிதக்கச் செய்தனர்.

58

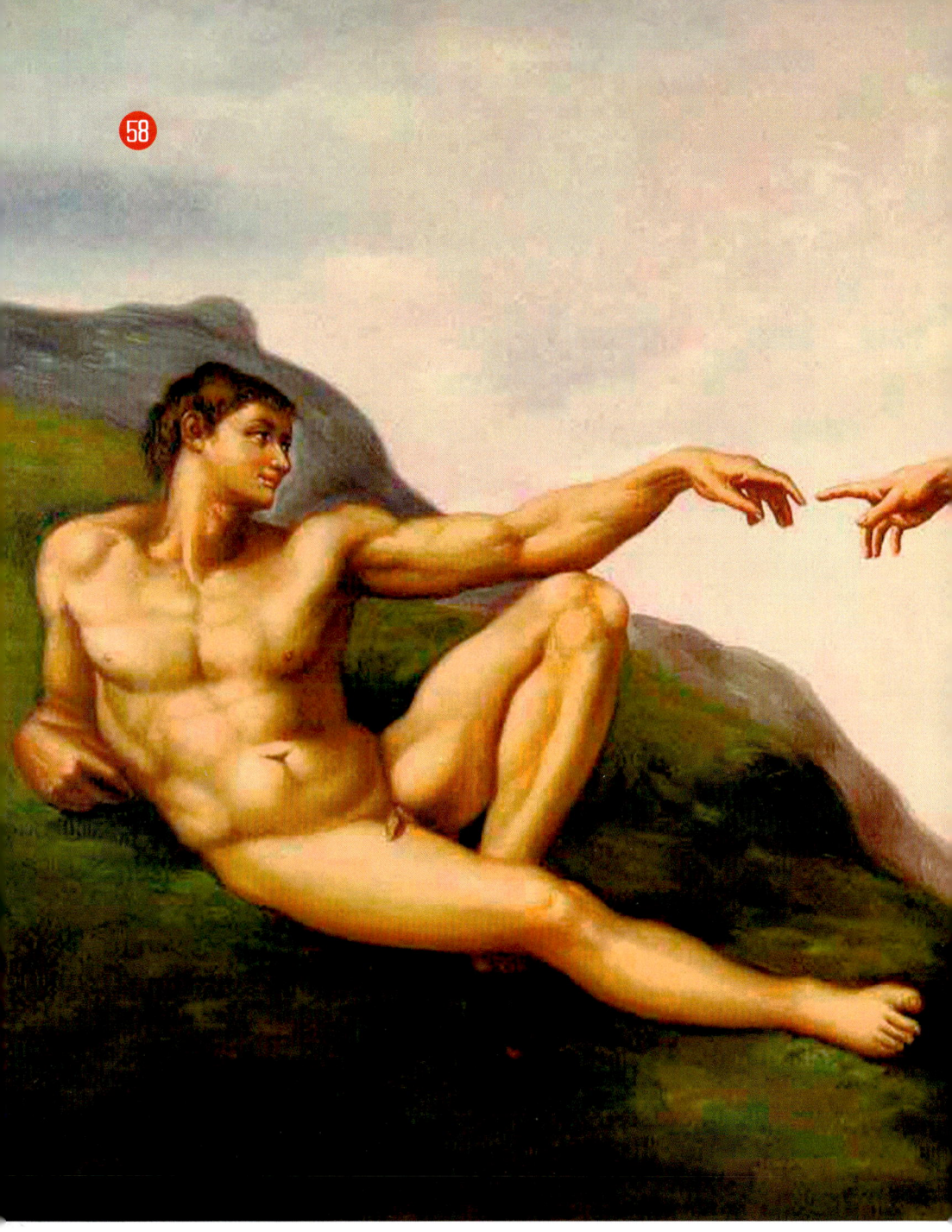

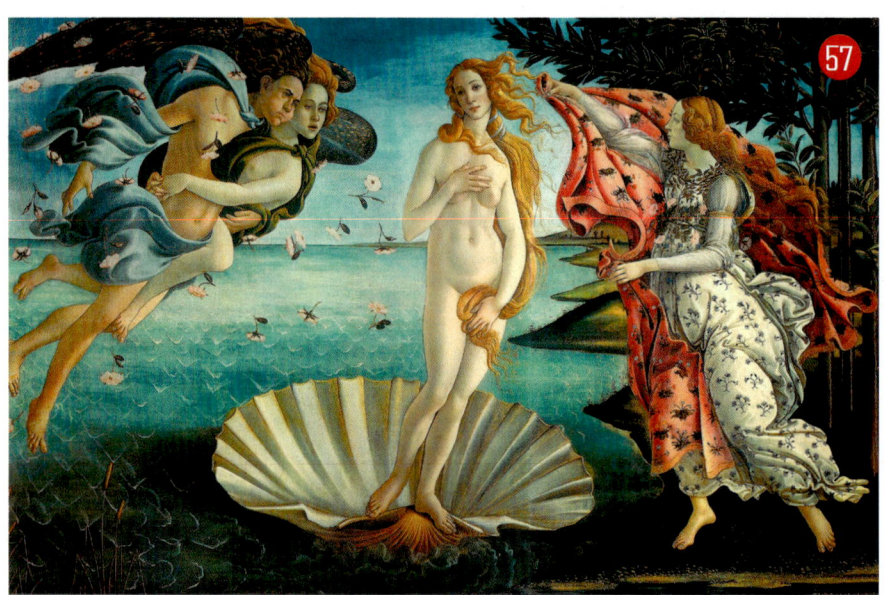

பருவங்களின் தேவதை, தங்கம் பொதிந்தவள், அவளை வரவேற்றாள். கடவுளர் அணியும் ஆடைகளை அவளுக்கு அணிவித்தாள்)

இந்த நான்கு ஓவியங்களுக்குள் ஓர் ஒற்றுமை இருக்கிறது. இவற்றில் ஒன்றுகூட பைபிளின் அடிப்படையிலோ ஏசுவின் வாழ்க்கை நிகழ்ச்சிகளை மையமாக வைத்துக்கொண்டோ வரையப்படவில்லை. மறுமலர்ச்சியின் முதல் தாக்கம் இதுதான். எனக்குப் பிடித்ததை நான் வரைவேன் என்று சொல்ல ஓவியர்களால் முடிந்தது. வரைந்ததை விற்கவும் முடிந்தது.

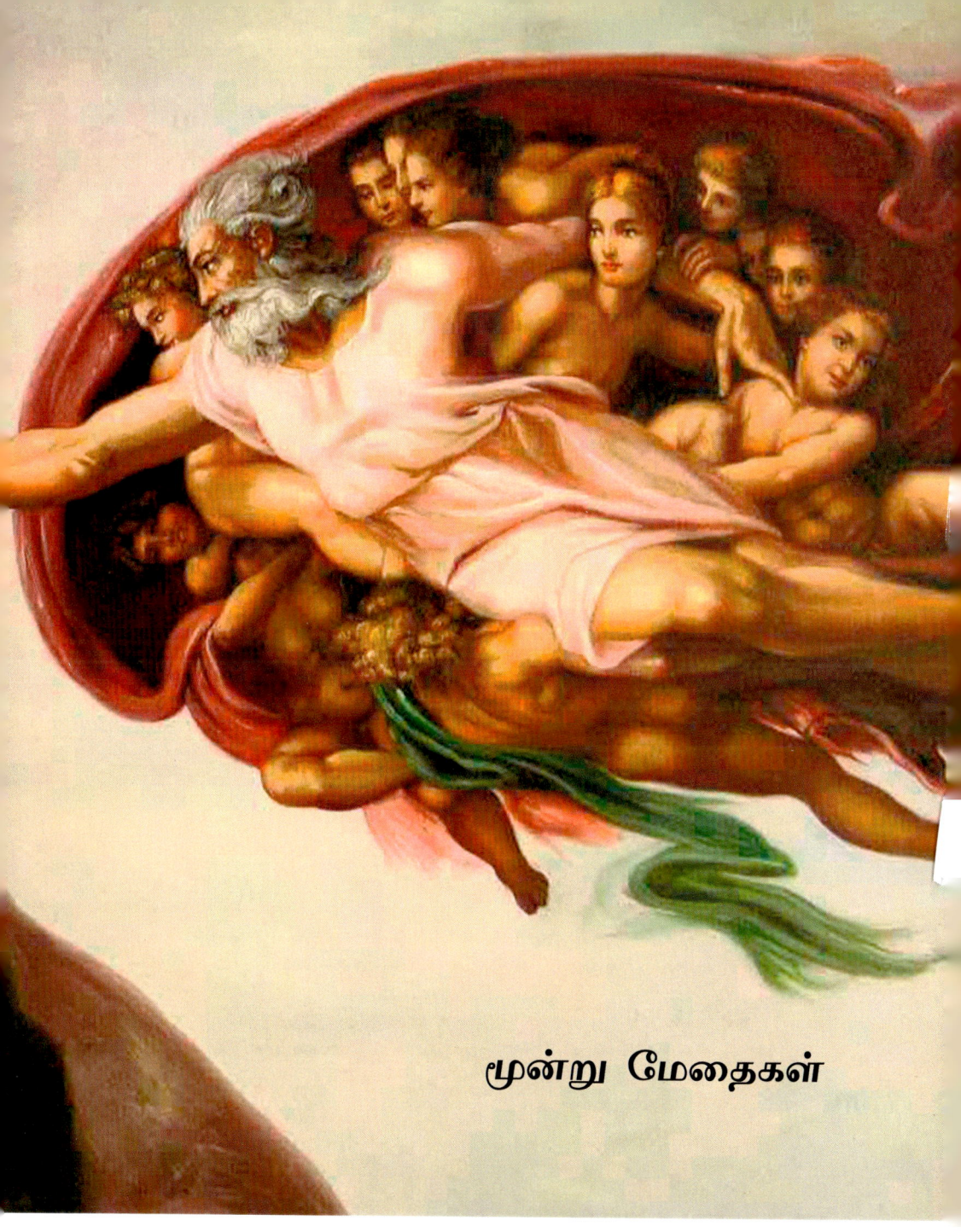

மூன்று மேதைகள்

1958

ஆம் ஆண்டு இங்கிலாந்தின் கூப்பர் குடும்பத்தினர் ஓர் ஓவியத்தை விற்றனர். பழைய ஓவியமாக இருந்ததால் அது மிகவும் பழுதுபட்டு இருந்தது. எனவே நாற்பத்து ஐந்து பவுண்டுகளுக்குத்தான் விற்க முடிந்தது. 2011ஆம் ஆண்டு அது புதுப்பிக்கப்பட்டது. அதை வரைந்தது உலகப் புகழ்பெற்ற ஓவியன் ஒருவன் என்று வல்லுனர்கள் உறுதிசெய்தனர். இன்று இந்த ஓவியத்தின் மதிப்பீடு 120 மில்லியன் பவுண்டுகள் என்கிறார்கள்!

ஓவியங்கள் ஏன் இந்த விலை விற்கின்றன என்பது பற்றி ஒரு புத்தகமே எழுதலாம். மனிதன் படைத்ததில் மகத்தானவை எங்களிடம் இருக்க வேண்டும் என்ற உந்துதல் பணம் உள்ளவர்களை கலைப் பொக்கிஷங்களைத் தேடி அலையவைக்கின்றன. ஓவியம் காலத்தை உறையச் செய்து கண் முன்னே நிறுத்துகிறது. கதை சொல்கிறது. கவிதையின் சாரத்தைக் கொடுக்கிறது. இவற்றை எல்லாம் சிற்பங்களிலும் செய்ய முடியும் ஆனால் சிற்பங்களைவிட ஓவியங்களால் திறமையாகச் செய்ய முடியும். மனத்தில் நடப்பவற்றைப் பிடிக்கும் புகைப்படம் இன்றுவரை கண்டுபிடிக்கப்படவில்லை. புகைப்படம் நடந்ததைப் பதிவுசெய்கிறது. ஓவியம் நடந்தது என்று ஓவியன் நினைத்ததைப் பதிவுசெய்கிறது. அவனது எண்ணங்களின் ஆழமும் வீச்சும் ஓவியத்தில் பதிவாகின்றன. இது புகைப்படத்தில் பெரும்பாலும் நடப்பது இல்லை. மேலும் ஆழ்மனங்களில் அரங்கேறுபவற்றையும்

59

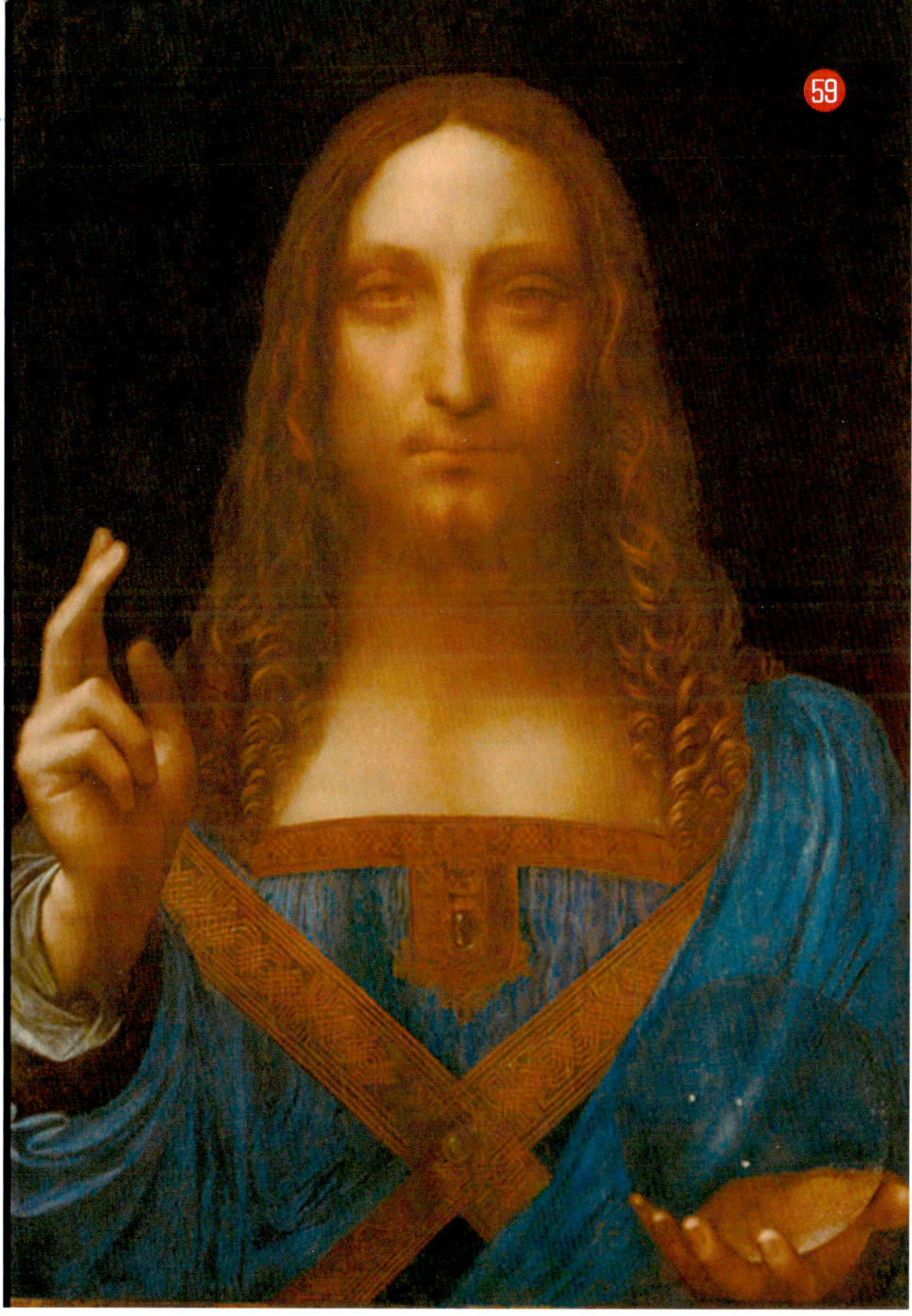

60

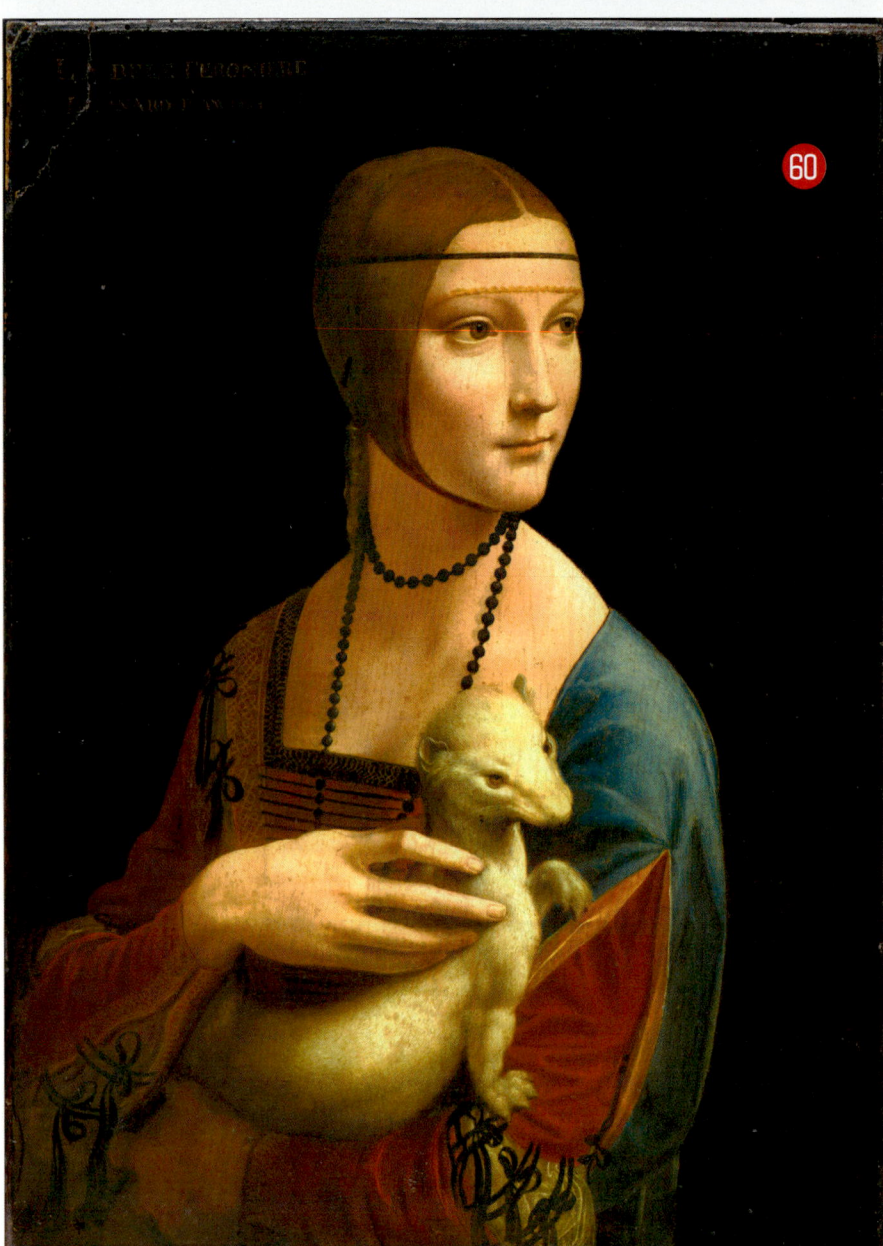

வாழ்க்கையின், வரலாற்றின், இயற்கையின் முக்கியமான தருணங்களையும் மற்றவர்களுக்கு ஒரு சட்டத்தினுள்ளே காட்ட முயன்று ஓரளவு வெற்றியும் பெற்றது ஓவியம் மட்டுமே. புகைப்படத்தின் வெற்றியில் தொழில்நுட்பத்தின் பங்கு அதிகம். மாறாக, ஓவியத்தின் வெற்றியில் மனிதனின் பங்கு அதிகம். இதனாலேயே வெற்றி பெற்ற ஓவியங்கள் தங்களிடம் இருக்க வேண்டும் என்ற வெறியோடு உலகில் சிலர் இயங்குகிறார்கள். அவர்கள் எண்ணிக்கை அதிகமாகிறதே தவிர குறைவதாகத் தெரியவில்லை. நல்ல ஓவியங்களின் விலை அதிகரித்துக்கொண்டே போகிறது.

ஐம்பது ஆண்டுகளுக்கு முன்புகூட நல்ல ஓவியங்களின் அழகான பிரதிகளைப் பார்ப்பது மிகக் கடினமான காரியமாக இருந்தது. இன்று இணையத்தில் எளிதாகப் பார்க்கலாம். பிரதி செய்யலாம்.

சரி, யார் அந்த உலகப் புகழ்பெற்ற ஓவியன்?

லியனார்டோ டா வின்சி. அவனது **Salvator Mundi (உலகைக் காப்பவர்)** என்ற இந்த ஓவியம் (59) அமெரிக்காவில் ஒரு தனிமனிதரிடம் இருக்கிறது.

இது டா வின்சி வரைந்ததுதானா என்ற ஐயம் சில வல்லுனர்களுக்கு இருந்தாலும், கிறிஸ்துவின் வலக்கை வரையப்பட்டிருக்கும் விதம், அங்கியின் நேர்த்தி, கையில் இருக்கும் படிகத்தில் (crystal) தெரியும் சிறிய காற்றுக் குமிழிகள், முடிச் சுருள்கள், இவை அனைத்தும் இந்த ஓவியத்தின் படைப்பாளி டா வின்சியாகத்தான் இருக்க வேண்டும் என்பதைக் கிட்டத்தட்ட உறுதி செய்கிறது என்று பல வல்லுனர்கள் கருதுகிறார்கள். ஒருவேளை பின்னால் இது அவர் வரையாதது என்பது உறுதி செய்யப்பட்டால் ஓவியத்தின் விலை வெகுவாகக் குறைந்துவிடும்.

யார் வரைந்ததாகவும் இருக்கலாம். ஆனால் இது மகத்தான ஓவியம் என்பதில் ஐயம் இல்லை. வரையப்பட்டவர் சாதாரண மனிதர் அல்ல என்பது நமக்கு உடனே தெரிந்துவிடுகிறது. எல்லாவற்றிற்கும் மேலாக அவரது மயக்கும் கண்களும் தகதகக்கும் நெற்றியும் மார்பும் டா வின்சி போன்ற ஓவியனால்தான் கொண்டுவர முடியும் என்று நினைக்கவைக்கின்றன.

இன்றுவரை இவனால் வரையப்பட்டது என்று சொல்லக்கூடிய ஓவியங்கள் இருபத்து மூன்றுதான். இதில் முடிவு பெறாத ஓவியங்களும் அடங்கும். இதற்குக் காரணம் அவன் எந்த ஓவியத்தையும் குறித்த காலத்தில் முடித்துக் கொடுத்ததாகத் தெரியவில்லை. உதாரணமாக, மிலான் தேவாலயம் ஒன்று

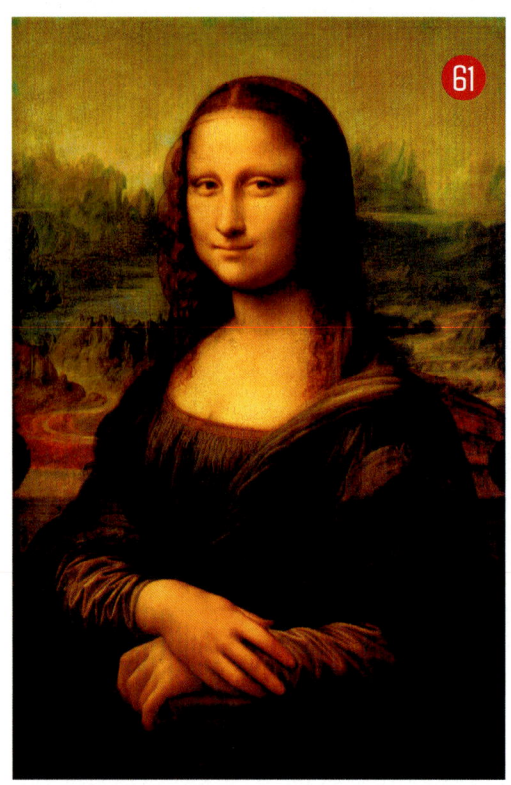

அவனை ஓர் ஓவியம் வரையச் சொல்லி எழுத்துமூலமாக ஒப்பந்தம் செய்துகொண்டது. ஏழு மாதத்தில் முடித்துக் கொடுப்பதாக ஒப்பந்தம். லியனார்டோ முடித்துக் கொடுத்தது 25 ஆண்டுகள் கழித்து. காத்திருப்பு வீண் போகவில்லை. உலக ஓவியங்களிலேயே மிகச் சிறந்த ஒன்றாகக் கருதப்படும் அந்த ஓவியம், Virgin of the Rocks – *குன்றின் மேல் கன்னி மேரி* – இன்று லண்டன் தேசிய அருங்காட்சியகத்தில் இருக்கிறது.

வின்சி நகரத்தில் பிறந்ததனால் அவன் டா வின்சி என்று அழைக்கப்படுகிறான். திருமண வளையத்திற்கு வெளியே பிறந்தவன் அவன் என்றாலும் அவனது தந்தை லியனார்டோ தனது மகன் என்று சொல்லிக்கொள்வதற்கு

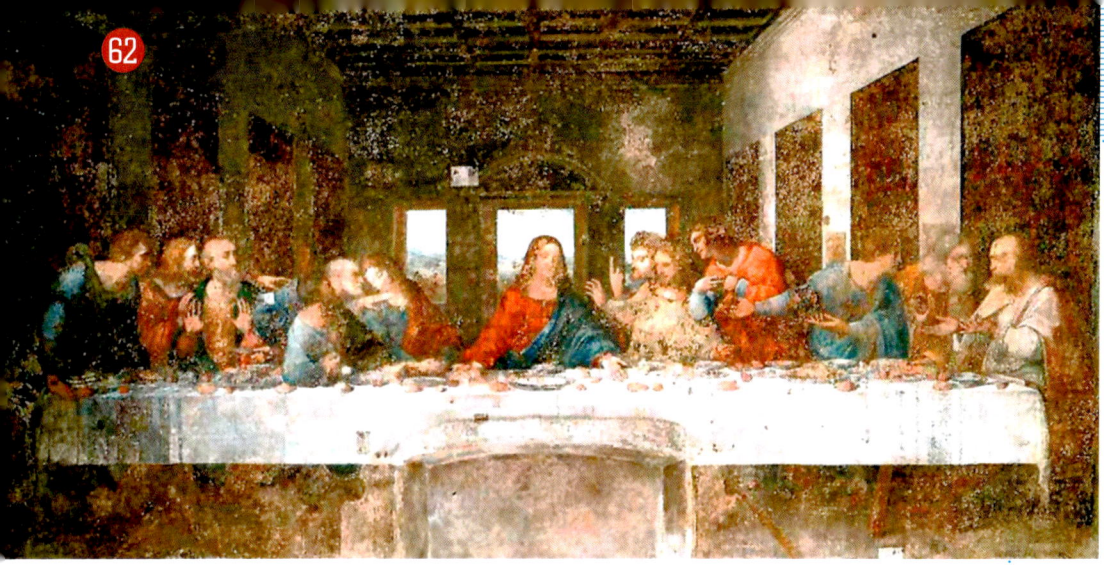

வெட்கப்படவில்லை. அவனது கலைத் திறமையை நன்கு உணர்ந்திருந்த அவர் லியனார்டோவை ஃப்ளாரன்ஸ் நகரத்திற்கு அழைத்துச் சென்று வெரோக்கியோ என்ற கலைஞனின் பயிற்சிக்கூடத்தில் அவனைச் சேர்த்து விட்டார். பாட்டிசெல்லி போன்ற ஓவியர்கள் கற்ற கூடம் அது. ஃபிளாரன்ஸ் நகரிலும் அறிஞர்களுக்குப் பஞ்சம் இல்லை. டாவின்சியின் அறிவுப் பசியோ அளவிட முடியாதது. எனவே ஓவியம், சிற்பம், வானவியல், கணிதம், தாவரவியல், விலங்கியல், உடற்கூறு போன்ற பல துறைகளில் அவன் தேர்ச்சி பெறத் தொடங்கினான்.

1482ஆம் ஆண்டு அவன் மிலான் நகருக்குக் குடிபெயர்ந்தபோது அவன் தன்னை சகல கலா வல்லவன் என்று அந்த நகரின் பிரபுவிடம் அறிமுகம் செய்துகொள்கிறான். நான் பீரங்கிகள் செய்வேன், சுரங்கங்கள் அமைப்பேன், கல்லில் மேல் கட்டப்படாத எந்தக் கோட்டையையும் தகர்ப்பேன், பீரங்கிகள் கொண்டுசெல்வதற்கு வண்டிகள் செய்வேன், கடற்போர் செய்யக் கருவிகள் செய்வேன், அழகிய கட்டடங்களைக் கட்டுவேன், தண்ணீர்க் கால்வாய்களை நிர்மாணம் செய்வேன் என்றெல்லாம் கூறிவிட்டுக் கடைசியில் சொல்கிறான்:

> *நான் சிற்பங்கள் வடிப்பேன் – வெண்கலத்தில், பளிங்கில், களிமண்ணில். ஓவியங்களும் வரைவேன் – மற்றவர்கள் – யாராக இருந்தாலும் – எவ்வாறு வரைகிறார்களோ, அவ்வாறு.*

ஃப்ளாரன்ஸ், மிலான், வெனிஸ், ரோம் பாரிஸ் போன்ற நகரங்களில் தனது வாழ்நாள் முழுவதும் கழித்த டாவின்சி திருமணம் செய்துகொள்ளவில்லை.

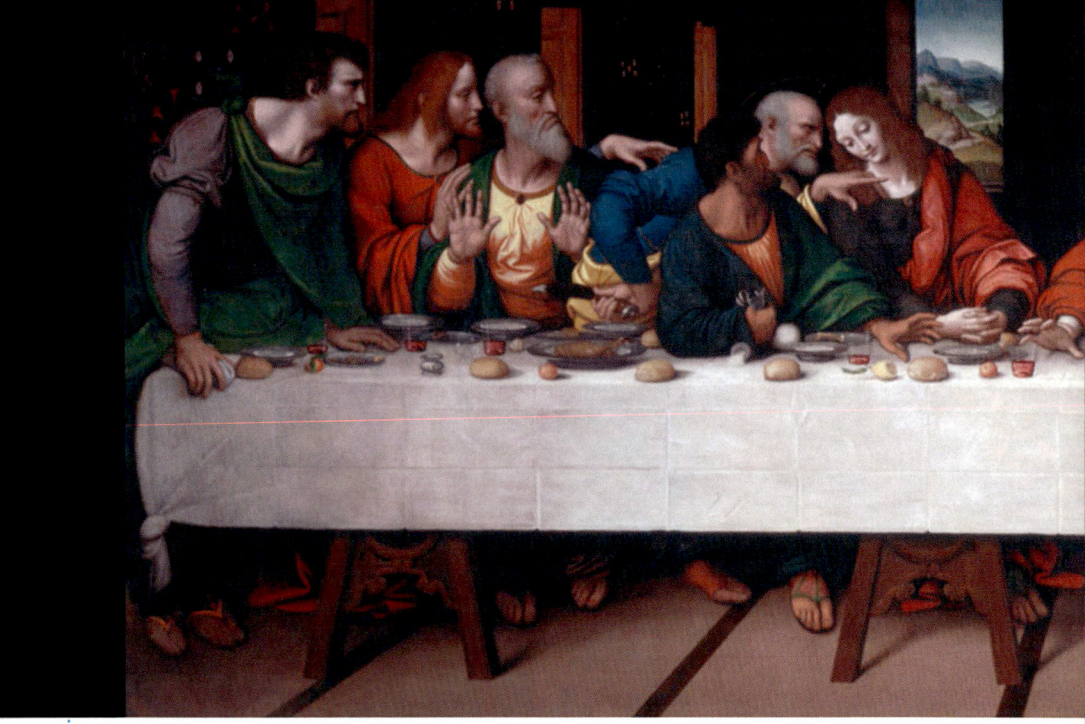

ஓரினச் சேர்க்கையில் ஆவல் கொண்டவன் என்கிறார்கள். இருமுறை அவ்வாறு ‘குற்றம்சாட்ட’ப்பட்டாலும், ஆதாரம் இல்லாததால் விடுவிக்கப்பட்டான்.

மேற்கத்திய ஓவியங்களைப் பற்றி ஏதும் தெரியாதவர்களும் ஓர் ஓவியத்தின் பெயரைச் சொல்லுங்கள் என்றால் **மோனாலிசா** *(61)* என்பார்கள். ‘முந்தி அம்முறுவல் என்உயிரை உண்டதே’ என்ற கம்பன் வாக்கிற்கே ஓவியம் அமைந்ததுபோல இருப்பதாகச் சிலர் நினைக்கிறார்கள். மோனாலிசா பாரிசின் லூவ்ர் அருங்காட்சியகத்தில் இருக்கிறது.

எனக்கு மோனாலிசா ஓவியம் அவ்வளவாகப் பிடிக்காது. ஆனால் ‘இந்த ஓவியத்தில் என்ன இருக்கிறது? எனக்குப் பிடிக்கவில்லை’ என்று ஓவியத்தின் முன்னால் நின்றுகொண்டு சொன்ன ஒரு பெண்ணிற்கு அருகில் இருந்த ஒருவர் சொன்ன பதில் இது:

> *மோனாலிசா காலத்தை வென்றவள். அவள் முன்னால் நிற்கும்போது மதிப்பிடப்படுபவர் நீங்கள்தான் அவள் இல்லை.*

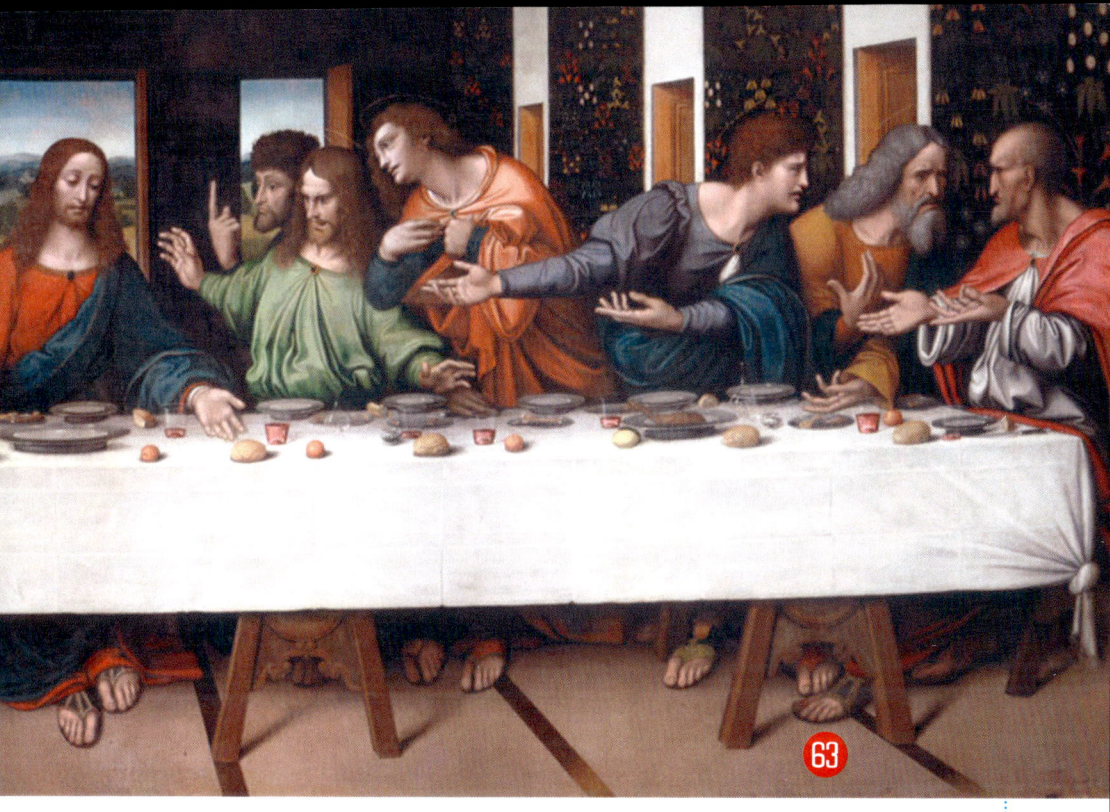

இந்த ஓவியத்தில் முறுவல் முக்கியம். அதைவிட முக்கியம் இவள் வரையப்பட்டிருக்கும் விதம். முதன்முதலாக 'முக்கால் முகம்' உத்தியை – வடபுல மேதைகள் கையாளும் உத்தியை டாவின்சி – கையாளுகிறான். புருவங்கள் இல்லாத பெண் இவள். ஆனால் இல்லாதது இவள் வசீகரத்தை அதிகப்படுத்துகிறது. இவளுடைய இருப்பே ஒளியை இவள் பக்கம் ஈர்ப்பதாக ஒரு பிரமையை ஏற்படுத்துகிறது. பின்புலம் மங்கலாகக் குறுகிச் சிறுத்துப்போகிறது, இருப்பை இன்னும் தனிப்படுத்திக் காட்டுகிறது. இவள் கைகள் வரையப்பட்டிருக்கும் விதம், முகத்திரை, சுருள்சுருளாகத் தோள்களில் இறங்கும் முடியோடு வடியும் நேர்த்தி, இவையனைத்தும் ஓவியனின் மேதைமையை உறுதிப்படுத்துகின்றன.

டா வின்சியின் இன்னொரு பெண் எனக்கு மிகவும் பிடித்தவள். **Lady with Ermine – *பெண்ணும் கீரியும்* –** என்ற இந்த ஓவியத்தைப் (60) பார்ப்பதற்கு நாம் வார்ஸா நகரம் செல்ல வேண்டும். பதினாறு வயதுப் பெண் ஒருத்தியின் சித்திரம் இது. மோனாலிசா போல இடுப்பு வரை வரையப்பட்டது. ஓவியம் அவள் கீரியின் கழுத்தைத் தடவிக்கொடுத்துக்கொண்டு இடப்புறமாகத்

திரும்பும் தருணத்தில் தீட்டப்பட்டிருக்க வேண்டும். பெண்ணின் பெயர் செஸீலியா. முகத்திலும், ஆடை அழுத்துவதால் சிறிது பிதுங்கித் தெரியும் தோள்களிலும் இளமை அச்சிடப்பட்டிருக்கிறது. கழுத்தில் கறுப்பு ஸ்படிகம் (polished jet) விலையுயர்ந்தது. அவளை மணக்கப்போகின்றவன் Il Moro 'கறுப்பன்' என்று அழைக்கப்படுபவன். கழுத்தில் இருக்கும் மாலை அவனைக் குறிக்கிறது. கீரி வெண்மையானது. 'அழுக்கை வெறுப்பது' என்று டா வின்சியே ஓர் இடத்தில் குறிப்பிடுகிறார். அவள் கண்களின் நளினம் கன்னிமையைக் குறித்தால் கீரியின் கண்களின் கூர்மை கன்னிமை இழக்கப்படப்போவதைக் குறிக்கலாம். கீரியின் கால் விரல்கள் அவள் ஆடையைப் பற்றியிருப்பதும் இதன் குறியீடாக இருக்கலாம்.

டா வின்சியின் மற்றொரு மகத்தான ஓவியம் அவன் மிலான் நகரத் தேவாலயச் சுவரில் வரைந்தது. Fresco சுவர் ஓவியம் சுவர் காய்வதற்கு முன்னால் வரைய வேண்டும். லியனார்டோவோ மெதுவாக யோசித்து வரையக்கூடியவன். எனவே உலர்ந்த சுவரில்தான் வரைவேன் என்று பிடிவாதம் பிடித்து நான்கு ஆண்டுகள் வரைந்த இந்த ஓவியம் **'கடைசி இரவு உணவு'** என்று அழைக்கப்படுகிறது. உலர்ந்த சுவரில் வரைந்ததால் அது அதிக ஆண்டுகள் தாக்குப்பிடிக்க முடியாமல் பழுதடையத் தொடங்கியது. நம்மிடம் இப்போது இருப்பது ஓவியத்தில் 20 சதவீதம்தான் என்று வல்லுனர்கள் சொல்கிறார்கள். ஓவியத்தின் இன்றைய நிலை இவ்வாறு இருக்கிறது (62):

ஆனால் இதனுடைய பிரதி, பழுதடையாதது, ஆக்ஸ்போர்ட் மாட்லன் கல்லூரியில் இருக்கிறது (63). அது லியனார்டோ வரைந்தது எப்படி இருந்திருக்கும் என்பதை நமக்குப் புரியவைக்கிறது.

உணவின்போது ஏசு சொல்கிறார், உங்களில் ஒருவர் என்னைக் காட்டிக் கொடுப்பீர்கள் என்று. அவர் சொன்னதை எப்படி அப்போஸ்தலர்கள் எதிர்கொள்கிறார்கள் என்பது இந்த ஓவியத்தில் காட்டப்பட்டிருக்கிறது.

இடப்பக்க ஓரத்தில் பார்த்தலோமியோ, அல்ஃபியஸின் மகன் ஜேம்ஸ் மற்றும் ஆண்ட்ரூ. இவர்களின் வியப்பு மிக அழகாகக் காட்டப்பட்டிருக்கிறது.

அடுத்த மூவர், யூதாஸ், பீட்டர் மற்றும் யோவான். யூதாஸ் முகத்தில் அதிர்ச்சி தெரிகிறது. கையில் ஒரு பையைப் பிடித்திருக்கிறான். முப்பது வெள்ளிப் பணம் பொதிந்ததாக இருக்கலாம். பேதுரு முகத்தில் கோபம் தெரிகிறது. கையில் கத்தி (மசாச்சியோவின் ஓவியத்தைப் பாருங்கள். பின்னால் ஒருவரது காது அறுபடப்போகிறது). யோவான் மயங்கி விழும் நிலையில் இருக்கிறார்.

64

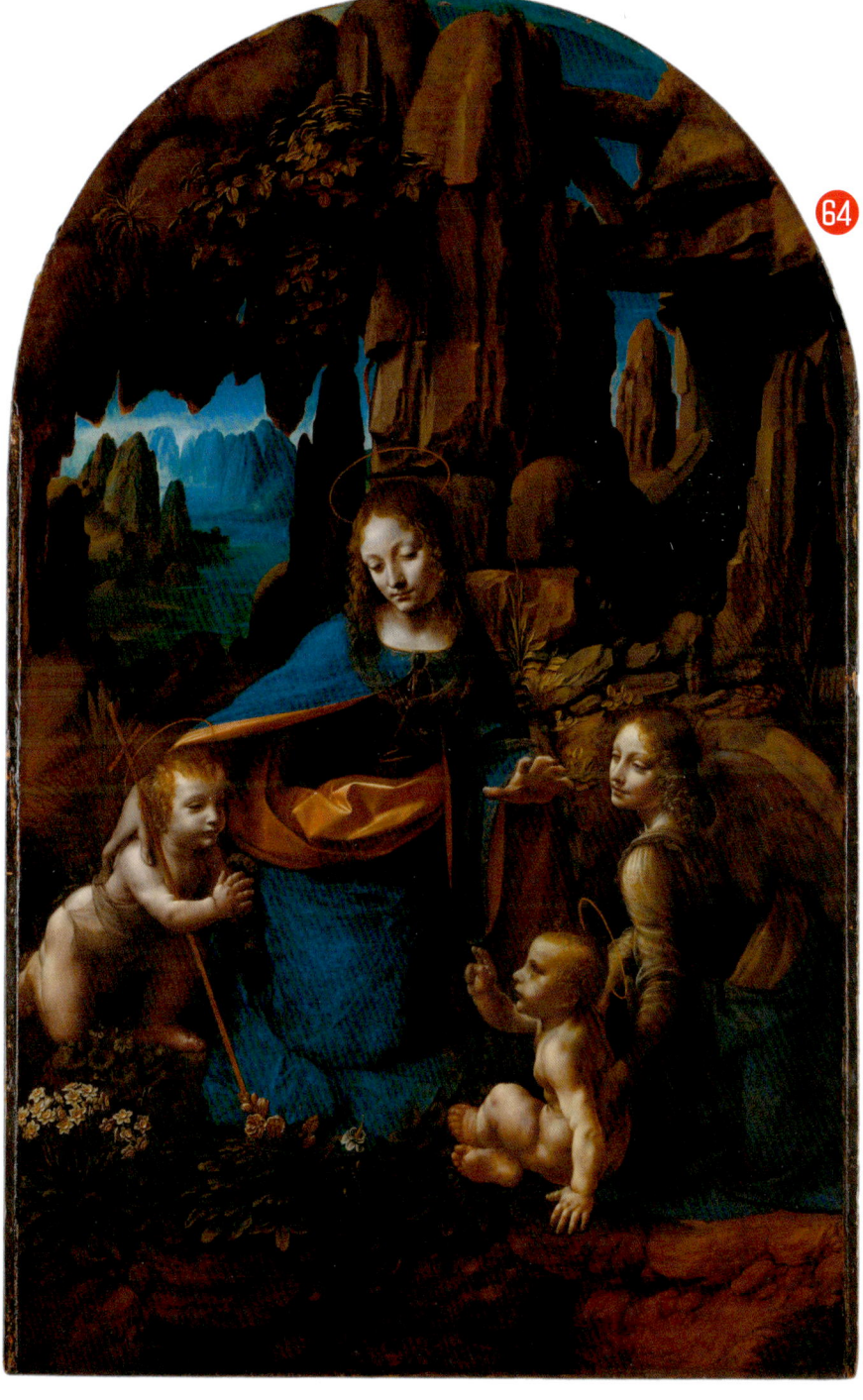

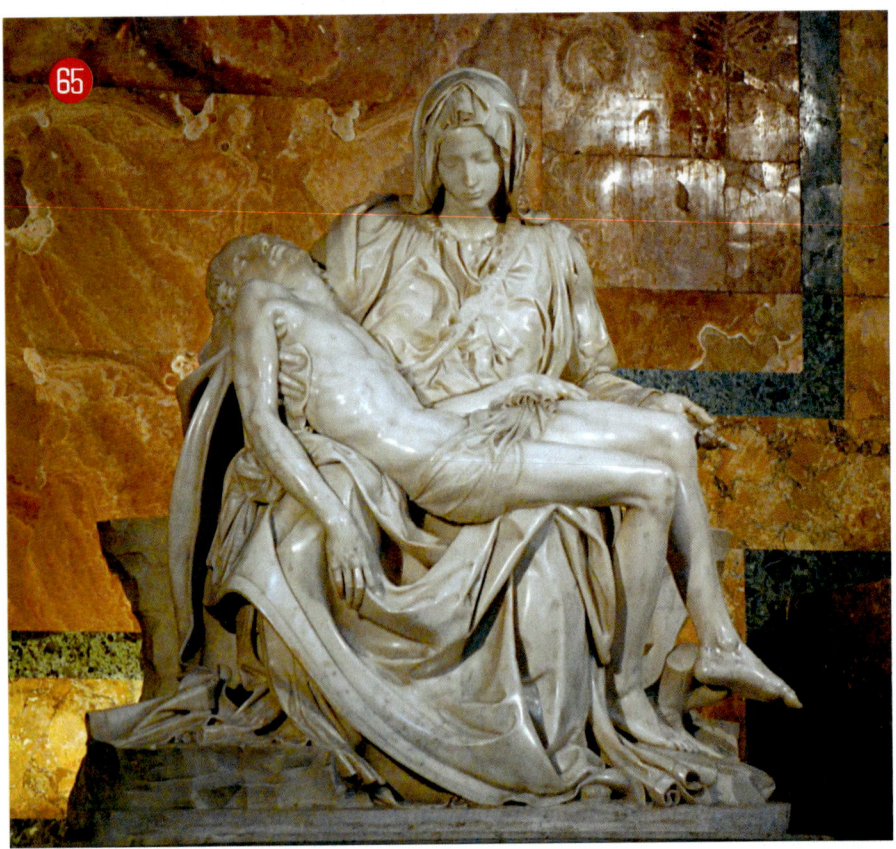

ஏசுவிற்கு வலது புறம் தாமஸ், பெரிய ஜேம்ஸ் மற்றும் ஃபிலிப். தாமஸ் விரலை உயர்த்தி ஏதோ கேட்கிறார். ஒருவரா என்று கேட்பது போல இருக்கிறது. ஃபிலிப் நானா என்கிறார். இடையில் இருக்கும் ஜேம்ஸ் அதிர்ச்சியில் பின்வாங்குகிறார்.

வலது ஓரத்தில் மத்தேயு, ஜூட் மற்றும் சைமன். முதல் இருவரும் சைமன் பக்கம் திரும்பி அவருக்கு ஏதாவது தெரியுமா என்று கேட்கிறார்கள்.

இந்த ஓவியத்தில் இருவர் தனிப்படுத்தப்பட்டிருக்கிறார்கள். ஒருவர் ஏசு. காட்டிக்கொடுக்கப்பட்டவர். மற்றவர் யூதாஸ். காட்டிக்கொடுத்தவர்.

இந்த மகத்தான ஓவியனின் மற்றொரு சித்திரத்திற்கு இரு பிரதிகள் இருக்கின்றன. பல ஆண்டுகள் பாடுபட்டு வரையப்பட்ட சித்திரங்கள் இவை (64). ஒன்று, பாரீஸ் லூவ்ர் அருங்காட்சியகத்தில். இரண்டாவது லண்டன் தேசிய ஓவியக் கூடத்தில். இதில் புனித யோவான் ஏசுவை வழிபடுகிறார். யோவானின் மனக்கண் முன்னால் குழந்தை ஏசு வருவது போல இந்த ஓவியத்தைப் படைத்திருக்கிறார் என்று சொல்லலாம். பின்புலத்தில் கனவுலகில் மட்டுமே தெரியும் குன்றுகள். பின்னால் சோதி விரிந்து பெருகுகிறது. குழந்தை ஏசு குழந்தை யோவானை ஆசீர்வதிக்கிறார். அன்னை மேரி ஒரு கையால் யோவானை அணைத்துக்கொண்டு தனது உள்ளங்கையை மகன் மேல் குடை போல விரிக்கிறார். பின்னால் சிவப்பு அங்கி பறக்க, தேவதை யோவானைச் சுட்டுகிறார். நம்மைப் பார்க்கிறார். இந்த ஓவியத்தில் எல்லோரும் அப்போதுதான் இருளிலிருந்து வெளிச்சத்திற்கு வருபவர்கள் போல் இருக்கிறார்கள். ஒரு பனிப்படலம் அவர்களை இன்னும் மூடி இருப்பது போலத் தோன்றுகிறது. ஒளி, குழந்தைகளின் உடல்களையும் பெரியவர்களின் முகங்களையும் வேறுபடுத்திக் காட்டுகிறது. ஓவியத்தில் இருப்பவர்கள் பிரமிட் பாணியில் வரையப்பட்டிருக்கிறார்கள், ஒவ்வொருவரும் ஒரு தளத்தில். அடித்தளம் ஏசு. உச்சி அன்னை. யோவான் இடைத்தளத்தில். அவருக்குச் சற்று உயரத்தில் தேவதை. இந்த அமைப்பு, ஓவியத்திற்கு ஓர் அசாதாரணமான அமைதியை அளிக்கிறது. ஹொரேஸ் என்ற ரோமானியக் கவிஞன் சொல்கிறான் ut pictura poesis – *கவிதை ஓவியம் போன்றது* – என்று. இங்கு ஓவியன் உரக்கச் சொல்கிறான் ஓவியம் கவிதையைவிட உயர்ந்தது என்று. கனவுலகத்தை ஓவியத்தால் வடிக்க முடியும் என்று. இதை ஒரு தடவை சொல்லவில்லை. லியனார்டோ பல தடவைகள் சொல்லியிருக்கிறான். எழுதியும் இருக்கிறான்.

ஆனால் இவன் காலத்தில் வாழ்ந்த மற்றொரு கலைஞன் சிற்பங்கள் ஓவியங்களைவிட உயர்ந்தவை என்று சொன்னான். அவன் உலகின் மகத்தான சிற்பிகளில் ஒருவன். அதிசயம் என்னவென்றால் அவன் உலகின் தலைசிறந்த ஓவியர்களிலும் ஒருவனும்கூட.

மைக்கேலாஞ்சலோ 89 ஆண்டுகள் வாழ்ந்தவன். டா வின்சியைப் போலவே திருமணம் செய்துகொள்ளாமல் வாழ்நாளைக் கழித்தவன். உயிர்த் தோழியாக ஒரு பெண் இருந்தாலும் இவனும் ஆண்களை விரும்பியதாகக் கூறப்படுகிறது.

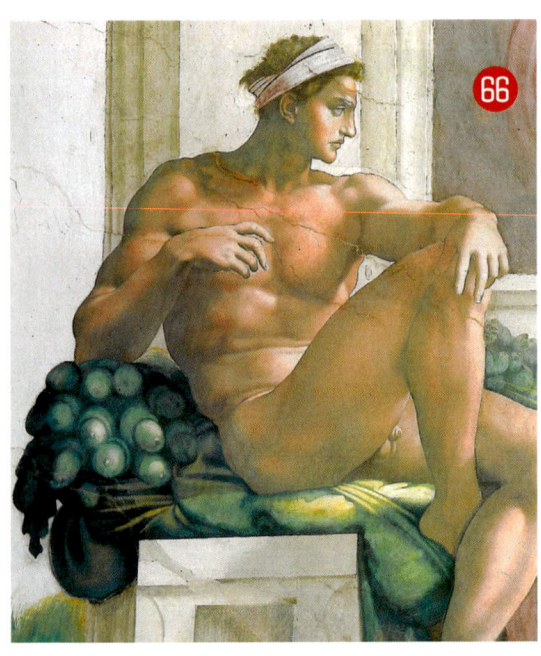

பதிமூன்று வயதிலேயே இவன் ஓவியம் பயிலத் தொடங்கினாலும், இவன் பெரிய சிற்பியாக உருவெடுப்பான் என்று இவன்மீது அக்கறை கொண்டவர்கள் நினைத்தனர். எனவே பதினான்காம் வயதில் சிற்பக்கலை மாணவன் ஆனான். தனது இருபதாவது வயதில் '**தூங்கும் க்யூபிட்**' என்ற சிற்பத்தை வடித்தான். கிரேக்க காலத்து மகா சிற்பி ஒருவனது சிற்பம் என்று சொல்லும்படியாக இருக்கிறது என வல்லுனர்கள் புகழ்ந்தனர். இவனது மிகப் புகழ்பெற்ற **Pieta (இரங்கல்)** *(65)* மற்றும் **டேவிட்** போன்ற சிற்பங்களை முப்பது வயது அடைவதற்கு முன்னமே செதுக்கிவிட்டான்.

போப் ஜூலியஸ் II இவனது திறமைமீது மிகுந்த மதிப்பு வைத்திருந்தவர். அவர் தமது கல்லறையை எல்லோரும் வியக்கும்படி அமைக்க வேண்டும் என்ற எண்ணத்துடன் இவனை அழைத்து அந்த வேலையைக் கொடுத்தார். மைக்கேல் கராரா பளிங்குச் சுரங்கத்திற்குத் தானே சென்று சிறந்த பளிங்குக் கற்களைத் தேர்வுசெய்வதில் ஈடுபட்டான். போப்பிற்கு அவசரம். இவன் செய்யும் வேலையை ஒழுங்காகச் செய்ய நினைப்பவன். எனவே இவனுக்கும் போப்பிற்கும் இடைவெளி ஏற்பட்டுவிட்டது. இந்தத் தருணத்தில் போப் தனது கல்லறையை மறந்து புனித பீட்டர் தேவாலயத்தைச் சீரமைக்கும் வேலையில் இறங்கினார். ப்ரமாண்டெ என்ற சிற்பியைப் பணிக்கு அமர்த்திய போப் மைக்கேலாஞ்சலோவை திரும்பிக்கூடப் பார்க்கவில்லை. மைக்கேல் கோபம் கொண்டு ஃப்ளாரன்ஸ் நகரத்திற்குச் சென்றுவிட்டான். போப் பல தூதுவர்களை அனுப்பியும் கோபம் தணியவில்லை. கடைசியில் கழுத்தில் ஒரு கயிற்றைக் கட்டிக் கொண்டு (போப்பிற்கு அடிமை என்பதைக் குறியிடும் வகையில்)

67

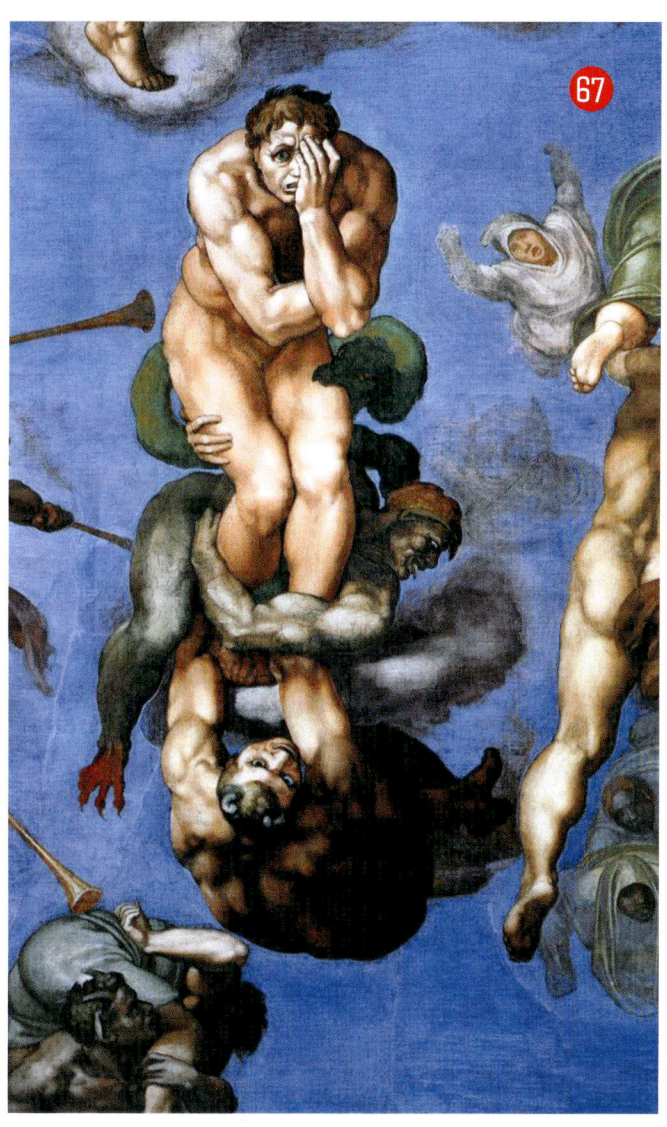

68

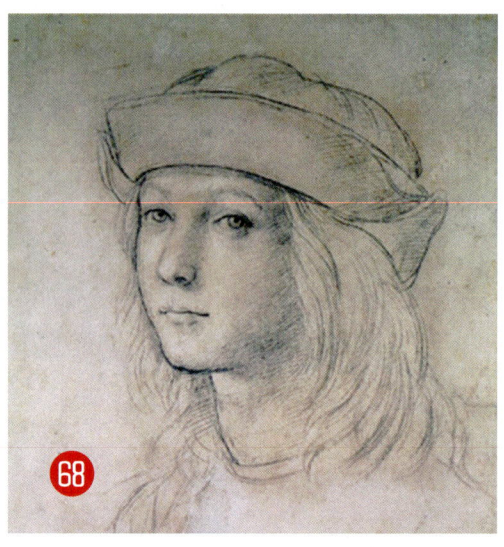

அவர் முன்னால் போய் நின்றான். இந்தச் சமயத்தில்தான் போப் அவனை பீட்டர் தேவாலயத்தின் உள்ளே இருக்கும் ஸிஸ்டைன் வழிபாட்டுத்தலத்தில் மேற்கூரையில் ஓவியங்கள் வரையுமாறு பணித்தார். மைக்கேலாஞ்சலோவிற்குத் தயக்கம். ஓவியத்தைவிட சிற்பத்தில்தான் அவனுக்கு மோகம். ஆனால் மேற்கூரை ஓவியங்கள் வரைவதற்குரிய திறமை மைக்கேலுக்கு இல்லை என்று ப்ராமாண்டே சொன்னது அவனது சுயமரியாதையைத் தூண்டிவிட்டது. நான்கு ஆண்டுகள் கடுமையாக உழைத்தான். 1512ஆம் ஆண்டு வழிபாட்டுத்தலம் திறக்கப்பட்டது. மைக்கேலாஞ்சலோ வாழ்க்கை வரலாற்றை எழுதிய வஸாரி குறிப்பிடுகிறான், *'நூற்றுக்கணக்கான மைல்கள் பயணித்து மக்கள் இந்த அதிசயத்தைக் காண வந்தனர். மனிதனால் இது முடியுமா, ஒரு தேவதையால்தான் இதைச் செய்திருக்க முடியும் என்று வியந்தனர்.'* இன்றும் ஆயிரக்கணக்கான மைல்கள் பயணித்து மைக்கேலாஞ்சலோவின் ஓவியங்களைக் காண வருகின்றனர். அதே வியப்பு இன்றும். 40 மீட்டர்கள் நீளம், 14 மீட்டர்கள் அகலம். ஒரே மனிதனால் வரையப்பட்டவை.

'மனிதனின் பிறப்பு' அவன் வரைந்த ஓவியங்களில் மிகச் சிறப்பாகக் கருதப்படுகிறது (58). ஆதாம் ஆடையின்றி தூக்கத்திலிருந்து எழுந்தவன் போல் இருக்கிறான். முழு ஆடையணிந்து நமது பீஷ்மரைப் போல் இருக்கும் கடவுளின் வலது ஆட்காட்டி விரல் அவனுக்கு உயிர் கொடுத்து ஒரு கணம் கூட இருக்காது என்று தோன்றுகிறது. கடவுளின் அணைப்பில் ஒரு பெண். ஏவாளாக இருக்கலாம். மனிதன் உயிர்ப்பதைக் கண் விரித்துப் பார்க்கிறாள். தனது உருவிலேயே கடவுள் அவனைப் படைக்கிறார். தாடி, மீசை, நரை, திரை இல்லாத உருவில்.

சில வல்லுனர்கள் கடவுளையும் அவரைச் சூழ்ந்திருப்பவர்களையும் சுற்றி வளைத்திருக்கும் சிவப்பு அங்கி கருப்பையின் குறியீடு என்கிறார்கள். காற்றில் பறக்கும் பச்சை அங்கி தொப்புள்கொடியின் குறியீடு. இதற்கு ஆதாரமாக மைக்கேலாஞ்சலோவின் ஆதாமிற்குத் தொப்புள் இருப்பதைச் சுட்டிக்காட்டுகிறார்கள்.

டா வின்சி போலவே மனித உடலின் ஒவ்வொரு அங்கத்தையும் எலும்புகளையும் தசைகளையும் அறிந்தவன் மைக்கேலாஞ்சலோ. மேற்கூரை முழுவதும் பைபிள் கதைகளால் நிரப்பப்பட்டிருந்தாலும் ஆங்காங்கே ignudi (66) எனப்படும் ஆடையில்லா மனிதர்கள் காணப்படுகின்றனர். இன்றைய ஒலிம்பிக் வீரர்களை மைக்கேல் வரைந்தால் இவர்களைப் போலவே இருப்பார்கள்.

சகோதரி வெண்டி தனது புத்தகத்தில் இவ்வாறு குறிப்பிடுகிறார்:

மைக்கேலாஞ்சலோ ஒரு மிகப் பெரிய அறிவாளி, கவிஞன், நன்றாகப் படித்தவன், (கடவுளிடம்) அசையாத நம்பிக்கை கொண்டவன்; அவனது பார்வையில் கடவுள் 'நெருப்பும் பனியும்' இணைந்து உருவானவர், அச்சம் தருகிறவர், கடுமையான தூய்மையின் கம்பீரம் மிக்கவர்.

அவனது கடவுளின் பனித்தன்மையை நாம் '**மனிதனின் பிறப்பு**' ஓவியத்தில் பார்த்தோம். நெருப்பின் விளைவுகளை '**கடைசித் தீர்ப்பு**' ஓவியத்தில் பார்க்கலாம் (67). இந்த ஓவியத்தில் மனித ஆன்மாக்கள் நரகத்திற்கு இழுத்துச் செல்லப்படுவதை அவன் சித்தரித்திருக்கிறான். ஒரு ஆன்மா தனது நம்பிக்கை முழுவதும் இழந்து கைகளால் முகத்தை மூடிக்கொள்ள முயல்கிறது. சாத்தானுடைய அடியாட்களின் கண்களில் காணப்படும் குரூரம் நம்மை நடுங்க வைக்கிறது.

மைக்கேலாஞ்சலோவின் கவிதை வரிகளில் ஒன்று.

'செதுக்கப்படாத பளிங்கு தன்னுள் கலையின் உச்சியில் இருப்பவனின் ஒவ்வொரு எண்ணங்களையும் பொதிந்து வைத்திருக்க முடியும்.'

வரையாத ஓவியமும் அவ்வாறே என்று சொல்லலாம்.

மைக்கேலாஞ்சலோவும் டா வின்சியும் பெண்களை அதிகம் விரும்பாதவர்கள். இருவரும் அதிக வயது வாழ்ந்தவர்கள். இவர்கள் காலத்திலேயே வாழ்ந்த மூன்றாவது மேதை ரஃபேல். இவன் 37 ஆண்டுகளே வாழ்ந்தான். இறந்ததற்கு ஒரு காரணம் மிதமிஞ்சிய உடலுறவு என்று சொல்லப்படுகிறது. இரு மூத்த கலைஞர்கள் வரைந்ததை விட இவன் அதிக ஓவியங்கள்

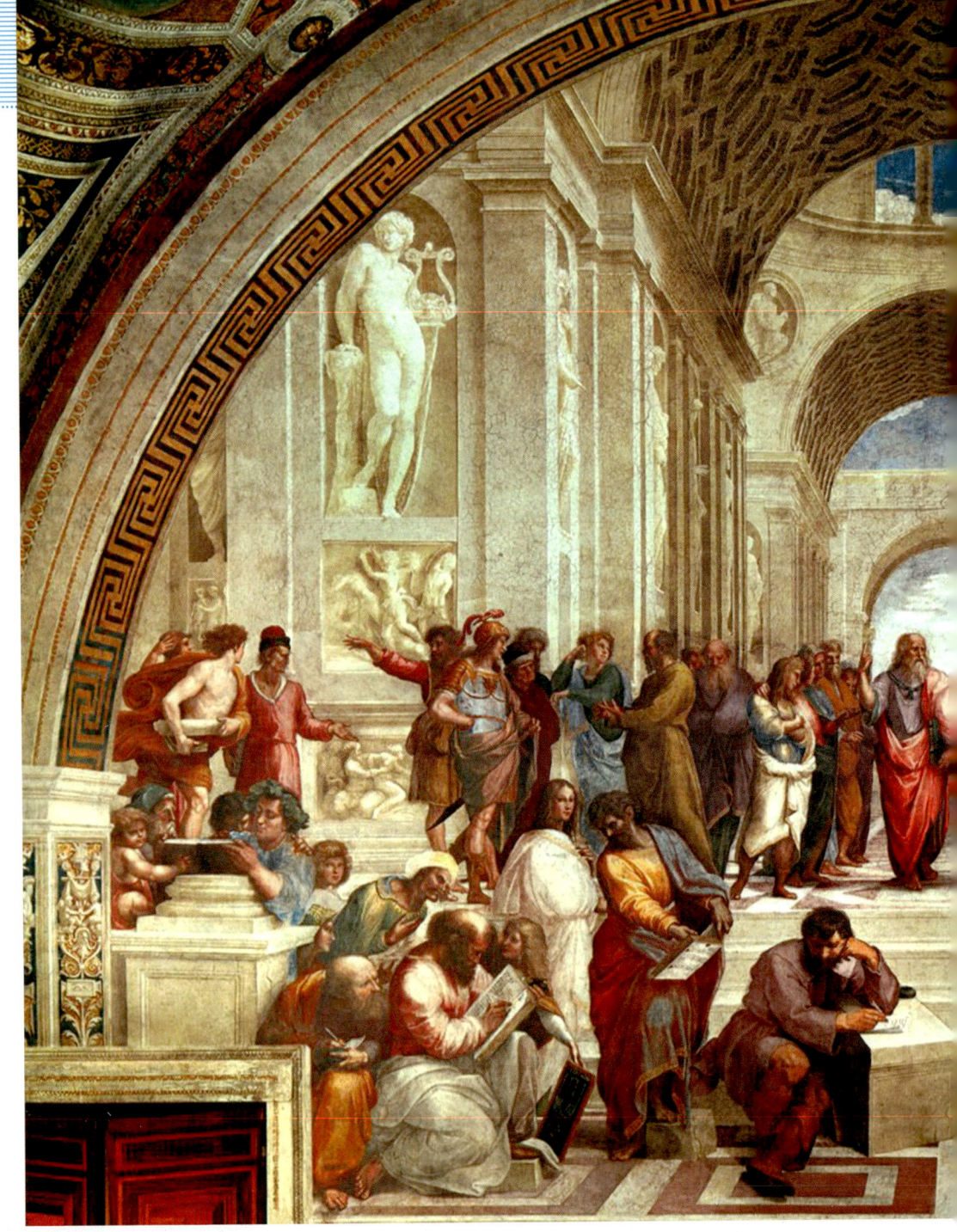

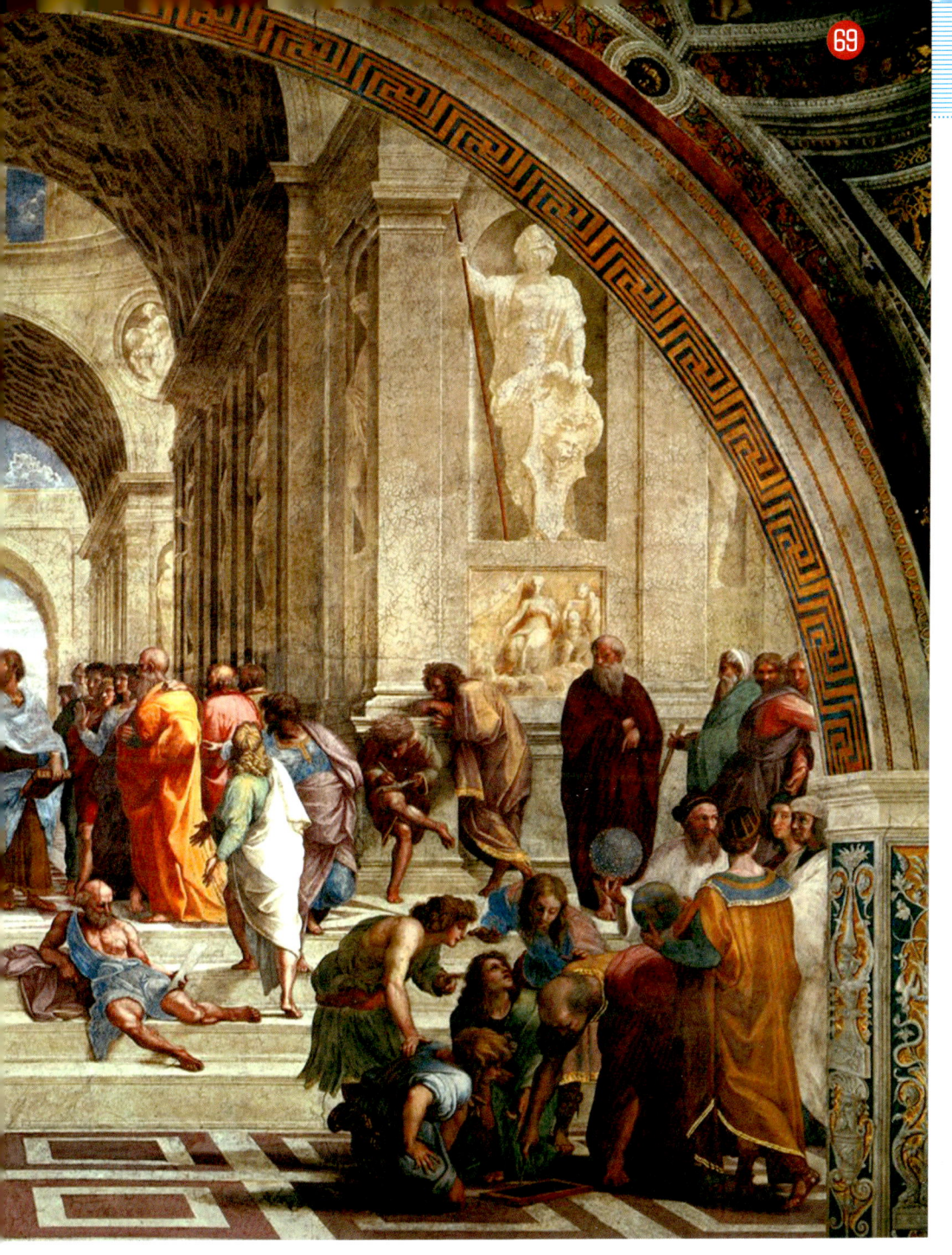

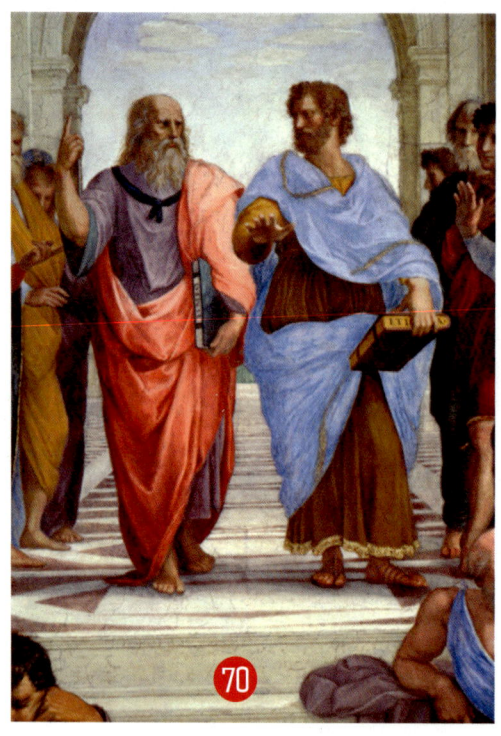

வரைந்திருக்கிறான். அவற்றில் பல இன்றும் உயரிய படைப்புகள் என அறியப்படுகின்றன.

ரஃபேலின் தந்தையும் ஓர் ஓவியர். ஆனால் அவனது பதினோராம் வயதிலேயே தந்தையை இழந்துவிட்டான். உறவினர்களால் வளர்க்கப்பட்ட அவனது மேதைமை வெளிப்பட அதிக நாட்கள் ஆகவில்லை. உதாரணமாக, அவனது பதின்பருவத்தில் வரைந்த தன்னோவியம் ஓவியக் கலையில் அவன் பெற்றிருந்த முதிர்ச்சிக்குச் சான்று (68). பட்டுப் போன்ற முகம். அழகிய, குழந்தைக் குறும்பு தளும்பும் கண்கள், அடர்த்தியான தலைமுடி, இவை எல்லாம் சேர்ந்து இந்தக் குழந்தைக் கலைஞனின் எதிர்காலம் உலகை வியக்கவைக்கப் போகிறது என்பதை நமக்கு அறிவிக்கிறது.

ரஃபேலின் ஓவியங்களில் நான் அறிமுகம் செய்யத் தேர்ந்தெடுத்திருப்பவற்றில் முதலாவது **ஏதன்ஸ் பள்ளி** (69). இது வாடிகன் அரண்மனையில் இருக்கிறது. மைக்கேலாஞ்சலோவை ஆதரித்த இரண்டாம் ஜூலியஸ் ரஃபேலின் புகழைக் கேள்விப்பட்டு அவனை அழைத்துச் சில அறைகள் முழுவதையும் ஓவியங்களால் நிரப்பச் சொன்னார். ரஃபேல் அறைகள் என்று இன்றும் அழைக்கப்படும் இந்த அறைகளில் இருக்கும் ஓவியங்களில் முக்கியமான ஒன்று இந்த ஓவியம். மைக்கேலாஞ்சலோவின் தாக்கம் இந்த ஓவியத்தில் இருக்கிறது என்று வல்லுனர்கள் கருதுகிறார்கள். புனித பீட்டர் தேவாலயத்தின் தலைமைச் சிற்பியான ப்ரமாண்டே ரஃபேலை ரகசியமாக அழைத்துச் சென்று ஸிஸ்டைன் மேற்கூரையை அது முடிவடையும் முன்பு காண்பித்தானாம். **ஏதென்ஸ் பள்ளி** முழு வடிவத்தை நீங்கள் முதலில் பார்த்துக்கொள்ளுங்கள்.

மேற்கத்திய ஓவியங்கள் | 147

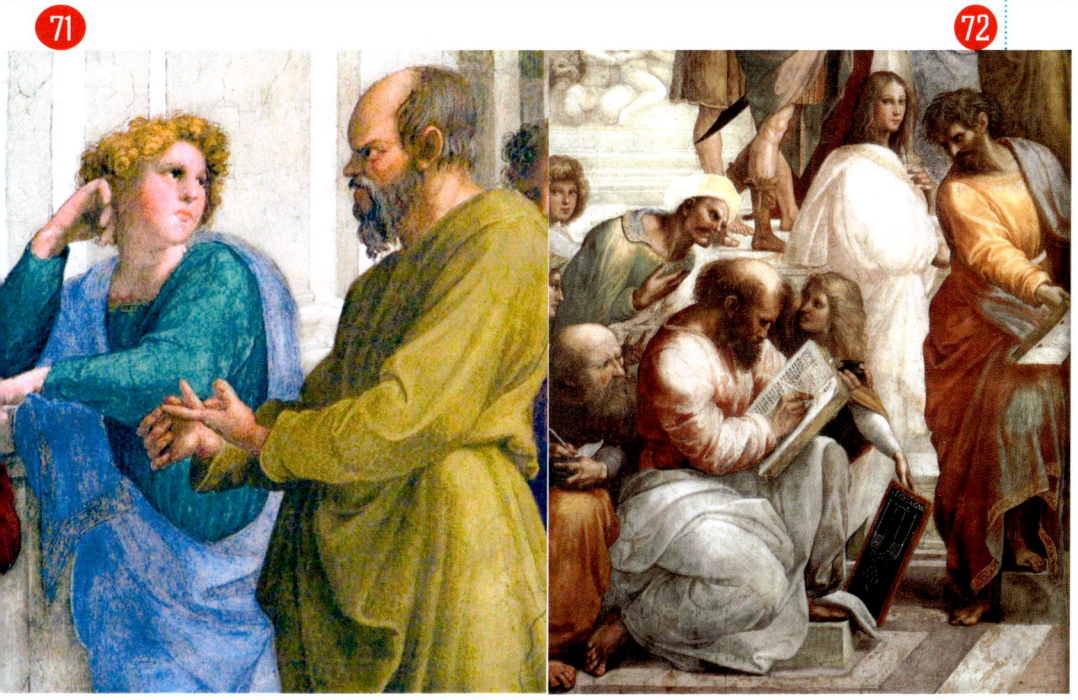

71

72

ரஃபேல் இந்த ஓவியத்தில் அடைந்திருக்கும் சமன்பாடு மிக அரிதாக அமையக் கூடியது. ஓவியக் கலையின் தொழில் நுணுக்கங்களுக்கு இதை ஓர் உதாரண மாகச் சொல்லலாம். Perspective (தெளிவாகக் காணுதல்) foreshortening (முன்குறுக்கம்) போன்ற உத்திகளெல்லாம் திறமையின் உச்சத்திலிருந்து கையாளப்பட்டிருக்கின்றன. ஆனால் "ஓவியம் ஆயிரம் வார்த்தைகளுக்கு நிகரானது" என்ற முதுமொழியில் இருக்கும் உண்மையை இது பறை சாற்றிக்கொண்டிருக்கிறது.

தத்துவத்தின் தொடக்கத்தைப் பற்றி இது பேசுகிறது.

ஓவியம் முழுவதும் கிரேக்க மேதைகள். அவர்கள் இயங்குவது கிரேக்க மக்கள் கூடும் 'அகோரா' என்ற இடம். ஆனால் ரஃபேல் அந்த இடத்தை முழுவதும் ரோமானிய பாணியில் அமைத்திருக்கிறான். ரோமானியக் கட்டடக் கலையில் மிகவும் பரவலாக உபயோகிக்கப்பட்ட barrel vault (பீப்பாய் வளைவு)

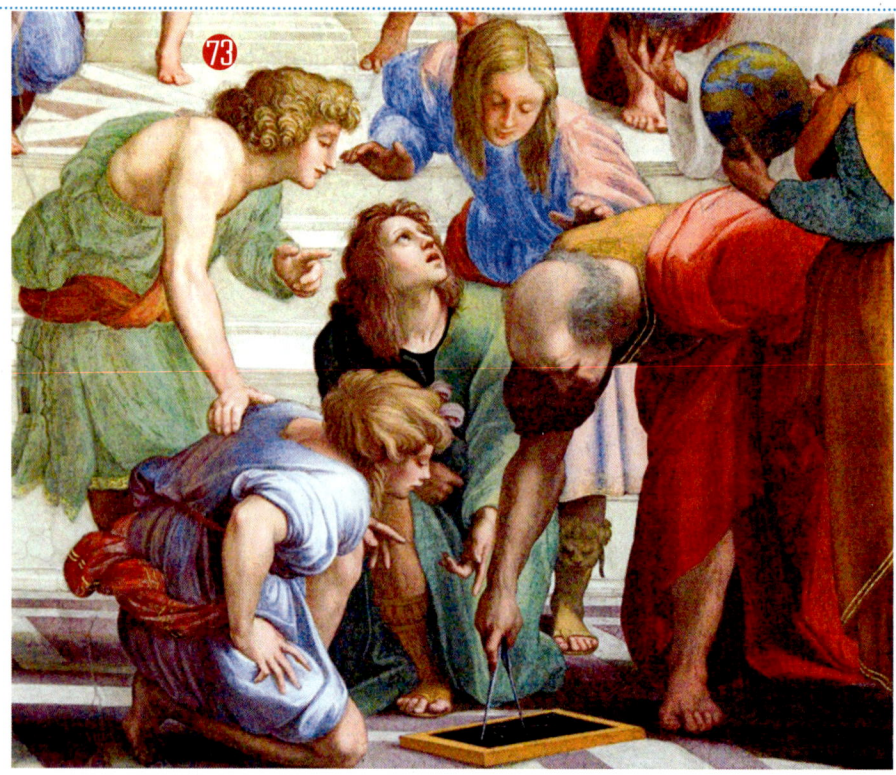

உள்ள கட்டடங்கள் பின்புலத்தில் தெரிகின்றன. இடப்புறம் மருத்துவத்தின் கடவுளான அப்பல்லோவும் வலப்புறம் அறிவின் கடவுளான அதீனாவும் உயரத்தில் இருந்துகொண்டு அகோராவை மேற்பார்வை செய்கின்றனர். அடுத்த தளத்தில் தத்துவவாதிகள் இயங்குகின்றனர்.

நடுநாயகமாக ப்ளேட்டோவும் அரிஸ்டாடிலும். ப்ளேட்டோ வயதானவர் (70). செருப்பணியாதவர். விரலை உயர்த்தி வானத்தைக் காட்டுகிறார். உண்மை பொருண்மையில்லாத கருத்துகளில் இருக்கிறது, நாம் உணர்வதாக நினைக்கும் பருப்பொருள்களில் இல்லை என்கிறார். அரிஸ்டாட்டில் தரையைக் காட்டுகிறார். உண்மையைக் கூர்ந்து நோக்கியும் சோதனைகள் மூலமும் அறியலாம் என்பதை உணர்த்துகிறார். ப்ளேட்டோவை டாவின்சியின் உருவில் ஓவியன் வரைந்திருக்கிறான்.

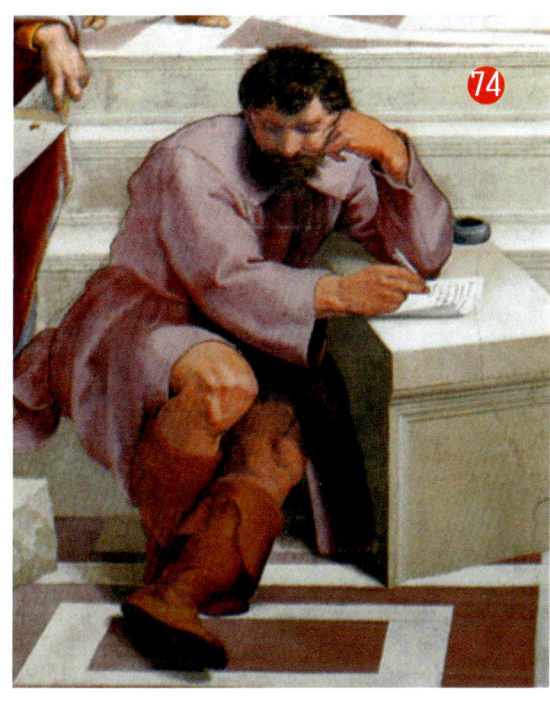

(71) இடப்புறம் சாக்ரடீஸ் தனது வாதங்களை நடத்திக் கொண்டிருக்கிறார்.

தத்துவவாதிகளுக்கு அடுத்த தளத்தில் கணித மேதைகள். இடப்புறம் பிதாகரஸ் தனது புத்தகத்தில் ஏதோ படித்துக்கொண்டிருக்கிறார் – கோளங்களின் ஒத்தியைவைப் (harmony of spheres) பற்றி இருக்கலாம். அவரது காலடியில் அவரது மற்றொரு கொள்கையான பாடலின் ஒத்திசைபின் (consonance of song) படவுருவைக் காண்கிறோம் (72).

வலப்புறம் யூக்ளிட் தனது வடிவியலின் விதிகளை இளைஞர்களுக்கு விளக்கிக்கொண்டிருக்கிறார் (73).

அவருக்கு இடப்புறம் ஹெராக்ளிடஸ் கன்னத்தில் கையை வைத்துக்கொண்டு ஏதோ எழுத முயல்கிறார் (74). மாற்றத்தின் இன்றியமையாமையை வலியுறுத்திய தத்துவவாதி இவர். 'No man ever steps in the same river twice'. 'எந்த மனிதனும் ஒரே நதியில் இருமுறை கால் வைக்க முடியாது' என்ற கூற்றுக்குச் சொந்தக்காரர். இவரது உருவை மைக்கேலாஞ்சலோவின் சாயலில் ரஃபேல் வரைந்திருக்கிறார். **ஏதன்ஸ் பள்ளி** ஓவியத்தில் இருபதிற்கும் மேற்பட்ட தத்துவவாதிகளையும் கணித மேதைகளையும் அடையாளம் காணமுடிகிறது. ரஃபேல் தன்னையும் வரைந்திருக்கிறான். யூக்ளிடிற்குச் சற்று மேலே வலப்புறத்தில் ஓவியத்தின் ஓரத்தில் கருத்த முடியோடு கருப்புத் தலையணியில் இருப்பது ரஃபேல் (75).

மூக்கில் விரலை வைக்கவைக்கும் மற்றொரு ஓவியம் **புனித பீட்டரின் விடுதலை** (76to79). முதலில் முழு ஓவியத்தைப் பாருங்கள். படத்திற்கு

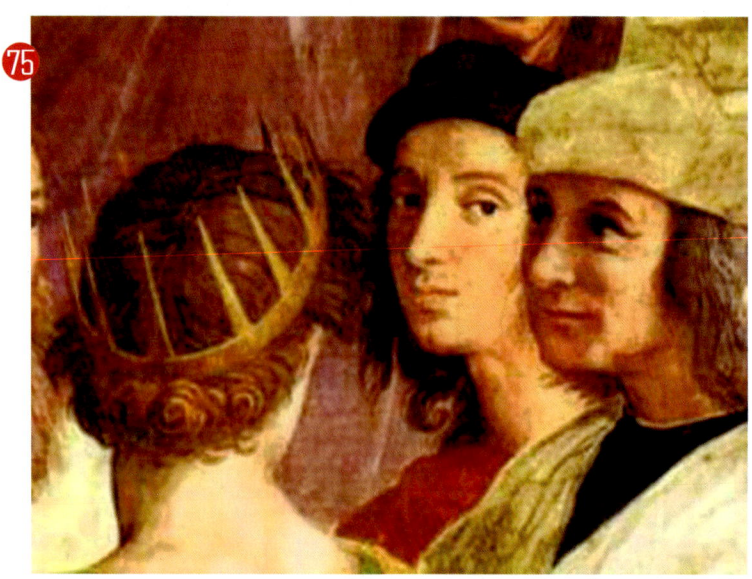

75

இருபக்கமும் படிகள். நமக்கு ஒருபக்கம் ஏறுவதற்காகவும் மறுபக்கம் இறங்குவதற்காகவும் அமைக்கப்பட்டிருப்பதாகத் தோன்றுகிறது.

இடப்புறம் காவலன் ஒருவன் தனது துணைவனை எழுப்பிச் சிறையிலிருந்து அசாதாரணமான ஒளி வீசுவதைக் சுட்டிக்காட்டுகிறான். ஓவியத்தின் நடுவில் துயிலில் இருக்கும் புனித பீட்டரை தேவதை எழுப்ப முயல்கிறாள். காவலர்கள் மயக்கநிலையில் இருக்கின்றனர். வலப்புறம் புனித பீட்டரை அழைத்துக்கொண்டு தேவதை சிறையிலிருந்து வெளியேறுகிறாள். காவலர்கள் முழுவதுமாக மயக்கமடைந்துவிட்டார்கள். சிறையின் கம்பிகளுக்குப் பின்னால் நடைபெறும் அதிசயத்தை மிகுந்த திறமையோடு ரஃபேல் நமக்குக் காட்டுகிறான். இதே சம்பவத்தை இன்னொரு ஓவியன் வரைந்திருக்கிறான்

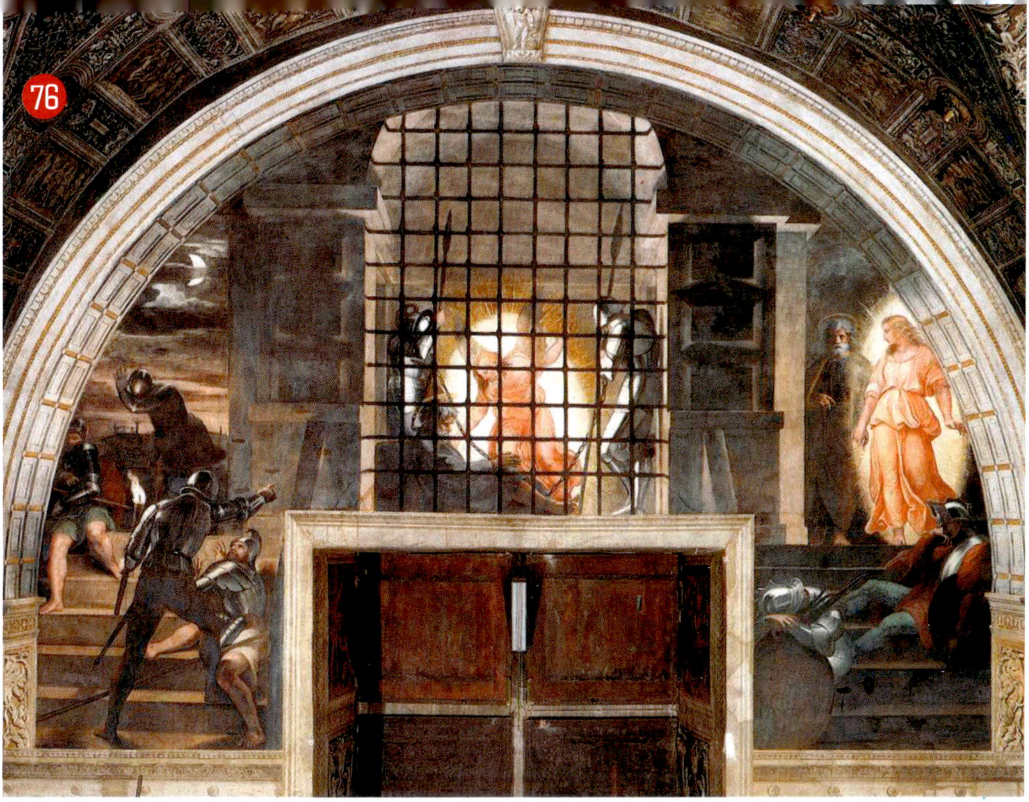

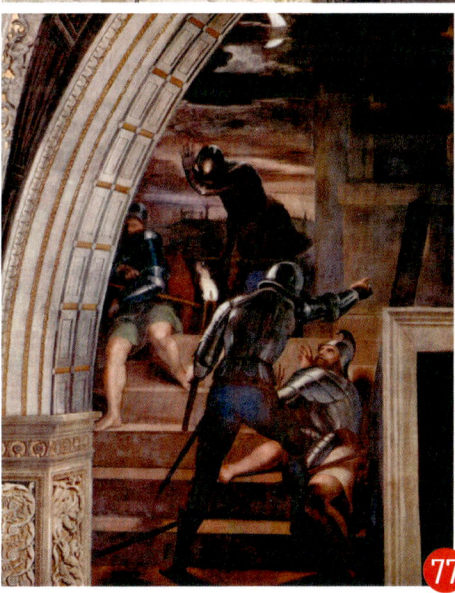
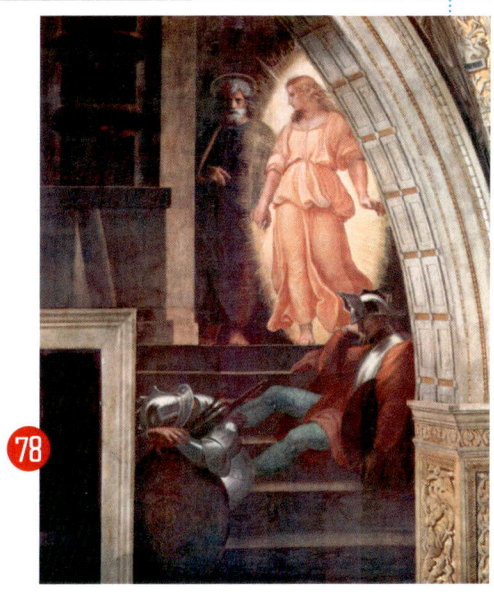

79

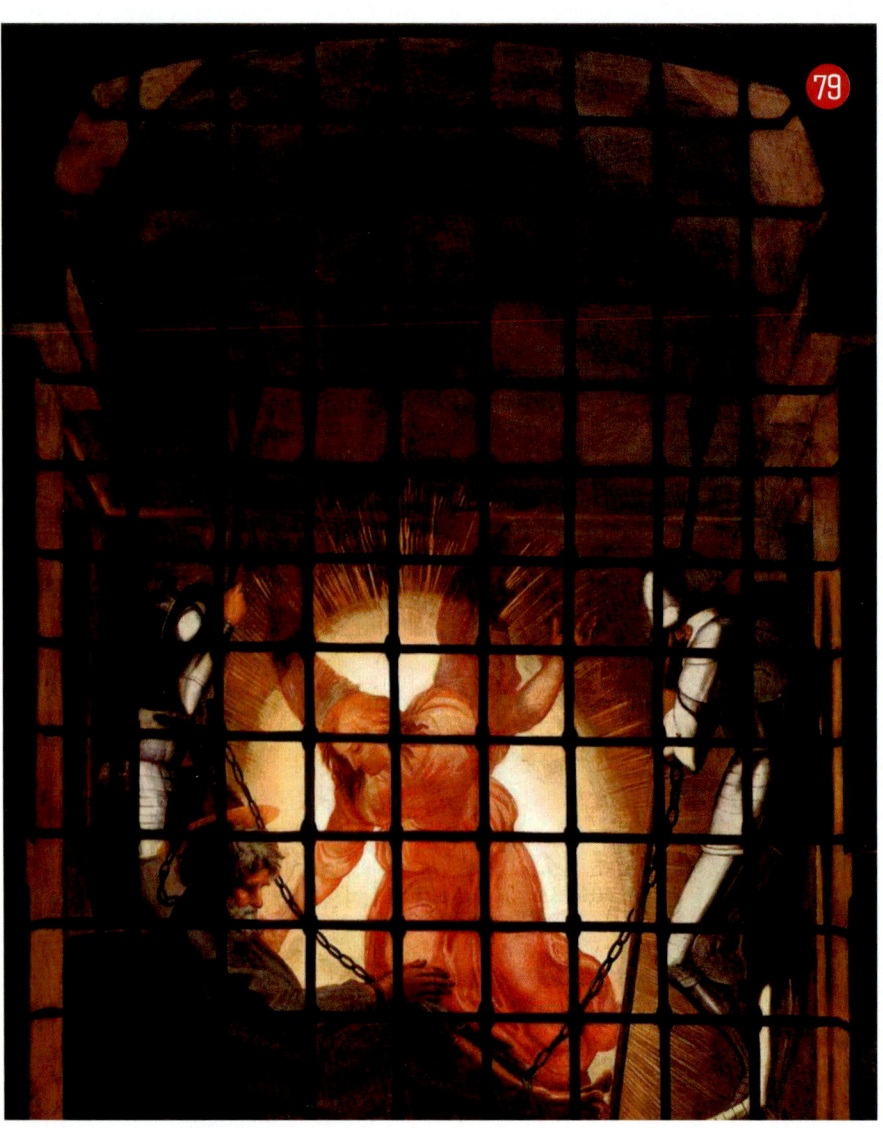

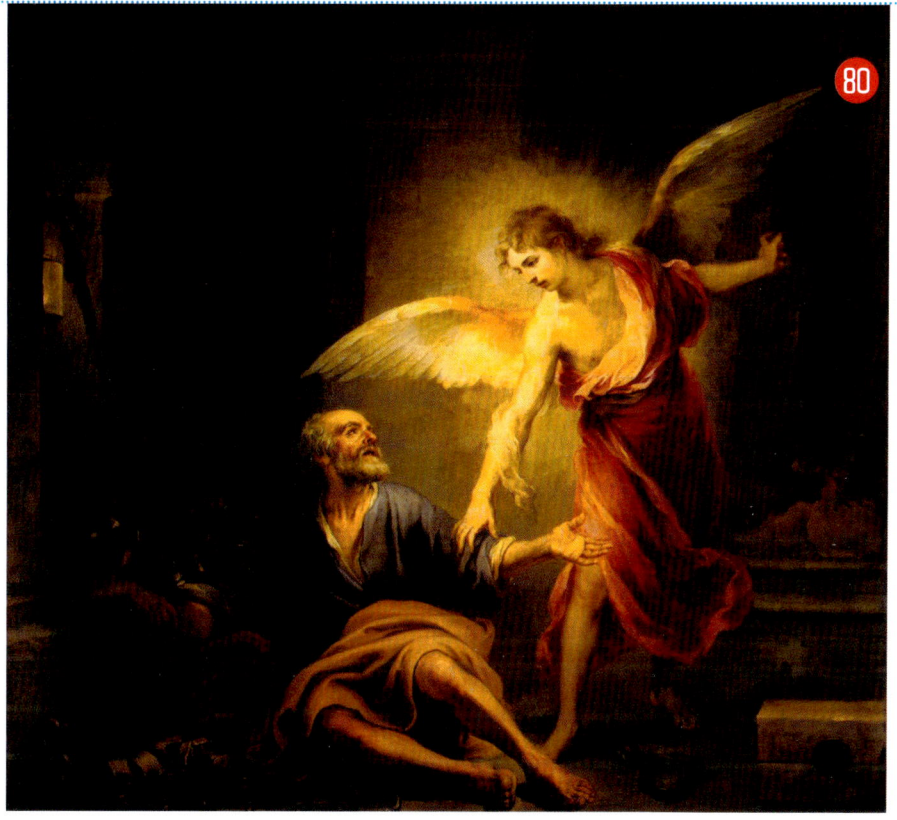

(80). அதைப் பார்த்தால் ரஃபேலின் மேதைமையின் பரிமாணங்கள் நமக்கு ஓரளவு விளங்கும்.

மறுமலர்ச்சிக் காலத்தில் இத்தாலி ஒரு நாடாக இல்லை என்பதை நாம் நினைவில் கொள்ள வேண்டும். நமது சங்க காலத் தமிழ்நாடுபோல் பல மன்னர்கள் ஆண்டுகொண்டிருந்தனர். கலைஞர்களை ஆதரிக்காத சமயத்தில் ஒருவரை ஒருவர் அடித்துக்கொள்வதில் காலம் கழித்தனர். வெனிஸ் குடியரசின் தலைவராக டோஜே இயங்கிக்கொண்டிருந்தபோது, ரோமில் போப் ஆண்டுகொண்டிருந்தார். மெடிசி குடும்பம் ஃப்ளாரன்ஸைத் தன் வசம் வைத்திருந்தபோது, ஸ்ஃபோர்ஸா குடும்பம் மிலானை ஆண்டுகொண்டிருந்தது.

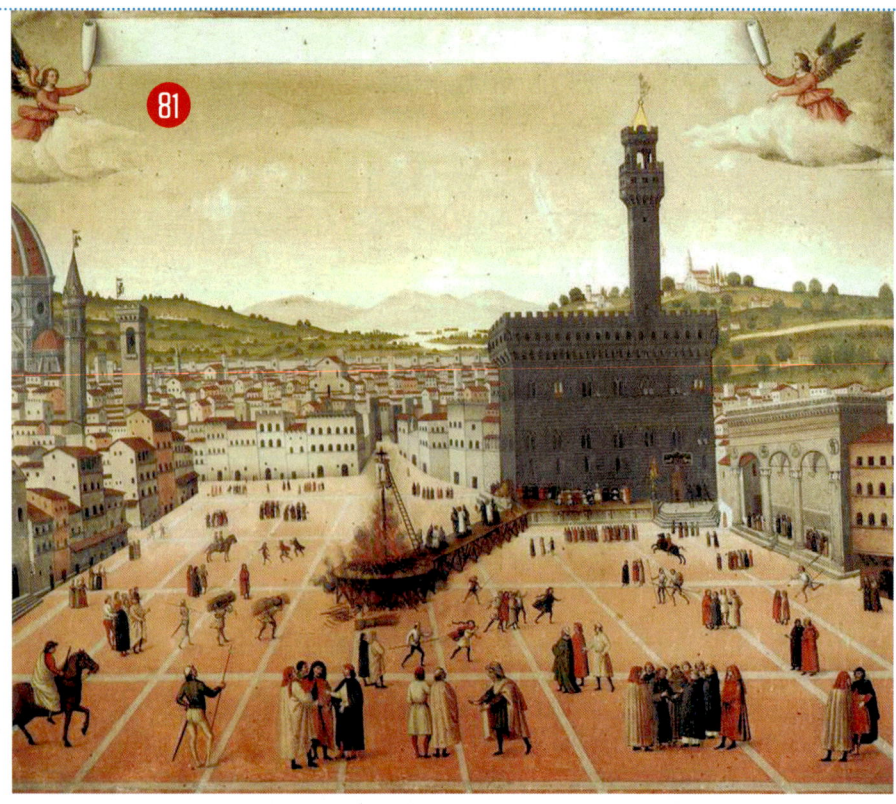

81

நேப்பிள்ஸ் நகரத்தில் அரகான் குடும்பத்தினர், போர்ஜியாக்கள். ஃபெராராவில் எஸ்டே குடும்பத்தினர். இவர்கள் நடத்திய போர்களில் பிரான்ஸ், ஸ்பெயின், இங்கிலாந்து போன்ற நாடுகளும் கலந்துகொண்டன. 1490இல் தொடங்கி 1560இல் முடியும் ஆண்டுகள் இத்தாலியப் போர் ஆண்டுகள் என்று ஐரோப்பிய வரலாற்றில் அழைக்கப்படுகின்றன. இந்த எழுபது ஆண்டுகளில் எட்டு பெரும்போர்கள் நடைபெற்றன. மைக்கேலாஞ்சலோ 1564 வரை இருந்தான். டா வின்சி 1519இல் இறந்தான். ரஃபேல் இறந்தது 1520இல் என்பதை நினைவில் வைத்துக்கொண்டால் இக்கலைஞர்கள் போர் மண்டிய சூழலிலேயே தங்கள் கலைச் செல்வங்களைப் படைத்திருக்கிறார்கள் என்பது தெளிவாகிறது. டா வின்சி போர்த் தளவாடங்களை வடிவமைப்பதில் வல்லமை பெற்றவன். அவன்

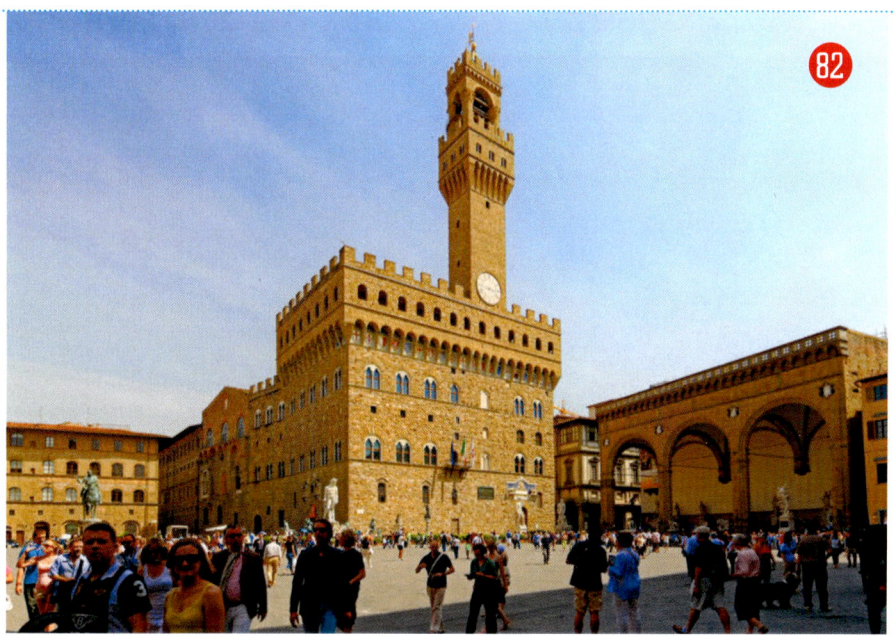

82

அமைத்த இயந்திரத் துப்பாக்கியும் டாங்கும் இன்றும் போர் ஆய்வாளர்களை ஈர்க்கின்றன.

மறுமலர்ச்சிக் காலத்தில் நிகழ்ந்த ஊழல்கள், ஏழை மக்கள் ஒடுக்கப்பட்ட விதம் ஆகியவை பல கத்தோலிக்கத் துறவிகளைக் கொதித்தெழவைத்தன. அவ்வாறு எழுந்தவர்களில் ஒருவர் ஸவனரோலா. ஃப்ளாரன்ஸில் இயங்கிய இவருக்கு அன்றைய இளைஞர்களின் துணை இருந்தது. பைபிளில் கூறியிருக்கும் பெருவெள்ளம் வரப்போகிறது, வடக்கேயிருந்து ஓர் அரசன் வந்து புதுக் கிறித்தவத்தை அமைப்பான் என்று அவர் சொல்லிக்கொண்டிருந்தார். பிரான்ஸ் அரசன் எட்டாம் சார்லஸ் இத்தாலிமீது படையெடுத்து ஃப்ளாரன்ஸ் நகரத்தை முற்றுகையிட்டதன்மூலம் இவரது கூற்று பலித்துவிட்டது என்று நினைக்கவைத்தது. நகரை ஆண்டுகொண்டிருந்த மெடிசி குடும்பத்தினர் வெளியேற்றப்பட்டு, குடியரசு அறிவிக்கப்பட்டது. ஃப்ளாரன்ஸ் நகரம் தூய்மையான நகரமாக ஆக்கப்பட்டது. பணக்காரர்கள் தங்கள் உடைமைகளை ஏழைகளுடன் பகிர்ந்துகொண்டார்கள். கணவன் மனைவியர் துறவு வாழ்க்கை

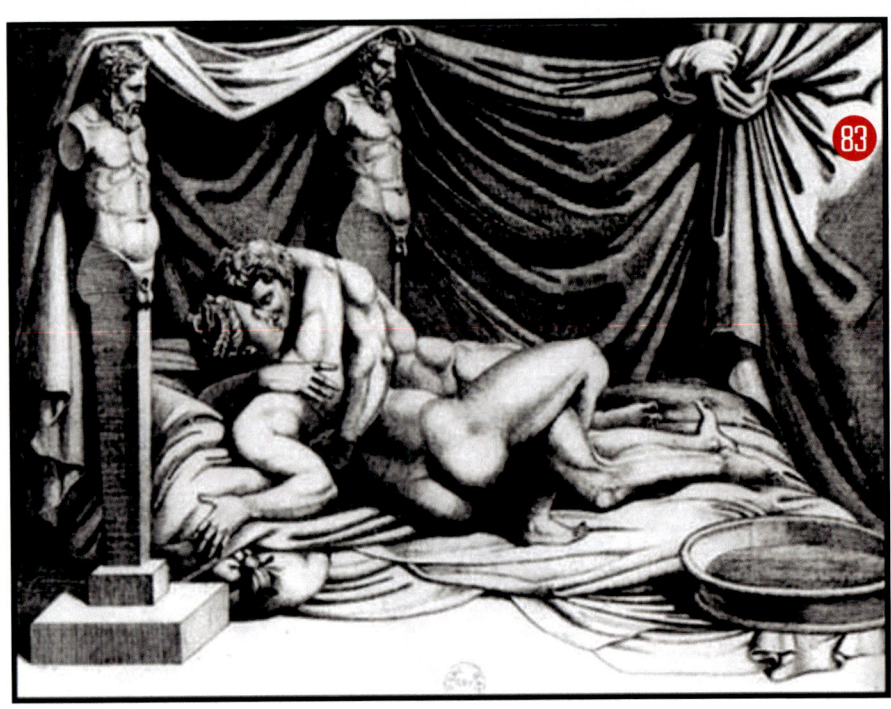

வாழ நினைத்தனர். 'படிக்கத் தகாத' புத்தகங்கள் எரிக்கப்பட்டன. போப் மற்றொரு அதிக ார மையம் உருவாவதை விரும்பவில்லை. பல நிகழ்வுகளுக்குப் பிறகு மக்களின் கோபம் ஸவனரோலா மீது திருப்பப்பட்டது. அவரைக் கைதுசெய்து சிறையில் அடைத்துச் சித்திரவதை செய்தனர். கடைசியில் தூக்கிலிட்டு, எரித்தனர் (81). ஃப்ளாரன்ஸ் பழைய நிலைக்குத் திரும்பியது. மெடிசி குடும்பத்தினரும் திரும்பி வந்தனர்.

ஸவனரோலா எரிக்கப்பட்ட பியாஸா டெல்லா ஸினோரியா என்ற இந்தச் சதுக்கம் இன்றும் அப்படியே இருக்கிறது (82). மைக்கேலாஞ்சலோவின் டேவிட் சிலையை (பிரதி) இந்தச் சதுக்கத்தில் பார்க்கலாம்.

மறுமலர்ச்சிக் காலத்தில் மக்களின் எண்ணம் உயர்கலைகளைச் சார்ந்தே இருந்தது என்று நாம் எண்ணுவது தவறு. எல்லாக் காலங்களையும்போல,

அப்போதும் உடலுறவைச் சித்தரிக்கும் சித்திரங்கள் புழக்கத்தில் இருந்தன (83). ரெய்மாண்டி என்ற செதுக்கோவியக் கலைஞன் இந்த வகையில் பெயர் பெற்றவன். ஐரோப்பாவின் முதல் முழுநீள போர்னோகிரஃபி மறுமலர்ச்சிக் காலத்தில் எழுதப்பட்டது என்று சிலர் கருதுகிறார்கள். ஆர்டினோ என்ற எழுத்தாளனின் 'விலைமகளிர் பள்ளி' என்ற புத்தகம் மிகவும் புகழ்பெற்றது. அதில் நமது கூளப்ப நாயகன் விறலிவிடு தூது புத்தகத்தில் தாய் மகளுக்கு அறிவுரை கூறுவது போல் நானா என்ற விலைமாது தனது மகளுக்குப் பல உத்திகளைச் சொல்லித் தருகிறாள். அவற்றில் இரண்டு:

'புகழ்ச்சிதான் மருந்து. அதை தாராளமாகப் பயன்படுத்து, இல்லையென்றால் வீட்டுக்குத் திரும்பும்போது, வயிறு நிரம்பியிருக்கும், பணப்பை காலியாக இருக்கும்.'

"உன்னை நாடும் ஆண்களின்
வாய் நாற்றம் வாந்தியை வரவைக்கும்,
கால் நாற்றம் குடலைப் புரட்டும்.
ஆனால் அவர்கள் பணத்தின் வாசனை
இவற்றை ஓட ஓட விரட்டும்"

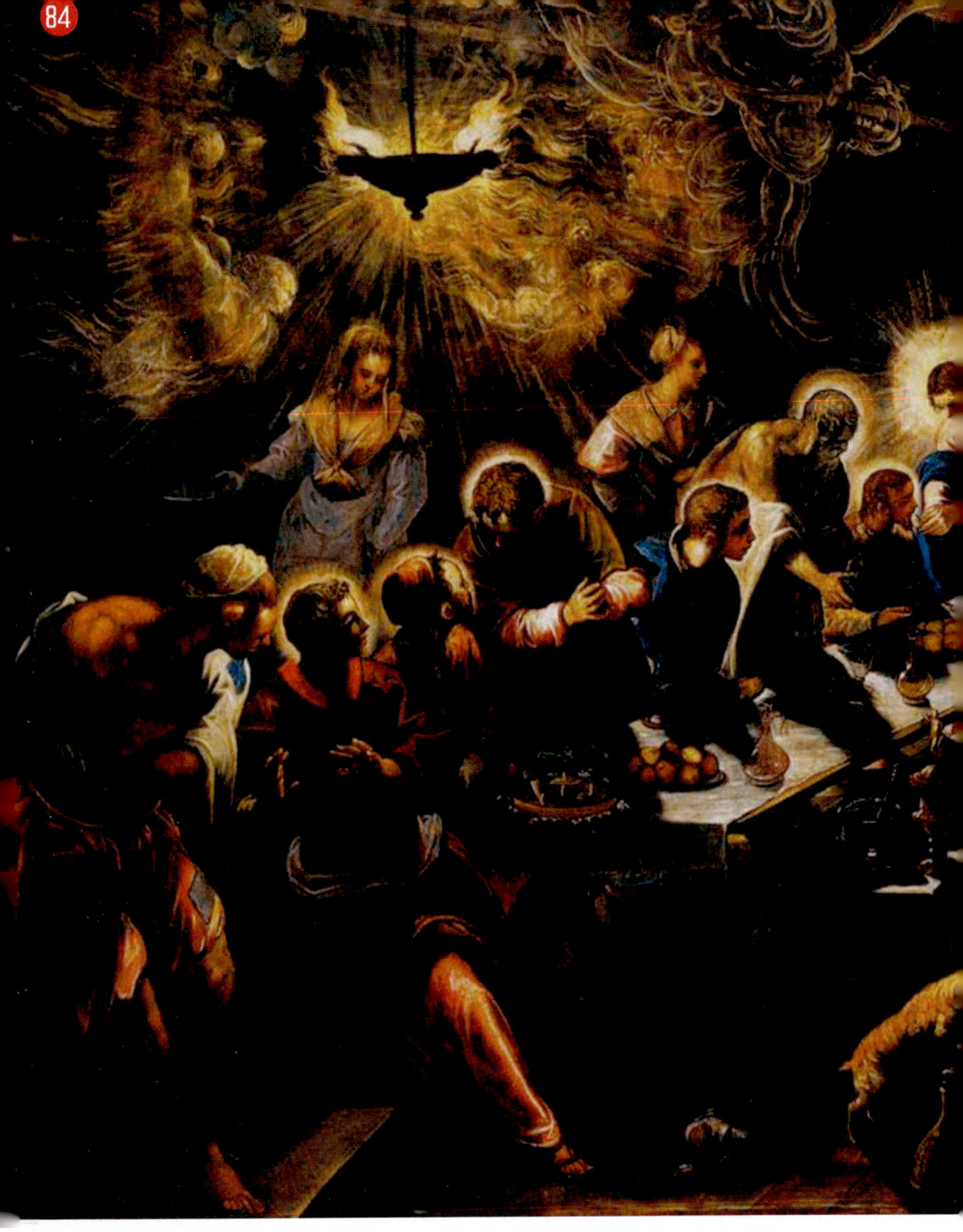

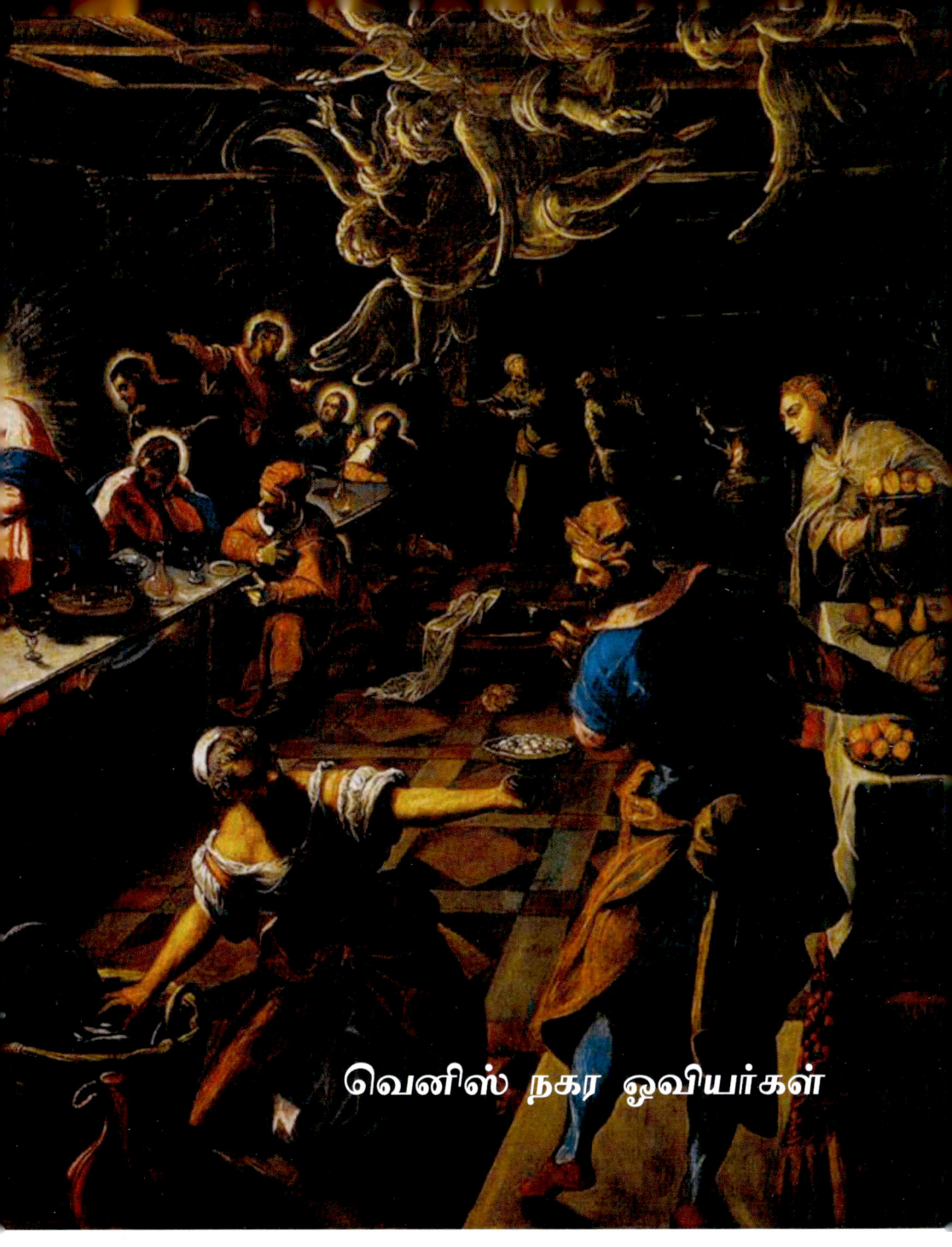

வெனிஸ் நகர ஓவியர்கள்

வெனிஸ் நகர ஓவியர்களில் நால்வர் மிக முக்கியமானவர்கள். அவர்களில் முதலாமவர் ஜொவான்னி பெலினி. இவரது காலத்தில் புனித மேரியும் அவரது தெய்வக் குழந்தையும் பல கோணங்களில் வரையப்பட்டார்கள். இவற்றில் என்னை மிகவும் கவர்ந்தது லண்டன் தேசியக் கலைக் கூடத்தில் இருக்கும் **புல்தரையில் அன்னை** என்ற ஓவியம் (85).

இந்த ஓவியத்தில் அன்னை தனது குழந்தையை ஆசீர்வதிக்கிறாள். ஆனால் கண்களில் சோகம் தெரிகிறது. குழந்தையின் தூக்கம் ஏசுபிரானின் மரணத்தின் குறியீடு. அன்னையின் மடியில் அவர் பின்னால் சடலமாகக் கிடக்கப்போகிறார். பின்புலத்தில் மக்கள் தங்கள் வேலைகளைச் செய்துகொண்டிருக்கிறார்கள். பறவை ஒன்று பாம்பைப் பிடிக்க முயன்றுகொண்டிருக்கிறது. பின்னால் கோட்டை. இவை அனைத்தும் உலகம் அதன் வழியில் இயங்கிக்கொண்டிருக்கும், எந்தத் துன்பியல் நிகழ்வும் அதை அதிகம் அசைத்துவிடாது என்பதை நமக்குத் தெரியவைக்கின்றன.

அடுத்த ஓவியன் ஜியார்ஜியோனே. இவனது **புயல்** (87) என்ற ஓவியம் என்ன சொல்ல வருகிறது என்பதைப் பற்றி இன்றுவரை கலை வல்லுனர்களால் அறுதியிட முடியவில்லை. ஓவியத்தின் வலப்புறத்தில் பெண் ஒருத்தி குழந்தைக்குப் பாலூட்டிக்கொண்டிருக்கிறாள். அவளது உடை கலைந்திருப்பதைப் பார்த்தால் போகம் முடிந்ததும் குழந்தை அழுவது நினைவு

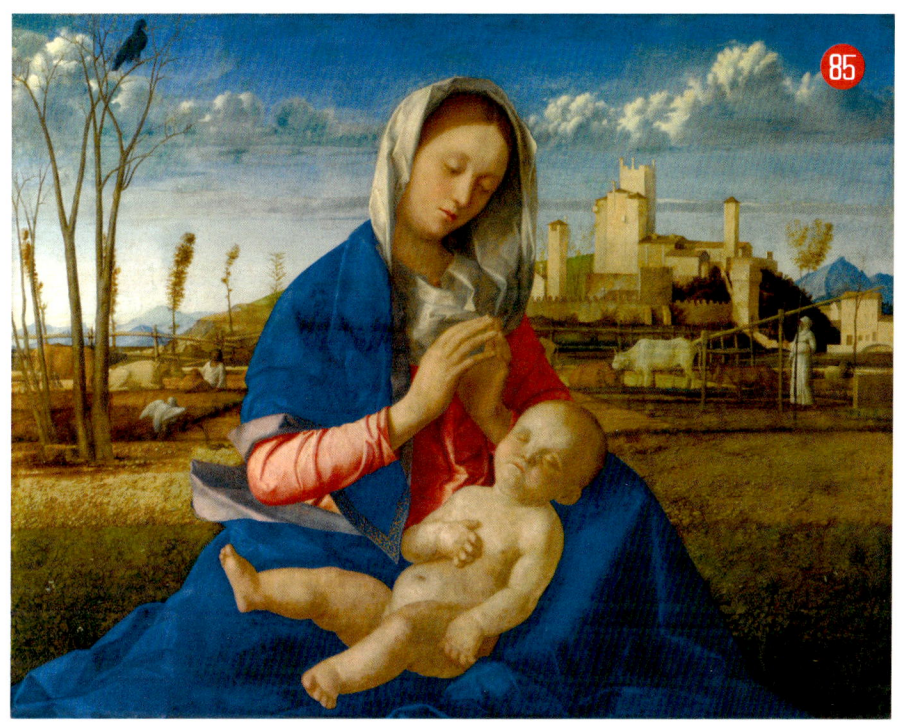

வந்திருக்கிறது என நினைக்கத் தோன்றுகிறது. வலப்புறத்தில் அவளை ஒரு வீரன் பார்த்துக்கொண்டிருக்கிறான். அவனுக்கும் அவளுக்கும் என்ன உறவு என்பது தெரியவில்லை. பின்னால் நகரத்தின் கட்டடங்கள் தெரிகின்றன. வானில் புயல் உருவாகிக்கொண்டிருக்கிறது. உடைந்த தூண்கள் மரணத்தின் சின்னங்கள். கூர்ந்து கவனித்தால் கட்டடம் ஒன்றில் கூரைமேல் ஒரு கொக்கு பறக்கத் தயாராகிக்கொண்டிருப்பது தெரிகிறது. சிலர் ஓவியம் அன்னை மேரியும் ஜோசப்பும் எகிப்திற்குத் தப்பிச் சென்றதைக் குறிக்கிறது என்கிறார்கள். ஆனால் இந்த ஓவியத்தை எக்ஸ்ரே எடுத்துப் பார்த்ததில் வீரன் இருந்த இடத்தில் ஒரு பெண்ணின் வடிவம் முதலில் வரையப்பட்டிருந்தது தெரியவந்தது (86). எனவே இந்த ஓவியத்தின் மர்மம் இன்றுவரை விடுபடாமலே இருந்துவருகிறது.

86

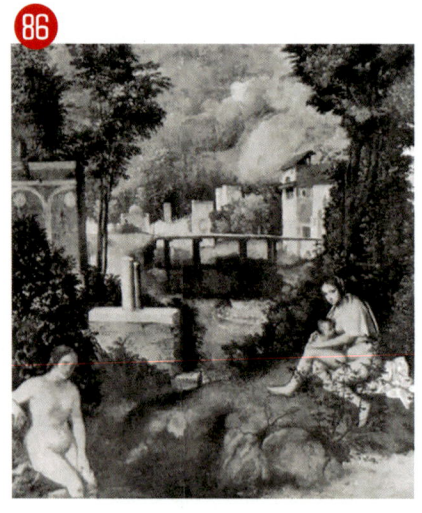

வெனிஸ் நகரத்தின் மூன்றாவது ஓவியன் திஷியன். தொண்ணூறு ஆண்டுகளுக்கும் மேல் வாழ்ந்தவன். எண்ணெய்ச் சாயத்தை இவனைப் போல் திறமையாகப் பயன்படுத்தியவர்களை விரல்விட்டு எண்ணிவிடலாம் என்று சொல்கிறார்கள். கலைஞர்கள் பணத்தைப் பற்றிக் கவலைப்பட மாட்டார்கள் என்ற கூற்றைப் பொய் ஆக்கியவன் திஷியன். சேர வேண்டிய பணம் வந்து சேரவில்லை என்று இவன் மூக்கால் அழுது எழுதிய கடிதங்களை இன்றும் நாம் படிக்கலாம். ஆனால் இவனது ஓவியங்களுக்கு என்ன விலை வேண்டுமானாலும் கொடுக்கலாம்.

'அன்னை மேரி சொர்க்கத்திற்குப் பயணித்தல்' (88) என்ற ஓவியம் முக்கிய மான ஒன்று

ஏசுவும் அன்னையும் தங்கள் உடல்களுடன் சொர்க்கத்திற்குச் சென்றனர் என்பது நம்பிக்கை. கடவுளின் மகன் தாமாகவே சென்றார் என்றால் அன்னை மேரி அழைத்துச் செல்லப்பட்டார்.

இந்த ஓவியத்தை மூன்று தளங்களாகப் பிரிக்கலாம். அடித்தளத்தில் மேரி வானோக்கிச் செல்வதைக் கண்டு வியக்கும் அப்போஸ்தலர்கள். ஒவ்வொருவரும் தங்கள் உணர்ச்சியை வெவ்வேறு விதமாக வெளிப்படுத்துகிறார்கள். இடைத் தளத்தில் அன்னை. இளமை குன்றாத அன்னை. ரோஜா நிற ஆடை காற்றில் பறக்க, கைகளை விரித்துக்கொண்டு வானத்தை நோக்குகிறார். முகத்தின் அழகு வார்த்தையால் விவரிக்கமுடியாதது. மேகங்களின் மேல் நிற்கும் அவரை மேலே கொண்டு செல்பவர்கள் செருபிம் என்று அழைக்கப்படும் குழந்தைத் தேவதைகள். அவர்களில் ஒரு குழந்தை கீழே குனிந்து வியப்பில் மூழ்கியிருக்கும் அப்போஸ்தலர்களைப் பார்த்துக்கொண்டிருக்கிறது. மேகத்தின் பளுவைத் தாங்கிக்கொண்டு. மேல்தளத்தில் தந்தை பருந்துபோலப் பறந்துகொண்டு மேரியின் வருகையைப் பார்த்துக்கொண்டிருக்கிறார். அருகில் தலைமைத் தேவதை கேப்ரியல். அவர்களுக்கும் மேரிக்கும் இடையில் கண்ணைக் கூசவைக்கும் ஒளி. கடவுள்மீது விதானம் அமைத்திருக்கும் மேகங்கள்

மேற்கத்திய ஓவியங்கள் | 163

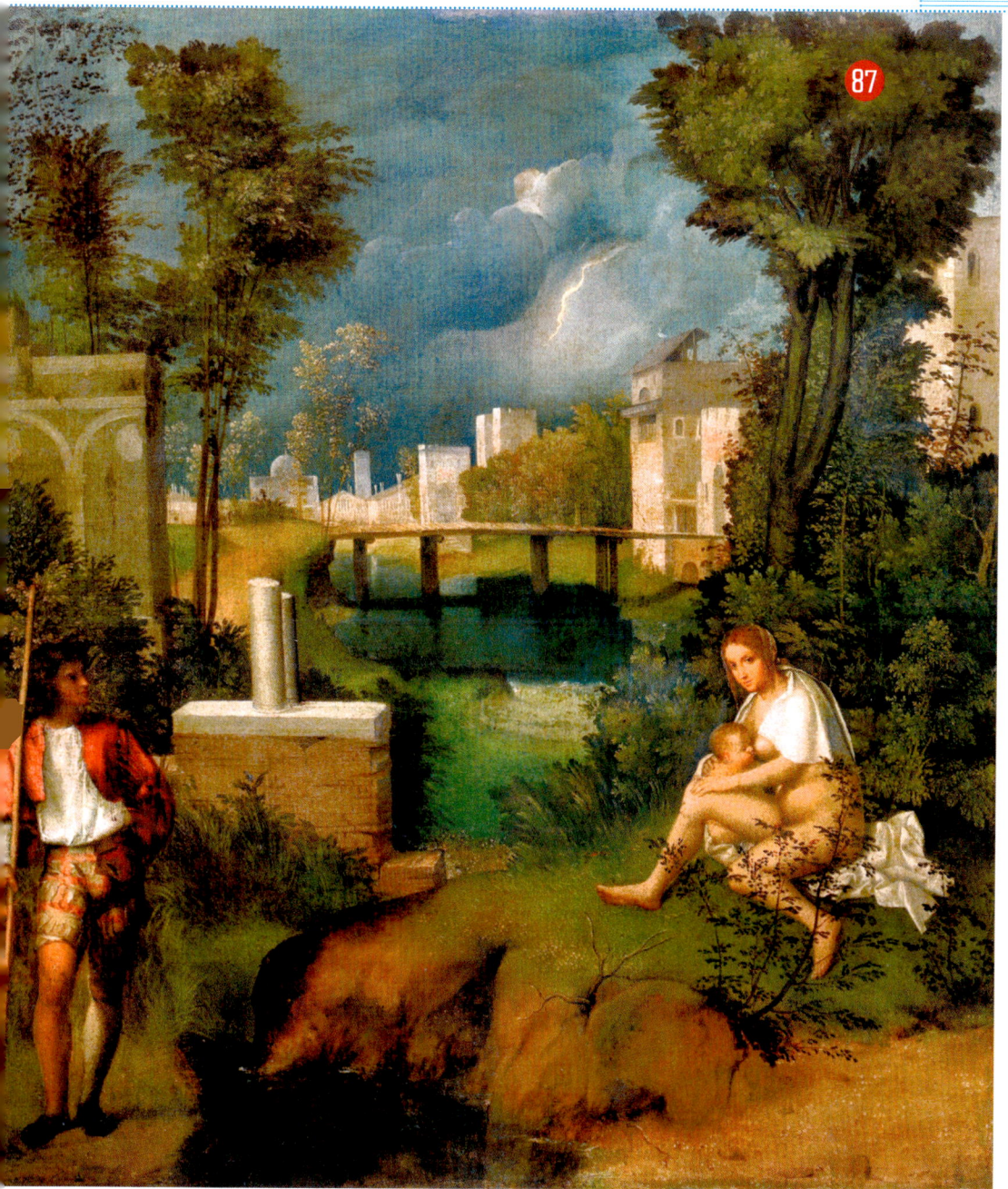

87

பொன்னாக மின்னுகின்றன. நடப்பது சாதாரண நிகழ்வல்ல என்பதை ஓவியம் சொல்கிறது. ஆஸ்கார் வைல்ட் இந்த ஓவியத்தை இத்தாலியில் இருக்கும் ஓவியங்களில் தலையாயது என்று ஏன் கூறினான் என்பதும் நமக்குப் புரிகிறது.

திஷியனின் மனத்தை உலுக்கும் ஓர் ஓவியம் **லுக்ரேஷியாவின் வல்லுறவு** (89)

லுக்ரேஷியா என்ற அழகிய பெண்ணை ரோமானிய இளவரசன் ஒருவன் பயமுறுத்தி வல்லுறவுக்கு உட்படுத்துவதை இந்த ஓவியம் சித்திரிக்கிறது. அவளிடம் உன்னையும் நிர்வாணப்படுத்தி, உன் அருகில் ஒரு அடிமை ஒருவனைக் கொலை செய்து நிர்வாணமாக்கிப் படுக்கவைப்பேன் என்று அந்த இளவரசன் பயமுறுத்தினான். வேறு வழியில்லாமல் சம்மதித்த லுக்ரேஷியா மறுநாளே தற்கொலை செய்துகொண்டாள்.

ஷேக்ஸ்பியர் தனது லுக்ரேஷியாவின் கற்பழிப்பு என்ற கவிதையில் எழுதுகிறார்.

Thus said, he sets his foot upon light
For light and lust are deadly enemies

(அவ்வாறு சொல்லிவிட்டு அவன் காலால் விளக்கை அணைத்தான்.
ஏனென்றால் ஒளியும் காமமும் ஜென்ம விரோதிகள்.)

இந்த ஓவியம் விளக்கை அணைப்பதற்கு முந்தைய தருணத்தைச் சித்தரிக்கிறது. கத்தியைக் காட்டி இளவரசன் பயமுறுத்துகிறான். பெண் உடலை வரைவதில் திஷியன் தேர்ந்தவன் என்பது நமக்கு உடனே தெரிகிறது. பணமுள்ள குடும்பத்தில் பிறந்தவள் என்பதை அவள் அணிந்திருக்கும் ஆபரணங்கள் காட்டுகின்றன. அவளது வலதுகையைப் பிடித்துக்கொண்டு முழங்காலால் அவளது தொடைகளை நெருக்குகிறான். அவள் இடக்கையால் அவன் மார்பைத் தள்ளுகிறாள். சில கிறித்தவ அறிஞர்கள் லுக்ரேஷியா இணங்கியிருக்கக் கூடாது, அவள் மீதும் தவறு இருக்கிறது என்று கருத்துத் தெரிவித்திருக்கின்றனர். ஆனால் திஷியன் அவளது இயலாமையை மிகக் கூர்மையாக வரைந்திருக்கிறான். அவளது பயம் படர்ந்த கண்ணும் கன்னத்தில் வடியும் கண்ணீரும் திஷியன் அவள் பக்கம் இருக்கிறான் என்பதை நமக்கு உணர்த்துகின்றன. காமுகனின் கண்ணில் வெறி மின்னுகிறது. நடப்பதை ஒருவன் பார்த்துக்கொண்டிருக்கிறான். ஏன் தடுக்கவில்லை? கொடுங்கோன்மையை அவ்வளவு எளிதில் தடுக்கமுடியாது என்று ஓவியன் சொல்ல முயல்கிறானோ?

88

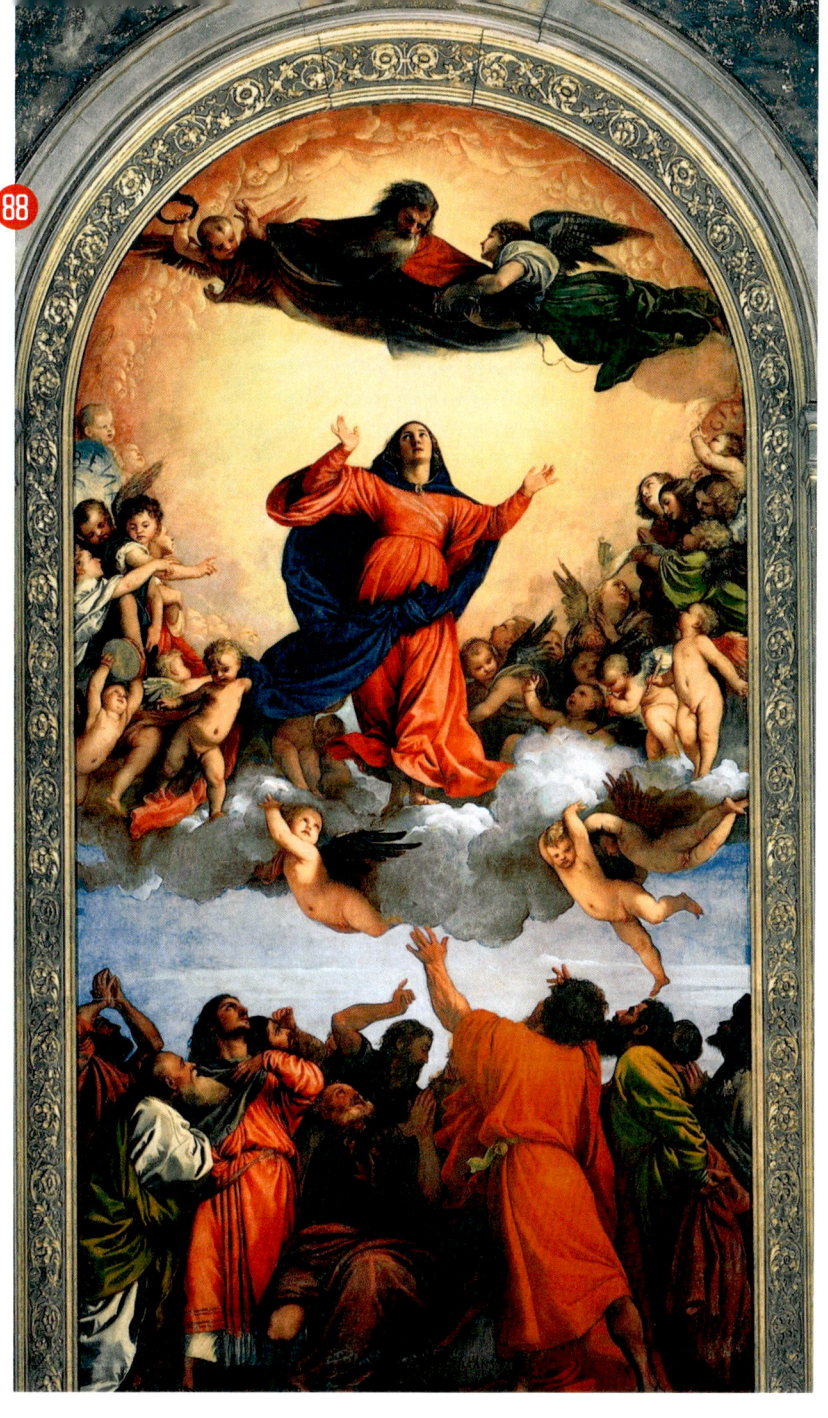

நான்காவது ஓவியன் டின்டரட்டோ. கனவுகள் போலக் காட்சியளிக்கும் ஓவியங்களை வரைவதில் கில்லாடி. இவனது ஓவியம் பொதுவாக முடிவு பெறாத தோற்றத்தைக் கொடுக்கிறது என்று அவன் காலத்தியவர்கள் கருதினார்கள். ஆனால் இன்று அவனது தனித்தன்மை வெகுவாக போற்றப்படுகிறது. இவனை நகல் செய்து வரைவது கடினம். கனவுகளை வடிப்பது அவ்வளவு எளிதல்ல. இவன் வரைந்த ஓவியங்களில் எனக்கு மிகப் பிடித்த ஓவியம். **கடைசி உணவு (84).** இதே கருத்தை டாவின்சி வரைந்ததை நாம் முன்பு பார்த்திருக்கிறோம்.

டாவின்சி வரைந்த ஓவியத்தில் இயற்கைக்குப் புறம்பான ஏதும் காட்டப்படவில்லை. அனேகமாக எல்லா ஓவியங்களிலும் இருக்கும் ஏசுவிற்குப் பின்னால் உள்ள ஒளிவட்டம்கூட அவனது ஓவியத்தில் இல்லை. ஆனால் இந்த ஓவியத்தில் அவர் பின்னால் கண்ணைக் கூசவைக்கும் ஒளி வீசுகிறது. இது மனித நிகழ்வல்ல என்பதைப் பறைசாற்றுகிறது. ஓவியன் கத்தோலிக்க மதத்தின் முக்கியமான கொள்கையான தேவ வசீகரத்தை (transubstantiation) விளக்க முற்படுகிறான். மேஜையைக் குறுக்காக வரைந்து கிறிஸ்துவை நடுவில் கொண்டுவருகிறான். அவர் தமது உடலையும் ரத்தத்தையும் ரொட்டியாகவும் மதுவாகவும் தமது சீடர்களுக்கு வழங்கத் தயாராகிறார். மேலே பிரகாசமாக எரியும் விளக்கு, ஒளியைத் தருவதோடு புகைவடிவான தேவதைகளைப் படைப்பதை நாம் காண்கிறோம். அவர்களும் ஏசுநாதர் அளிப்பதைக் கூர்ந்து பார்க்கிறார்கள். ஓவியத்தின் வலப்பகுதி நம்மைப் போன்ற சாதாரண மனிதர்களைச் சார்ந்தது. இவர்களுக்கு தினப்பாடே பெரும்பாடு. எனவே அமானுஷ்ய நிகழ்வு ஒன்று முன்னால் நடக்கிறது என்பதைப் பற்றிய பிரக்ஞையே அவர்களுக்கு இல்லை என்று நமக்குத் தோன்றுகிறது. ஒருவர்கூட ஏசுவைப் பார்க்கவில்லை. மாறாக, கண்கள் உணவைக் கவ்விக்கொண்டிருக்கின்றன. பூனை ஒன்று தனக்கு ஏதாவது கிடைக்குமா என்று ஆராய்ந்துகொண்டிருக்கிறது.

டிண்டரட்டோ அறுபது வயதை நெருங்கிக்கொண்டிருந்தபோது வெனிஸ் நகரத்தைக் கொள்ளை நோய் தாக்கியது. குறைந்தது அம்பதாயிரம் பேரை பலிகொண்ட அது திஷியன் போன்ற ஓவியர்களையும் தூக்கிச் சென்றுவிட்டது. அந்த ஆண்டின் *(1577)* இறுதியில் நகரில் பயங்கரத் தீ விபத்து ஒன்று நிகழ்ந்தது. டிண்டரட்டோவின் கணக்கற்ற ஓவியங்கள் தீக்கிறையாயின.

தீயால் ஓவியன் தளர்ந்ததாகத் தெரியவில்லை. அறுபது வயதிற்குப் பின்னும் அவன் பல ஓவியங்களை வரைந்தான். இந்த ஓவியத்தை அவன் தனது 74ஆம் வயதில் வரையத் தொடங்கி, இரண்டு ஆண்டுகள் உழைத்து இறப்பதற்குச் சில

மேற்கத்திய ஓவியங்கள் | 167

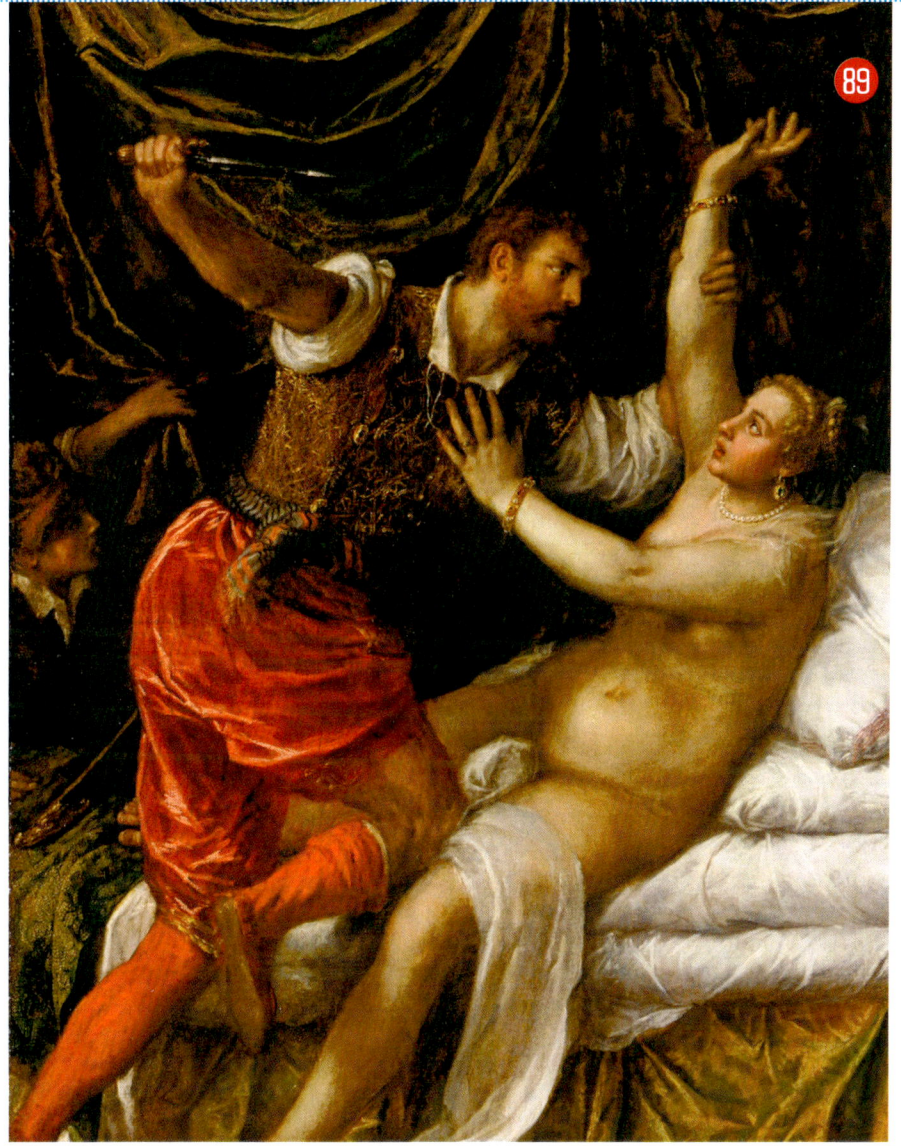
89

நாட்களுக்கு முன்பே முடித்தான் என்ற செய்தி நமக்குத் தெரியவரும்போது இந்தக் கலைஞன்மீது நாம் கொண்டுள்ள மதிப்பு அதிகமாகிறது.

டிண்டரட்டோ போன்றவர்களை மேனரிஸ்ட் ஓவியர்கள் என்பார்கள். இதற்குச் செயற்கை மரபு என்ற பொருளல்ல. மரபை மீறி இயங்கியவர்களையே இவ்வாறு அழைத்தார்கள். மறுமலர்ச்சி ஓவியர்களைப் போலவே இவர்களும் தங்களுக்கு என்று ஒரு முத்திரை பதித்துக்கொண்டு வரைந்தார்கள். அழகை வெவ்வேறு கோணங்களிலும் வடிவங்களிலும் பார்க்க இவர்கள் முயன்றார்கள். வரைய முற்பட்ட பைபிளின் சம்பவங்களிலும் தொன்மங்களிலும் இவர்கள் புது அர்த்தங்களைக் கொண்டுவரத் தயங்கவில்லை. உதாரணமாக, டிண்டரட்டோவின் மேலே குறிப்பிட்ட ஓவியம் கத்தோலிக்க மதத்தின் கொள்கைகளுக்கு வலுச்சேர்க்க வரையப்பட்டாலும் அது கொள்கையைப் பரப்புவதோடு மட்டும் நின்றுவிடவில்லை. கலைஞனின் கனவுகளுக்கும் இடம் அளிக்கிறது. இந்த முறையில் வரைந்தவர்களில் முக்கியமான ஓவியன் எல் க்ரேகோ. எக்ஸ்பிரஷனிசம், க்யூபிசம் போன்ற ஓவியப் பாணிகளின் ஊற்று என இன்று அறியப்படுபவன்.

கிரேக்கத் தீவுகளில் ஒன்றான க்ரீட் தீவில் பிறந்த இவன் இத்தாலியில் பல ஆண்டுகள் கழித்துவிட்டு ஸ்பெயின் சென்றடைந்தான். இங்கு மாட்ரிட் நகரத்திற்கு அருகில் இருக்கும் மலைநகரமான டொலிடோவில் உள்ள பெரிய தேவாலயம் ஒன்றில் ஓவியம் வரையும் ஒப்பந்தம் கிடைத்தது. அவனது தனித்தன்மையும் திறமையும் அவனுக்குப் பல ஒப்பந்தங்களைத் தேடித் தந்தன. பெருவாழ்வு வாழ்ந்த அவன் இறந்தது வறுமையில்.

என்னைத் தெரியாது என்று அவர் சொல்வார் என ஏசு முன்கூட்டியே சொன்னதை உறுதிசெய்யும் வகையில் புனித பீட்டர் எனக்கு அவரைத் தெரியாது என்று கடைசி உணவு நடந்த இரவுப் பொழுதில் மூன்று தடவைகள் சொன்னார். இந்தக் குற்றத்தை நினைத்து அவர் கண்ணீர் விடுவது இந்த ஓவியத்தில் வடிக்கப்பட்டுள்ளது (90).

கண்களால் மன்னிப்புக் கேட்கமுடியுமா?

முடியும் என்று ஓவியன் சொல்கிறான். புனித பீட்டர் செய்ததற்கு இரங்குவது மட்டும் அல்ல, செய்ய வேண்டியது என்ன என்பதைப் பற்றி ஓர் உறுதியோடு இருக்கிறார் என்பதையும் அவன் காட்டுகிறான். ஏசு சொன்னாரல்லவா, எனது தேவாலயம் பீட்டர் என்ற பாறைமீது கட்டப்படும் என்று? சுவர்க்கத்தின் சாவிகள் இடுப்பில் தொங்கினாலும் செய்த குற்றத்திற்கு

90

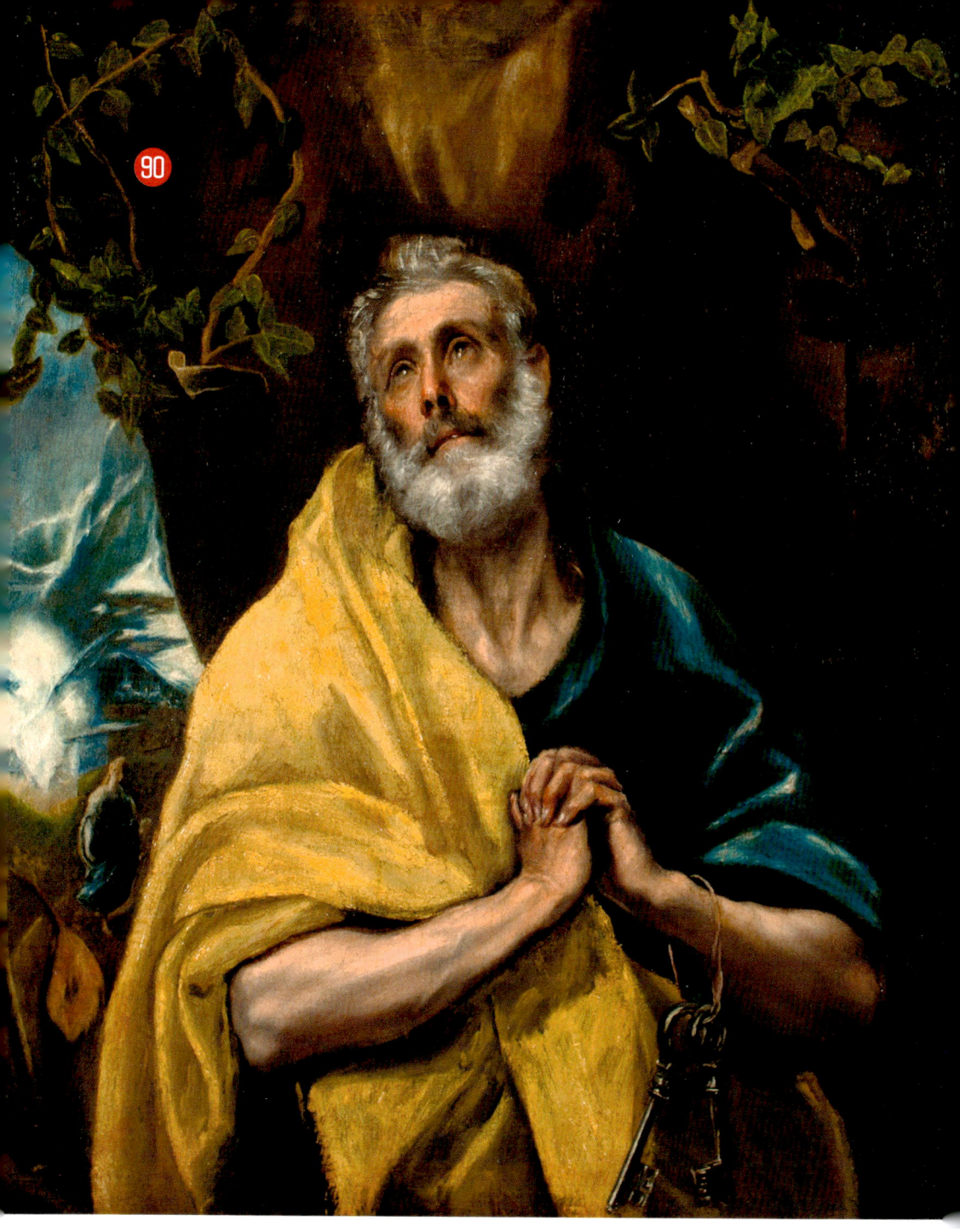

அவர் இரங்குவது இறைவன் முன்னே எல்லோரும் ஒன்றுதான் என்பதைக் காட்டுகிறது.

க்ரேகோவின் இந்த ஓவியத்தில் குறிப்பிடத்தக்க அம்சம் அவன் ஒளியை வரைந்திருக்கும் விதம். இது சூரிய ஒளியல்ல. சந்திரனின் ஒளியா? சந்தேகமாக இருக்கிறது. கடவுளின் புதல்வரே புனித பீட்டர் முன்னால் நிற்கிறாரோ? அவரது கண்களைக் கூர்ந்து பார்த்தால் அவற்றில் ஒளிப்பிழம்பு பளிச்சிடுவது தெரிகிறது. புனித பீட்டரின் உருவத்தைப் பாருங்கள். வலுவான கரங்கள். நீண்ட கழுத்து. துணியால் மறைக்கப்பட்டிருந்தாலும் தோள்கள் பரந்தவை என்று சொல்ல முடியும். அசர வைக்கும் முகம். ஆனால், இவை அனைத்தும் ஒருங்கிணைந்து மனிதவுருவின் அழகைப் பறைசாற்றவில்லை. ஏதோ ஒட்டிவைத்தால் போலத் தோற்றம் அளிக்கிறது. ஒட்டி வைத்தது ஓவியத்திற்கு வேறொரு அழகைக் கொடுக்கிறது. இறைநிலையின் அழகோ?

நான் மாட்ரிட் நகர் சென்றதும் டொலிடோ நகரத்திற்குச் செல்லத் துடித்தேன். க்ரேகோவின் '**டொலிடோ நகரக் காட்சி**' எனது பதின்பருவத்தில் பார்த்த ஓவியம் (91). இந்த நகரம் இன்று எப்படி இருக்கிறது என்பதைப் பார்ப்பதற்கு ஆசை. நகரம் இன்றும் அழகாக இருக்கிறது. இடைக்காலத்தில் எப்படியிருந்ததோ அப்படியே நகரத்தை வைத்திருக்கிறார்கள். ஆனால் ஓவியத்தைப் பார்த்தபோது அடைந்த பரவசத்தை நகரத்தை நேரில் பார்த்த போது அடையவில்லை. ஏன் என்று நினைத்துப் பார்த்ததில் ஓவிய நகரம் கலைஞனின் எண்ணத்தில் எழுந்த நகரம், ஆனால் நான் பார்த்தது மனிதர்கள் மூச்சால் இயங்கும் நகரம் என்று தோன்றியது. மூச்சு அவசியம். ஆனால் பரவசமூட்டாது.

ஓவியங்களில் பொதுவாக ஒளி விழுவது ஒரே மூலத்திலிருந்துதான் இருக்கும். ஒளிச் சிதறல்களைச் சித்திரிக்கும் ஓவியங்கள் மிகக் குறைவு. அத்தகைய ஓவியங்களில் தலையாயது '**டொலிடோ நகரக் காட்சி**' என்ற இந்த ஓவியம். மின்னல் ஒளிந்திருக்கும் வானம். 'க்ரேகோவின் ஓவியத்தில் சூரியன் என்றும் வருவதில்லை' என்ற கூற்றைப் பொய்யாக்குகிறது இந்த ஓவியம். வானம் மேகமூட்டமாக இருந்தாலும் புற்களில் கதிரவன் தெரிகிறான். ஆனாலும் இருள் மூட்டம் தரும் நடுக்கத்தை, அதிர்ச்சியை இந்த ஓவியம் தருகிறது. மனிதர்கள் இல்லாத நகரம் இது. பேய்கள் இருக்கலாம். நகரத்திற்குள் நுழையவா, வேண்டாமா என்ற தயக்கத்தை அளிக்கிறது.

வரலாறு இந்தத் தயக்கம் நியாயமானது என்று சொல்கிறது. Spanish Inquisition என்று அழைக்கப்பட்ட 'ஸ்பெயின் விசாரணை'யின் நீதிமன்றம் ஒன்று இந்த

91

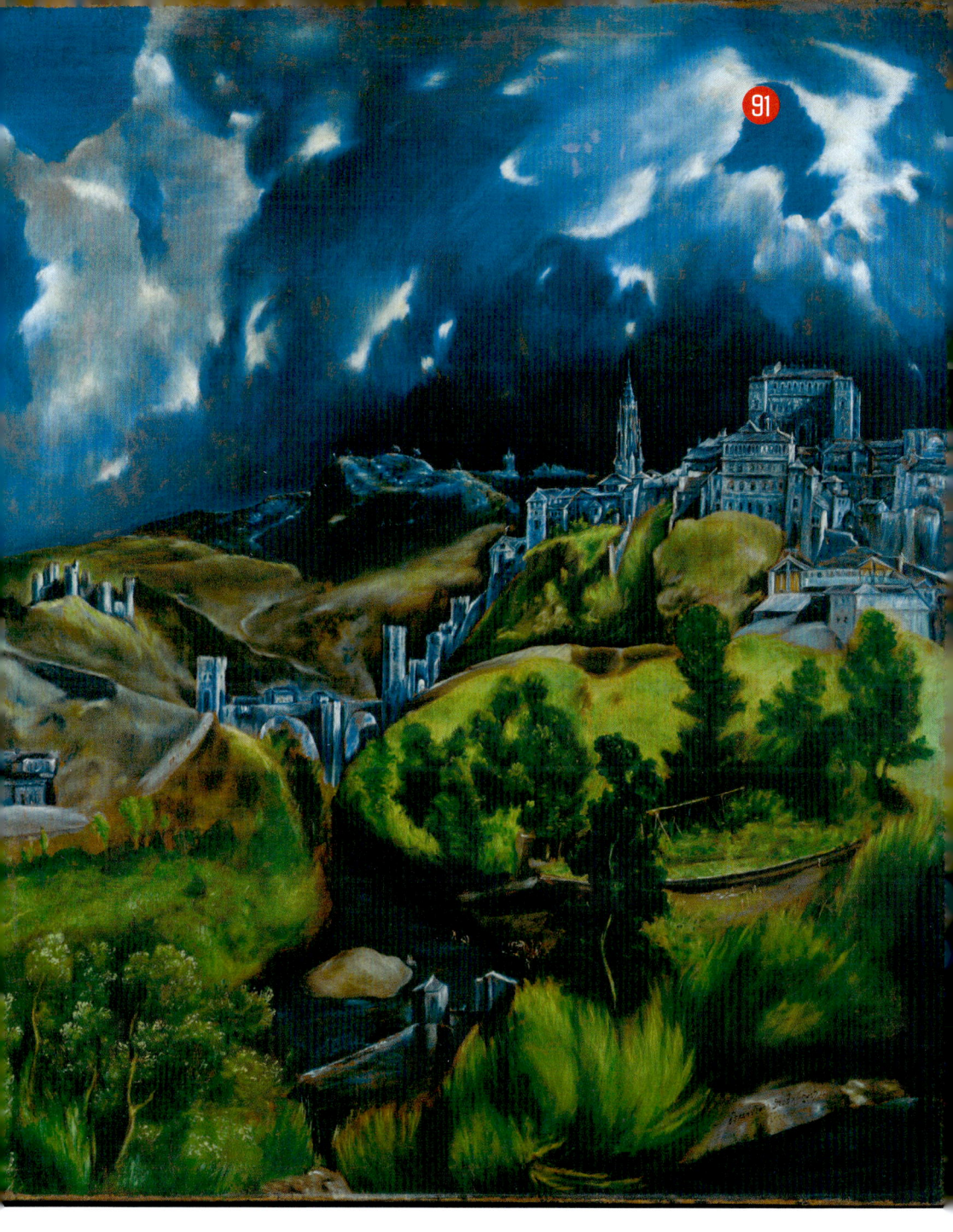

நகரத்திலிருந்து இயங்கிக்கொண்டிருந்தது. இந்த நீதிமன்றம் சாத்தானின் ஆட்கள் என்று தீர்ப்பளித்து உயிரோடு எரித்தவர்களின் பட்டியல் நீளமானது.

மேனரிசம் ஓவியக் கலையை சாதாரண மக்களிடமிருந்து பிரித்து மெத்தப் படித்தவர்களிடம் சேர்த்துவிட்டது என்று சொல்வாரும் உண்டு. ஆனால் இந்தப் பாணியின் பெருங்கலைஞர்களை மக்கள் என்றுமே மறக்கவில்லை.

இவர்கள் வாழ்ந்த பதினாறாம் நூற்றாண்டில்தான் எண்ணெய்ச் சாய ஓவியங்கள் கான்வாஸ் எனப்படும் கித்தான் துணியில் அதிகம் வரையப்பட்டன. குறிப்பாக வெனிஸ் நகரத்தின் காற்றில் ஈரத்தன்மை எப்போதும் இருப்பதால் சுவரோவியங்களும் பலகையில் வரையப்பட்டவையும் சீக்கிரம் அழியத் தொடங்கின. மேலாக, மரப்பலகையின் எடை கித்தானைவிட மிக அதிகம். பலகை காலத்தின் போக்கில் தட்டைத்தன்மையை இழந்து வளைந்துபோகக்கூடிய அபாயமும் இருந்தது. எனவே ஐரோப்பிய ஓவியர்களில் பெரும்பாலானவர்கள் கித்தான் துணியில் வரையத் தொடங்கினார்கள். துணியை மரச்சட்டத்தில் இழுத்துப் பரப்பி அதன் மீது பசை தடவி, பசை மேல் ப்ரைமர் எனப்படும் அடிச்சாயம் பூசி அதன் மேல் ஓவியம் வரையும் முறை பிறந்தது.

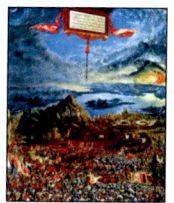

மீண்டும் வடபுலம்

மறுமலர்ச்சி நாட்களில் கிறித்தவ மதத்தில் பெரும்புரட்சி ஒன்று நடந்துகொண்டிருந்தது. மார்ட்டின் லூதர் கத்தோலிக்க குருமார்களுக்கு எதிராகக் குரல் கொடுத்ததுமல்லாமல் அவர்களது அடிப்படைக் கோட்பாடுகளையே நிராகரித்தார். கடவுளின் விதிகளுக்கு உட்பட்டு (மோசஸ் மூலம் கொடுத்த விதிகள்) மனிதன் சுயேச்சையாக இயங்க முடியும் (free will) என்பதை அவர் மறுத்தார். எல்லாம் கடவுள் செயல் (predestination), ஏசுமீது முழு நம்பிக்கை வைத்தால் மனிதகுலம் உய்வடையலாம் போன்ற லூதரின் கருத்துகளை மக்களுக்கு எளிய முறையில் சொல்வதற்கு ஓவியர்கள் தேவைப்பட்டார்கள். அவர்களில் ஒருவர் லூகாஸ் க்ரனாக். லூதரின் தோழர்.

க்ரனாக் படைத்த இந்தச் **செதுக்கோவியம்** (92) கத்தோலிக்கர்களுக்கும் ப்ராட்டஸ்டன்ட்களுக்கும் இடையே உள்ள வித்தியாசத்தை எளிமையாக விளக்குகிறது. இடப்புறத்தில் மோசஸ் தனது விதிகளைக் காட்டுகிறார். அவற்றைக் கடைப்பிடிக்காதவன் நரகத்திற்குச் செல்கிறான். கடவுள் எல்லாவற்றையும் மேலிருந்து கவனித்துக்கொண்டிருக்கிறார். வலப்புறத்தில் ஏசுவை நம்புபவன் அவரது ரத்தத்தால் கழுவப்படுகிறான். நம்புவதே வழி என்னும் மறையை அவன் நம்புகிறான். அவனுக்கு உய்வு நிச்சயம்.

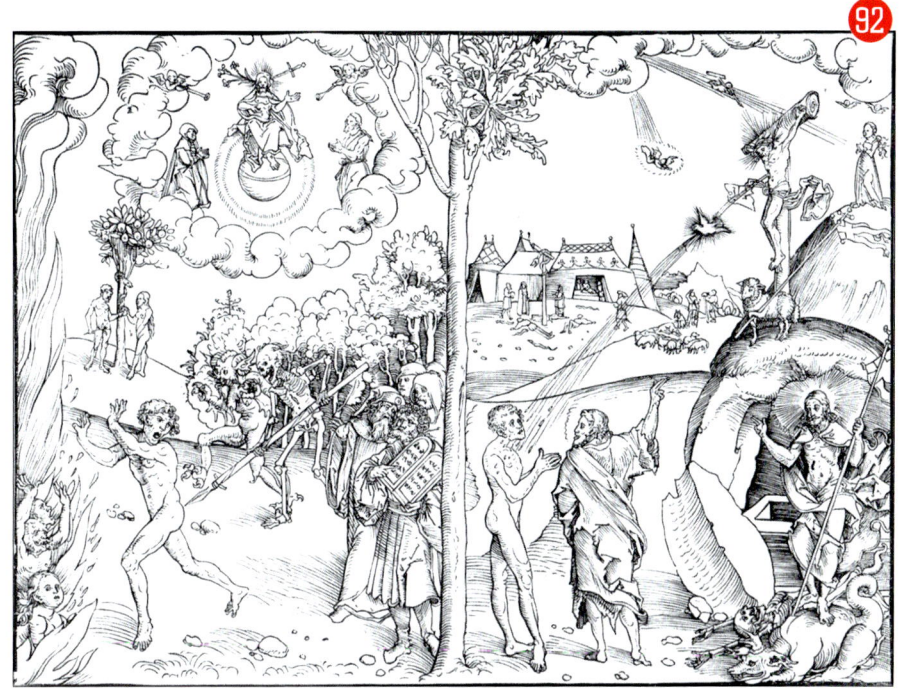

92

மனிதர்கள் எறும்புகள், கடவுளின் விதிப்படி காலால் மிதிபடலாம் என்ற கூற்றின் உச்சம் இந்த அதிர்ச்சியளிக்கும் 'போர்' என்ற ஓவியத்தில் (93) வெளிப்படுகிறது. ம்யூனிக் நகரத்தில் இருக்கும் இந்த ஓவியம் அல்டோர்ஃபர் வரைந்தது. இது அலெக்சாண்டருக்கும் டரயஸுக்கும் நடந்த போரைக் காட்டுகிறது. வானத்திலிருந்து பார்ப்பது போல் அமைக்கப்பட்டிருக்கிறது. நீல உடை அணிந்தவர்கள் கிரேக்கர்கள். சிவப்பில் இருப்பவர்கள் பாரசீகர்கள். மேலிருந்து தொங்கும் கயிறு, ஓவியத்தில் அலெக்சாண்டர் இருக்கும் இடத்தைக் காட்டுகிறது. அவன் வெள்ளைப் புரவிமீது அமர்ந்து வீரர்களை நடத்திச் செல்கிறான். டரயஸ் ரதத்தில் இருந்துகொண்டு திரும்பிப் பார்க்கிறான். களம் முழுவதும் வீரர்களால் நிறைந்திருக்கிறது. ஆனால் போரும் இறப்பும் கடவுளின் படைப்புகளான வானத்திற்கும் நீருக்கும் நிலத்திற்கும் சூரியனுக்கும் சந்திரனுக்கும் முன்னால் ஒன்றுமே இல்லை என்பதைக் குறிக்கும் வகையில்

ஓவியத்தில் பாதிக்கு மேல் நிலமும் மலையும் வானமும் ஆக்கிரமித்திருக்கின்றன. சூரியன் மறைவதும் நிலா எழுவதும் மறக்கவொண்ணாதவை. இதே போரை நாம் முன்னால் பாம்பெய் நகரச் சுவரில் பார்த்தோம். ஓவியக் கலையின் குழந்தைப் பருவச் சித்திரம் அது என்றால் இது வாலைப் பருவத்தின் படைப்பு. அதன் குன்றா இளமை இன்று வரை மாறவில்லை.

அல்டோர்ஃபர் இதை வரைந்த சமயத்தில் (1529) ஆட்டோமான் துருக்கியர்கள் வியன்னா நகரை முற்றுகையிட்டுக்கொண்டிருந்தனர். எனவே இதை மேற்கிற்கும் கிழக்கிற்கும் இடையே நடக்கும் போரைப் பற்றிய ஓவியம் என்றுகூடச் சொல்லலாம். இத்தகைய போர்கள் நகரங்களுக்கு இடையே நடந்தவை. இந்தப் போருக்கு நான்கு ஆண்டுகளுக்கு முன்னால் ஜெர்மனியில் உழவர்களின் எழுச்சி நடந்து முடிந்திருந்தது. உழவர் போர் என அழைக்கப்படும் இந்தத் துன்பியல் நிகழ்வில் மூன்று லட்சம் எளியவர்கள் கொல்லப்பட்டனர். லூதர் ஒடுக்கியவர்களுக்கு ஆதரவாக இருந்தார். உழவர்களை முன்னின்று நடத்தியவர்களை சாத்தானின் தரகர்கள் என்று அழைத்தார். எராஸ்மஸ் என்ற தத்துவ அறிஞர் உழவர்கள் எழுச்சிக்கு முக்கியக் காரணம், மடலாயங்களின் சுரண்டல் என்றார். அவர் தமது டச்சு நாட்டு உழவர்களை எளிமையானவர்கள், சூதுவாது அறியாதவர்கள், அதிகம் சாப்பிடுவதைத் தவிர எந்தக் கெட்ட பழக்கமும் இல்லாதவர்கள் என்று குறிப்பிடுகிறார். டச்சு உழவர்களுக்கு உணவின் மீது இருந்த காதலை ப்ரைகல் என்ற கலைஞன் '**தனது கல்யாண உணவு**' ஓவியத்தின் (94) மூலம் நமக்கு அறிவிக்கிறான்.

சாப்பாட்டு மேஜை கதிர் அறுக்கும் தளத்தில் வைக்கப்பட்டிருக்கிறது. நடுவே, பச்சைத் திரைக்குக் கீழ் மணமகள். தலையில், அப்போதுதான் மணம் முடிந்தவள் என்பதைக் குறிப்பிடும் ஆரம். மணமகன் மேஜையில் அமரக் கூடாது. ஓரத்தில் பியரை ஊற்றிக்கொண்டிருப்பவன் அவனாக இருக்கலாம். மரக்கதவு ஒன்று தட்டுகளை எடுத்துச் செல்லும் மரவையாக மாற்றப்பட்டிருக்கிறது. உணவில் அதிக வகைகள் இருப்பதாகத் தெரியவில்லை. சூப், ரொட்டி, கஞ்சி அவ்வளவுதான். இருவர் பேக்பைப் வாசிக்கிறார்கள். சிறுவன் ஒருவன் தரையில் அமர்ந்து தட்டை நக்குகிறான். மடியில் ரொட்டித் துண்டு. தட்டுகளும் வண்ணமிழந்திருக்கும் குவளைகளும் இது பணக்காரத் திருமணம் அல்ல என்பதைச் சொல்கின்றன. யாராவது கேட்டால் கொடுப்பதற்கு, உணவு பரிமாறுபவன் தனது தொப்பியில் மர அகப்பை ஒன்றைச் செருகிவைத்திருக்கிறான். மர அகப்பை வறுமையின் குறியீடு

93

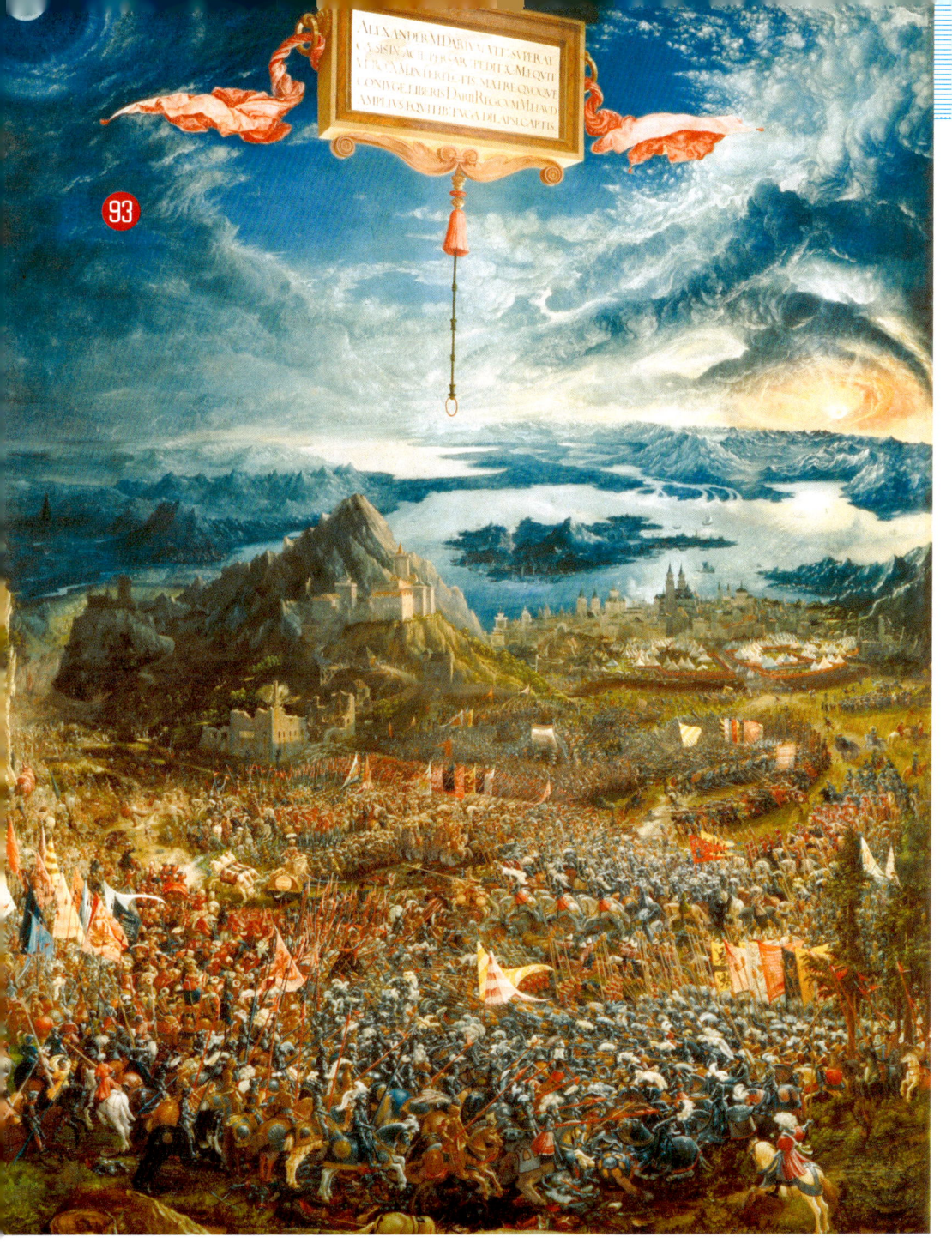

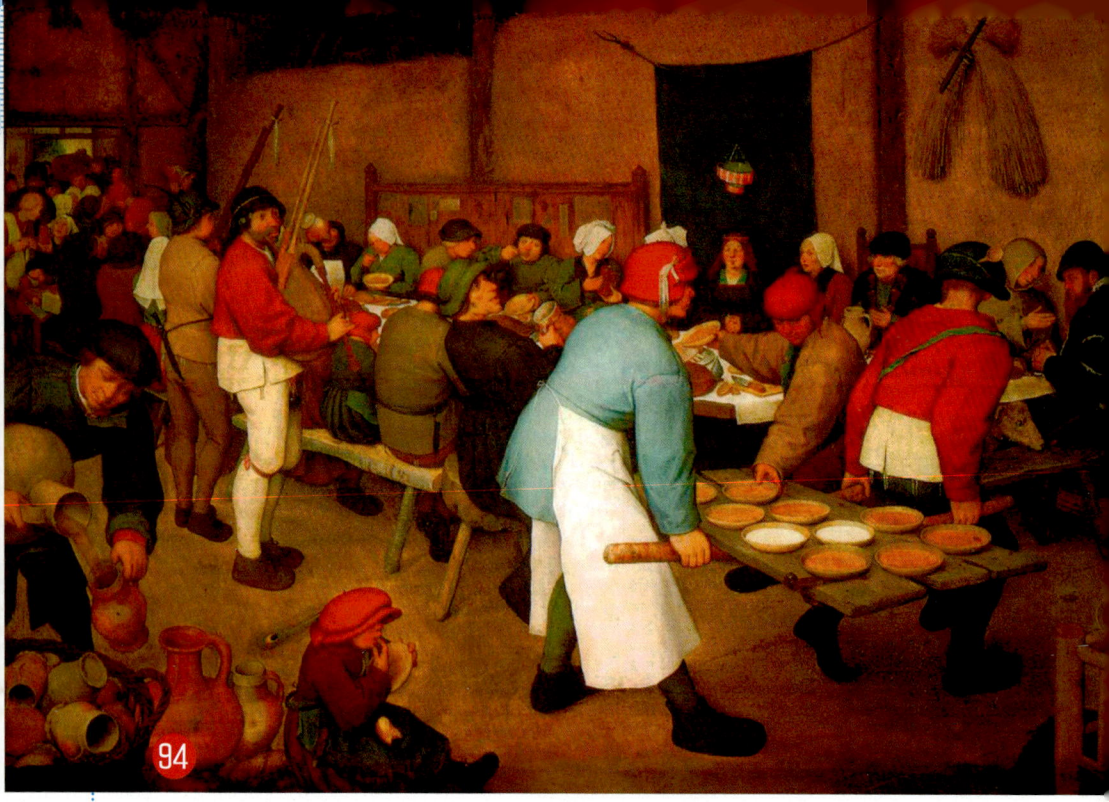

94

என்று சொல்பவர்களும் இருக்கிறார்கள். எந்த முகமும் அழகு என்று சொல்லமுடியாது. உழைப்பால் இறுகிய முகங்கள். மண் சுவர். சுவரில் தொங்கும் கதிர்கள் அவர்களது கடும் உழைப்பில் விளைந்தவை.

இவர்கள் வாழ்ந்த காலத்தில் பணக்காரர்களுக்கு எத்தகைய உணவு கிடைத்தது என்பதற்கு ஓர் உதாரணம் ஆர்ட்ஸன் வரைந்த **மாமிசக்கடை** என்ற ஓவியம் (95).

பறப்பன, நடப்பன, நீந்துபவன எல்லாம் இருக்கின்றன.

பதினாறாம் நூற்றாண்டில் விவசாயிகளின் வாழ்க்கை கடினமானது. பஞ்சம் இல்லாத ஆண்டுகளில் அவர்களுக்கு உணவுத் தட்டுப்பாடு இல்லை என்றாலும், எப்போது, யார் மூலம் துன்பம் வரும் என்று சொல்ல முடியாத நிலைமை. போர் மேகங்கள் கலையாமலே இருந்த காலம் அது. கிராமங்களில் ஐநூறு பேருக்கு மேல் இருந்தால் அதிகம். விளைநிலங்கள் அனேகமாக

பிரபுக்களுக்கே சொந்தம். குத்தகை எடுத்தவர்களை வெளியேற்றுவது கடினம் என்றாலும், நிலவுடைமையாளர்களுக்கும் தேவாலயங்களுக்கும் பங்கு கொடுக்க வேண்டும். கோதுமை, கம்பு, பார்லி, ஓட்ஸ், கேழ்வரகு போன்ற தானியங்களும் சீமைச்சணல் (hemp), ஆளி விதை (flax) போன்ற பணப் பயிர்களும் பயிரிடப்பட்டன. மேய்ச்சல் நிலம் கிராமத்திற்குப் பொது. பிறந்தவர் 35 ஆண்டு வரை வாழ்வேன் என்று எதிர்பார்க்கலாம்.

ப்ரைகல் இவர்கள் வாழ்க்கையின் பல தருணங்களை ஓவியமாக வரைந்திருக்கிறான். வாழ்ந்தது ஆண்ட்வெர்ப், ப்ரஸல்ஸ் நகரங்களில் என்றாலும் நேரம் கிடைத்தபோதெல்லாம் கிராமத்திற்குச் செல்வானாம். பனிக்காலத்தை இவன் பல மறக்கமுடியாத ஓவியங்களில் சித்திரித்திருக்கிறான். அவற்றில்

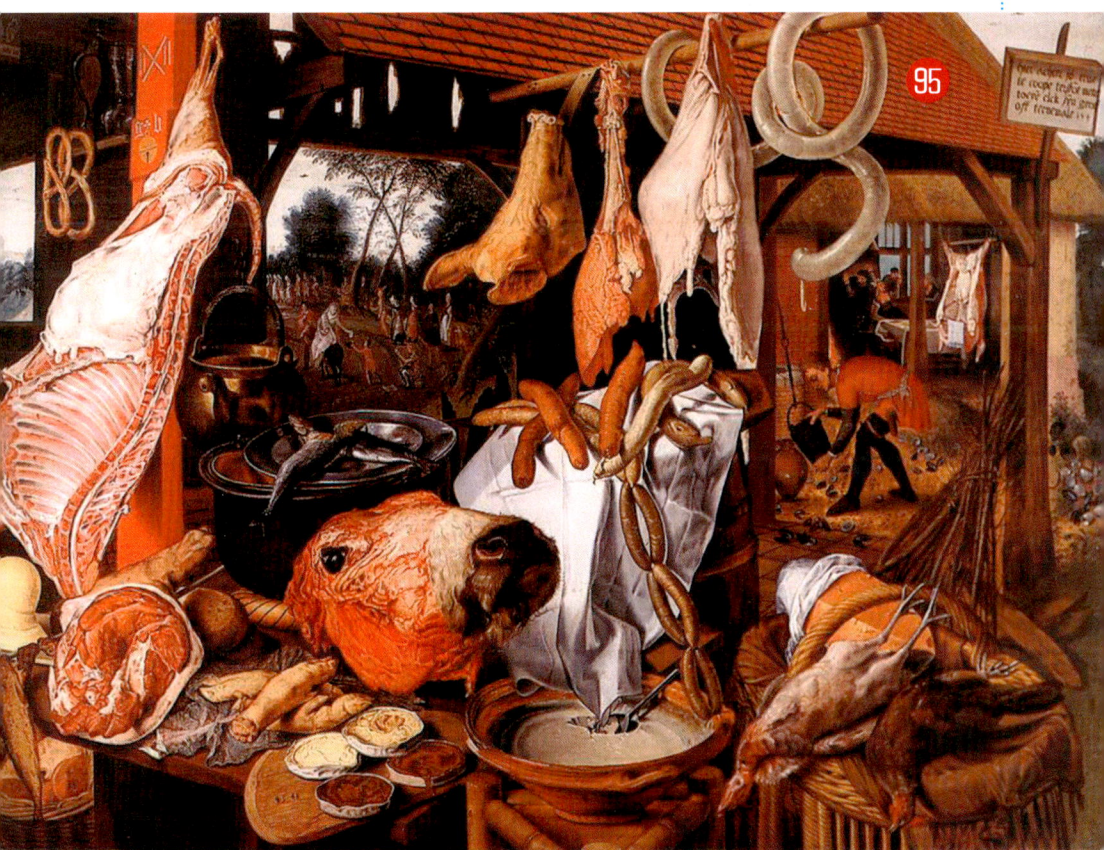

ஒன்று **பனியில் வேட்டைக்காரர்கள்** (96). இந்தப் படம் வரையப்பட்ட ஆண்டு, 1565, ஐரோப்பாவிலேயே மிகக் குளிரான ஆண்டுகளில் ஒன்று என்று சொல்கிறார்கள். ஓவியத்தின் முன்புலத்தில் வேட்டைக்காரர்கள் தங்கள் நாய்களோடு வேட்டை முடிந்து திரும்புகிறார்கள். வேட்டையில் அதிகம் கிடைத்ததாகத் தெரியவில்லை. நடையில் தொய்வு. நாய்களும் களைத்திருக்கின்றன. அவர்களுக்கு இடப்புறத்தில் சிலர் குளிர் காய்கின்றனர். இலைகள் இல்லாத மரங்கள். சில பறவைகள். வலப்புறத்தில் நீராலையின் சக்கரம் பனியில் உறைந்து காணப்படுகிறது. பனி மூடிய ஆறும் ஏரியும். வீடுகளின் மீது பனி உறைந்து படிந்திருக்கிறது. தொலைவில் தேவாலயம் ஒன்று தெரிகிறது. குடியிருப்புகளும் தெரிகின்றன.. குழந்தைகளும் பெரியவர்களும் உறைந்த ஏரியில் பனிச்சறுக்கல் விளையாட்டில் தங்களை இழந்திருக்கிறார்கள்.

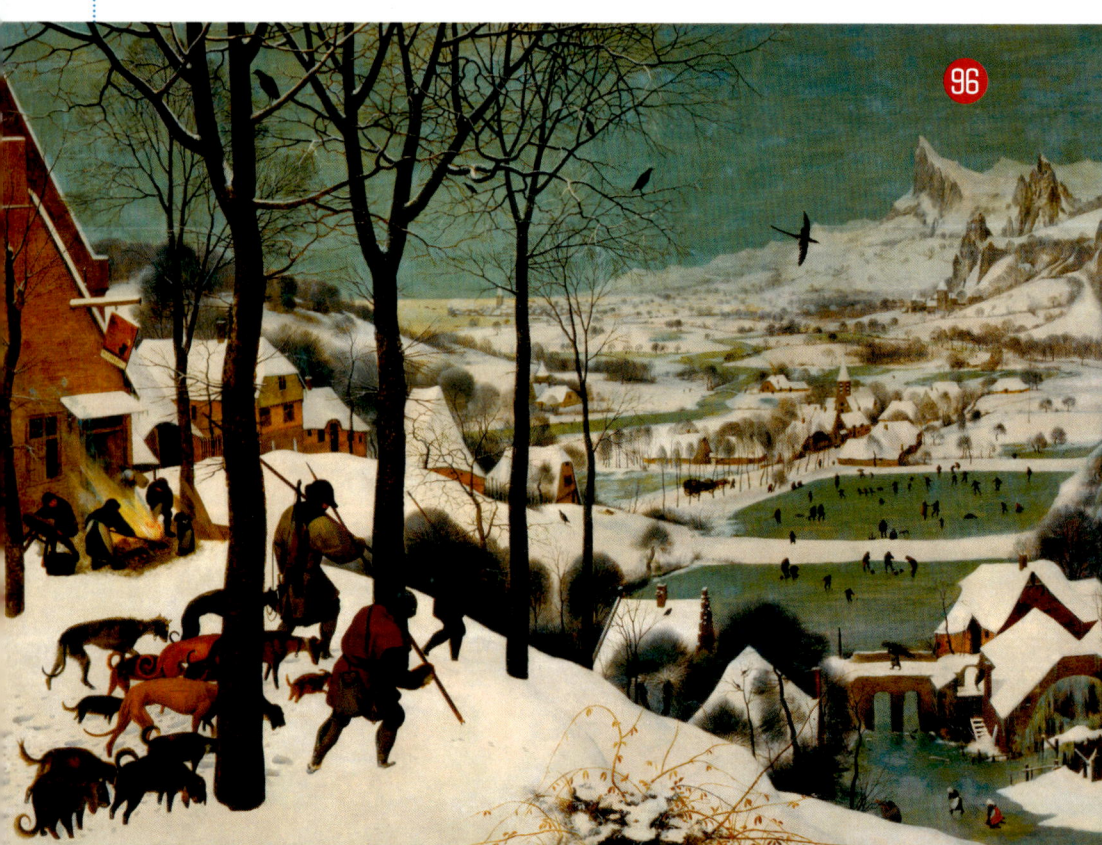

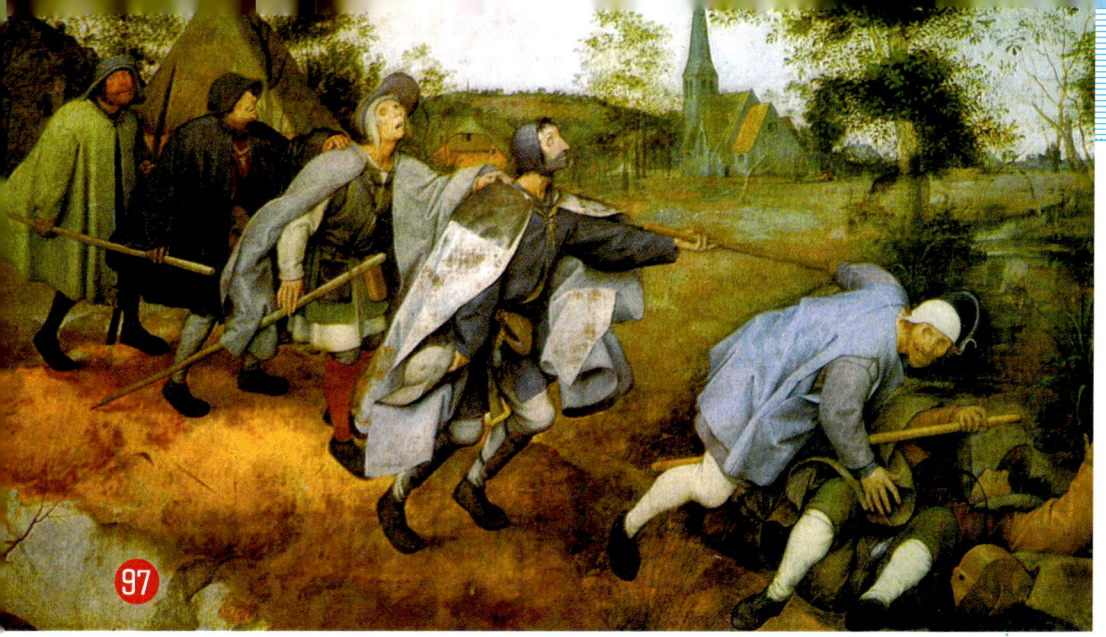

97

கூரிய சிகரங்களைக் கொண்ட மலைகள் இவற்றை எல்லாம் பார்த்துக்கொண்டு தொலைவில் நிற்கின்றன. இந்தக் காட்சிகளை எப்படி மனக்கண்ணில் பதிவுசெய்து ப்ரைகல் வரைந்தான் என்பது வியப்பைத் தருகிறது. ஓவியனது மனக்கண் பதிவுசெய்ததை நேரில் கண்டால்கூட நமது மனங்கள் பதிவுசெய்ய முடியாது என்பது நமக்கு நன்றாகத் தெரிகிறது. கலைஞனுக்கே மட்டும் அருளப்பட்ட வரம் அது.

ப்ரைகலின் **குருடர்கள் குருடர்களை வழிநடத்துவது** மற்றொரு குறிப்பிடத்தக்க ஓவியம் (97).

கண் தெரியாத ஒருவர் கண் தெரியாத மற்றொருவரை வழிநடத்தினால் இருவரும் குழியில் விழுவார்கள் என்று ஏசு சொல்கிறார். இந்த ஓவியம் அவர் சொன்னதைச் சித்திர வடிவில் தருகிறது.

ஏசு இருவரைப் பற்றிச் சொன்னார். இங்கு ஆறு பார்வையற்றவர்கள். முதல்வர் விழுந்துவிட்டார். மற்றவர்கள் தடுமாறுகிறார்கள். தடுமாற்றத்தின் தீவிரம் அடுத்தடுத்துக் குறைந்துவருவது காட்டப்படுகிறது. கடைசியில் வருபவர் தடுமாறாமல் வருகிறார். தமக்கு முன்னால் செல்பவரின் அங்கியை இழுத்து என்ன நடக்கிறது என்று கேட்கிறார். பின்புலத்தில் தேவாலயம்.

குருட்டுத்தனத்தின் ஆசான்கள் அங்கு இருக்கிறார்கள் என்று ப்ரைகல் சொல்கிறார் என்று சிலர் சொல்கிறார்கள். மற்றும் சிலர் ஆன்மீகக் குருட்டுத்தனம் அதிகரித்துவிட்டது என்பதை ஓவியம் நமக்குத் தெரிவிக்கிறது என்று கருதுகிறார்கள். ஏசு காலத்தில் பார்வையற்றவர்களாக இருந்த இருவர் ப்ரைகல் காலத்தில் ஆறு பேராக பெருகிவிட்டார்கள். இன்று வரைந்தால் படம் சுவர் முழுவதும் அடைத்துக்கொண்டாலும் சட்டத்திற்கு வெளியில் சிலர் தங்கிவிடுவார்கள்.

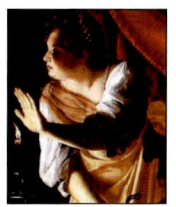

வடிவமைதி இல்லாத முத்து

லூதரால் தொடக்கப்பட்ட சீர்திருத்த இயக்கத்தை எதிர்கொள்ள கத்தோலிக்க மதத்தினர் பல வழிகளைக் கையாண்டனர். அவற்றில் ஒன்று எதிர்ச் சீர்திருத்த இயக்கம். இந்த எதிர்ச் சீர்திருத்தத்தின் விளைவாகக் கலைஞர்களும் சில இன்னல்களைச் சந்திக்க வேண்டியிருந்தது. தேவாலயங்களில் வரையப்படும் ஓவியங்கள் சில விதிமுறைகளுக்குள் உட்பட்டுத்தான் வரையப்பட வேண்டும் என்ற ஆணை இடப்பட்டது. மைக்கேலாஞ்சலோவின் ஸிஸ்டைன் ஓவியங்கள்கூடக் கேள்விக்குள்ளாக்கப்பட்டன.

மேனரிசத்தின் புகழ்பெற்ற கலைஞனான வெரொனிஸே அவனது **கடைசி உணவு** (98) ஓவியத்திற்காக கத்தோலிக்க மன்றம் முன்னால் அழைக்கப்பட்ட்டான்.

கடைசி உணவில் ஏசுவையும் அவரது சீடர்களையும் தவிர மற்றவர்கள் என்ன செய்துகொண்டிருக்கிறார்கள், நடப்பது எளிமையான இரவு உணவா அல்லது திருவிழாவா போன்ற கேள்விகள் வெரொனிஸேயிடம் எழுப்பப்பட்டது. அதற்கு அவன் சொன்ன பதில் இது: *நான் ஓவியன். கவிஞர்களுக்கும் கோமாளிகளுக்கும் உள்ள சுதந்திரம் எனக்கும் உண்டு.*

ஓவியத்தைத் திரும்பி வரைய மன்றம் உத்தரவிட்டாலும் வெரொனிஸே ஓவியத்தின் பெயரை மட்டும் “**லிவை வீட்டில் விருந்து**” என்று மாற்றினான். வேறு எந்த மாற்றமும் செய்யவில்லை.

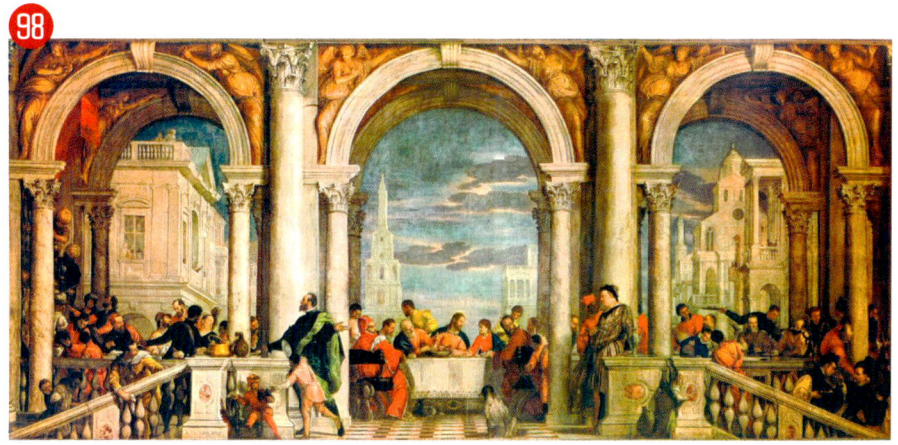

98

ஓவிய வரலாற்றில் பதினேழாம் நூற்றாண்டு, பராக் முறை ஓவியங்களின் காலம் என்று அழைக்கப்படுகிறது. பராக் என்றால் வடிவமைதியில்லாத முத்து (irregular pearl) என்று பொருள். பதினேழாம் நூற்றாண்டு கலிலீயோவின் நூற்றாண்டு. நியூட்டனின் நூற்றாண்டு. பிரெஞ்சு தத்துவ அறிஞர் தெகார்த்தின் நூற்றாண்டு. சூரியனை பூமி சுற்றுவதாக நிரூபித்ததன் மூலம் கண்ணால் காண்பதெல்லாம் உண்மையாக இருக்க வேண்டிய கட்டாயம் இல்லை என்பது உலகிற்கு அறிவிக்கப்பட்டது. இந்த நூற்றாண்டில்தான் நவீன காலம் பிறந்தது. ஓவியங்களிலும் அதன் தாக்கம் தெரிந்தது. அறிவியல் துறையில் என்ன நடக்கிறது என்பதை அறிந்துகொள்ள ஓவியர்கள் ஆவலாக இருந்தார்கள். அறிவியல் வல்லுனர்களும் ஓவியர்களும் கருத்துப் பரிமாற்றம் செய்துகொண்டனர் என்பதற்கு நிறைய சான்றுகள் இருக்கின்றன.

பராக் பாணியின் முதல் ஓவியன் கரவாஜியோவாகத்தான் இருப்பான். 39 ஆண்டுகளே வாழ்ந்த கரவாஜியோ படைத்த ஓவியங்கள் ஏற்படுத்தும் தாக்கங்கள் வார்த்தைகளால் விவரிக்க முடியாதவை. தனது வாழ்வின் முடிவு வரை கரவாஜியோ அமைதியாக இருந்ததில்லை. அவனைச் சுற்றியிருந்தவர்களையும் அமைதியாக இருக்க விட்டதில்லை. முன்னால் குறிப்பிட்டிருந்த chiaroscuro (ஒளியும் நிழலும்) உத்தியின் வித்தகன் அவன். வாழ்வு என்றால் என்ன, உயிர்த்துடிப்பு என்றால் என்ன, வலியின் தாக்கம் என்ன, மரணத்தின் குரூரம் எத்தகையது என்பவற்றையெல்லாம் தனது தூரிகையின் மூலம் நமக்கு விளக்க முயற்சித்தவன். நண்பர்கள், எதிரிகள், சந்திப்பவர்கள், எல்லோருடனும்

99

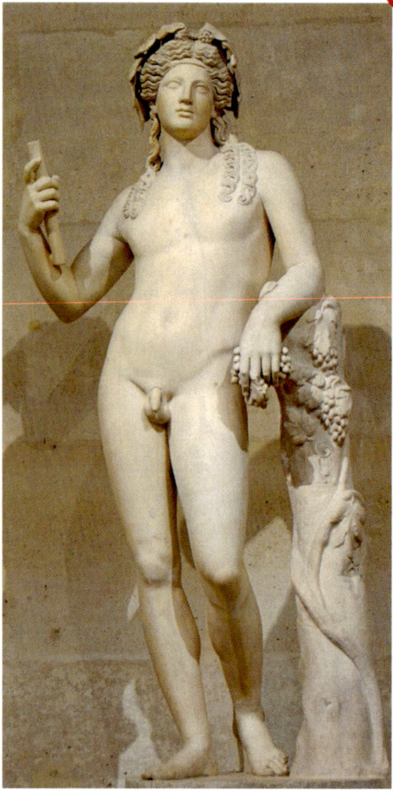

சண்டை. எந்த இடத்திலும் வெகு நாட்கள் தங்க மாட்டான். நல்லவன் என்று அவனது தாய்கூடச் சொல்லச் சற்றுத் தயங்குவாள். ஆனால் இவன் மாமேதை என்பதில் எந்த ஐயமும் கிடையாது. இவனது ஓவியங்களில் இருக்கும் ஈர்ப்பு அமானுஷ்யமானது.

பாக்கஸ் மதுவின் கடவுள். கிரேக்க காலத்தில் டயனிஸஸ் என்று அழைக்கப்பட்டவன். அவனது வடிவம் எப்படி இருந்திருக்கும் என்பது பற்றி அன்றைய இத்தாலியர்களுக்கு ஒரு புரிதல் இருந்தது. உதாரணமாக, இந்தச் சிலையை அவர்கள் நிச்சயம் அறிந்திருக்கக்கூடும். மருவற்ற ஆண்மைக்கு உதாரணமாக இருப்பது இந்தச் சிலை (99).

இது கரவாஜியோவின் **பாக்கஸ்** (100).

ஓவியத்தில் அவனது மார்பு தெரியாதிருந்தால் நாம் இது ஒரு பெண்ணுடைய ஓவியம் என்றுதான் நினைத்திருப்போம். முகத்தில் அவ்வளவு பெண்மை தவழுகிறது. மதுக் கடவுளின் கண்களில் தவழும் மயக்கம் மதுவால் இருக்கலாம், அல்லது அருகே வா என்ற அழைப்பாக இருக்கலாம். கரவாஜியோவை இந்த ஓவியத்தை வரையப் பணித்த டெல் மொன்டே என்ற மதகுருவிற்குப் பதின்பருவத்துப் பையன்கள்மீது ஆசை அதிகம். பாக்கஸ் கடவுளாக இருக்கலாம். ஆனால் நகங்களைச் சுத்தம் செய்யும் பழக்கம் இல்லாதவனாகத் தெரிகிறான். ஓவியத்தின் கீழ்ப்பகுதியில் இருக்கும் பழங்கள் பழையவையாகத் தெரிகின்றன. இவன் இளமையாக இருந்தாலும் சுவைக்கப்பட்டவன், துப்பப்படப்போகிறவன் என்பதைக் குறிப்பதாக இருக்கலாம். சில வல்லுனர்கள் இது கரவாஜியோ தன்னைத்

100

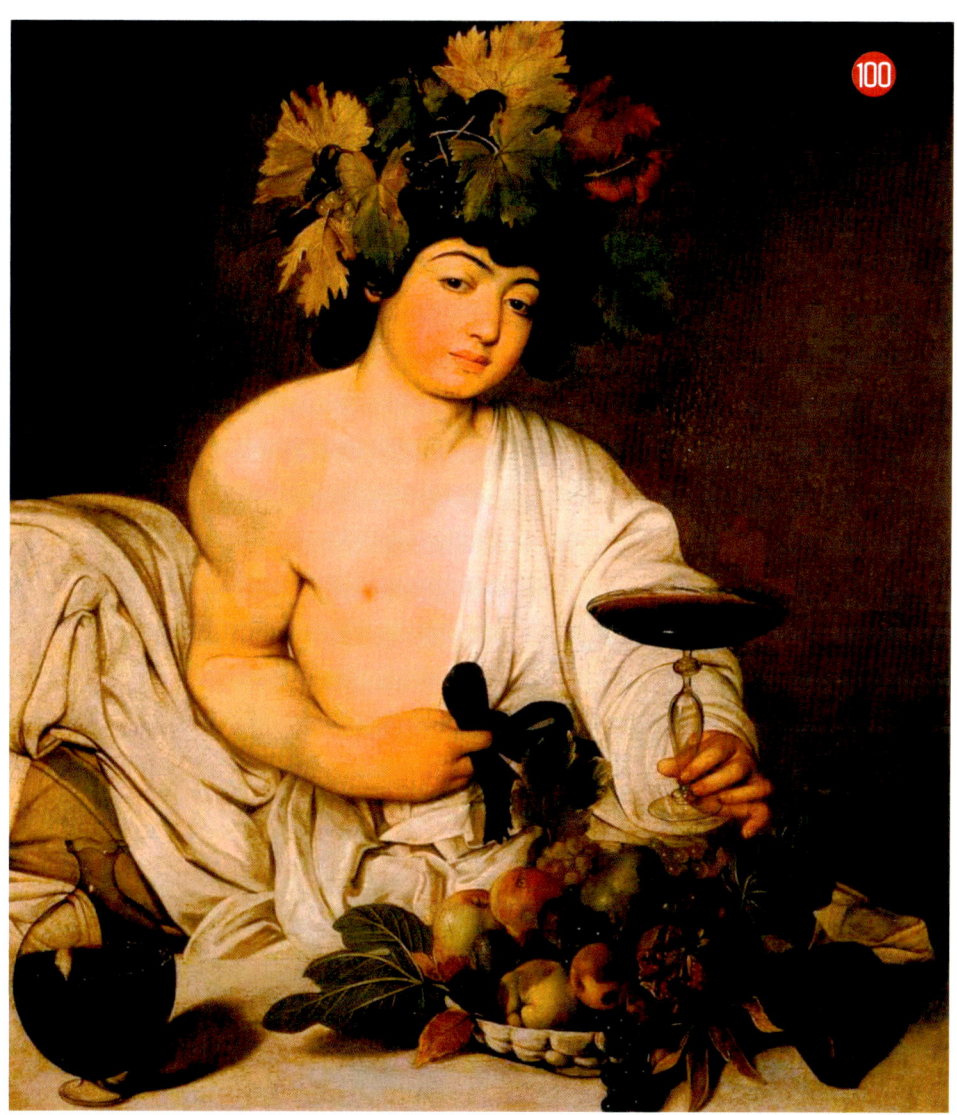

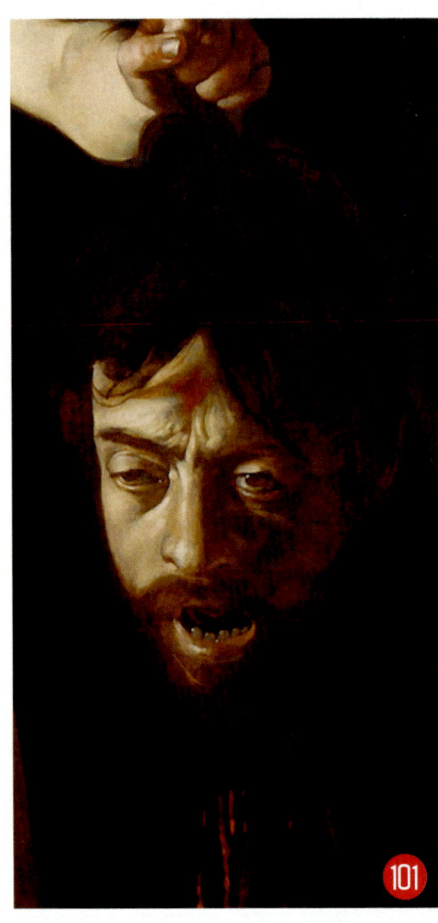

101

தானே கண்ணாடியில் பார்த்து வரைந்துகொண்டது என்று கருதுகிறார்கள். எனக்கு அப்படித் தோன்றவில்லை. இந்த முகத்தைப் பாருங்கள் (101).

இது அவனது முகம். டேவிட்டால் கொல்லப்பட்ட கலையத் என்ற இராக்கதனின் முகமாகத் தன்னை வரைந்துகொண்டிருக்கிறான். இந்த முகத்தில் நாம் கரவாஜியோவைக் காண முடிகிறது.

கழுத்தை அறுப்பது என்பது இவனுக்குப் பிடித்தமான ஒன்று என்று எனக்குத் தோன்றுகிறது. ஆப்ரகாம் தனது மகன் கழுத்தை அறுப்பதை வரைந்திருக்கிறான். மேலே கழுத்தறுபட்ட கலையத்தைப் பார்த்தோம். இந்த மெடூஸாவைப் பாருங்கள் (102). பார்த்தாலே நம்மைக் கல்லாக்குபவள். கிரேக்க வீரன் பெர்ஸியஸால் கழுத்தறுக்கப் பட்டவள். இந்த ஓவியம் அறுபட்ட தருணத்தில் அவளது தலை எப்படி இருந்திருக்கும் என்பதை நம்மிடம் சொல்கிறது. வயிற்றைக் கலக்கும் ஓவியம். கண்களில் பீதியும் கொடூரமும் கலந்து மின்னுகின்றன. தலையெல்லாம் முடிக்குப் பதிலாகப் பாம்புகள். உயிர் நிலைக்காது என்று அவற்றிற்குத் தெரிந்திருக்கிறது. நெளிந்து தப்பிக்க முயல்கின்றன.

இந்த ஓவியன் அழகையும் குரூரத்தையும் ஒன்றாகக் காட்ட

102

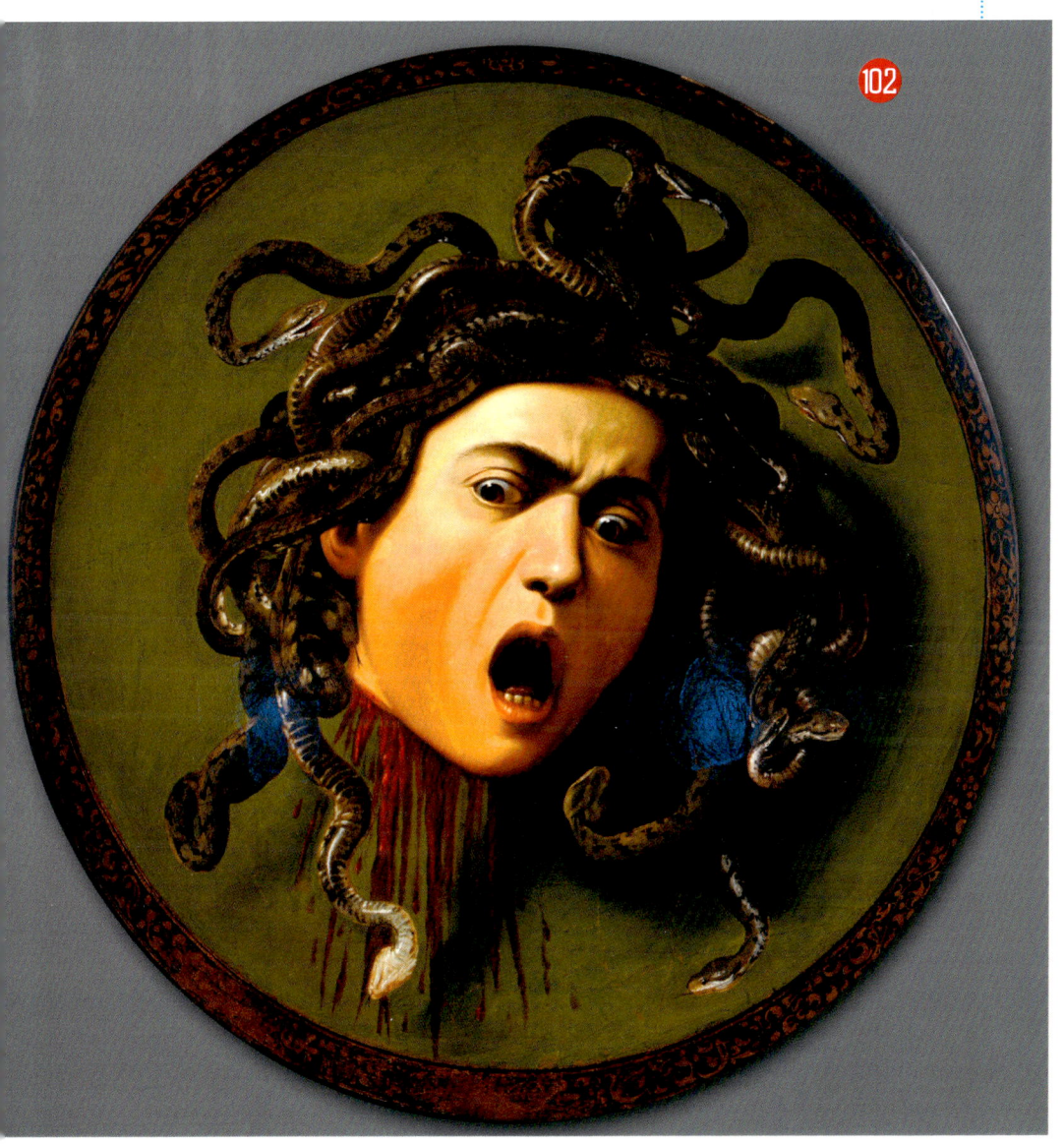

முயன்று மகத்தான வெற்றியையும் கண்டிருப்பது **ஜூடித் ஹோலெபெர்னஸின் தலையை அறுப்பது** என்ற ஓவியத்தில் (103). ஜூடித் என்ற இஸ்ரேலி விதவை ஹோலெபெர்னஸ் என்ற அசீரயத் தளபதியை மது அருந்தவைத்து அவன் போதையில் இருக்கும்போது அவன் தலையை அறுத்த சம்பவத்தை விவரிக்கிறது இந்த ஓவியம். ஜூடித்தின் கண்களைப் பாருங்கள். உறுதியும் அருவருப்பும் கலந்து மின்னுகின்றன. கொய்த தலையைப் பொதிவதற்காகக் கையில் ஒரு துணியை வைத்துக்கொண்டிருக்கும் கிழவியின் கண்களில் வெறுப்பு. தளபதியின் கழுத்து கிட்டத்தட்ட முழுமையாக அறுபட்டுவிட்டது. கண்கள் மரணத்தைப் பார்த்துக்கொண்டிருக்கின்றன.

கரவாஜியோ கிறித்தவ மதத்தின் மறக்க முடியாத சம்பவங்களைத் தனக்கே உரித்தான மேதைமையோடு வரைந்திருக்கிறான்.

என் வீட்டில் இவனுடைய ஓவியத்தின் பிரதி ஒன்று தொங்குகிறது. தினம் அதைப் பார்க்கிறேன். இன்றுவரை தெவிட்டவில்லை.

பிறகு அவர்கள் கண்கள் திறந்தன. அவரை அடையாளம் கண்டு கொண்டார்கள் என்கிறது பைபிள். இது ஏசுபிரான் மீளுயிர் பெற்று எம்மாஸ் என்ற இடத்தில் தமது சீடர்களுக்கு காட்சிக் கொடுப்பதைச் சொல்வது. இந்த சம்பவத்தை ஓவியமாகப் படைத்திருக்கிறான் இந்த மகத்தான கலைஞன். **'எம்மாஸில் இரவு உணவு'** (104) என்ற இந்த ஓவியத்தில் ஏசு தாடியில்லாமல் இருக்கிறார். 'மற்றோர் உருவில் வந்தார்' என்று பைபிள் சொல்வதால் கரவாஜியோ ஏசுவை இவ்வாறு வரைந்திருக்க வேண்டும். முகத்தில் தவழும் சாந்தம் அவர் யார் என்பதை நமக்குத் தெரிவிக்கிறது. தாம் மீளுயிர் பெற்றதைப் பற்றிச் சொல்கிறார் என்று தோன்றுகிறது. இடப்பக்கத்தில் இருக்கும் க்ளியோஃபாஸ் ஆச்சரியத்தில் நாற்காலியைத் தள்ளிவிட்டு எழுந்திருக்க முயல்கிறார். கிழிந்த ஆடை அவரது ஏழ்மையைத் தெரிவிக்கிறது. இரண்டு கைகளையும் விரித்துக்கொண்டு சிலுவையில் அறையப்பட்டவர் எப்படி உயிரோடு வந்தார் என்று கேட்பவர் போலத் தோன்றும் அந்த முதியவர் அப்போஸ்தலர் லூக்காவாக இருக்கலாம். அவர் சட்டையில் குத்தியிருக்கும் கிளிஞ்சல் அவர் பல தலங்களுக்குச் சென்றவர் என்பதை உணர்த்துகிறது. அவரது இடக்கரம் ஓவியத்தைக் கிழித்துக்கொண்டு வெளியில் வந்துவிடும் போல் இருக்கிறது. வீட்டின் சொந்தக்காரர் ஏசுபிரானைக் கூர்ந்து கவனிக்கிறார். அவருக்கும் நடப்பது உண்மையா கனவா என்பது பற்றிய தெளிவு இல்லை.

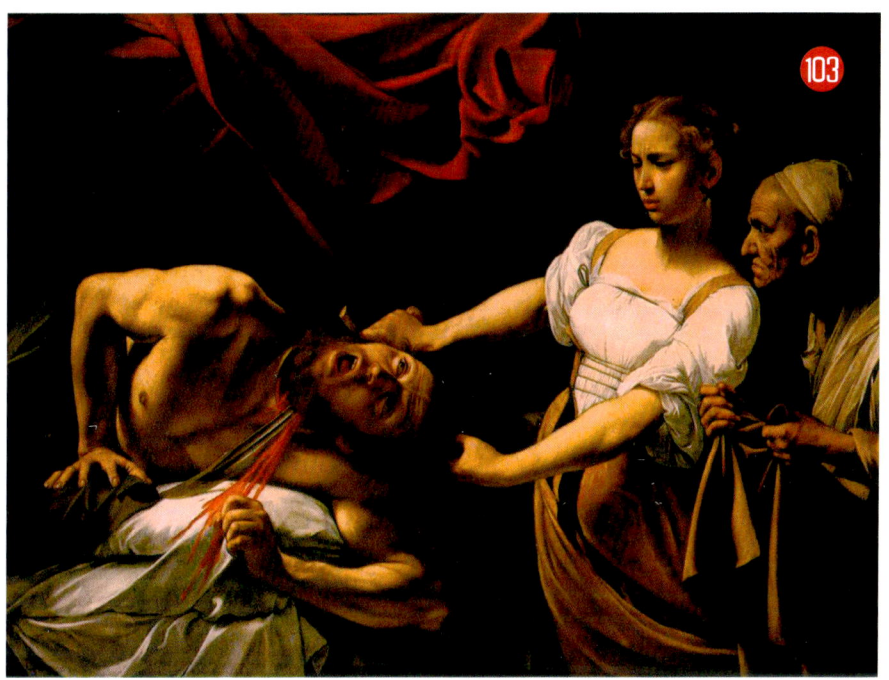

மேஜையில் வைக்கப்பட்டிருக்கும் உணவைக் கவனியுங்கள். பணக்கார உணவு அல்ல. வறுத்த கோழி. ரொட்டித் துண்டுகள். பழங்கள் அழுகும் நிலையில் இருக்கின்றன. இது மனித உடலுக்கும் இந்த நிலைதான் என்பதன் குறியீடு. திரும்பி வருதல் தேவகுமாரன் மட்டுமே செய்யக்கூடிய ஒன்று.

ஆங்கிலத்தில் immediacy என்று சொல்வார்கள். அதாவது நடப்பது இந்தத் தருணத்தில், நம் கண் எதிரிலேயே நடக்கிறது, நாமும் பங்கு பெறுகிறோம் என்ற உணர்வு. இந்த உணர்வை ஓவியங்களில் ஒரு சில மேதைகளால் மட்டுமே தரமுடியும். இந்த ஓவியம் மிக எளிதாக அத்தகைய உணர்வைக் கொண்டுவருகிறது. ஈடு இணையில்லாத ஓவியம் இது.

இந்த ஓவியனது 'ஒளியும் நிழலும்' உத்தியை விளக்க மற்றொரு ஓவியத்தைக் குறிப்பிட்டே ஆக வேண்டும்.

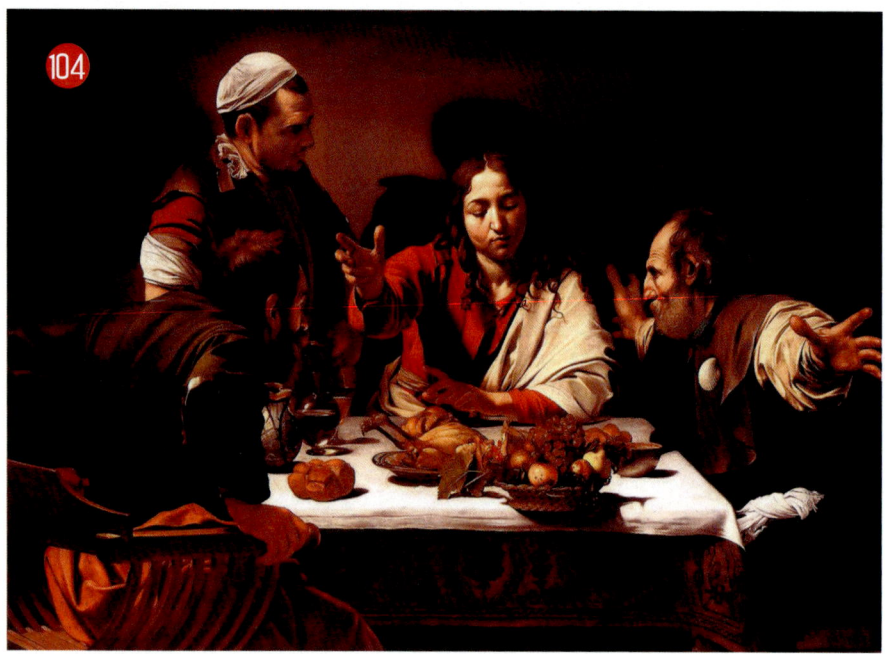

104

மத்தேயுவை அழைத்தல் என்ற இந்த ஓவியம் (105) ஏசு வரி வசூலிக்கும் அதிகாரியான மத்தேயுவை அழைத்துத் தன் பக்கம் இழுத்துக்கொண்டதைக் குறிக்கிறது. ஓவியத்தில் நிழலும் ஒளியும் ஒன்றை ஒன்று மிஞ்ச முயல்கின்றன. ஓவியத்திலிருக்கும் ஜன்னலிருந்து ஒளி வருவதாகத் தெரியவில்லை. மாறாக ஏசுவின் பின்னாலிருந்து வருகிறது. அசாதாரண ஒளி. அவரது கை மைக்கேலாஞ்சலோ ஸிஸ்டைன் ஆலயத்தில் வரைந்த ஆதாமின் கையை ஒத்திருக்கிறது. ஆனால் இது உயிர் பெறும் கை அல்ல. உயிர் தரும் கை. ‘என்னிடம் வா, நான் உயிர் தருகிறேன்’ என்று சொல்கிறது. அமர்ந்திருப்பவர்களில் யார் மத்தேயு? சிலர் நானா என்று கேட்கும் கிழவர் என்கிறார்கள். சிலர் அவர் அப்படிக் கேட்கவில்லை, அவனையா அழைக்கிறீர்கள் என்று தலை குனிந்து அமர்ந்திருக்கும் மத்தேயுவைக் காட்டுகிறார் என்கிறார்கள். எனக்கு ஏசுவின் முகத்தைப் பார்த்துக்கொண்டே இருக்கலாம் என்று தோன்றுகிறது. கண்களில் உறுதியோடு கருணை. ஓவியத்தின் ஓரங்களில் எல்லாம், வலப்பக்க

மேற்கத்திய ஓவியங்கள் | 193

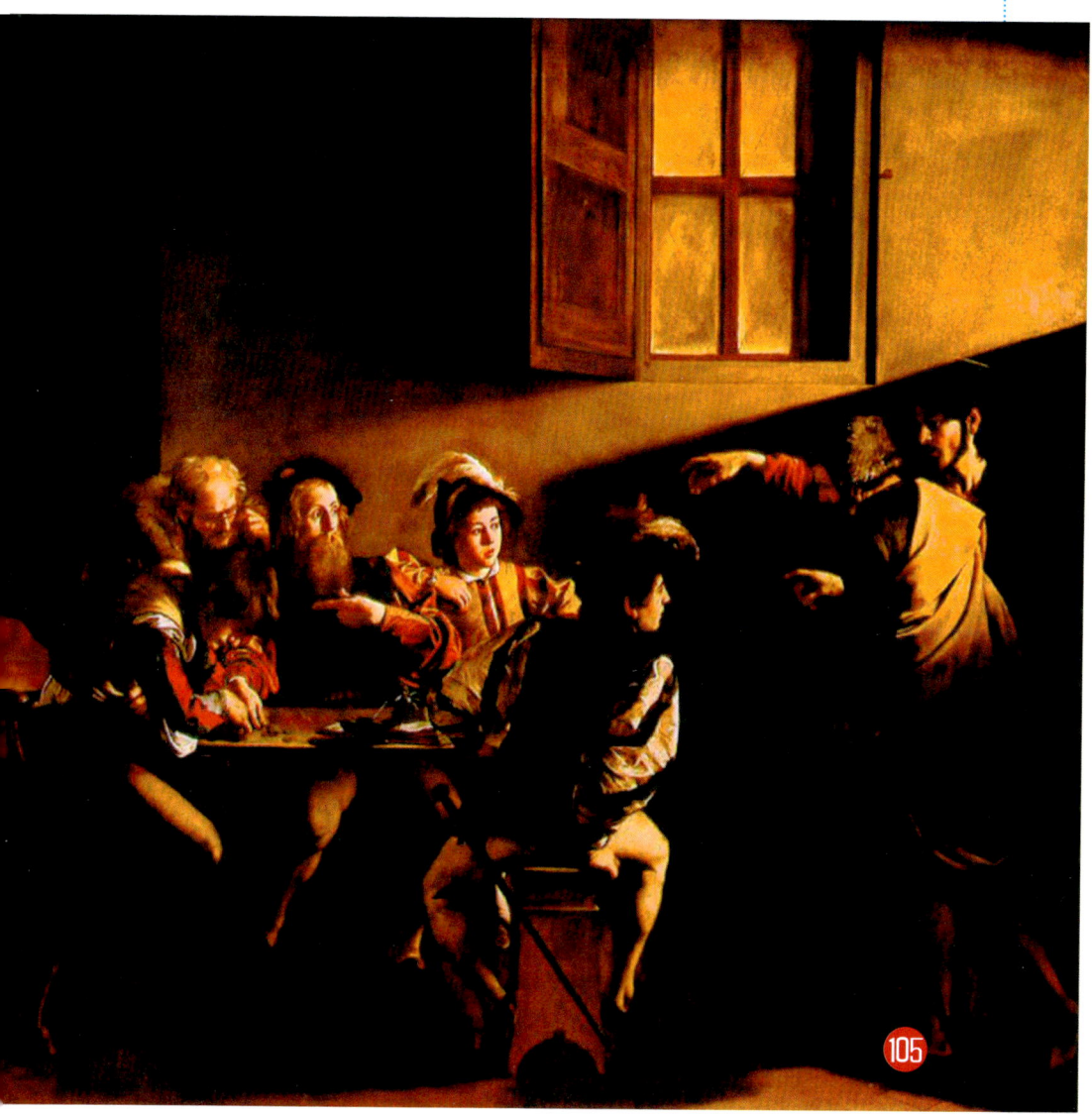

105

மேலோரத்தைத் தவிர, இருள் படர்ந்திருக்கிறது. ஒளி வெல்ல முயல்கிறது. வெல்லும் என்ற நம்பிக்கையை நமக்குத் தருகிறது.

கரவாஜியோவின் வாழ்க்கை பல மேடு பள்ளங்களைக் கொண்டது. மேடுகளைவிடப் பள்ளங்கள் மிக அதிகம். அதற்குக் காரணம் கரவாஜியோ சமன்பாடே இல்லாத வாழ்க்கை வாழ்ந்ததுதான். பார்த்தவர்கள், பழகியவர்கள் எல்லோரிடமும் சண்டை போட்டே காலம் கழித்தவன். சிறைச்சாலைகளில் பல நாட்களைக் கழித்தவன். தனது முப்பத்து ஐந்தாவது வயதில் ஒரு டென்னிஸ் பந்தயத்தில் நிகழ்ந்த மோதலில் அவன் ஒருவரைக் கொலைசெய்தான். தண்டனையிலிருந்து தப்பிக்க ஊர் ஊராக அலைந்தான். கடைசியில் போப் மன்னிப்பு வழங்குவார் என்ற எதிர்பார்ப்போடு இருந்த அவனை எதிரிகள் கண்டுபிடித்து மிக மோசமாகத் தாக்கிக் காயமடையச் செய்தனர். காயங்களிலிருந்து குணமடையாமலே அவன் இறந்துபோனான். 'கடவுளின் உதவியும் கிடைக்காமல், மனிதர்களின் உதவியும் கிடைக்காமல், எவ்வளவு மோசமாக வாழ்ந்தானோ அவ்வளவு மோசமாக இறந்துபோனான்' என்று அவனது இறப்பைப் பற்றி எழுதிய அவனது எதிரி ஒருவர் குறிப்பிடுகிறார்.

கரவாஜியோ வாழ்ந்த காலத்திலும் வாழ்விற்குப் பின்னாலும் அவனது மேதைமை அதிகம் அறியப்படவில்லை. ஆனால் பெருங்கலைஞர்களான ரெம்ப்ராண்ட், ரூபன்ஸ் போன்றவர்கள் அவனையே தங்களது ஆசான்களில் ஒருவனாக நினைத்தனர். இன்று அவன் நவீன ஓவியத்தின் முன்னோடி என்று அறியப்படுகிறான்.

ஆணாதிக்கத்தின் கோட்டை என்று ஓவியக் கலையைக் கூறலாம். பெண்கள் எளிதாகப் புகமுடியாத கோட்டை. இதற்குள்ளே மிகச் சில பெண்களே நுழைந்து வெற்றியும் பெற்றிருக்கிறார்கள். அவ்வாறு வெற்றி பெற்ற பெண்களில் ஒருவர் ஆர்டிமிஸியா ஜெண்டிலெஸ்கி. இவரது தந்தை கரவாஜியோவின் நண்பர். ஓவியம் வரைவதில் இளவயதிலேயே ஆர்வம் காட்டிய ஆர்டிமிஸியா தனது ஓவிய ஆசிரியரால் வன்புணர்ச்சிக்கு உள்ளாக்கப்பட்டார். நடந்த வழக்கில், ஆர்டிமிஸியா மிக மோசமான பெண், தன் தந்தையுடன்கூட உறவு வைத்திருப்பவர் என்று அவர் மீது ஆசிரியர் குற்றம்சாட்டினார். ஆசிரியருக்குத் தண்டனை அளிக்கப்படவில்லை என்றாலும் அவர் ரோம் நகரத்திலிருந்து வெளியேற்றப்பட்டார். ஆர்டிமிஸியா ஓவியத்தைக் கைவிடவில்லை. மாறாக, பெண்கள் வெற்றியைப் பறைசாற்றும் பல ஓவியங்களை அவர் வரைந்தார்.

106

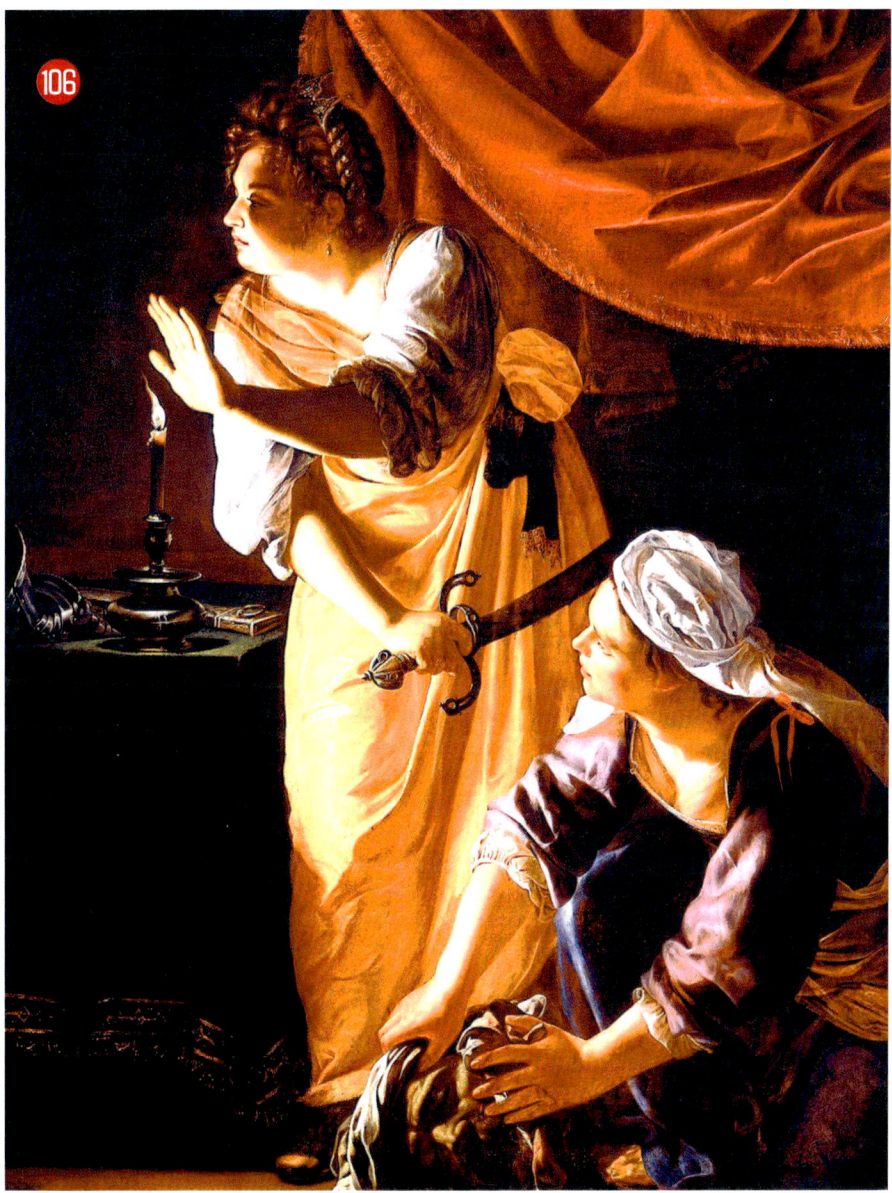

கரவாஜியோ வரைந்த அதே கொலைச் சம்பவத்தை ஆர்டிமிஸியா மறுபடியும் மறுபடியும் வரைந்திருக்கிறார். தவறு செய்யும் ஆண்களுக்கு அளிக்க வேண்டிய தண்டனை இதுதான் என்று அவரது ஆழ்மனம் சொல்லிக்கொண்டே இருந்திருக்க வேண்டும். இந்த ஓவியம் *(106)* தளபதியின் தலையை ஜூடித் கொய்தபின் நடந்ததைக் காட்டுகிறது. அவரது பணியாளர் தலையை சாக்கில் சுற்ற முயல்கிறார். அப்போது யாரோ வருகிறார்கள். அந்தத் தருணத்தின் திடுக்கிடலை மிகத் திறமையாக வரைந்திருக்கிறார்.

ஆர்டிமிஸியாவின் மற்றொரு குறிப்பிடத்தக்க படைப்பு அவரது **தன்னோவியம்** (107). ஒரு கையில் தூரிகையும் மற்றொரு கையில் வண்ணத் தட்டும் வைத்திருக்கும் இந்த அழகிய, சிறிது பூசினாற்போல் உள்ள பெண், ஓவியத்தின் உருவகம். கழுத்தில் தொங்கும் தங்கச் சங்கிலி அவளது செல்வச் செழிப்பைக் காட்டுகிறது. கலைந்த தலைமுடி அவர் செய்யும் தொழிலில் மட்டும் கவனம் செலுத்திக்கொண்டிருக்கிறார் என்று சொல்கிறது.

ஆர்டிமிஸியா தமது ஆர்வலருக்கு எழுதிய கடிதம் ஒன்று அவர் தமது தொழில்மீது கொண்டிருந்த தன்னம்பிக்கையைக் காட்டுகிறது.

> *(நீங்கள் பரிந்துரைத்த) இவர் எனது ஓவியத்தின் விலை என்ன என்பதைக் கேட்கிறார். நான் வரைவதற்கு முன் ஓவியத்தின் விலையைச் சொல்வதில்லை. நீங்கள் அனுப்பிய மனிதர் என்பதால் சொல்கிறேன். ஒவ்வொரு ஓவியத்திற்கும் ஐநூறு டுகாட் எதிர்பார்க்கிறேன். அவர் ஓவியங்களை உலகம் முழுவதும் காண்பித்து அவரிடம் யாராவது அவை ஒவ்வொன்றும் நான் கேட்பதைவிட இருநூறு காசுகள் அதிகம் பெறும் என்று சொல்லாவிட்டால் அவர் எனக்குப் பணமே கொடுக்க வேண்டாம்.*
>
> *இந்த ஓவியங்களை நான் ஆடையில்லாத பெண்களை வைத்து வரைய வேண்டும். அவர்கள் பெரிய தலைவலி. நல்ல பெண்கள் கிடைத்தால் அவர்கள் என்னை மொட்டையடிக்கப் பார்க்கிறார்கள்.*
>
> *ஓவியங்களின் வரைவை என்னால் அனுப்ப இயலாது. ஏனென்றால் நான் பல முறை ஏமாற்றப்பட்டிருக்கிறேன். என்னுடைய வரைவை வைத்துக்கொண்டு தங்கள் ஓவியத்தை அமைத்துக்கொள்ளப் பலர் தயங்குவதில்லை. நான் ஆணாக இருந்தால் இவ்வாறு நடந்திருக்கும் என்று என்னால் நினைக்க முடியவில்லை.*

மேற்கத்திய ஓவியங்கள் | 197

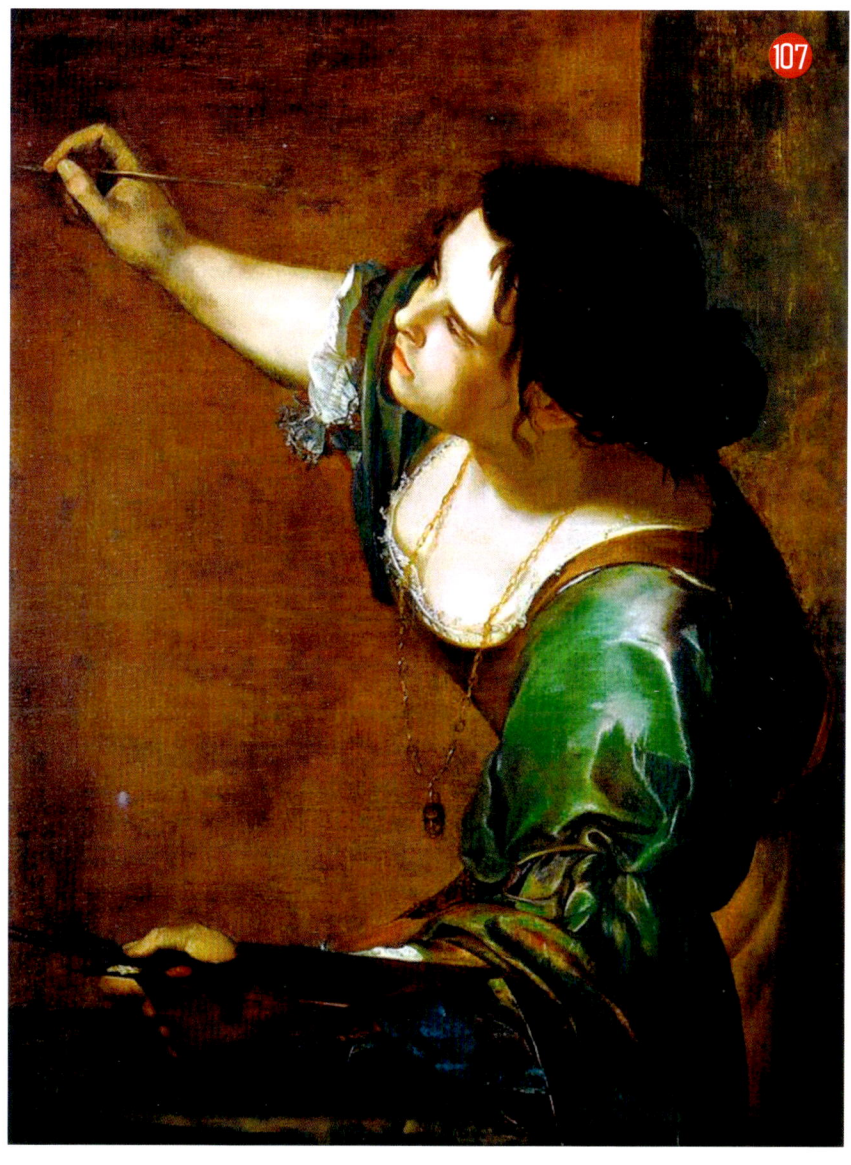

(இது வார்த்தைக்கு வார்த்தை நேரான மொழிபெயர்ப்பு அல்ல.)

பராக் பாணியின் மற்றொரு மேதை வெலாஸ்கெஸ். ஸ்பெயின் நாட்டின் ஸெவைல் நகரத்தைச் சேர்ந்த இவனது திறமை இளவயதிலேயே வெளிப்பட்டுவிட்டது. **ஸெவைல் நகரத்தின் தண்ணீர் தருபவர்** (108) என்ற இந்த எண்ணெய்ச் சாய ஓவியம் அவன் இருபது வயதில் வரைந்தது.

தாகமெடுத்தவர்களுக்குத் தண்ணீர் தருவது மனிதன் செய்ய வேண்டிய ஏழு கருணைச் செயல்களில் ஒன்றாகக் கருதப்பட்ட காலம் அது. தினமும் நடக்கும் நிகழ்வுக்கு ஓர் அசாதாரணமான மதிப்பை இந்த ஓவியம் தந்துவிடுகிறது. ஓவியத்தில் மூவர் இருக்கிறார்கள். தண்ணீர் கொடுப்பவரின் வெயில் கண்ட முகமும் அதன் சுருக்கங்களும் அவர் இந்த வேலையைப் பல ஆண்டுகள் செய்துகொண்டிருக்க வேண்டும் என நினைக்கவைக்கிறது. அவர் நினைவு எங்கேயோ. கருமத்தில் கண்ணும் மனமும் அந்தத் தருணத்தில் இல்லை. ஆனால் கருமத்திற்கே தன்னை அர்ப்பணித்துக்கொண்டவராகத்தான் இருக்க வேண்டும். நிழலில் இருப்பவர் மிகுந்த தாகத்தோடு நீரைப் பருகுகிறார் என்பதை நமக்கு வெலாஸ்கெஸ் காட்டுவது அவரது அரிதான திறமைக்கு எடுத்துக்காட்டு. அவர் கண்கள் நம்மைப் பார்ப்பதுபோல் தோன்றினாலும் மனம் தண்ணீரில் லயித்திருக்கிறது. சிறுவனின் கவனமும் தண்ணீரில் இல்லை. அவனுக்கும் ஏதோ நினைப்பு. இந்த ஓவியத்தில் கண்ணாடிக் கோப்பையும் தண்ணீர் வைக்கப்பட்டிருக்கும் பானைகளும்தான் நம்மோடு உறவுகொள்ள முயல்கின்றன என்று எனக்குத் தோன்றுகிறது. பழைய பானைகள். அவை வியர்த்து நீரை வெளியில் விடுவது மிகச் சிறப்பாக வரையப்பட்டிருக்கிறது. கோப்பையைக் கூர்ந்து கவனித்தால் அதனுள் பழம் ஒன்று இருப்பது தெரியும். அது அத்திப்பழம் என்று சொல்லப்படுகிறது. தண்ணீரைச் சுத்தப்படுத்தும் தன்மை கொண்டது என அன்று நம்பினார்கள்.

வெலாஸ்கெஸின் வியக்கத்தக்க திறமை அன்று ஸ்பெயினில் ஆண்டுகொண்டிருந்த நான்காம் ஃபிலிப் காதிற்குச் சென்றது. அவனைத் தனது அரசவை ஓவியராக இருக்கப் பணித்தார். அரசவை ஓவியரானதும் பலர் அடையாளம் தெரியாமல் மறைந்துவிடுவார்கள். அப்படி மறையாத மிகச் சில ஓவியர்களில் இவன் ஒருவன். ஸ்பெயின் நாட்டில் ஃபிலிப் ஆண்ட சமயத்தில் – பதினேழாம் நூற்றாண்டின் முதற்பாதி – கலைக்கு மதிப்பு இருந்தது.

108

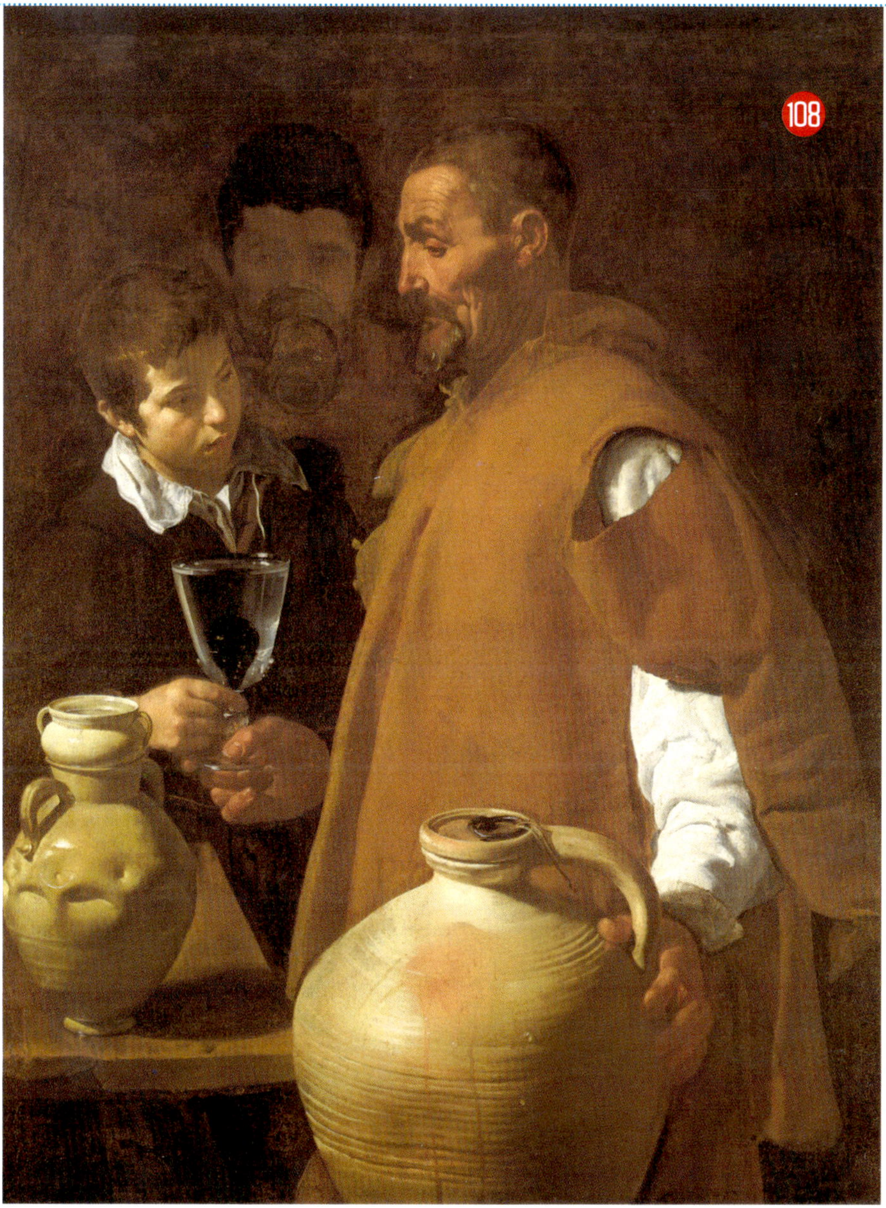

ஆனால் மக்கள் மிகுந்த துயரத்தில் இருந்தார்கள். வெலாஸ்கெஸ் அரசவையில் இருந்தாலும் சதாரண மக்கள் எவ்வாறு இருக்கிறார்கள் என்பதை மிகவும் கூர்மையாகக் கவனித்துக்கொண்டிருந்தான். அதற்கு உதாரணம் இரண்டு ஓவியங்கள். முதலாவது **பாக்கஸூம் தோழர்களும்** (109). பாக்கஸ் நாம் முன்பு பார்த்த கரவாஜியோவின் பாக்கஸைப் போலவே பெண் தன்மை கொண்டவனாக வரையப்படுகிறான். அவன் யார் சிறந்த குடிகாரன் என்பதைத் தீர்மானிக்க வந்துள்ளானோ என ஓவியம் நம்மை நினைக்கவைக்கிறது. குடிகாரர்களில் நமக்கு முகத்தைக் காட்டிக்கொண்டிருப்பவர்கள் எல்லோரும் சாதாரண ஸ்பெயின் நாட்டு விவசாயிகள். உண்மைக்கும் புனைவிற்கும் உள்ள நெருக்கத்தையும் வித்தியாசத்தையும் ஓவியன் இங்குப் பிடித்துவிடுகிறான். இதில் யார் உண்மையானவர், யார் புனையப்பட்டவர் என்பதில் நமக்கு ஒரு மயக்கம் வருகிறது. அந்த மயக்கமே ஓவியத்தின் வெற்றி.

உருவப்படம் வரைவதில் வெலாஸ்கெஸூக்கு இணையானவர்கள் மிகக் குறைவு. அவன் பத்தாம் போப் இன்னஸன்ட்டின் உருவப்படத்தை வரைந்து அவரிடம் காட்டியபோது போப் சொன்னாராம் "Troppo Vero" என்று. பொருள்–உண்மை சற்று அதிகமாக வந்திருக்கிறது. ஆனால் எனக்குப் பிடித்த உருவப்படம் அவனுடைய **ஹூவான் டி பரெஹா** (110) ஓவியம். இந்த ஓவியம் க்ரிஸ்டி என்ற புகழ்பெற்ற ஏல நிறுவனத்தில் யில் 1970ஆம் ஆண்டு விற்பனைக்கு வந்தபோது இதன் விலை மிக அதிகமாக இருக்கும் என்று எதிர்ப்பார்த்தார்கள். ஆனால் 2,310,000 பவுண்டுகளுக்குப் போனது, இந்த ஓவியத்தை அன்றையக் காலகட்டத்தின் மிக விலையுயர்ந்த ஓவியமாக உயர்த்திவிட்டது. ஹூவான் டி பரேஹாதான் ஒரு மில்லியன் பவுண்டுகளுக்கு மேல் விற்கப்பட்ட முதல் ஓவியம்.

இவர் வெலாஸ்கெஸின் அடிமை! ஆச்சரியமாக இருக்கிறது அல்லவா? போப் ஓவியத்தை வரைவதற்கு முன்பு பயிற்சி தேவை என்று அவன் கருதியதால் தனது அடிமையை முன்னால் நிற்கவைத்து வரைந்தான். கழுத்தில் அழகிற்காக வெள்ளை லேஸ் அணிந்திருக்கிறார். அங்கியில் சிறிதாக ஒரு கிழிசல். கண்களின் கம்பீரத்துடன் வலியும் கோபமும் இருப்பதாகத் தோன்றுகிறது. இவர் மொரிஸ்கோ என அன்று அழைக்கப்பட்ட முஸ்லிமாக இருக்கலாம்.

இப்போது போப்பின் உருவப்படத்தைப் பாருங்கள் (111). அவரது கண்களும்

109

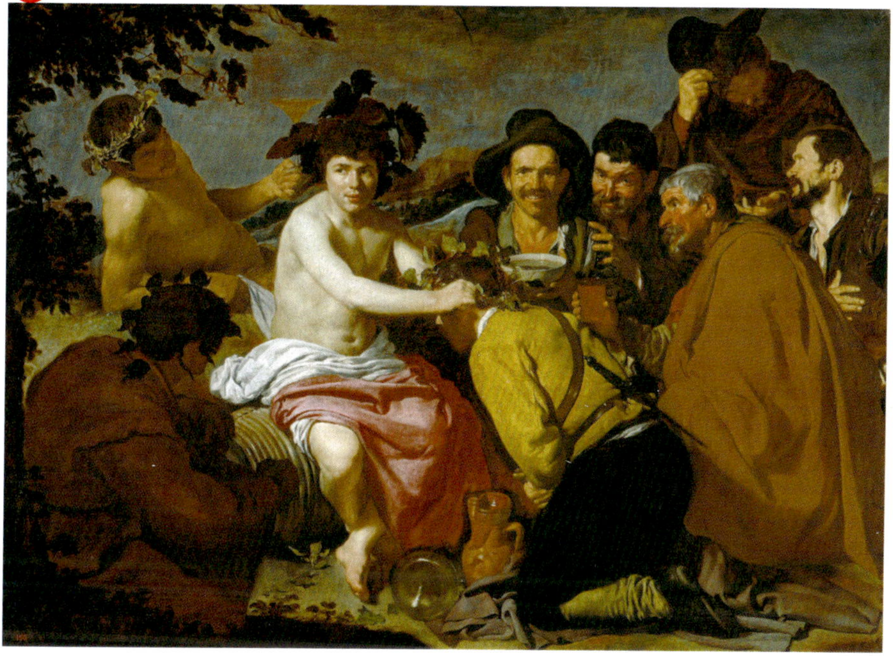

வாயை மடித்துவைத்திருக்கும் விதமும் அமர்ந்திருக்கும் முறையும் இந்த உலகே என் காலடியின் கீழ் இருக்கிறது என்று அவர் சொல்கிறார் என நம்மை எண்ணவைக்கின்றன.

வெலாஸ்கெஸின் இன்னும் இரண்டு ஓவியங்களைப் பற்றிக் குறிப்பிட்டாக வேண்டும். முதலாவது **ப்ரேடா சரணடைதல்** என்ற ஓவியம் (112). ஸ்பெயின் நாட்டு வீரர்கள் ஹாலந்தில் இருக்கும் ப்ரேடா நகரைப் பத்து மாதங்கள் முற்றுகையிட்டு, அவர்களது உறுதியைக் குலைத்துக் கடைசியில் அவர்களைச் சரணடையச் செய்வதில் வெற்றியும் கண்டனர். 1625ஆம் ஆண்டு நடந்த இந்தச் சம்பவத்தை வெலாஸ்கெஸ் 1635ஆம் ஆண்டு வரைந்தான். ஓவியத்தில் இரண்டு தளபதிகள் காட்டப்படுகிறார்கள். முதல்வர் ஸ்பெயின் நாட்டுத் தளபதி ஸ்பினோலா. அவருக்கு முன்னால் மண்டியிட்டு ப்ரேடா நகரத்தின் சாவியைத்

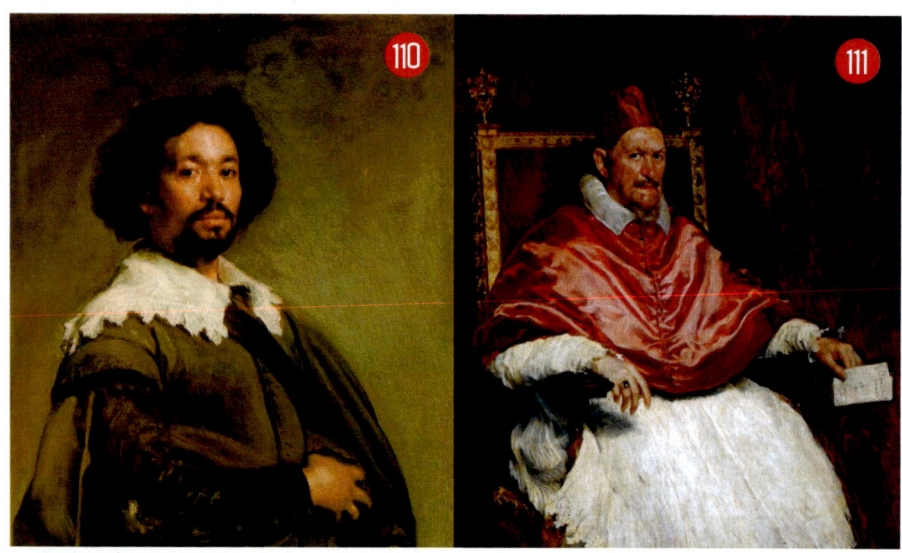

தருவது ப்ரேடா தளபதி ஜஸ்டின். ஸ்பினோலா ஜஸ்டினிடம் சொன்னாராம். 'ஜஸ்டின், இந்தச் சாவியை உங்களுடைய வீரத்தின் பரிமாணங்களைப் பற்றிய முழுப் புரிதலோடு பெற்றுக்கொள்கிறேன். தோல்வியுற்றவரின் மகத்தான வீரம் வெற்றியடைந்தவருக்குப் பெருமையைத் தருகிறது அல்லவா?' இந்த சம்பவத்தை அவன் வரைந்தபோது, இரண்டு தளபதிகளும் உயிரோடு இல்லை. கேள்வி ஞானத்தில்தான் வரைந்திருக்க வேண்டும். ஆனால் அவன் ஸ்பினோலாவின் பரிவை மிக அழகாகப் பிடித்துவிட்டான். இடப்புறம் டச்சு வீரர்கள் அதிர்ச்சியில் இருப்பது தெரிகிறது. வலப்புறம் ஸ்பானிஷ் வீரர்கள் முகங்களில் நிம்மதியின் சாயல் தெரிகிறது. வலது பக்கத்தில் மேற்புறம் ஈட்டிகளால் நிரம்பியிருக்கிறது. இடப்புறத்தில் வானம் தெளிவாகத் தெரிகிறது. டச்சு வீரர்களுக்கு ஆயுதத் தட்டுப்பாடு. போர் அப்போதுதான் முடிந்திருக்கிறது என்பதைப் பின்புலத்துப் புகை அறிவிக்கிறது. போர்க்களத்திலும் மானுடம் சாத்தியம் என்பதை இந்த ஓவியம் நமக்குச் சொல்கிறது.

வெலாஸ்கெஸின் மற்றொரு புகழ்பெற்ற ஓவியம் **அரசவைத் தாதிகள்**

என அழைக்கப்படுகிறது (113). இந்த ஓவியத்தில் அவன் தன்னைத் தானே வரைந்துகொண்டிருப்பது மட்டுமல்லாமல் ஓர் ஓவியம் படைக்கப்படும்போது என்னவெல்லாம் நடக்கும் என்பதைக் காட்ட முயன்றிருக்கிறான். இந்த ஓவியம் அவனது ஓவியக்கூடத்தில் வரையப்படுகிறது. நடுவில் குழந்தை இளவரசி மார்கரீட்டா. அப்போதுதான் ஓவிய அமர்விலிருந்து விடுபட்டு வந்திருக்கிறாள். சுற்றிலும் தாதிகள். வளர்ச்சி குன்றிய ஒருத்தி வலப்பக்க ஓரத்தில். இளவரசிக்கு மகிழ்வூட்டுவதற்காக அமர்த்தப்பட்டவள். ஓவியன் கையில் இருக்கும் வண்ணப்பலகை, வரைந்த ஓவியத்திற்குச் சில திருத்தங்களைச் செய்யப்போகிறான் என்பதைக் கூறலாம். பின்னால் கண்ணாடியில் அரசனும்

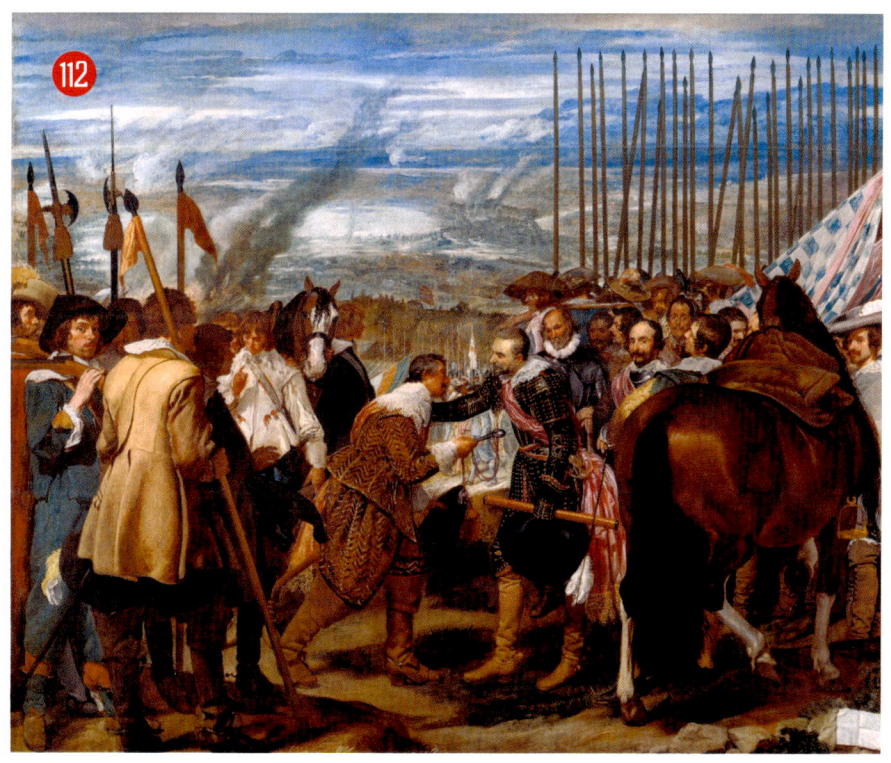

அரசியும். அவர்களும் அறையில் இருக்கிறார்களா, அல்லது பார்ப்பது அவர்களது ஓவியத்தின் பிரதிபலிப்பா என்பதைக் கணிப்பது கடினம். முன்னால் படுத்திருக்கும் நாயும் பின்னால் தெரியும் கதவில் கை வைத்திருக்கும் மனிதனும் ஓவியத்திற்கும் ஓவியம் வரையப்படும் அறைக்கும் ஆழத்தையும் பரிமாணத்தையும் கொடுக்கிறார்கள். மேதைமை எதையும் சாதிக்க முடியும் என்பதற்குச் சான்றாக விளங்குகிறது இந்த ஓவியம்.

வெலாஸ்கெஸின் தோழனான ரூபென்ஸின் ஓவியங்கள்தாம் அரசவைத் தாதி ஓவியத்தில் தெரியும் சுவரை அலங்கரிக்கின்றன என்று ஒரு கருத்து இருக்கிறது. ரூபென்ஸ் பிறந்தது ஜெர்மனியில் என்றாலும் வளர்ந்தது இன்றைய பெல்ஜியத்தில் இருக்கும் ஆண்ட்வெர்ப் நகரத்தில். ஓவியக் கலையின் எல்லா உத்திகளையும் முயன்று பார்த்தவன் ரூபென்ஸ். இவன் மிக வேகமாக வரையக்கூடியவன். பிக்காஸோவிற்கு அடுத்தபடியாக இவன்தான் அதிகமான ஓவியங்களை வரைந்தவன் என்று சொல்லப்படுகிறது. ஜெர்மனி, பெல்ஜியம், இத்தாலி, இங்கிலாந்து, ஸ்பெயின் போன்ற நாடுகளில் தனது வாழ்நாளை வரைந்தே கழித்தவன். இவனது நான்கு ஓவியங்களைப் பற்றி நாம் தெரிந்துகொள்ள வேண்டியது அவசியம்.

வாழ்க்கையின் மீது ரூபென்ஸ் எவ்வளவு அன்பு கொண்டிருந்தான் என்பதை **வீனஸின் விருந்து** (114) என்ற இந்த ஓவியம் காட்டுகிறது. ஓவியத்தின் நடுவில் காதல் தெய்வம் வீனஸின் சிலை. சுற்றிலும் காதல், புணர்ச்சி, ஆட்டம், வழிபாடு எல்லாம் நடக்கின்றன. இத்தனை குழந்தைகள் உள்ள ஓவியம் உலகத்தில் வேறு எங்காவது இருக்கிறதா என்பது சந்தேகம். மரத்தில் பழுத்துத் தொங்குகிறார்கள். Excuberance என்று ஆங்கிலத்தில் ஒரு சொல் உண்டு. தமிழில் களியாட்டம் என்று சொல்லலாம். களியாட்டத்திற்கு ஓர் உதாரணமாக இருப்பது இந்த ஓவியம். முன்பு நாம் பார்த்த போஷ் வரைந்த ஓவியங்கள் நமக்குப் பேய்க்கனவுகளை வரவழைக்கும் என்றால் ரூபென்ஸின் பல ஓவியங்கள் அழகிய, நல்ல வளைவுகளைக் கொண்ட பெண்களை நமது கனவுலகிற்கு அழைத்து வரும்.

ரூபென்ஸின் பன்முக ஓவியத் திறமைக்கு இன்னொரு சான்று அவனது **சிலுவையிலிருந்து இறக்குவது** (115) என்ற ஓவியம்.

ஏசு இந்த ஓவியத்தில் இளமையின் உச்சத்தில் இருக்கும் நல்ல திடகாத்திரமான வாலிபனாகக் காட்டப்பட்டிருக்கிறார். சாவு தனது வேலைகளைக் காட்ட ஆரம்பித்துவிட்டது என்பதை உயிரற்றுத் தொங்கும் வலது கையும் நீலம்

113

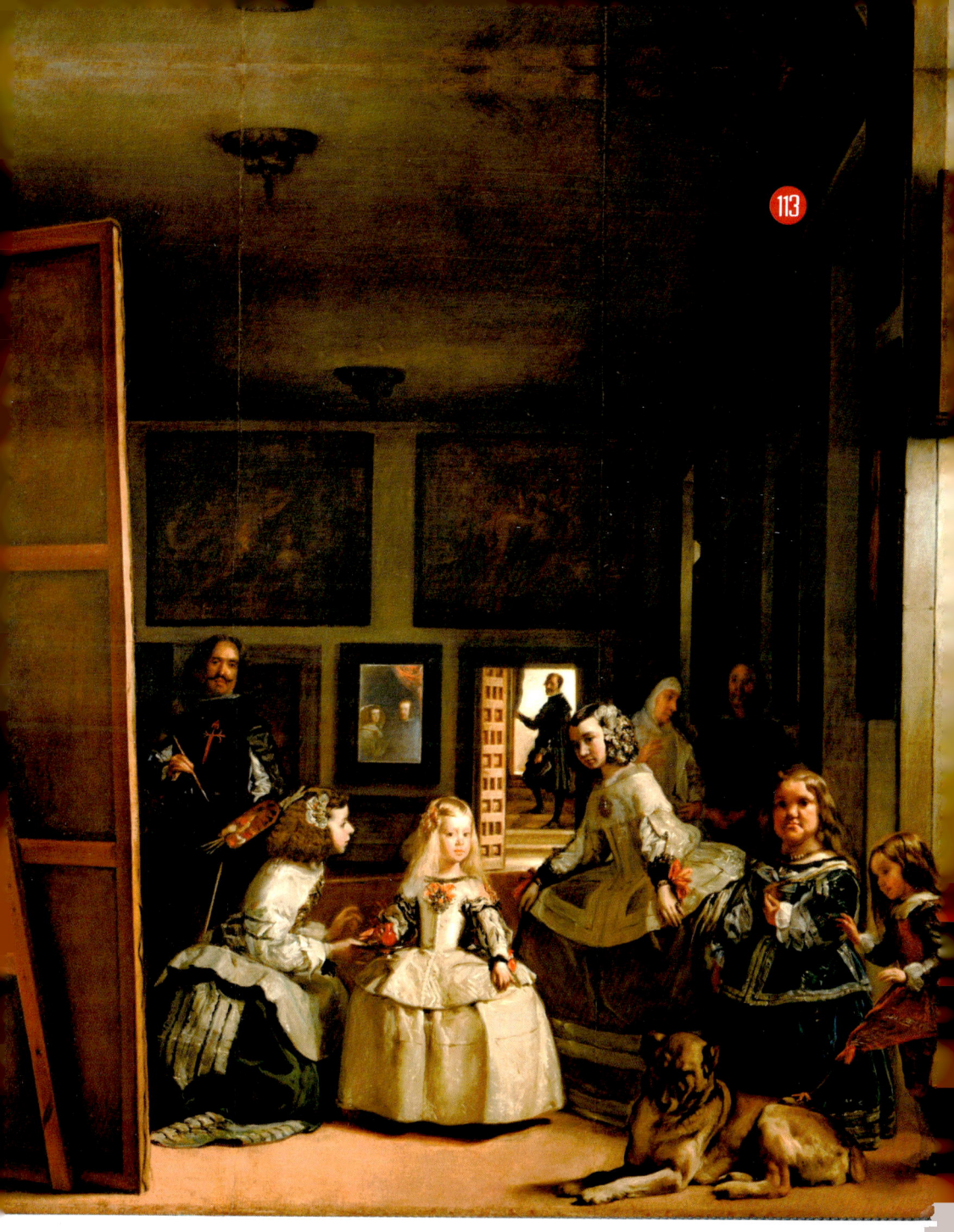

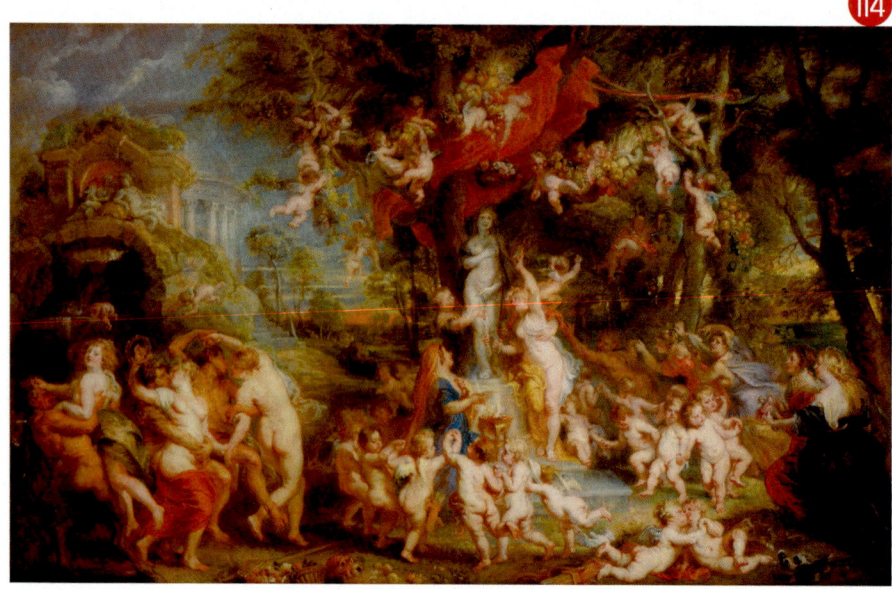

114

படர்ந்த உடலும் உறைந்த ரத்தமும் உணர்த்துகின்றன. கால் மேரி மகதலேனா தோள்களில். அடர்த்தியான தலைமுடி. இந்தக் கால்களைத்தாம் அவர் கழுவி தனது தலைமுடியைக் கொண்டு துடைத்தார் என்பது நம் நினைவிற்கு வருகிறது. இடப்புறம் மேரி. அவரது கண்களில் தாங்க முடியாத சோகம். ஏசுவைக் கீழே இறக்குவதில் தமது பங்கும் இருக்க வேண்டும் என்ற பதற்றம் தெரிகிறது. சிவப்பு உடையில் இருக்கும் புனித யோவான் கையில்தான் ஏசுவின் உடல் அழுந்துவது தெரிகிறது. ஓவியத்தின் மேற்புறம் இரண்டு தொழிலாளிகள். அவர்களுக்குத் தங்கள் வேலை முக்கியம். ஒருவர் போர்த்தும் துணியைத் தமது பல்லால் கடித்துக்கொண்டு உடலைக் கீழே இறக்க முயல்கிறார். மற்றவர் – தோளைப் பிடித்துக்கொண்டிருந்தவர் – நழுவ விட்டார் எனத் தோன்றுகிறது. அந்த வேகத்தால் அவர் கால் அந்தரத்தில் தொங்குகிறது. ஓவியத்தின் இருபுறமும் அரிமத்தியாவின் ஜோசப்பும் நிக்கடமஸூம் துணியைப் பிடித்துக்கொண்டிருக்கிறார்கள். கீழே மேரி க்ளியோஃபாஸ் மண்டியிட்டு அமர்ந்திருக்கிறார். சூரியன் அடங்குவது இடப்பக்க ஓரத்தில் தெரிகிறது.

115

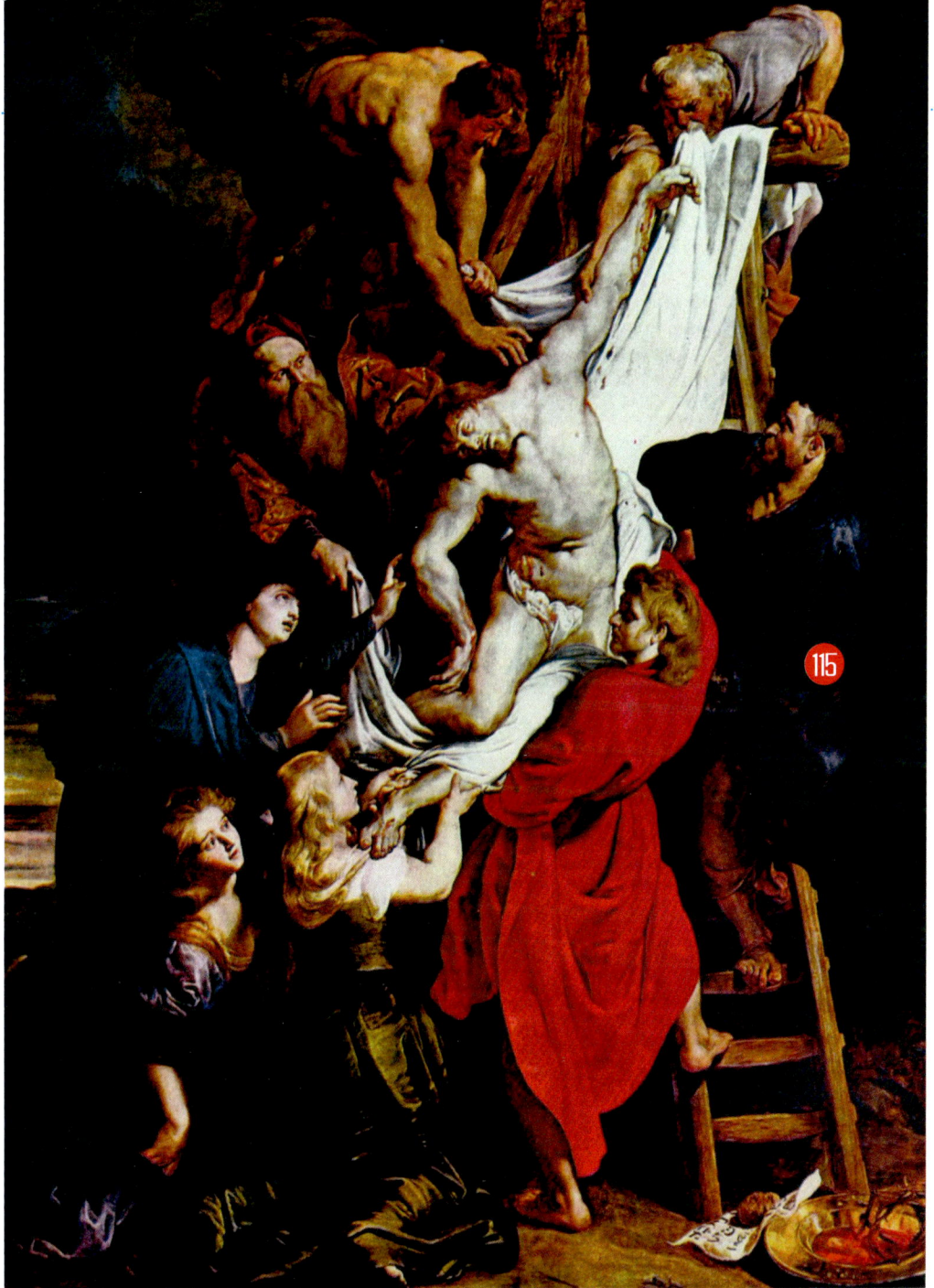

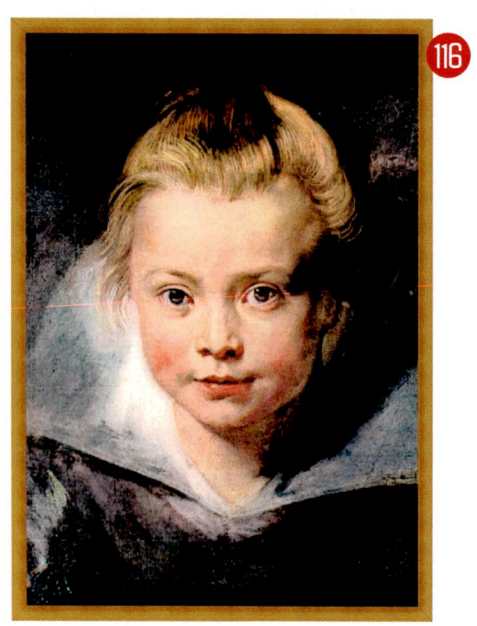

116

வானம் இருண்டு வருகிறது. பைபிள் வானம் இருண்டிருந்தாலும் ஏசு இறந்த அன்று அசாதாரணமான ஒளி ஒன்று வானத்தில் தெரிந்தது என்று கூறுகிறது. அந்த ஒளியே இடப்புறம் இருக்கும் தொழிலாளியின் தோளைப் பிரகாசமாக ஆக்குகிறது.

மனித சருமத்தின் வழுவழுப்பையும் பளபளப்பையும் ரூபென்ஸைப் போல யாரும் வரைந்ததில்லை என்று சொல்லப்படுகிறது. **மார்க்கேஸா ப்ரிகிடா ஸ்பினோலா டோரியா** (117) என்ற இந்த ஓவியம் முழுவதும் வழுவழுப்பு. பளபளப்பு. டோரியாவின் திருமணத்தைக் கொண்டாடுவதற்காக வரையப்பட்டது என்கிறார்கள். கன்னங்களின் சிவப்பைப் பார்த்தால் அவ்வாறுதான் தோன்றுகிறது. சாட்டினின் மென்மை; கழுத்தில் இருக்கும் ரஃப் எனப்படும் பல அடுக்குகளைக் கொண்ட கழுத்துச்சுற்று; கையில் விரியத் தயாராக இருக்கும் விசிறி; சுருள் சுருளாக மின்னும் தலைமுடி; தலையில் பளீரிடும் முத்துக்கள்; கழுத்திலிருந்து இறங்கும் ஆனிக்ஸ் மற்றும்

117

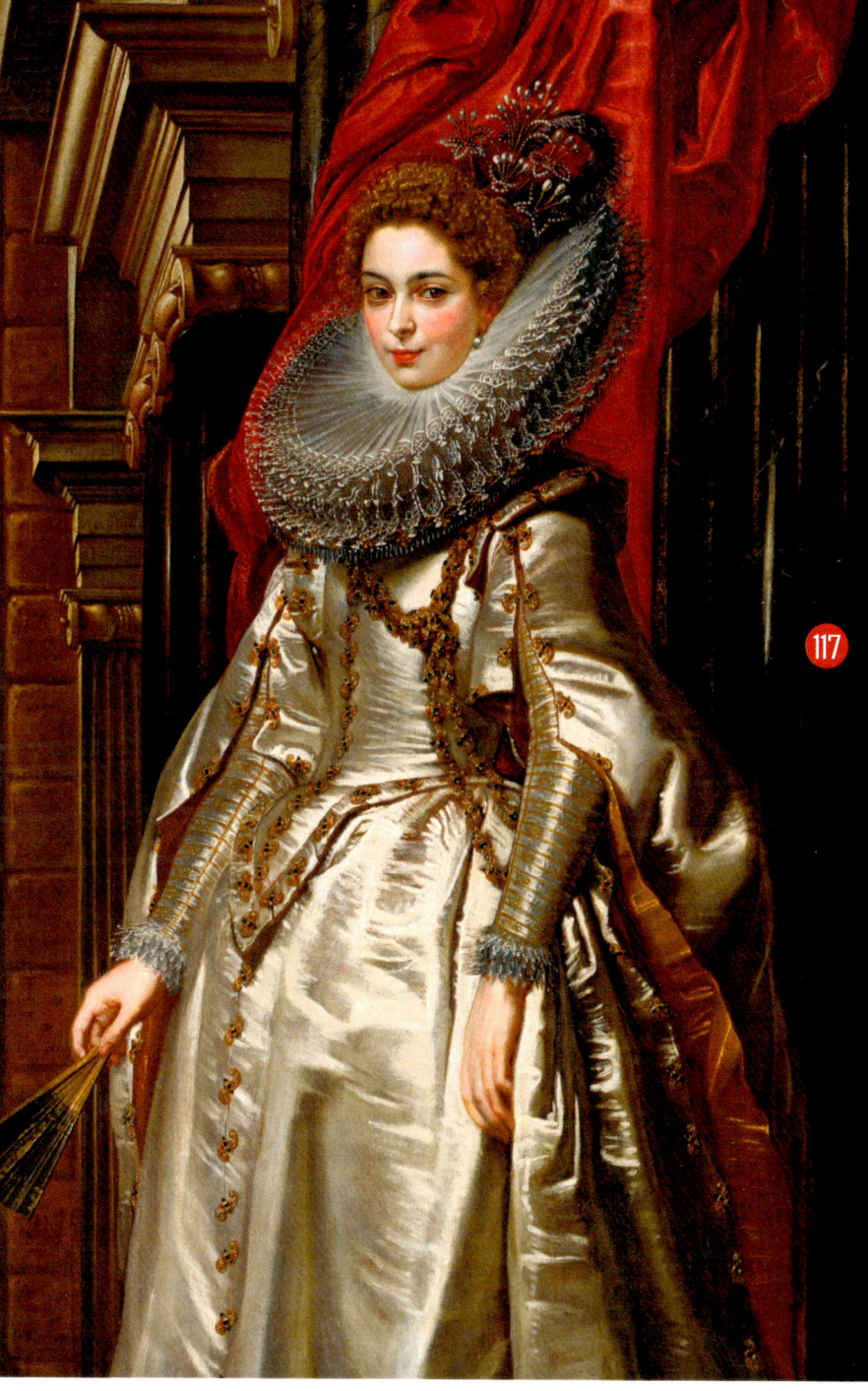

மாணிக்கங்கள் பதித்த தங்கச் சங்கிலி; பின்புலத்தில் சிவப்புத்திரை, அழகிய தூண்; இவை அனைத்தையும் கொண்டுவந்திருக்கிறான் ரூபென்ஸ்.

ரூபென்ஸின் இன்னொரு உருவப்படம் அவனது மகளுடையது (116). பன்னிரண்டு வயதில் இறந்தவள். குழந்தையாக இருந்தபோது வரைந்தது. குழந்தைத்தன்மையின் எல்லா அம்சங்களையும் கொண்டிருக்கும் இந்த ஓவியத்திற்கு விளக்கம் தேவையில்லை. கண்ணில் மின்னும் வாழ்வின் ஈரம் நம்மைக் கலங்கவைக்கிறது.

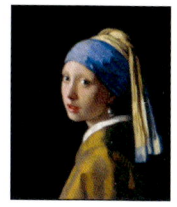

டச்சு நாட்டின் மும்மூர்த்திகள்

முந்தைய அத்தியாயத்தில் ப்ரேடா நகரம் சரணடைந்ததைப் பற்றிப் பேசினோம். 1625ஆம் ஆண்டு நடந்த இந்தச் சம்பவம் நீண்ட யுத்தத்தின் ஒரு புள்ளி என்பதை நாம் நினைவில் வைத்துக்கொள்ள வேண்டும். இப்போது ஹாலந்து என்று அழைக்கப்படும் டச்சுப் பிரதேசம் பதினாறாம் நூற்றாண்டில் ஸ்பானிஷ் சாம்ராஜ்யத்தின் அங்கமாக இருந்தது. டச்சுக்காரர்கள் ப்ராட்டஸ்டன்ட்கள். ஸ்பானிஷ் சாம்ராஜ்யத்தின் மதம் கத்தோலிக்க மதம். எனவே டச்சு மக்கள் ஸ்பெயினுக்கு எதிராகப் போர் தொடங்கினர். 1568ஆம் ஆண்டு தொடங்கிய இந்த யுத்தம் எண்பது ஆண்டுகள் நடந்தது. 1648இல் டச்சுப் பிரதேசம் விடுதலை அடைந்ததுடன் முடிந்தது. முன்னால் பேசப்பட்ட ரூபென்ஸ்கூட ஸ்பெயினுக்கும் டச்சுப் பிரதேசத்திற்கும் இடையே தூதுவராகப் பணியாற்றினார் என்ற தகவல், ஓவியர்கள் ஐரோப்பிய சமூகத்தில் உயரிய நிலையில் வைக்கப்பட்டிருந்தார்கள் என்பதற்குச் சான்று. கிட்டத்தட்ட இந்தக் காலகட்டத்தில் வாழ்ந்த ஓவியன் ஃப்ரான்ஸ் ஹால்ஸ். 1582ஆம் ஆண்டு அடிமை நாட்டில் பிறந்த இவன் எண்பத்து நான்கு வயதில் 1666ஆம் ஆண்டில் சுதந்திர நாட்டில் இறந்தான். இவனுக்குச் சுதந்திரம் தேவையாக இருந்ததா என்பதே கேள்விக்குறி. ஏனென்றால் இவன் தனது சொந்த ஊரான ஹார்லம் நகரத்தை விட்டு அதிகம் எங்கும் சென்றதே இல்லை. இவனது திறமையைப் பற்றி யாரும் ஐயப்படவில்லை. புகழ்பெற்ற பிரெஞ்சு அறிஞரான

மேற்கத்திய ஓவியங்கள் | 213

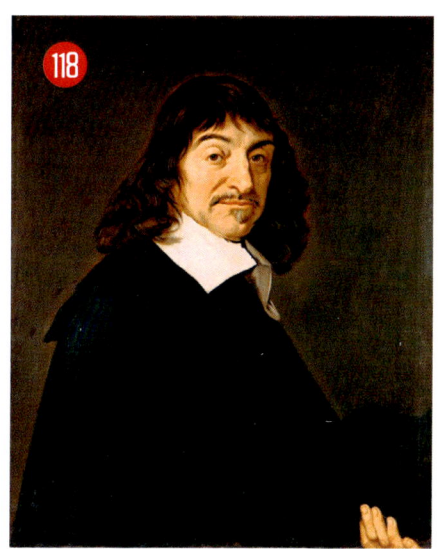

டெகார்த்தின் உருவப்படத்தை (118) இவன் வரைந்திருக்கிறான். ஆனால் வாழ்நாள் முழுவதும் கடனாளியாகவே காலம் கழித்தவன். இவனது வீடு ஏலத்திற்கு வந்திருக்கிறது. இவனுக்குக் காலணி செய்பவர் காலணிகளுக்குப் பணம் தரவில்லை என்று வழக்குத் தொடர்ந்திருக்கிறார். இவனது சமகாலத்திய டச்சு ஓவியர்களான ரெம்ப்ராண்ட், வெர்மீர் போன்ற ஓவியர்களும் பணத் தொல்லையில் காலம் கழித்தார்கள் என்ற செய்தி வியப்பைத் தருகிறது. இன்று இவர்கள் வரைந்த ஓவியங்களில் மிகச் சாதாரணமானது என்று கருதப்படுவது குறைந்தது பத்து மில்லியன் டாலர்களாவது பெறும். சில வருடங்களுக்கு முன்னால் ரெம்ப்ராண்ட்டின் ஓவியம் ஒன்று முப்பது மில்லியன் டாலர்களுக்கு விற்பனையானது.

இந்த மும்மூர்த்திகளுக்கு இணையாக நாம் மறுமலர்ச்சிக் கால ஓவியர்களான டா வின்சி, மைக்கேலாஞ்சலோ, ரஃபேல் என்ற மூவரையும் சொல்லலாம். இத்தாலிய மும்மூர்த்திகளாவது ஒருவரை ஒருவர் சந்தித்திருக்கிறார்கள். டச்சு மும்மூர்த்திகள் சந்தித்ததாகக்கூடத் தெரியவில்லை.

நான் ஹால்ஸ் வரைந்த ஓவியங்களைப் பார்ப்பதற்கே ஹார்லம் நகரத்திற்குச் சென்றேன். இவனது ஓவியங்களில் நகரத்தின் மிக அழகிய கட்டடம் ஒன்றில்

119

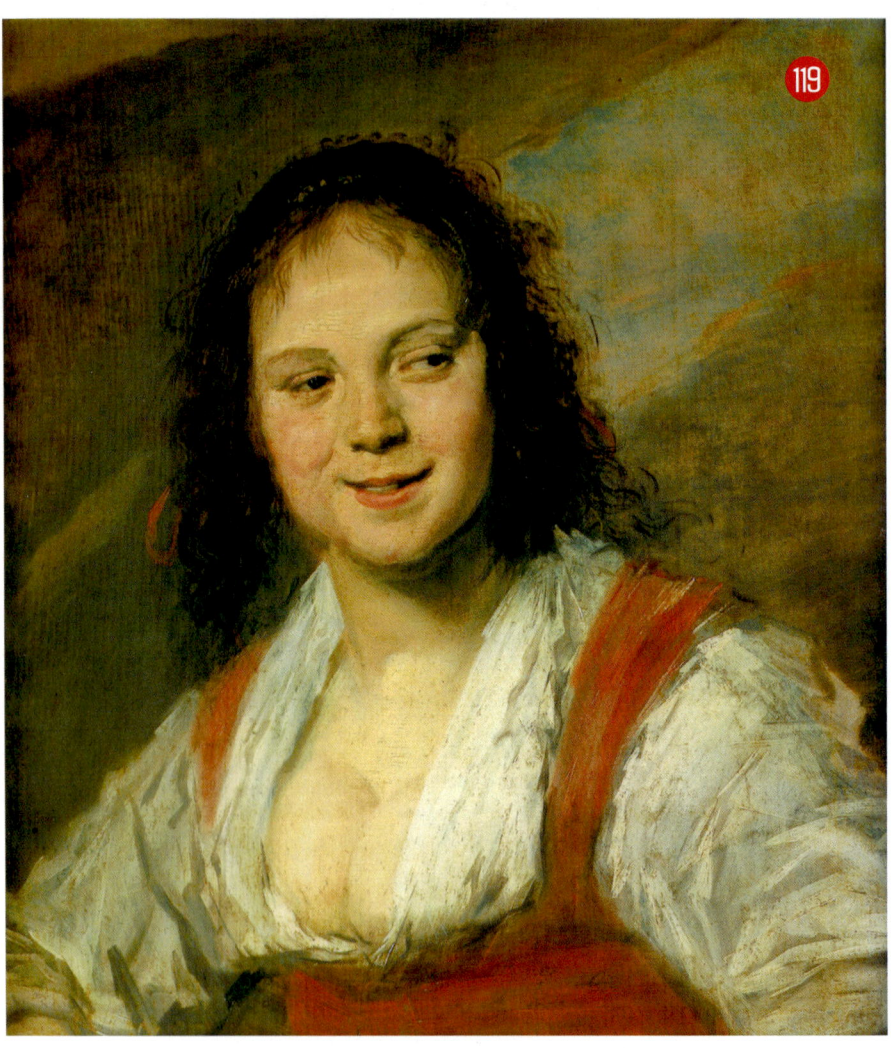

வைக்கப்பட்டிருக்கின்றன. ஓவியங்களைப் பார்த்துவிட்டு நகரத் தேவாலயத்தில் இருக்கும் இவனது கல்லறையில் ஒரு ரோஜாப்பூ வைத்துவிட்டு வந்தேன்.

ஓவியர்களில் 'புன்னகை மன்னன்' என்று யாரையாவது கூற முடியுமானால் அது இவனாகத்தான் இருக்க முடியும். புன்னகை, மனிதர்களுக்கு மட்டும் சொந்தமானது. அதைப் பல கோணங்களில் ஓவியத்தில் வடித்தவன் ஹால்ஸ். **ஜிப்ஸிப் பெண்** (119) என்ற இந்த ஓவியத்தைப் பார்த்த உடனே நமக்கு இனம் தெரியாத ஓர் உவகை ஏற்படுகிறது. உதடுகளோடு கண்களும் சிரிக்கும் அழகு ஓவியத்தின் கவர்ச்சியை அதிகரிக்கிறது. இவள் உடை அணிந்திருக்கும் விதத்தால் இவள் ஒரு பாலியல் தொழிலாளி என்று சில வல்லுனர்கள் கருதுகிறார்கள். இருக்கலாம். பார்த்தால் துணிவான பெண் என்பது தெரிகிறது. ஆனால் அவள் உண்மையாகவே புன்னகை செய்யும் தருணம் ஒன்றை ஓவியன் பிடித்திருக்கிறான். அது அவள் உள்ளத்திலிருந்து பொங்கி வரும் உவகையின் தருணம். இத்தனை ஆண்டுகள் கழித்தும் நம்மால் அதை உணர முடிகிறது. இந்த ஓவியத்தை 'அடித்தட்டு மக்களின் மோனாலிசா' என்று சொல்கிறார்கள். நான் அப்படி நினைக்கவில்லை மோனாலிசாவைப் பார்க்கப் பார்க்க அவள் நம்மிடமிருந்து விலகிச் செல்கிறாள் என்று தோன்றுகிறது. இந்த ஜிப்ஸிப் பெண் பார்க்கப் பார்க்க நம் அருகில் வருகிறாள். இவள் நமக்குத் தெரிந்த பெண்.

ஹால்ஸ் வரைந்த ஓவியங்களிலேயே மிகப் புகழ்பெற்றது என்று **சிரிக்கும் வீரன்** (120) கருதப்படுகிறது.

யார் இந்த வீரன் என்பது தெரியாது. ஆனால் இது வரையப்பட்டபோது அவனுக்கு வயது 26 என்று ஓவியமே சொல்கிறது. வீரன் நம்மைப் பார்த்துக்கொண்டிருக்கிறான். கன்னங்களின் ரோஜா நிறமும் உதட்டின் சிவப்பும் அவன் போர் முடிந்து திரும்பி வந்திருப்பவனல்ல என்பதைக் காட்டுகின்றன. மாறாக, முறுக்கிய மீசை, சிரிக்கும் கண்கள், இடுப்பில் வைத்துக்கொண்டிருக்கும் கை, அணிந்திருக்கும் புத்தம்புதிய ஆடை, இவை அனைத்தும் பெண் ஒருத்தியின் மனதைக் கவர்வதற்காக வரையப்பட்டதோ என நினைக்கத் தூண்டுகின்றன. இவை எல்லாவற்றுக்கும் மேலாகத் தூரிகையின் சில கீற்றுகளால் வாழ்வைப் பதியவைக்கும் திறமை இந்த ஓவியனுக்கு வாய்த்திருக்கிறது. வான் கோவிற்குப் பிடித்தமான ஓவியன் ஹால்ஸ்.

தனது சகோதரனுக்கு எழுதிய கடிதத்தில் வான் கோ குறிப்பிடுகிறான்; *எல்லாச் சமயங்களிலும் எனது எண்ணங்களில் ரெம்ப்ராண்ட்டும் ஹால்ஸும்*

120

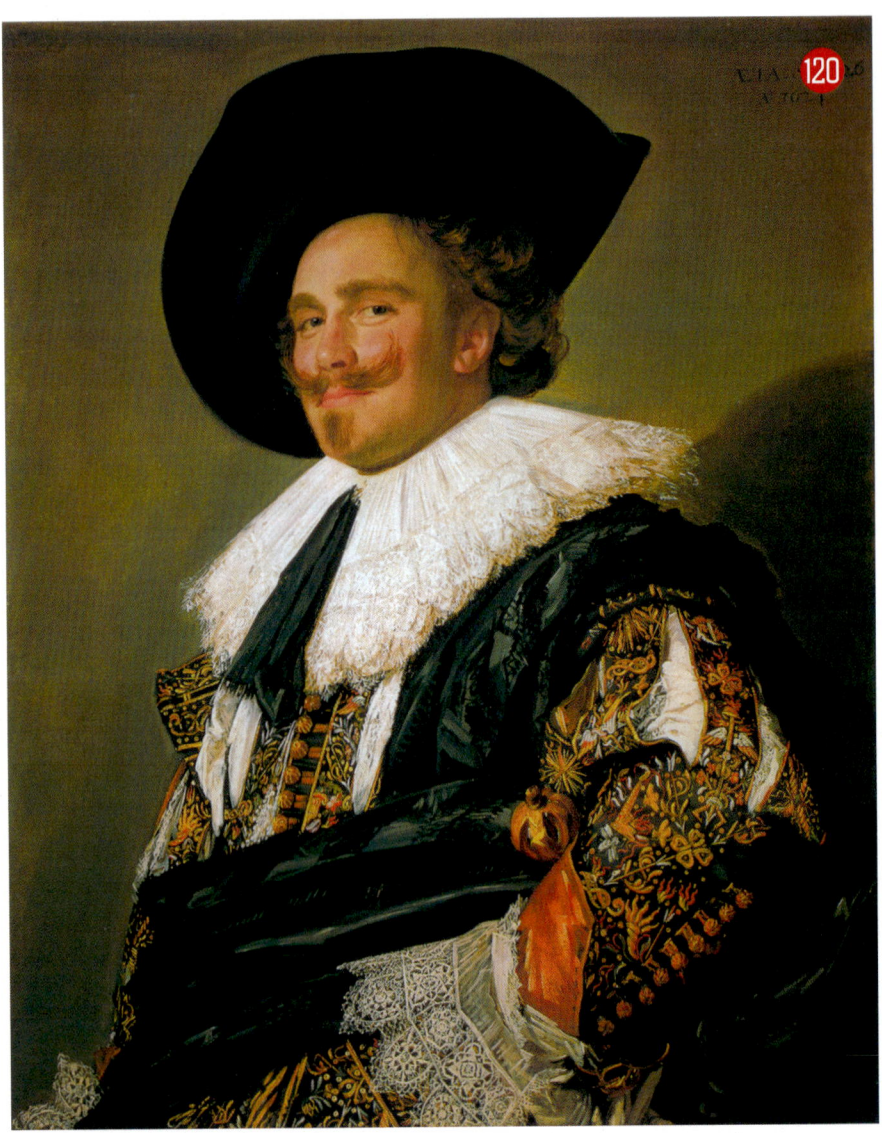

121

நிறைந்திருக்கிறார்கள் – அவர்களது பல ஓவியங்களைப் பார்க்கிறேன் என்பதால் அல்ல, நான் இங்கு சந்திக்கும் மனிதர்களில் பலர் அவர்கள் காலத்தை நினைவுபடுத்துவதால்.

தன் காலத்து மனிதர்களின் சைகைகளை ஓவியங்களில் பதிவுசெய்ததில் ஹால்ஸுக்கு இணையானவர்கள் அதிகம் இல்லை. இதற்கு உதாரணம் **ஊதுகுழலுடன் சிறுவன்** (121) என்ற ஓவியம். சிறுவன் ஊதுகுழல் வாசித்துக் கொண்டிருக்கும்போது யாரோ அவனிடம் சிரிப்பு வரவழைக்கக்கூடிய சம்பவம் ஒன்றைச் சொல்லியிருக்க வேண்டும். 'சொல்லாதே, சிரிப்பு வருகிறது' என்கிறான் அவன். கையை உயர்த்திக் காட்டுகிறான். ஊதுகுழலைப் பிடித்திருக்கும் விதம் அவன் வாசிப்பில் தேர்ந்தவன் எனபதை உணர்த்துகிறது. கண்கள் நம்மைப் பார்க்கவில்லை. தலையைத் திருப்பிக்கொண்டு சிரிப்பது மகிழ்ச்சியில் நம்மை ஆழ்த்துகிறது. பல நூறாண்டுகள் ஆகியும் அவன் அவனாகவே இருக்கிறான். இந்த ஓவியம் ஹால்ஸின் மகத்தான வெற்றி.

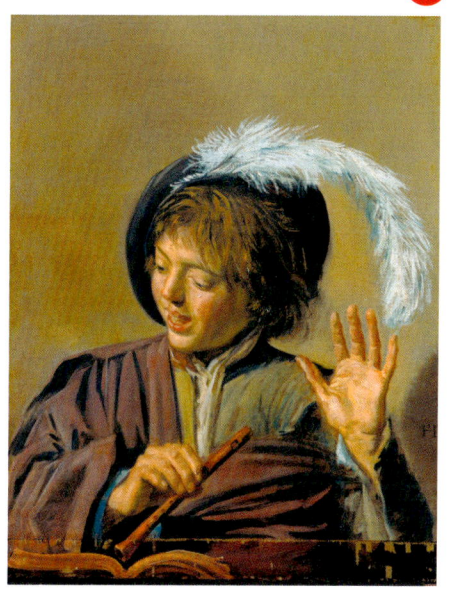

1992ஆம் ஆண்டு.

ஆம்ஸ்டர்டாம் விமான நிலையத்திலிருந்து எனது நண்பன் என்னை நேராக ஹாக் (The Hague) நகரத்தில் இருக்கும் மாரிட்ஸ்ஹ்யூஸ் கலைக்கூடத்திற்கு அழைத்துச் சென்றான். "கூடம் அவ்வளவு பெரியது அல்ல. கூட்டமும் இருக்காது. ஒரு மணிநேரத்தில் பார்த்துவிடலாம்" என்றான். கூட்டம் இல்லை. கூடமும் பெரியது அல்ல. நான்கு மணிநேரங்கள் செலவிட்டோம். பார்த்தது வெர்மீர் மற்றும் ரெம்ப்ராண்ட்டின் ஓவியங்களை மட்டும்.

ஜான் வெர்மீர் வரைந்து நம்மை வந்தடைந்தவை அதிகம் அல்ல. முப்பத்தைந்து ஓவியங்கள்தாம். ஓவியங்களும் அதிகம் விலை போனதாகத் தெரியவில்லை.

122

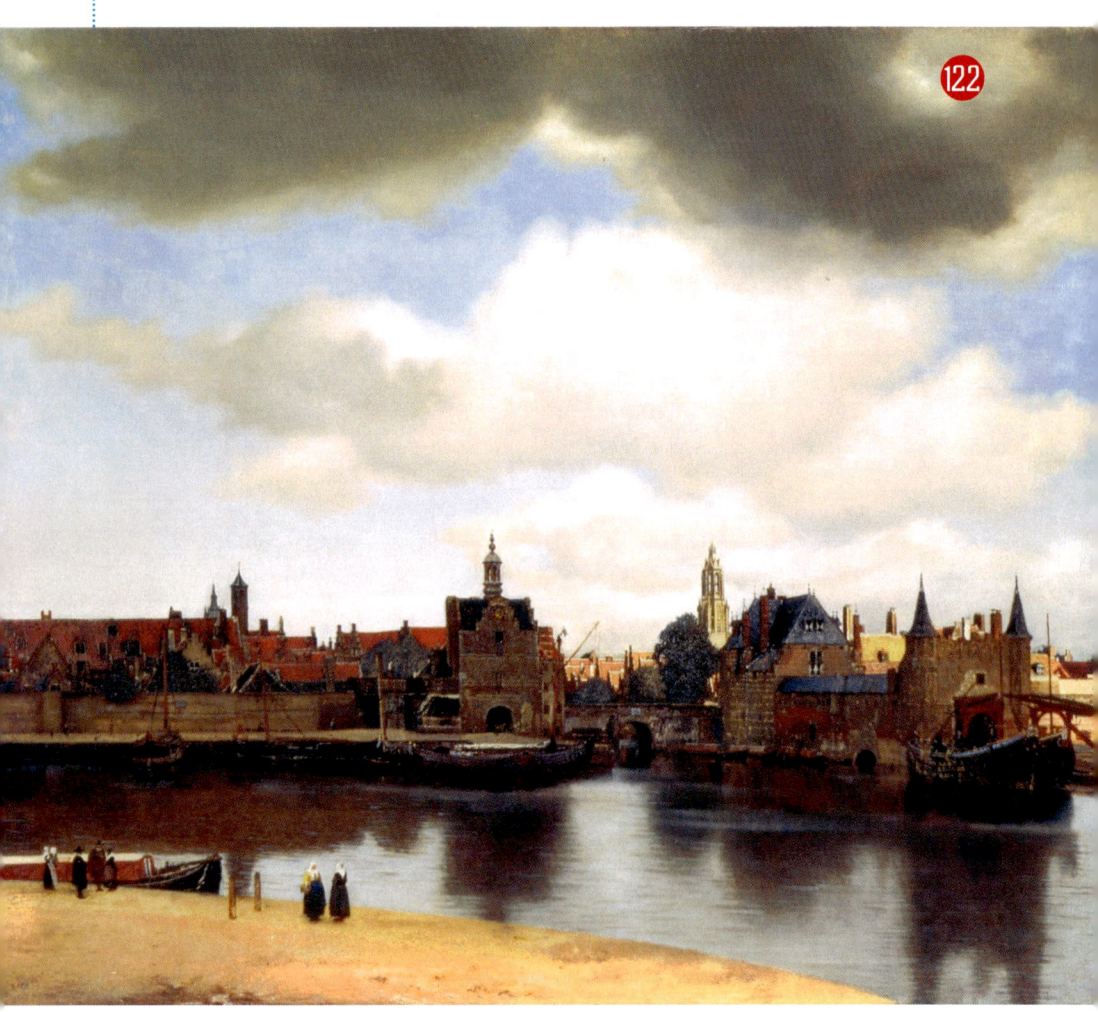

இவனது வாழ்க்கையைப் பற்றி அதிகம் தெரியாது. வாழ்ந்ததும் அதிகக் காலம் இல்லை. பிறப்பு 1632; மரணம் 1675. பத்தொன்பதாம் நூற்றாண்டு வரை புகழ்பெறவும் இல்லை. ஆனால் இன்று ரெம்பிராண்ட்டிற்கு இணையாகப் பேசப்படும் கலைஞன் வெர்மீர்.

என்னைக் கேட்டால் வெர்மீர் ரெம்ப்ராண்ட்டிற்கும் மேலானவன் என்பேன். ஹால்ஸ் போலவே இவனும் வாழ்க்கையில் தினமும் நிகழும் சம்பவங்களின் இறவாத்தன்மையை உணர்ந்து ஓவியங்களில் படைத்தவன். ஆனால் ஹால்ஸைவிடப் பல படிகள் மேலானவன். இவனது ஓவியங்களில் உயிரில்லாப் பொருள்கள் உயிர் உள்ளவர்களைச் சார்ந்து வரையப்பட்டதால் உயிர்பெற்றது மட்டுமல்லாமல், மறக்க முடியாத அமைதியையும் ஆன்மீக ஒளியையும் பெறுகின்றன. அசையாப் பொருள்களுக்கும் ஓர் அகவயமான சுயமரியாதை இருக்கிறதோ என்று நம்மை எண்ணவைக்கும் மகத்தான ஓவியங்கள் வெர்மீருடையவை. கோம்ப்ரிட்ஜ் கூறுகிறார்:

> *வெர்மீர் (தமது ஓவியங்களின்) விளிம்புகளை மென்மையாக, அதே சமயம் துணிவோடும் வலுவோடும் அமைத்தார். இந்த அதிசயமான மென்மையும் துல்லியமும் சேர்ந்த கலவையே அவரது ஓவியங்களை மறக்க முடியாதவையாக ஆக்குகிறது. ஓர் எளிய காட்சியின் அடங்கிய அழகைப் புதிய கண்களோடு பார்க்கவைக்கிறது. சாளரம் வழியாக ஒளி பாய்ந்து துணியின் வண்ணத்தை மிளிரவைக்கும்போது ஓவியன் (ஓவியத்தை வரைந்தபோது) எப்படி உணர்ந்திருப்பான் என்பது பற்றி நமக்குப் புரிதலை ஏற்படுத்துகிறது.*

மாரிட்ஸ்ஹ்யூஸ் கூடத்தில் வெர்மீரின் இரண்டு புகழ்பெற்ற ஓவியங்கள் இருக்கின்றன. ஒன்று **டெல்ஃப்ட் நகரக் காட்சி** (122).

மழை பெய்து ஓய்ந்த வேளை. நகரின் ஒவ்வொரு கட்டடமும் புதிதாகக் கழுவப்பட்டதால் பெற்ற பிரகாசத்துடன் தகதகக்கின்றன. மேகங்கள் மழை மறுபடியும் வரலாம் என்று அறிவிக்கின்றன. ஓவியன் நகரத்தை நடுவே ஓடும் கால்வாயின் மறுபுறத்திலிருந்து பார்க்கிறான். கால்வாயின் இக்கரையில் சில மக்கள். கால்வாயின் நடுவே சில படகுகள். தண்ணீரில் சலனமுற்றுப் பிரதிபலிக்கும் நகரத்தின் கட்டடங்கள். தொலைவில் தெரியும் பாலம். இவையனைத்தையும் இன்னும் பலவற்றையும் வெர்மீர் தனது ஓவியத்தில் கொண்டு வந்திருக்கிறான். ஆனாலும் ஓவியம் அடைசலாகத் தெரியவில்லை. சொல்லப்போனால் பாதிக்கும் மேற்பட்ட பகுதியை வானமும் மேகமும்

123

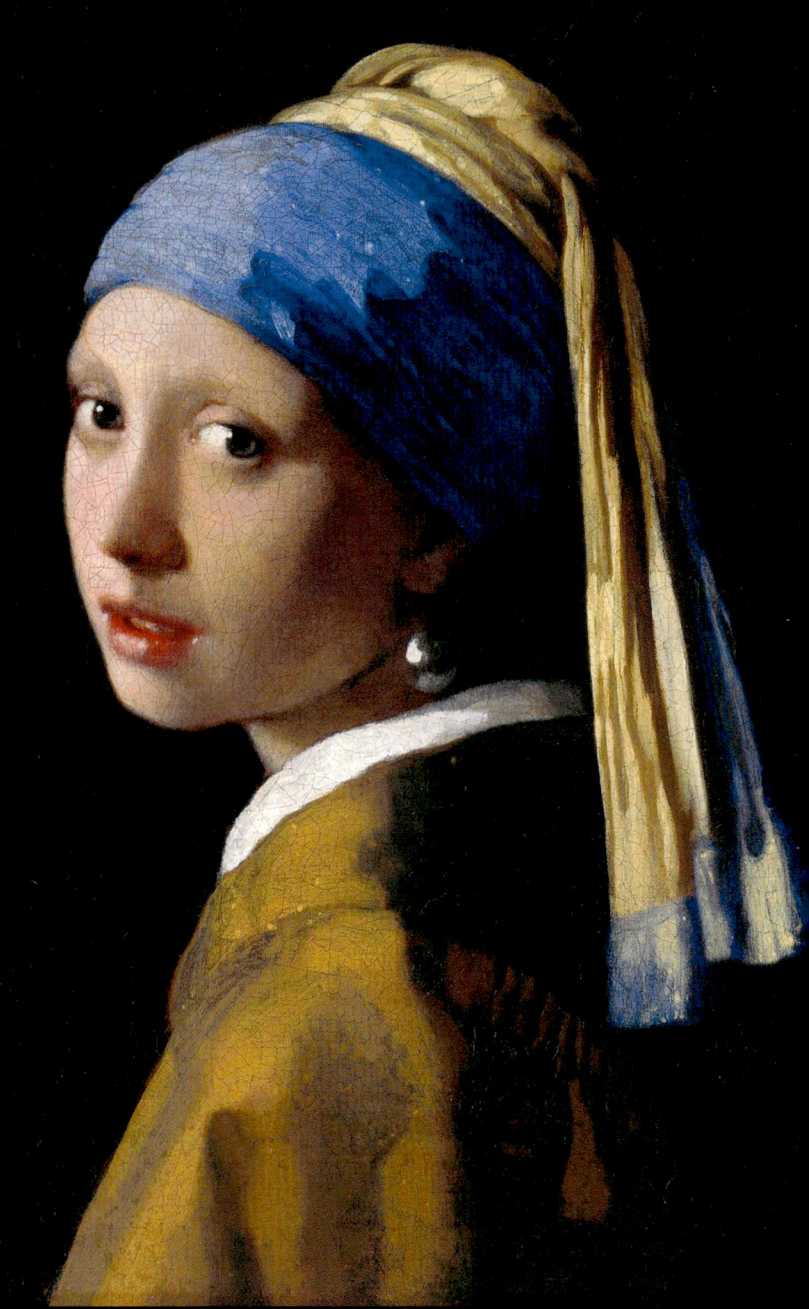

ஆக்கிரமித்துக் கொண்டிருக்கின்றன. கட்டடங்களைக் கூர்ந்து கவனித்தால் பல தரப்பான கட்டடங்களை நாம் காண முடியும். மணிக்கூண்டில் மணி இல்லை என்பதும் தெரியும். (ஓவியம் வரையப்பட்ட நாட்களில் மணி செப்பனிடுவதற்காக இறக்கி வைக்கப்பட்டிருந்தது). Marcel Proust இந்த ஓவியத்தைப் பார்த்து, மனிதனால் வரையப்பட்டவற்றில் மிகச் சிறந்த படைப்பு இதுதான் என்று சொல்லியிருக்கிறான். ஓவியத்தைப் பார்த்தால் அவன் சொல்வது சரிதான் என்று நமக்குத் தோன்றும்.

இரண்டாவது ஓவியம் **முத்துக் காதணி அணிந்த பெண்** (123).

சட்டென்று பார்த்தால் மிக எளிய ஓவியம் போலத் தோன்றும். பின்புலம் இல்லாதது. ஓர் இளம் பெண் கழுத்தைத் திருப்பி ஓவியனைப் பார்க்கிறாள். பதின்பருவத்திலிருந்து வெளியில் வரத் துடிக்கும் வயது என்று தோன்றுகிறது. பாதி தெரியும் கன்னத்தின் ஒளி. முழுவதும் தெரியும் கன்னத்தில் ஒளி நிழலில் இறங்குகிறது.

பெண்ணின் கண்களில் ஒளித்துகள்கள் சிறைப்படுத்தப்பட்டு மிளிர்கின்றன. காதணியிலும் உதடுகளிலும் ஒளியின் தேக்கம். உதடுகளின் ஈரம் படிந்த சிவப்பு, தலையில் சுற்றியிருக்கும் துணியின் வெளிரிய நீலம், மேலாடையின் மஞ்சள் கலந்த பழுப்பு, அழகிய கழுத்திற்குக் கீழே தெரியும் வெள்ளை, இவை எல்லாம் இந்த ஓவியத்திற்கு ஒரு விவரிக்க முடியாத சமன்பாட்டையும் எழிலையும் கொடுக்கின்றன. சிறிதே விரிந்திருக்கும் உதடுகள் என்ன சொல்ல முயல்கின்றன? நமக்குத் தெரிய வேண்டாம். ஆனால் நம்மாழ்வார் சொல்லும் அடங்கெழில் சம்பத்து என்ற செல்வ சமுத்திரத்தின் ஒரு திவலை இந்த ஓவியம் என்று எனக்குத் தோன்றுகிறது.

வெர்மீரின் எனக்குப் பிடித்த இன்னொரு ஓவியம் லூவ்ர் அருங்காட்சியகத்தில் இருக்கிறது. அங்கு சென்றிருந்தபோது ஓவியம் அமெரிக்காவிற்குப் பயணம் மேற்கொண்டிருந்தது. எனது வாழ்க்கையில் மிகுந்த ஏமாற்றம் அடைந்த தருணங்களில் அது ஒன்று. இதுவும் முதலில் பார்த்தால் மிக எளிமையான ஓவியமாகத்தான் தோன்றும். ஆனால் ரென்வா (Renoir) இந்த ஓவியத்தை உலகின் மிகச் சிறந்த ஓவியங்களில் ஒன்று என்று சொல்கிறார். **பின்னல் வேலை செய்யும் பெண் (Lacemaker)** (124) என்ற இந்த ஓவியத்தில் பெண் ஒருவர் பின்னல் வேலையில் ஈடுபட்டிருக்கிறார். அவரது கண்கள் நம்மை நோக்கவில்லை. துணியின் மீது படிந்திருக்கின்றன. குமரகுருபரரின் 'மெய்வருத்தம் பாரார், பசி நோக்கார்' ரகம்போல இருக்கிறது. கருமமே

124

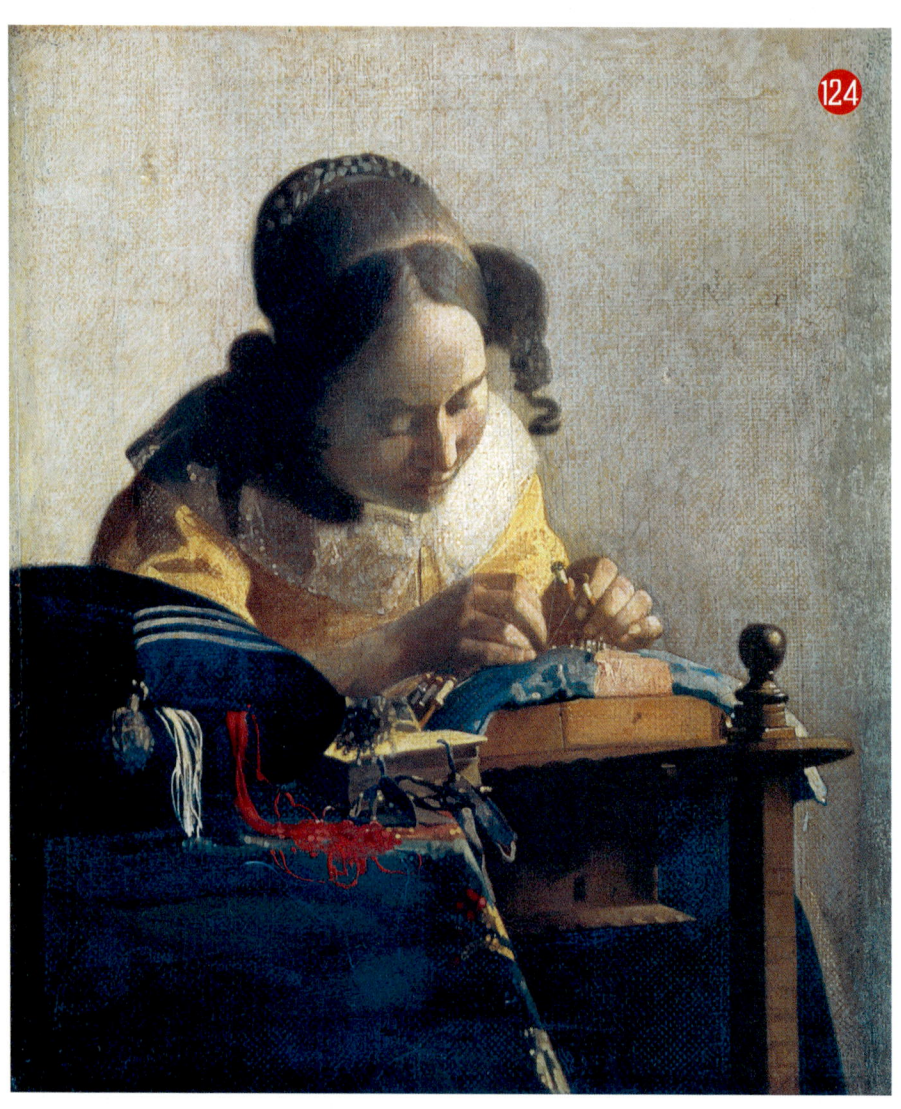

கண்ணாயிருக்கிறார். தலையலங்காரத்தைப் பார்த்தால் மேல் மத்தியதர வர்க்கப் பெண்போல் இருக்கிறது. நமது நாட்டிலும் சென்ற நூற்றாண்டின் ஐம்பதுகள்வரை பின்னல் வேலை தெரிந்திருப்பது பெண்களின் திருமணச் சந்தை மதிப்பை உயர்த்தியது என்பதை நினைவில் வைத்துக்கொள்ள வேண்டும். இன்றும் பல பாட்டிகளின் வீடுகளில் Welcome மற்றும் Truth is God போன்ற அழியாத பொன்மொழிகளைப் பின்னிச் சட்டமிட்டு மாட்டியிருப்பதைக் காணலாம். இந்தப் பெண் பின்னற்கலையின் உச்சத்தை எட்டிவிடுவோம் என்ற முனைப்போடு வேலை செய்பவராகத் தோன்றவில்லை. தான் செய்வதை ஓர் அழகியல் பண்போடு செய்ய வேண்டும் என்ற முனைப்போடு பின்னுகிறார். கண்கள் தாழ்ந்திருந்தாலும், அவற்றின் அமைதி எவ்வாறோ நம்மை வந்தடைகிறது. ஒளியை ஓவியன் கையாண்டிருக்கும் விதம் நம்மை வியப்படையவைக்கிறது.

ஐம்பது ஆண்டுகளுக்கும் மேல் இருக்கும் என நினைக்கிறேன். திருநெல்வேலி ஜங்ஷனில் ஒரு டாக்டரின் வரவேற்பு அறை. ஒரு சுவரில் சுஸ்ருதர் அறுவைச் சிகிச்சை செய்யும் படம் ஒன்று தொங்கிக்கொண்டிருந்தது. மற்றொரு சுவரில் பெயர் தெரியாத ஓர் ஓவியம். என்னை அதிகம் கவர்ந்தது அதுதான். இறந்த ஒருவனின் உடல் மேஜை மேல் கிடத்தப்பட்டிருந்தது. இடக்கை அறுக்கப்பட்டு உள்ளே இருக்கும் சதை தெளிவாகத் தெரிந்தது. ரத்தம் வடிந்திருக்க வேண்டும். மருத்துவர் ஒருவர் கையில் கூர்மையான உலோகக் குச்சி ஒன்றை வைத்துக்கொண்டு தன்னைச் சுற்றியிருப்பவர்களிடம் ஏதோ சொல்லிக்கொண்டிருந்தார். இந்த ஓவியத்தின் பரபரப்பு சுஸ்ருதர் ஓவியத்தில் இல்லை. வரையப்பட்டிருந்த அனைத்து மனிதர்களும் தனிப்பட்டவர்களாகத் தெரிந்தார்கள். எல்லோர் முகங்களிலும் வெவ்வேறு எண்ணங்களின் தடங்கள். சடலம் சடலமாக இருந்தது. ஆனால் அதன் ஈர்ப்பின் அசாதாரணம் ஓவியத்தின் தனித்தன்மையை கோடிட்டுக் காட்டியது. ஓவியம் யார் வரைந்தது என்று தெரியாது. மறுநாள் எனது தந்தையின் நண்பர் கோபாலப் பிள்ளையிடம் கேட்டேன். அவர் ஒரு தடிமனான புத்தகத்தைக் கொண்டுவந்து பக்கங்களைத் திருப்பினார். ஒரு குறிப்பிட்ட பக்கம் வந்ததும் 'இந்த ஓவியத்தைத்தானே சொல்கிறாய்?' என்றார். 'இதேதான்'. 'இது **The Anatomy Lesson of Dr. Tulp** என்ற ஓவியம். ரெம்பிராண்ட் வரைந்தது (125).'

பல ஆண்டுகள் கழித்து ஹேக் நகரில் மாரிட்ஸ்ஹ்யூஸ் கூடத்தில் இந்த ஓவியத்தைப் பார்த்தபோது பழைய நினைவுகள் வெள்ளமிட்டன.

இந்த ஓவியம் ரெம்பிராண்ட் வரைந்தது என்பதற்குச் சான்று பிணத்தின் உந்தியில் இருக்கிறது. கூர்ந்து பாருங்கள், R என்ற எழுத்து தெளிவாகத் தெரியும்.

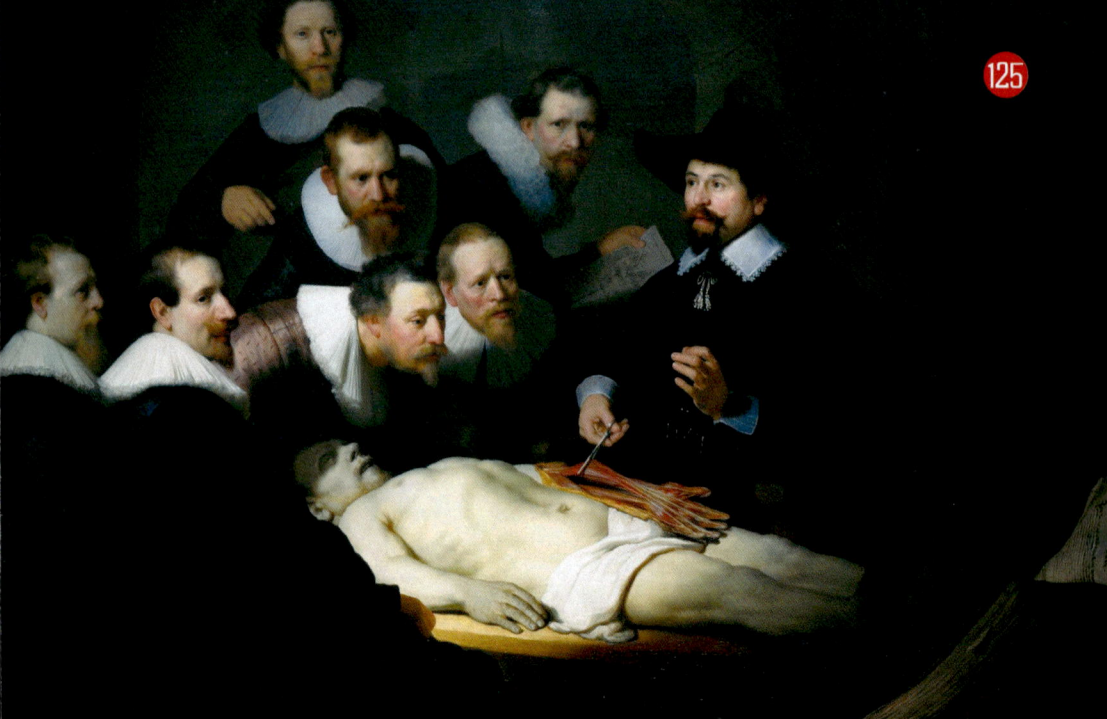

ரெம்பிராண்ட் வாழ்ந்த பதினேழாம் நூற்றாண்டில் பிணம் அறுத்தல் ஒரு விழா போல நடந்தது. பொதுவாகப் பெரிய அரங்கில் நடைபெறும். மாணவர்களுடன் பொதுமக்களும் வருவார்கள். பொதுமக்கள் கட்டணம் செலுத்த வேண்டும். பிணமாகக் கிடப்பவர் ஒரு குற்றவாளி. அவரது மரண தண்டனை நிறைவேற்றப்பட்டபின் இந்த நிகழ்ச்சி நடக்கிறது. டாக்டர் டுல்ப் பிணத்தின் கைச் சதை அமைப்புகளைப் பற்றி விளக்குகிறார். அவர் முன்னே இருக்கும் மாணவர்களைப் பார்த்துக்கொண்டிருக்கிறார் என்பது தெளிவு. இடப்பக்க ஓரத்தில் இருப்பவர் டுல்ப்பைப் பார்த்துக்கொண்டிருக்கிறார். நடுவில் இருக்கும் இருவர் அறுக்கப்பட்ட கையைப் பார்த்துக்கொண்டிருக்கிறார்கள். அவர்களது அருகில் இருப்பவர் பிணத்திற்கு முன்னால் வைக்கப்பட்டிருக்கும் அறுவைச் சிகிச்சைப் புத்தகத்தைப் பார்த்துக்கொண்டிருக்கிறார். அந்தப் புத்தகம் வெஸாலியஸ் எழுதிய *De Humani Corporis Fabrica* என்ற அறுவைச் சிகிச்சை நூலாக இருக்கலாம் என்று அறிஞர்கள் கருதுகிறார்கள். ஓவியத்தில் இருக்கும் மற்ற மூவர் மாணவர்களையும் மக்களையும் பார்த்துக்கொண்டிருக்கிறார்கள்.

இந்த ஓவியத்தின் வெற்றி என்ன?

அறுக்கப்பட்ட கை மிகத் துல்லியமாக வரையப்பட்டிருக்கிறது என்று வல்லுனர்கள் புகழ்ந்திருக்கிறார்கள். எனக்கு இந்த ஓவியத்தின் வெற்றி ரெம்பிராண்ட் பார்வையாளர்களின் கண்களை வரைந்திருக்கும் விதம் எனத் தோன்றுகிறது. துல்லியக் கீற்றுகள் மூலம் பார்வைகளின் பாதைகளை நமக்கு ஓவியர் காட்டுகிறார். அறுக்கப்பட்ட கையைப் பார்த்துக்கொண்டிருப்பவர்களை மறுபடியும் பாருங்கள். குனிந்திருப்பவரின் பார்வையும் அவருக்கு மேலே நின்றிருப்பவர் பார்வையும் ஒரே புள்ளியில் முடிகின்றன. இந்த அற்புதத்தை ஓர் அரிய கலைஞன் மட்டுமே நிகழ்த்த முடியும்.

அறுபத்து மூன்று ஆண்டுகள் வாழ்ந்த ரெம்பிராண்ட்டின் வாழ்க்கையும் அவரது ஓவியங்களைப் போலவே ஒளிக் கற்றைகளும் கரிய நிழல்களும் நிறைந்தது. லெய்டன் நகரில் பிறந்த அவரது மேதைமையை அவர் இளைஞராக இருக்கும்போதே பலர் புரிந்துகொண்டனர். பணம் குவிந்தது. மாணவர்கள் கூட்டம்கூட்டமாக வந்தனர். ஆனால் மரணம் அவருக்கு நெருக்கமானவர்களைத் தொடர்ந்து குறிவைத்தது. மனைவி, தாய், குழந்தைகள், ஆசை நாயகி, இவர்களில் யாரும் தப்பவில்லை – ஒரே ஒரு மகளைத் தவிர. கையில் இருந்த பணமெல்லாம் கரைந்து, இருந்த வீட்டையே விற்கும் நிலையையும் அவர் சந்தித்திருக்கிறார். ஆனால் தனது இறுதிக் காலம் வரை ஓவியம் வரைந்துகொண்டிருந்தார்.

அவரது வாழ்விலும் குதூகலமான நிமிடங்கள் பல இருந்திருக்க வேண்டும். அவற்றில் சில, ஓவியங்களாக நமக்குக் கிடைத்திருக்கின்றன.

ஓடையில் குளிக்கும் பெண் என்ற இந்த ஓவியத்தின் (126) பெண்ணின் கண்கள் நம்மைப் பார்க்கவில்லை. நீரைப் பார்க்கின்றன. ஆனால் கண்களில் குறும்பு ததும்புவதை நம்மால் உணர முடிகிறது. அவற்றின் மெலிதான அச்சத்தையும் உணர முடிகிறது. நீர் அதிகம் குளிரவில்லை என்ற நிம்மதி முகத்தில் படர்ந்திருக்கிறது. ஓடைக் குளியல்களில் அனுபவம் இல்லாத பெண். துணியைச் சரியாகத் தூக்கிப் பிடிக்கக்கூடத் தெரியவில்லை. பின்னால் அது வழிந்து நீரை நோக்கி நகர்கிறது. இன்னொரு அடி வைத்தால் நனைந்துவிடும். கால்கள் நீரில் ஏற்படுத்தும் சலனம், அவற்றின் நிழல்கள், தொடைகளின் வழுவழுப்பு, சருமத்தின் மென்மை இவை எல்லாவற்றையும் அவரால் ஒளி – நிழல் முரண்களை வியக்கத்தக்க விதத்தில் கையாளுவதன் மூலம் கொண்டுவர முடிகிறது. வாழ்க்கையின் எளிய தருணங்களுக்கும் ஓவியத்தில் இடம் உண்டு என்பதற்கு முக்கியமான சான்று இந்த ஓவியம்.

126

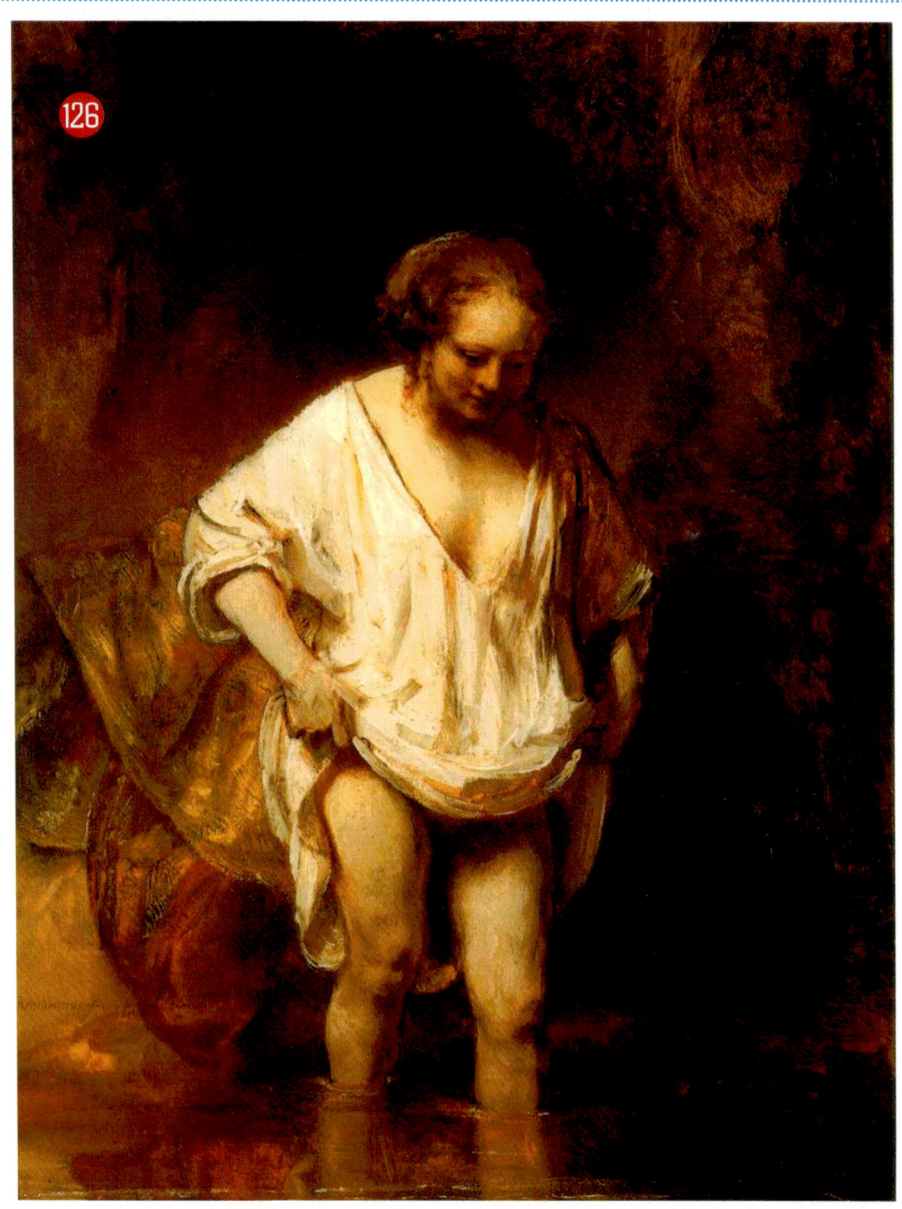

மௌனத்தின் அழகை எழுத்தில் வெளிப்படுத்துவது கடினம். ஆனால் ஓவியத்தால் முடியும். தேர்ந்த கலைஞன் அதன் பல வடிவங்களை வரைய முடியும். '**ஊதாரி மகன் திரும்பி வருதல்**' என்ற இந்த ஓவியம் (127) பைபிளில் உள்ள ஒரு புகழ்பெற்ற கதையின் வடிவம். பைபிள் இவ்வாறு கூறுகிறது:

அவன் தூரத்தில் வரும்போதே, அவனுடைய தகப்பன் அவனைக் கண்டு, மனமுருகி, ஓடி, அவன் கழுத்தைக் கட்டிக்கொண்டு, அவனை முத்தஞ்செய்தான். குமாரன் தகப்பனை நோக்கி: தகப்பனே, பரத்துக்கு விரோதமாகவும் உமக்கு முன்பாகவும் பாவஞ்செய்தேன், இனிமேல் உம்முடைய குமாரன் என்று சொல்லப்படுவதற்கு நான் பாத்திரன் அல்ல என்று சொன்னான்.

அப்பொழுது தகப்பன் தன் ஊழியக்காரரை நோக்கிக்கொழுத்த கன்றைக் கொண்டுவந்து அடியுங்கள். நாம் புசித்து, சந்தோஷமாயிருப்போம். லூக்கா 15.27

இந்த ஓவியத்தில் யாரும் பேசுவதாகத் தெரியவில்லை. மென்மையான அமைதி ஓவியத்தில் பரந்து விரிகிறது. தந்தையின் கண்களில் கருணை ததும்பி வழிகிறது. மண்டியிட்ட மகனின் முகம் முழுவதும் தெரியவில்லை ஆனால் அவன் உள்ளத்திலிருந்து பீறிடும் கழிவிறக்கம் தெரிகிறது. மன்னிப்பை இதைவிட ஆழமாக எந்த ஓவியனும் சித்தரித்தாகத் தெரியவில்லை. இவை எல்லாவற்றையும் மீறி ஓவியத்தில் ஒரு சோகம் வெளிப்படுகிறது. மகன் திரும்பி வந்ததால் ஏற்படக்கூடிய குதூகலம் இந்த ஓவியத்தில் இல்லை. மாறாக வருவதும் போவதும் மனித வாழ்வில் நடக்கும் முக்கிய நிகழ்வுகள் என்பதை ஓவியர் கூறுகிறார் என்று தோன்றுகிறது. வருவது முக்கியமில்லை. தன்னுடைய குற்றத்திற்காக இரங்குதல் முக்கியம். மன்னித்தல் முக்கியம். மன்னிப்பவனும் குற்றம் செய்யக்கூடும். மன்னிப்பிற்காக அலையக்கூடும்.

லெனின்கிராட் (பீட்டர்ஸ்பர்க்) ஹெர்மிடேஜ் அருங்காட்சியகத்தில் இருக்கும் இந்த ஓவியத்தை ஒரு சில நிமிஷங்களே என்னால் காண முடிந்தது. Swanlake பாலே நடனத்திற்குச் செல்ல வேண்டிய அவசரம். மறுபடியும் வரலாம் என்ற எண்ணத்துடன் திரும்பிச் சென்றேன். மறுபடியும் போக வேண்டும்.

இதுவரை வரையப்பட்ட ஓவியங்களில் மகத்தான ஓவியம் இதுவாகத்தான் இருக்க வேண்டும் என்று கலை வல்லுனர் கென்னத் கிளார்க் சொல்கிறார். ஓவியம் 1669ஆம் ஆண்டில் முடிக்கப்பட்டிருக்க வேண்டும் எனச் சிலர் கருதுகிறார்கள்.

127

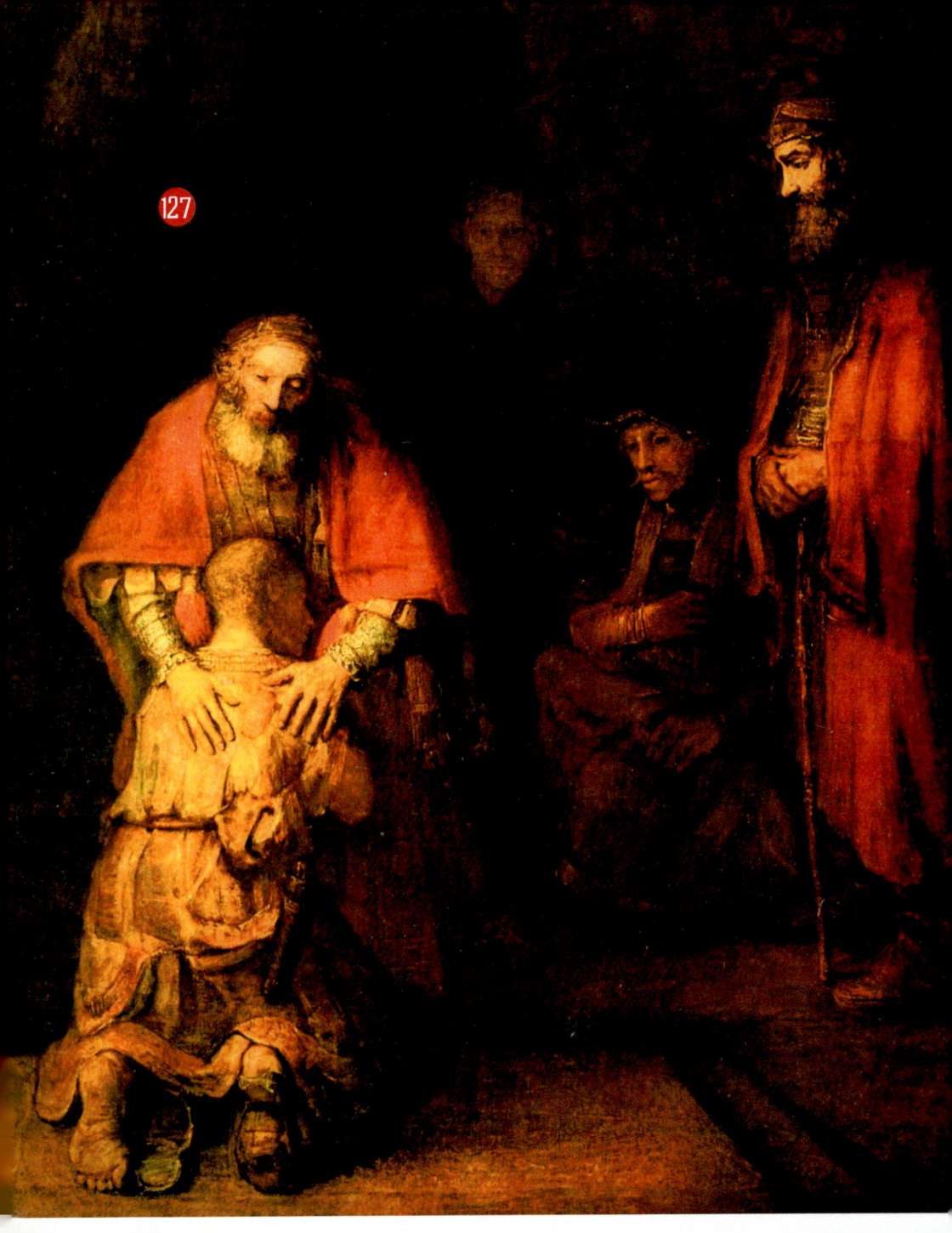

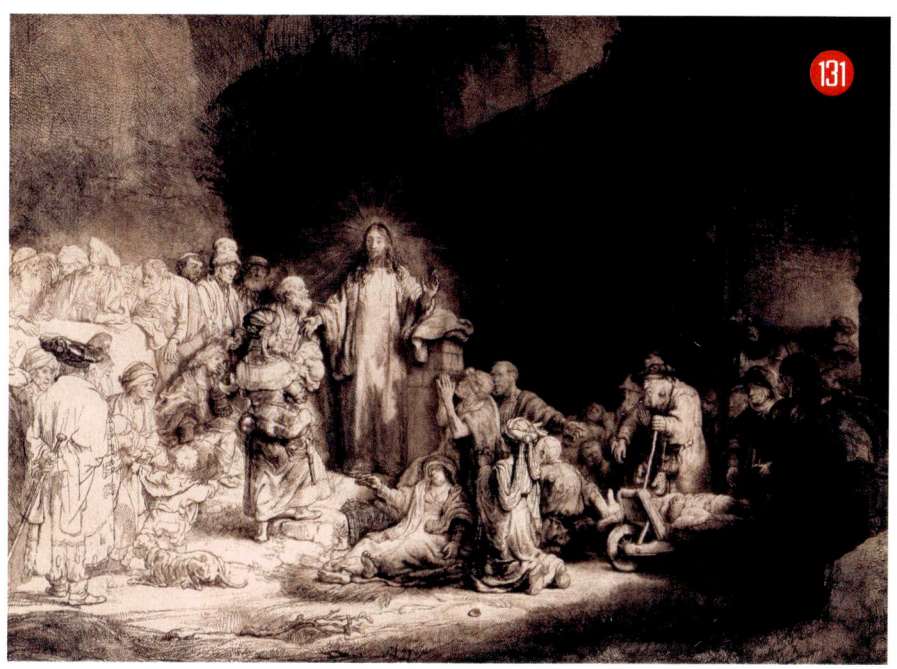

அவரது நண்பர்களுக்காகவும் வரையப்பட்டது. இவர்கள் நகரக் காவலர்கள். ஊர்வலத்திற்காகவோ வேட்டைக்காகவோ செல்கிறார்கள். ஓவியத்தின் நடுவே பரவியிருக்கும் வெளிச்சம் விளக்குகளின் வெளிச்சம் அல்ல. நடுவில் நிற்பவரின் கை நிழல் அருகில் இருப்பவரின் மஞ்சள் ஆடையில் விழுகிறது. இது கட்டாயமாக சூரியன் தரும் நிழல். ஒவ்வொரு மனிதரும் வெவ்வேறு செயல்களில் ஈடுபட்டிருக்கிறார்கள். அசைவுகளின் உயிர்த்தன்மையை ஓவியத்தில் வடிப்பதில் ரெம்பிராண்ட் இணையற்றவர். இந்த ஓவியத்தில் நடுவில் இருப்பவர்களில் ஒருவர் கத்தோலிக்க மதத்தைச் சார்ந்தவர். மற்றவர் ப்ராடஸ்டண்ட். எனவே இந்த ஓவியம் இரண்டு மதத்தவரும் இணைந்து ஸ்பெயின் நாட்டை எதிர்த்ததைக் குறிக்கிறது எனச் சிலர் கருதுகிறார்கள். ஓவியத்தில் இருக்கும் குழந்தையின் இடுப்பில் தொங்கும் இறந்த கோழியின் நகங்கள் ஆர்க்வெபஸ் என அழைக்கப்படும் டச்சுத் துப்பாக்கியைக் குறிக்கிறது எனக் கூறப்படுகிறது.

நடப்பதும் அசைவதும் சொப்பனங்கள் அல்ல. ஆனால் அவை காலத்தின் மீளா மாற்றத்திற்குக் கட்டுப்பட்டவை. நடந்தால் நடந்ததுதான். மறுமுறை நடக்க முடியாது. ஒரு முறை செய்யும் அசைவை மறுமுறை செய்ய முடியாது. ஆனால் ஓவியன் அவற்றை வடிக்க முடியும். ரெய்க்ஸ் அருங்காட்சியகத்தில் காப்டனும் அவனது துணைவர்களும் அழியாமல் நடந்துகொண்டிருக்கிறார்கள். அசைந்துகொண்டிருக்கிறார்கள்.

ரெம்பிராண்ட் Etching என அழைக்கப்படும் 'அரித்துருவாக்கல்' கலையின் வல்லுனர். இந்த முறையில் உலோகத் தகடு ஒன்றில் அமிலத்தால் அரிக்கப்படாத மெழுகு தடவப்படுகிறது. அதன்மீது வரையும் ஊசியால் ஓவியர் வரைகிறார். அவர் வரைகின்ற இடங்களில் உலோகம் வெளிப்படுகிறது. ஒருமுறை வரைந்தால் வரைந்ததுதான். மிகவும் கவனமாக வரைய வேண்டிய கட்டாயம். வரைந்து முடிந்ததும் தகடு அமிலத் தொட்டியில் அமிழ்த்தப்படுகிறது. மெழுகு இல்லாத இடங்களில் உலோகத்தை அமிலம் அரிக்கிறது. வரைவின் தடங்கள் உலோகத்தில் பதிகின்றன. பிறகு தகட்டை எடுத்து, மெழுகை அகற்றி, அதன்மேல் மை பூசப்படுகிறது. பூசப்பட்ட மையைத் துடைத்தால் அமிலம் அரித்த இடங்களில் மை தங்கிவிடுகிறது. தகட்டின் மீது சிறிது ஈரமாக்கப்பட்ட தாள் வைக்கப்படுகிறது. பிறகு அவற்றை அச்சு இயந்திரத்தில் வைத்து உருட்டினால் தகட்டில் வரைந்தது தாளில் பதிந்துவிடுகிறது. இந்த முறையினால் ஓர் ஓவியத்திற்குப் பல பிரதிகள் எடுக்கலாம். ஒரே வண்ணப் பிரதிகள்.

இந்த ஓவியத்தை '**ஏசு பேசுகிறார்**' என்று அழைக்கலாம். மத்தேயுவின் நற்செய்தியில் சொல்லப்பட்ட பல சம்பவங்களை ரெம்பிராண்ட் (131) ஓவியத்தில் வடித்திருக்கிறார். பணம் படைத்தவர்கள், முதியவர்கள், தாய்மார், குழந்தைகள், உடல்நலம் இல்லாதவர்கள் போன்ற அனைவருக்கும் அவரிடம் தீர்வு இருக்கிறது என்பதை ஓவியம் சொல்கிறது. மத்தேயு பல வரிகளில் எழுதியதை ஓவியனால் ஒரு பிரதியில் சொல்ல முடிந்திருக்கிறது.

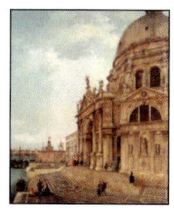

நேருக்கு நேர்

நம்மில் பலர் ஓவியங்களைப் புகைப்படத்திற்கு முன்னோடிகள் என்ற எண்ணத்துடன் பார்க்கிறார்கள். 'நேரில் பார்ப்பது போலவே இருக்கே.' 'எப்படி ஃபோட்டோ பிடிச்ச மாதிரி வரைஞ்சிருக்கான் பாரு' போன்ற விமர்சனங்கள் சில்பி படங்களைப் பார்த்த பலரிடமிருந்து வந்திருக்கிறது. சில்பி போன்றவர்களுக்கு எல்லாம் முன்னோடி ஒருவர் இருந்திருக்கிறார். அவரை மிஞ்சி நேருக்கு நேர் பார்ப்பது போல் வரைந்தவர் இன்றுவரை பிறக்கவில்லை.

கனாலெட்டோ பிறந்தது வெனிஸ் நகரில். 1697ஆம் ஆண்டு. அவரது தந்தையும் ஒரு ஓவியர். எழுபது வயதிற்கும் மேல் வாழ்ந்த அவர் 900 ஓவியங்களுக்கும் மேல் வரைந்திருப்பதாகச் சொல்கிறார்கள். பல அவரது மாணவர்கள் வரைந்திருக்கக்கூடும். இவர் (132) காமிரா அப்ஸ்க்யூரா (camera obscura) என்ற உபகரணத்தை உபயோகித்திருக்கலாம் என்று சில வல்லுனர்கள் கருதுகிறார்கள். இந்த உபகரணம் காமிராவிற்கு முன்னோடி. ஒரு சிறு துவாரம் வழியாக லென்ஸில் ஒளியைச் செலுத்தி காமிராவிற்கு உள்புறம் கண்ணாடி ஒன்றை 45 டிகிரி சாய்த்துவைத்தால் காமிராவின் மேற்பரப்பில் லென்ஸ் பிரதிபலிப்பது துல்லியமாக, ஆனால் தலைகீழாகத் தெரியும். தலையில் கருப்புத் துணி போட்டுக்கொண்டு காமிராவின் மேற்பரப்பின் மீது வெளிச்சம் படாமல் பார்க்க வேண்டும். எடின்பரோ நகரில் இன்னும் இருக்கிறது. சென்ற ஆண்டு பார்த்தேன். கருப்பு முக்காடு இல்லாமல் பார்க்க

மேற்கத்திய ஓவியங்கள் | 235

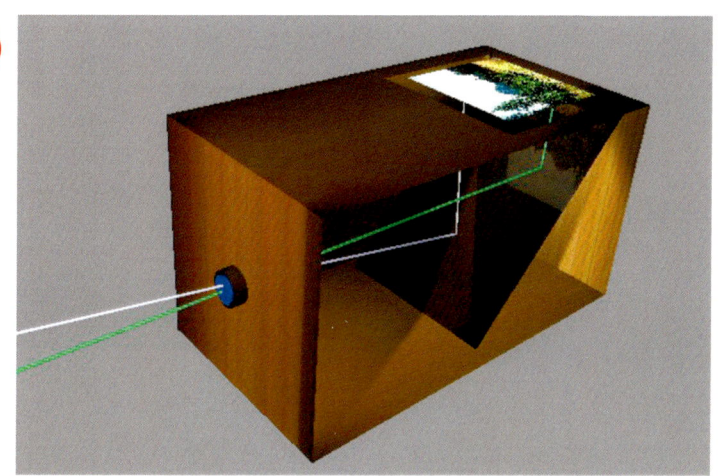

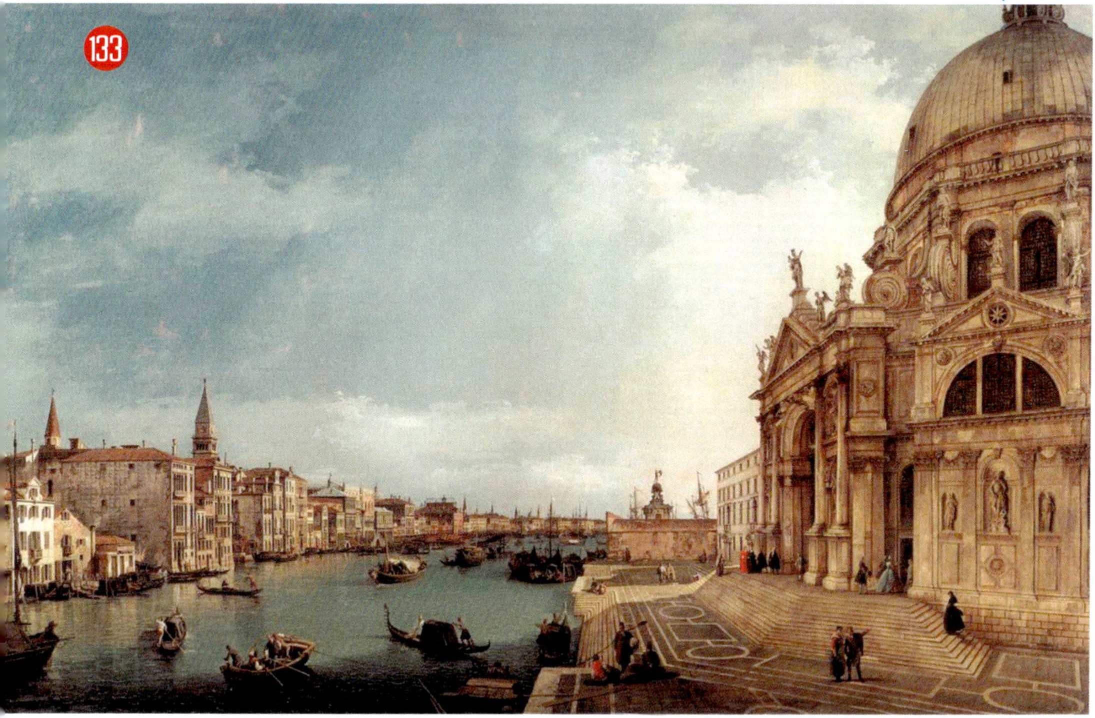

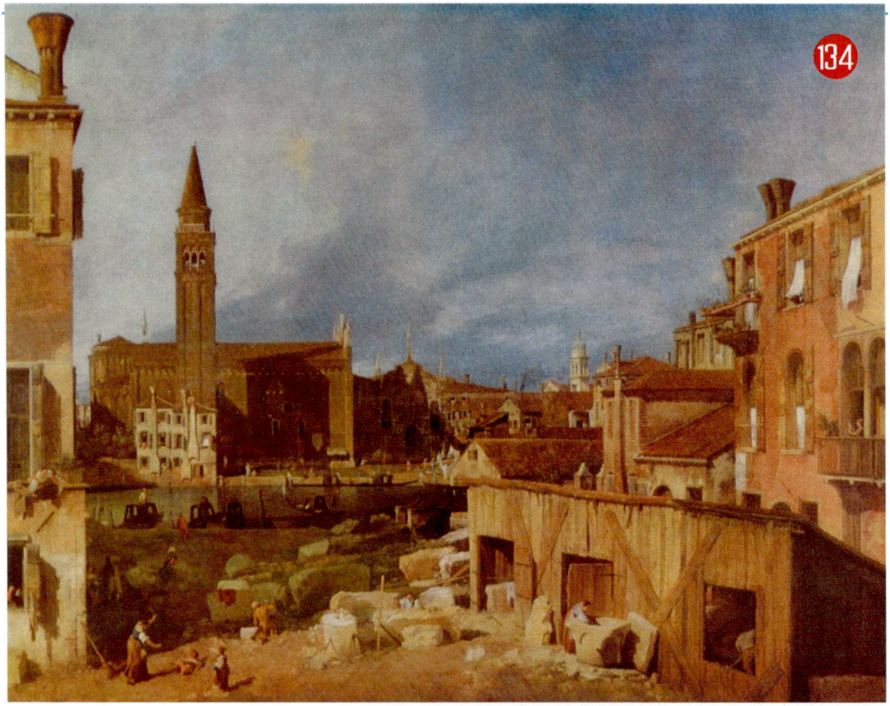

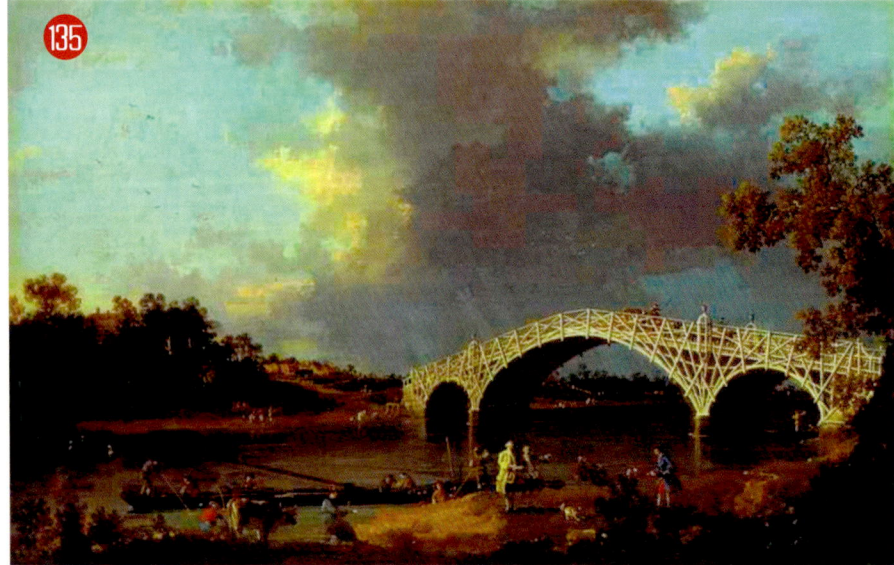

முடிந்தது. இதை வெர்மீர்கூடப் பயன்படுத்தியதாகச் சிலர் சொல்கிறார்கள். ஆனால் கனாலெட்டோவின் ஓவியங்களை ஆராய்ந்த நிக்கோலஸ் ராஸ் இந்தக் கூற்றை திட்டவட்டமாக மறுக்கிறார்.

கனாலெட்டோ வெனிஸ் நகரின் காட்சிகளை ஏராளமான ஓவியங்களில் வரைந்திருக்கிறார்.

'**பெருங்கால்வாயின் நுழைவு**' (133) என்ற இந்த ஓவியத்தில் ஸாந்தா மரியா டெல்லா ஸலூட் என்ற தேவாலயம் வலப்புறத்தை ஏறத்தாழ முழுவதும் ஆக்கிரமித்துக்கொண்டிருக்கிறது. அதன் முகடு ஓவியத்திற்கு மேல் மறைந்திருக்கிறது. ஒளி தெற்கிலிருந்து வருகிறது. கால்வாயின் வலப்பக்க ஓரத்திலிருந்து ஓவியம் வரையப்பட்டதால் இடப்புறம் உள்ள கட்டடங்கள் சிறுத்து மறைகின்றன. வானத்தின் நீலம் நீரில் தெரிகிறது. படகுகளிலும் கரைகளிலும் மக்கள். ஆனால் இந்த ஓவியம் அவர்களைப் பற்றியதல்ல என்ற உண்மை நமக்கு உடனே உறைக்கிறது. இது நிலக்காட்சியைப் பற்றியது. இதில் கட்டடங்களுக்கும் கால்வாய்க்கும் படகுகளுக்கும் தரப்படும் முக்கியத்துவம் மனிதர்களுக்குத் தரப்படுவதில்லை. அது நமக்குக் குறையாகத் தோன்றுவதில்லை.

கனாலெட்டோவின் ஓவியங்கள் பார்க்கப் பார்க்கத் திகட்டச் செய்பவை என்று எனக்குத் தோன்றுகிறது. ஆனாலும் அவரது இரண்டு ஓவியங்களை எத்தனை முறை பார்த்தாலும் திகட்டாது. முதலாவது **பழைய வால்டன் பாலம்** என்ற ஓவியம் (135).

தேம்ஸ் நதியின் மீதுள்ள இந்த மரப் பாலம் 1750ஆம் ஆண்டு கட்டப்பட்டது. முப்பத்து மூன்றே ஆண்டுகளில் பிரிக்கப்பட்டது. ஓவியம் அதற்கு அமரத்துவத்தை அளித்துவிட்டது. ஓவியத்தின் கருமேகங்களும் தொலைவில் தெரியும் வீடுகளும் இரு ஓரங்களிலும் படர்ந்திருக்கும் பசுமையும் பாலத்தை நமக்குத் தனிப்படுத்திக் காட்டுவதில் வெற்றி பெறுகின்றன. இவை எல்லாம் பழையவை, நான் மட்டும் புதியவன் என்று பாலம் சொல்கிறது. மஞ்சள் உடை தரித்து நம்மை நோக்கி வருபவர் தாமஸ் ஹோலிஸ். கனாலெட்டோவை வரையச் சொன்னவர். கூர்ந்து பார்த்தால் மழை வருவதை அறிந்து கூடுகளை நோக்கிச் செல்லும் பறவைகள் தெரியும். நதியில் அன்னங்கள் தெரியும்.

இவரது மற்றொரு ஓவியம் '**கல்தச்சனின் களம்**' (134) என்ற பெயர் கொண்டது. அழகான முன்புறங்களுக்கும் பின்புறங்கள் இருக்கும். அவற்றில் என்ன நடக்கின்றன என்பதைக் காட்ட முனையும் ஓவியம் இது.

தேவாலயங்கள் பின்புலத்தில் இருக்கின்றன. நமக்கு முன்னால் தெரிவது பளிங்குக் கற்துண்டுகளின் சிதறல்கள். பெண்கள் எப்போதும் போல வீட்டு வேலைகளில் மும்முரமாக இருக்கிறார்கள். ஆண்களை அதிகம் காணோம். நல்ல உடை அணிந்தவர்களையும் காணோம். இடப்பக்கக் கீழ்புறம் குழந்தை ஒன்று வீறிட்டு அலறுகிறது. அதன் தாய் கால்வாயில் தள்ளிவிடுவேன் என்று பயமுறுத்துவதாக நமக்குத் தோன்றுகிறது.

கனாலெட்டோவைப் போன்று பலர் வரைய முயன்றிருக்கிறார்கள். சிலர் ஓரளவு நன்றாக வரைந்தும் இருக்கிறார்கள். ஆனால் வெனிஸ் நகரம் என்றால் பலருக்கு நினைவிற்கு வருவது இவரது ஓவியங்கள்தாம். இதுவே இவர் அடைந்த பெரிய வெற்றி.

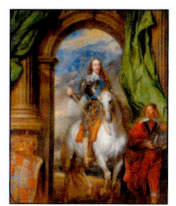

ஆங்கிலேய ஓவியங்கள்

ஓவியக் கலையில் இங்கிலாந்தின் பங்கு பதினெட்டாம் நூற்றாண்டு வரை குறிப்பிடத்தக்கதாக இருக்கவில்லை. பதினாறாம் நூற்றாண்டில் ஹில்லியார்ட் என்பவர் மட்டும் சிற்றோவியங்களை (miniatures) வரைவதில் தேர்ச்சி பெற்றவராக இருந்தார். இவர் பொற்கொல்லர். இது அவருடைய **தன்னோவியம்** (136).

ட்யூடர் அரசர்களுக்கு வரைந்தவர்கள் அனைவரும் இறக்குமதி செய்யப்பட்டவர்கள். இவர்களில் இருவரைப் பற்றிக் குறிப்பிட்டே ஆக வேண்டும். இவர்களில் முதல்வன் ஹால்பைன். ஜெர்மனியில் பிறந்தவன். 1532இல் இங்கிலாந்திற்கு வந்த இவன் அங்கேயே தங்கிவிட்டான். எட்டாம் ஹென்றியால் அரசு ஓவியராக நியமிக்கப்பட்ட இவன் 1643இல் கொள்ளை நோய்க் காய்ச்சல் கண்டு இறந்தான். இவன் வரைந்த ஓவியங்களில் குறிப்பிடத்தக்கவை மூன்று.

முதலாவது எட்டாவது ஹென்றியின் ஓவியம். ஹால்பைன் வரைந்த முழு வடிவ ஓவியம் தீக்கிரையாகிவிட்டது, மிஞ்சியது அவன் வரைந்த **முன்னோவியம்** (140). பளபளக்கும் உடையில் பல ஆபரணங்களுடன் இருக்கும் அரசனின் கண்களின் குரூரம் நம்மையே பயமுறுத்துகிறது. ஹால்பைனின் நுணுக்க உணர்வு நம்மை வியக்கவைக்கிறது. ஹென்றியைப் பார்த்தால் வெள்ளைப் பன்றியின் ஞாபகம் வருகிறது. அரசனை அழகாகத்தான்

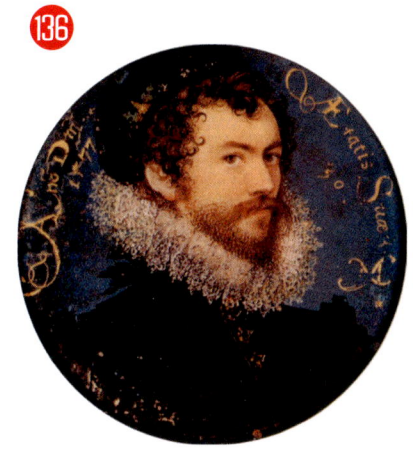

136

வரைய வேண்டும் என்ற கட்டாயம் ஓவியனுக்கு இல்லை. ஹென்றியின் சிறிய வாயும் கழுத்துச் சதையுடன் சேர்ந்து அடங்கும் காதும் தடித்த விரல்களும் இவனை மணம் செய்தவள் என்ன பாடுபட்டிருப்பாள் என்று நினைக்கவைக்கிறது. உண்மையாகவே பாடுபட்டிருக்கிறார்கள். ஆறு பேரை மணந்தான். இருவருக்கு மரண தண்டனை விதித்தான். நான்கு பேருடனும் நிம்மதியாக இல்லை. ஆண் குழந்தை பிறக்கும் என்ற வெறியுடன் வாழ்நாளில் பெரும்பகுதியைக் கழித்த அரசன் ஹென்றி. அரசி ஒருத்திக்குப் பிறந்த ஆண் வாரிசுக்கு இவனுக்குப் பின் முடிசூடப்பட்டது. ஆனால் அந்தச் சிறுவன் பதினாறே வயதில் மரணமடைந்தான். இவன் மகள் பின்னால் முதலாம் எலிசபெத்தாக முடிசூட்டப்பெற்றாள்.

ஹால்பைனின் மற்றொரு ஓவியம் **தாமஸ் மோர்** (139). எனக்கு மிகவும் பிடித்த ஓவியம் இது. ஹால்பைன் இங்கிலாந்தில் முதலில் சந்தித்தது மோரைத்தான். அவருடைய அறிமுகத்தாலேயே அவனால் எட்டாம் ஹென்றியின் அரசவையில் நுழைய முடிந்தது. பலருடன் தொடர்பு ஏற்பட்டது. இந்த ஓவியம் 1527இல் தாமஸ்மோர் அவரது புகழின் மேற்தளத்தில் இருக்கும்போது வரையப்பட்டது. ஹால்பைன் மனித உருவத்தின் ஒவ்வொரு வளைவுகளையும் கோடுகளையும் மேடுகளையும் நன்றாக அறிந்தவன் என்பதை இந்த ஓவியம் நமக்குக் கூறுகிறது. உதட்டிற்கு மேலும் தாடையிலும் சவரம் செய்த மெல்லிய பச்சைத் தடத்தைக்கூட அவனால் வரைய முடிந்திருக்கிறது. வெல்வெட் துணியின் பளபளப்பும் அதன் மீது ஒளி விளையாடுவதும் அடர்ந்த பழுப்புத் தோல் அணியும் நீல அங்கியும் கழுத்தில் மின்னும் சங்கிலியும் இவர் பெரிய மனிதர் என்பதை நமக்கு அடையாளம் காட்டுகின்றன. ஆனால் கண்களிலிருந்து வீசும் ஒளி அவரைக் கூர்ந்த மதியுள்ளவராகக் காட்டுகிறது. 'யுடோப்பியா' புத்தகத்தை எழுதியவர் கூர்ந்த மதியுள்ளவராகத்தான் இருக்க வேண்டும். தன்னுடைய கொள்கைக்காகத் தலையையே இழந்தவர் அவர். அரசர் உயர்ந்தவரா போப்பாண்டவர் உயர்ந்தவரா என்ற கேள்விக்குப் பதிலளிக்க

137

மறுத்ததால் அவருக்கு மரண தண்டனை விதிக்கப்பட்டது.

இந்த ஓவியத்தையும் எட்டாம் ஹென்றியின் ஓவியத்தையும் அருகில் வைத்துப் பார்த்தால் மனிதர்களின் அடிப்படைப் பண்புகளை ஹால்பைன் அவர்களது முகத்தில் கொண்டுவர முயன்று, அதில் வெற்றி அடைந்திருக்கிறான் என்பது விளங்கும்.

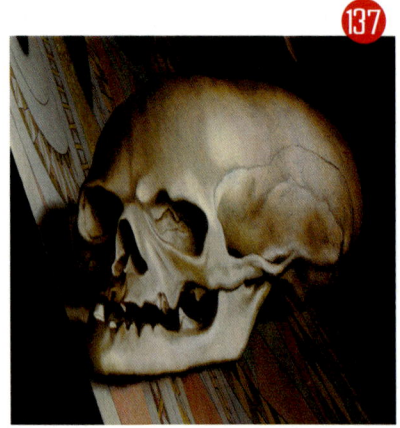

ஹால்பைனின் மிகப் புகழ்பெற்ற ஓவியம் '**தூதர்கள்**' (138). இது லண்டன் நேஷனல் காலரியில் இருக்கிறது. எப்போதும் ஓவியத்தைச் சுற்றிக் கூட்டம் இருக்கும்.

ஓவியத்தில் இருக்கும் இருவரும் இளைஞர்கள். புகழின் உச்சியில் இருப்பவர்கள். சுற்றி இருப்பதெல்லாம், அணிந்திருப்பதெல்லாம் அவர்களது செல்வத்தின் உச்சத்தைக் காட்டுகின்றன. படித்தவர்கள், உலகத்தைப் பற்றி அறிய முயல்பவர்கள், இசையில் ஆர்வம் கொண்டவர்கள் என்பவற்றை ஓவியத்தில் இருக்கும் பொருட்கள் அறிவிக்கின்றன. ஆனால் அவர்கள் காலடியில் ஏதோ ஒன்று கிடக்கிறது. ஓவியத்தின் வலப்புறத்தில் நின்று பார்த்தால் அந்தப் பொருள் என்ன என்பது தெரியும்.

அது ஒரு மண்டையோடு. 'வாழ்வின் நடுவில் நாம் சாவில் இருக்கிறோம்' (In the midst of life we are in death) (137) என்ற பொது வழிபாட்டுப் புத்தகத்தின் (Book of Common Prayer) வாசகத்தை அது நமக்குச் சொல்கிறது. ஓவியத்தில் மரணத்தின் குறியீடுகள் பல இருக்கின்றன என்று கலை வல்லுனர்கள் கூறுகிறார்கள். தந்தி அறுந்த லூட் வாத்தியமும் அதில் ஒன்றாம். தனக்குக் கொள்ளைநோயால் மரணம் காத்திருக்கிறது என்பது தெரிந்திருந்தால் இந்த ஓவியத்தை அவன் வரைந்திருக்கவே மாட்டான்.

நான் இந்த ஓவியத்தைப் பார்க்கச் சென்றபோது, அதன் முன்னால் பள்ளிக் குழந்தைகள் அமர்ந்திருந்தார்கள். ஆசிரியை விளக்கிக்கொண்டிருந்தார். மரணத்தைப் பற்றி ஒரு வார்த்தைகூட வரவில்லை. குழந்தைகளிடமிருந்து அது தொலைவிலேயே இருக்கட்டும் என்று ஆசிரியை நினைத்திருக்கக்கூடும். நான் அப்படித்தான் நினைத்தேன்.

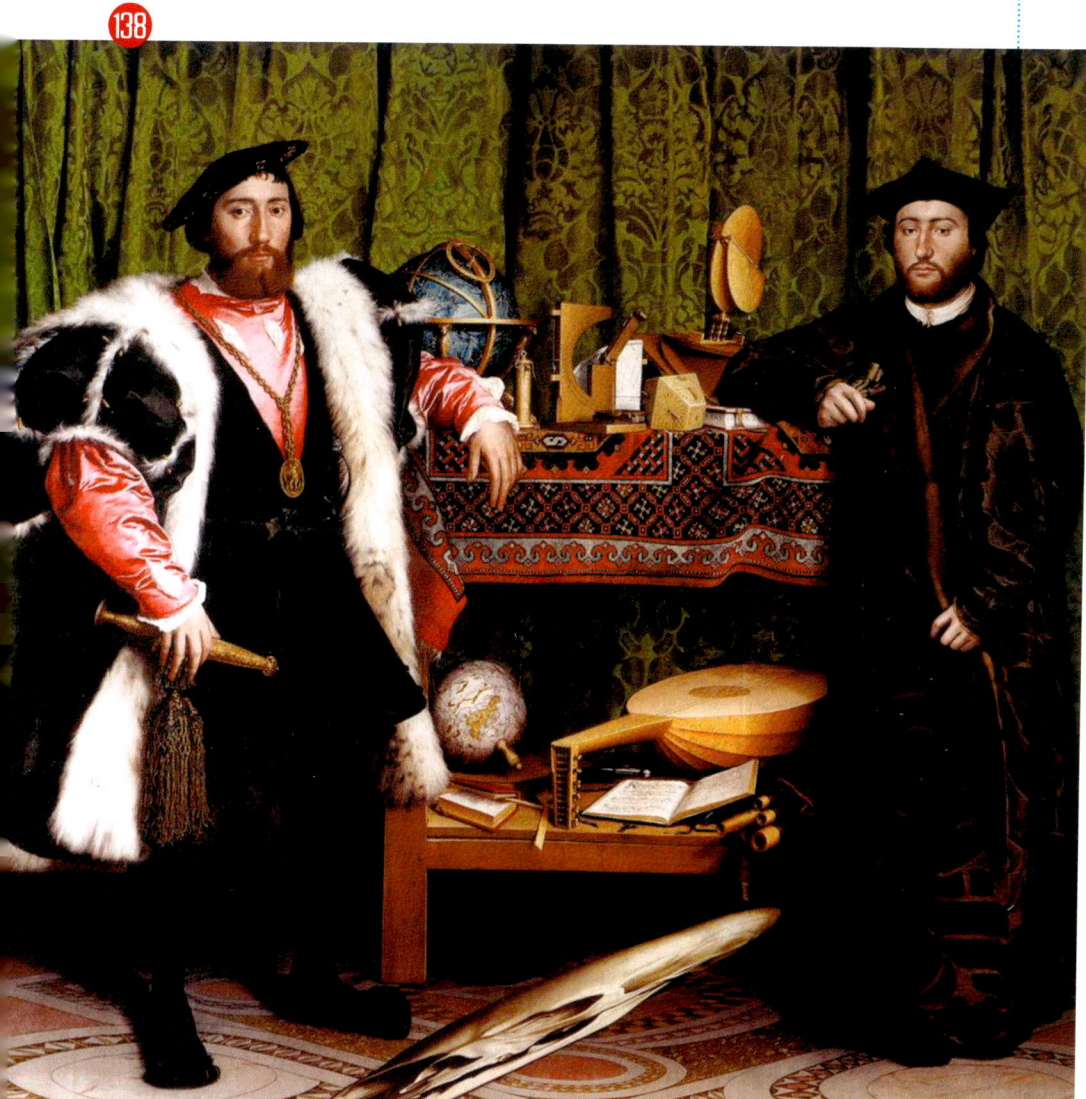
138

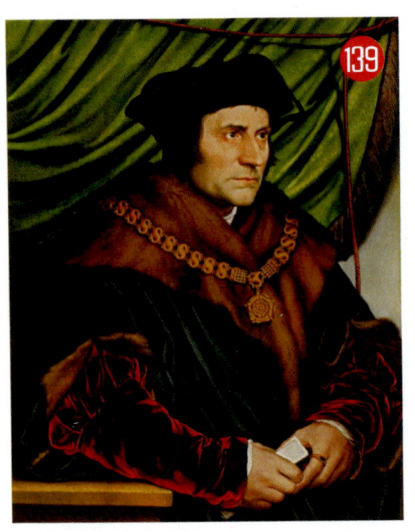 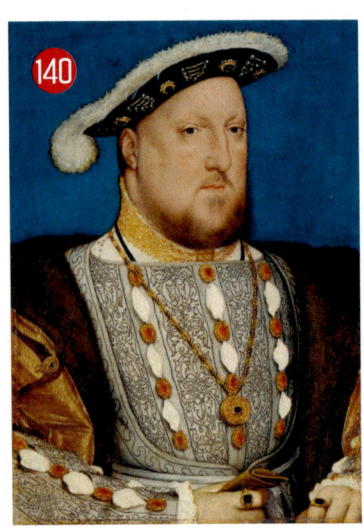

அடுத்தவர் வான் டைக். ஆங்கிலத்தில் வான் டைக் தாடி (Van Dyck Beard) என்ற சொற்றொடர் வருவதற்குக் காரணமாக இருந்தவர். இவர் டச்சுக்காரராக இருந்தாலும் பெரும்புகழ் இங்கிலாந்திலேயே கிடைத்தது. மன்னர் முதலாம் சார்ல்ஸில் உருவப்படங்கள் பலவற்றை வரைந்தவர். ரூபென்ஸின் சீடர்.

'முதலாம் சார்ல்ஸ் – மூன்று கோணங்களில்' என்ற இந்த ஓவியம் அதிசயமானது (141). இது அரசரின் மார்பளவுச் சிலை (பெர்னினி என்ற புகழ்பெற்ற சிற்பியால்) ஒன்று செதுக்குவதற்காக வரையப்பட்டது. பெர்னினி செதுக்கிய சிலை தீயில் அழிந்துவிட்டது. வான் டைக்கின் ஓவியம் நம்மிடம் இன்றுவரை இருக்கிறது.

'ஒவ்வொரு அங்குலமும் அரசர்' என்ற கூற்றுக்கு வரையப்பட்டதுபோல இருக்கும் இந்த ஓவியத்தில் அரசர் மூன்று வெவ்வேறு வண்ணங்களில் ஆடை அணிந்து காட்சியளிக்கிறார். கழுத்தில் இருக்கும் லேஸ் அங்கியின் வேலைப்பாடுகளும் மூன்று கோணங்களிலும் வெவ்வேறானவை. சார்ல்ஸின் புகழ்பெற்ற மூக்கும் மீசை – தாடி, (வான் டைக் தாடி!) கண்களை அழுத்தும் இமைகள், அடர்த்தியான தலைமுடி, அடர்ந்த புருவம், உயர்ந்த நெற்றி, ஒடுங்கிய முகம் ஆகியவை ஓவியத்தில் மறக்க முடியாதபடி வரையப்பட்டிருக்கின்றன. இவருடைய மெலிதான, பச்சை படர்ந்த கை விரல்களையும் எட்டாம்

முடிசூடிக்கொண்டார். நான் மக்களை ஆளுவதற்காகக் கடவுளால் நியமிக்கப் பட்டவன் என்ற எண்ணத்தில் மிதந்துகொண்டு எங்கோ தொலைவைப் பார்த்துக்கொண்டிருக்கிறார். பயிற்சியாளர் குதிரைக்கு இணையாக வேகமாக நடந்து வருவது தெரிகிறது. கையில் தலைக் கவசம். கண்கள் எங்கோ பார்த்துக்கொண்டிருக்கின்றன. குதிரை அவரை இடித்துவிடக் கூடாது என்பதற்காக அரசர் அதைச் சிறிது இழுத்துப் பிடிக்கிறார். ஓவியத்தின் இடப் புறம் அவரது கிரீடம். அதன் கீழிருக்கும் அரசுச் சின்னம் அவர் நான்கு நாடு களுக்கு அரசர் (இங்கிலாந்து, ஸ்காட்லாந்து, அயர்லாந்து, பிரான்ஸ்) என்பதை அறிவிக்கிறது. அரசருக்கு மேல் தூண்களிலிருந்து விலக்கப்பட்டுத் தொங்கும் திரைகளின் பச்சை வண்ணம் வீரச் செயல்களின் குறியீடாக இருக்கலாம்.

சார்ல்ஸின் மரணத்தைத் தொடர்ந்த அடுத்த நூறு ஆண்டுகள் இங்கிலாந் திற்கு முக்கியமானவை. தொழிற்புரட்சியின் வித்துக்கள் இந்த ஆண்டுகளில் இடப்பட்டன. அறிவியலின் மகத்தான கண்டுபிடிப்புகள் இந்த ஆண்டுகளில் நிகழ்ந்தன. ஐஸக் நியூட்டன் புவியீர்ப்பு விசை பற்றிய தமது விதிகளை அறிவித்தது இந்த ஆண்டுகளில். லண்டன் நகரம் புதிதாகக் கட்டமைக்கப்பட்டது இந்த ஆண்டுகளில். பிரிட்டிஷ் காலனியாக அமெரிக்கா மாறியது. இந்தியாவில் முகலாயப் பேரரசின் வீழ்ச்சியும் இந்திய அரசியலில் கிழக்கிந்தியக் கம்பெனி தலையிட ஆரம்பித்ததும் இந்த ஆண்டுகளில். எல்லாவற்றுக்கும் மேலாக பார்லிமெண்ட் படிப்படியாக வலுவடைந்தது இந்த ஆண்டுகளில்.

இந்த மாற்றங்களை ஒருவர் கவனித்துவந்தார். ஓவியக் கலையின் ஷேக்ஸ்பியர் என்று அழைக்கப்பட்ட ஹோகார்த் (1697 – 1764) பிரித்தானிய வாழ்க்கையை, குறிப்பாக லண்டன் நகர மக்களின் வாழ்க்கையை, ஓவியங்களில் வடித்திருக்கிறார். சாதாரண மக்கள் அக்காலகட்டத்தில் எப்படி வாழந்தார்கள் என்பதைத் தெரிந்துகொள்ள ஹோகார்த்தின் ஓவியங்களைப் பார்த்தாலே போதும். இவர் ஓவியங்களைப் பற்றி ஒரு முழு புத்தகமே எழுதலாம். ஆனால் நான் மூன்று ஓவியங்களைப் பற்றி மட்டும் பேசப்போகிறேன். இவற்றில் இரண்டு, செதுக்கோவியங்கள் (engravings). உலோகத் தகட்டில் செதுக்கப்பட்டுப் பிரதி எடுக்கப்பட்டவை.

முதல் ஓவியம் **ஜின் சந்து (Gin Lane)** (143)

ஜின் பதினேழாம் நூற்றாண்டில்தான் முதலில் தயாரிக்கப்பட்டது என்று சொல்லப்படுகிறது. டச்சு நாட்டில் பிறந்த ஜின் இங்கிலாந்தில் வேரூன்ற அதிக காலம் ஆகவில்லை. அரசு விழித்துக்கொள்வதற்கு முன்பு ஜின் பலரைக்

143

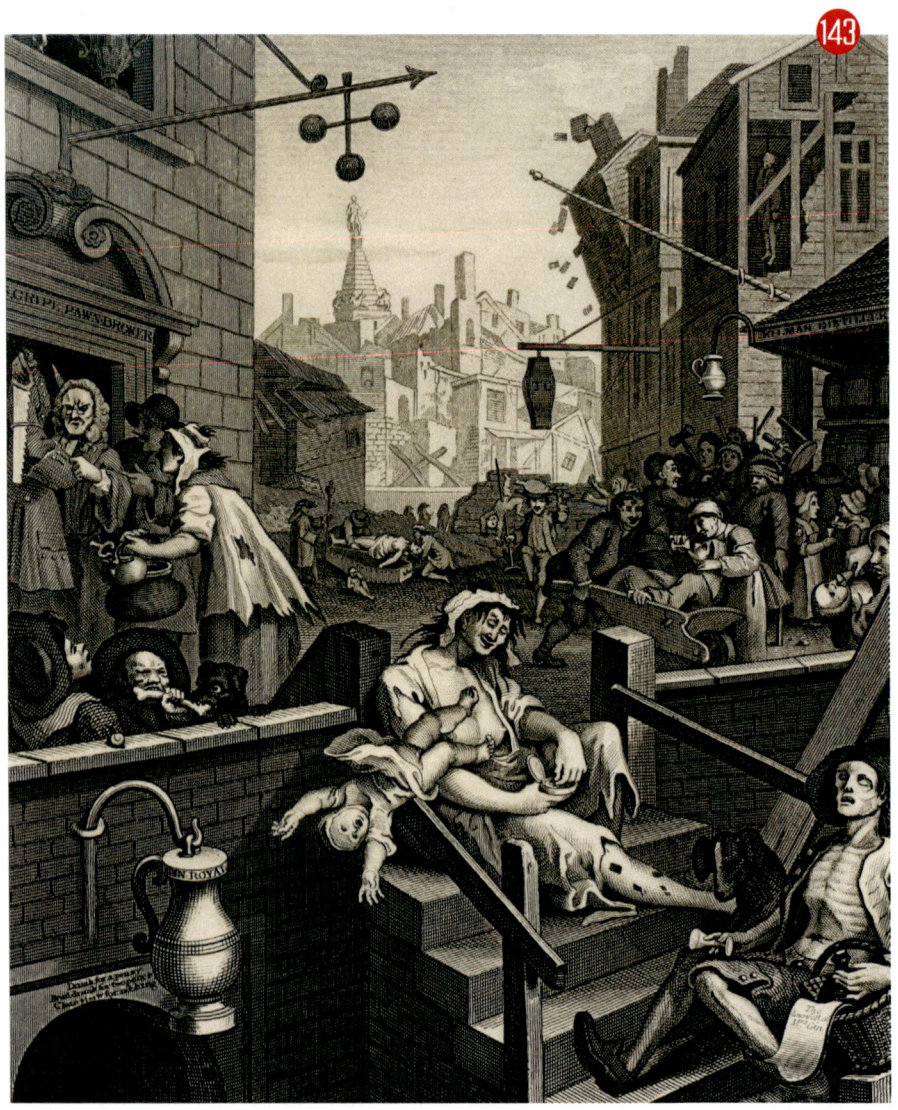

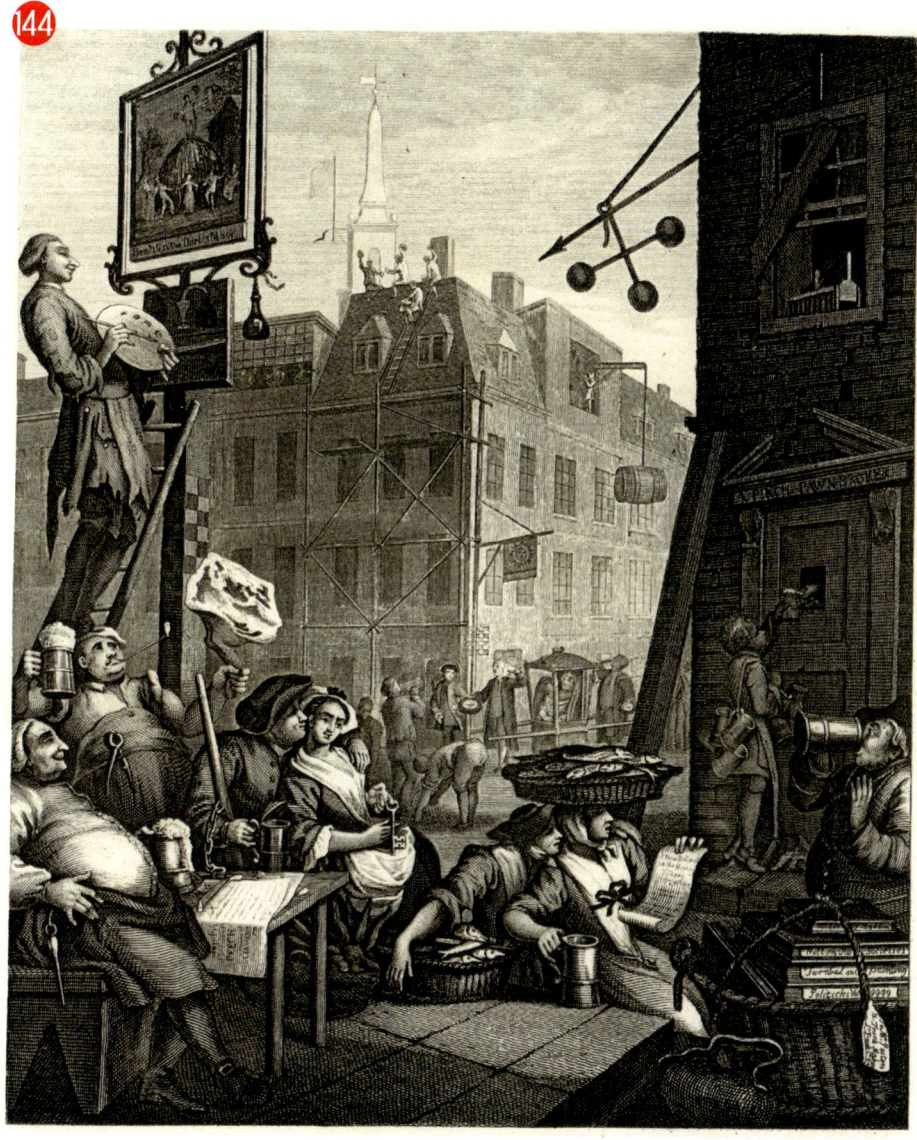

144

குடிகாரர்களாக்கிவிட்டது. வரிகளை அதிகரித்து ஜின் விற்பனையைக் குறைக்க அரசு முயன்றது. விளைவு நமது கள்ளச் சாராயம் போன்று கள்ள ஜின் காய்ச்சுவது அதிகரித்தது. கள்ளச் சாராயத்தைப் போலவே ஜின் பாதித்தது ஏழைமக்களை, அன்றாடம் காய்ச்சிகளைத்தாம் அவர்கள் வாழ்வில் நிகழ்வதை, நிகழக்கூடியதை செதுக்கோவியமாக வடித்திருக்கிறார் ஹோகார்த்.

படியில் அமர்ந்திருக்கும் பெண்ணின் கால்களில் ஸிஃபிலிஸ் புண்கள். மார்பு திறந்திருக்கிறது. கையில் இருக்கும் குழந்தை கீழே மரணத்தை நோக்கி விழுகிறது. அவளது காலடியில் அதிகக் குடியால் இறந்தவன் ஒருவனின் சடலம் இருக்கிறது. அவனுடைய கூடையில் ஜின் பாட்டிலுடன் குடியை எதிர்த்து எழுதப்பட்ட துண்டுப் பிரசுரம். அவளுக்குப் பின்னால் இருக்கும் அடகுக் கடையில் தொழிலாளி தன்னுடைய ரம்பத்தை அடகு வைக்கிறான். அவனது மனைவி சமையல் பாத்திரங்களை வைக்கிறாள். ஓவியத்தின் நடுவில் பெண்ணின் பிணம் ஒன்று சவப் பெட்டியில் வைக்கப்படுகிறது. சவப்பெட்டிக்குக் கீழே அவளுடைய குழந்தை வீறிட்டுக்கொண்டிருக்கிறது. மற்றொரு குழந்தை, கழுவேற்றப் பட்டதுபோல் கம்பியில் இறந்து தொங்கிக்கொண்டிருக்கிறது. மேலே யிருந்து விழுந்திருக்க வேண்டும். வலப்புறத்தில் தாய் குழந்தையின் அழுகையை அடக்க அதற்கு ஜின் ஊட்டுவதைப் பார்க்கலாம். குடிகாரர்களிடையே அடிதடி, தற்கொலை செய்துகொண்டு தூக்கில் தொங்கும் மனிதன் போன்ற பல காட்சிகளை ஹோகார்த் வரைந்திருக்கிறார்.

இதற்கு நேர்மாறானது அவரது **'பியர் தெரு' (Beer Street)** என்ற ஓவியம் (144). அவர் வாழ்ந்த காலத்தில் பியர் குடிப்பது உடலுக்கு நல்லது என்று நம்பப்பட்டது. இந்த ஓவியத்தில் எல்லோரும் மகிழ்ச்சியாக இருக்கிறார்கள். அடகுக் கடைக்காரன் வியாபரம் இல்லாததால் கடையை மூடிவைத்திருக்கிறான். அவனும் பியர் வாங்குகிறான். கசாப்புக் கடைக்காரர், கொல்லர், மீன் விற்பவர், பல்லாக்குத் தூக்குபவர் அனைவரும் பியர் அருந்துகிறார்கள். ஆனால் தங்கள் வேலைகள் முடிந்த பின்.

இந்த இரு ஓவியங்களின் விலை பிரதி ஒரு ஷில்லிங். யாருக்காக வரையப் பட்டதோ அவர்களின் வாங்கும் திறனுக்கு மேல் மிக அதிகமான விலை. இருந்தாலும் இவற்றின் பிரதிகள் நன்றாக விற்றன என வல்லுனர்கள் சொல் கிறார்கள். ஓவியத்தின் தாக்கம் மக்களை அடைந்தது என்பதற்குப் பல சான்றுகள் இருக்கின்றன. ஜின் உற்பத்தி பதினெட் டாம் நூற்றாண்டு மத்தியில் வெகுவாகக் குறைந்து விட்டது. 'இப்போதெல்லாம் முன்பு போல் குடிகாரர்களைத் தெருவில் பார்க்க முடிவதில்லை' என்று 1752இல் ஒருவர் எழுதுகிறார்.

145

ஹோகார்த்தின் முயற்சியால் 1751ஆம் ஆண்டு ஜின் சட்டங்கள் நிறைவேற்றப்பட்டன. ஜின் விற்பனை ஒழுங்கு செய்யப்பட்டது.

ஹோகார்த்தின் மற்றொரு ஓவியம் **'தேர்தல்.'**

பதினெட்டாம் நூற்றாண்டு பிரிட்டனில் 3 சதவீதத்திற்கும் குறைவான மக்களுக்குத்தான் வாக்குரிமை இருந்தது. ஸ்காட்லாந்தில் வாக்குரிமை பெற்றவர்கள் 4000 பேர். அதன் ஜனத்தொகை 25 லட்சத்திற்கும் மேல். மான்செஸ்டர், பர்மிங்ஹாம், லீட்ஸ் போன்ற பெரிய தொழில் நகரங்களில் யாருக்கும் ஓட்டுரிமை இல்லை. ஆனால் 32 பேர் மட்டும் இருந்த டன்னிச் இரண்டு பேரை பார்லிமெண்டிற்கு அனுப்பிக் கொண்டிருந்தது. பணம் படைத்தவர் மட்டுமே பார்லிமெண்டிற்குச் செல்ல முடியும். காசு கொடுத்தால் ஓட்டு கிடைக்கும். ஹோகார்த் 1754ஆம் ஆண்டு நடந்த தேர்தல் ஒன்றைச் சித்தரிக்கிறார் (146). போட்டி விக் கட்சியினருக்கும் டோரி கட்சியினருக்கும். விக் கட்சியினர் பார்லிமெண்டிற்கு அதிக அதிகாரம் வேண்டும் என்ற கொள்கையை உடையவர்கள். டோரிகள் அரசரின் அதிகாரத்தை அதிகம் குறைக்கக் கூடாது என்ற கொள்கையைக் கொண்டவர்கள்.

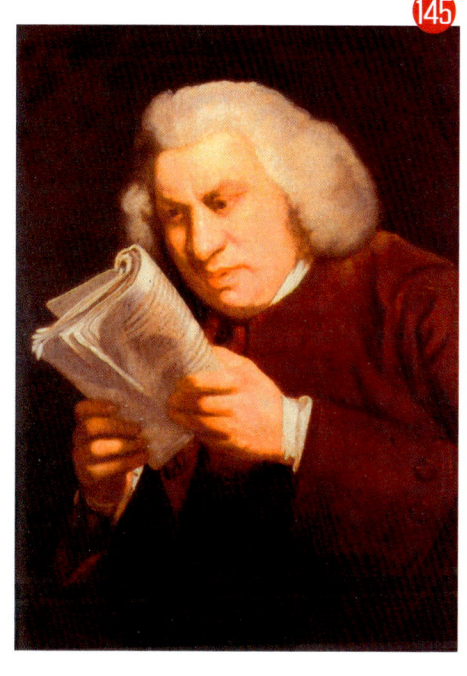

வெற்றிபெற்ற வேட்பாளர் விக் கட்சியைச் சேர்ந்தவர். தெருவில் டோரிகளுக்கும் விக்குகளுக்கும் சண்டை நடக்கிறது. பன்றிகள், கரடி, குரங்கு கழுதை போன்ற மிருகங்களும் வெற்றி ஊர்வலத்தில் அங்கம் வகிக்கின்றன. அருகில் இருக்கும் வீட்டில் விருந்து நடந்துகொண்டிருக்கிறது. வெற்றியைக் கொண்டாடுவதற்காக! ஆனால் வெற்றிபெற்ற வேட்பாளர் நாற்காலியிலிருந்து தடுமாறிக் கீழே விழுகிறார். முன்னால் எதைப் பற்றியும் கவலைப்படாமல் முதியவர் ஒருவர் வயலின் வாசித்துக் கொண்டு செல்கிறார்.

146
LONDON

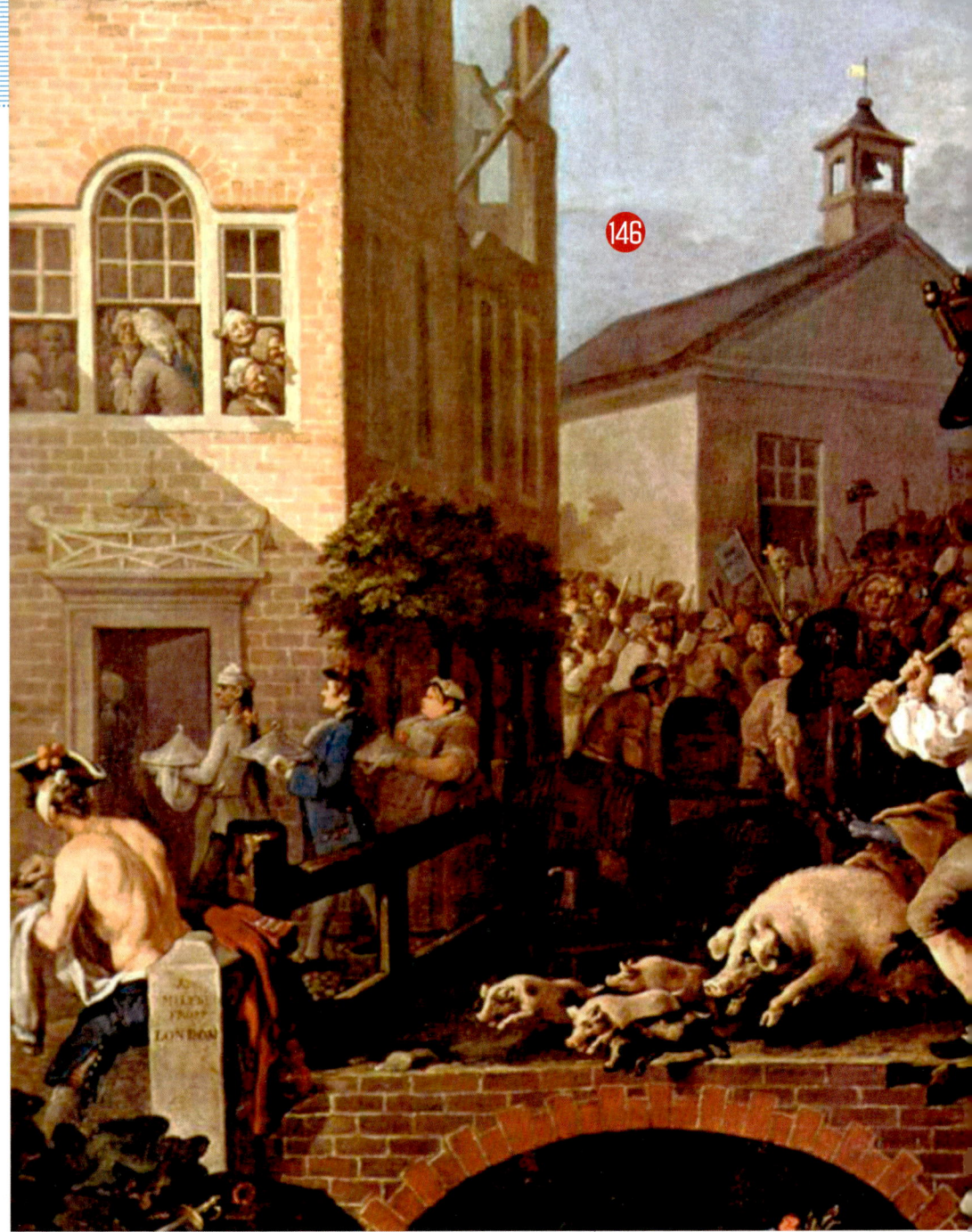

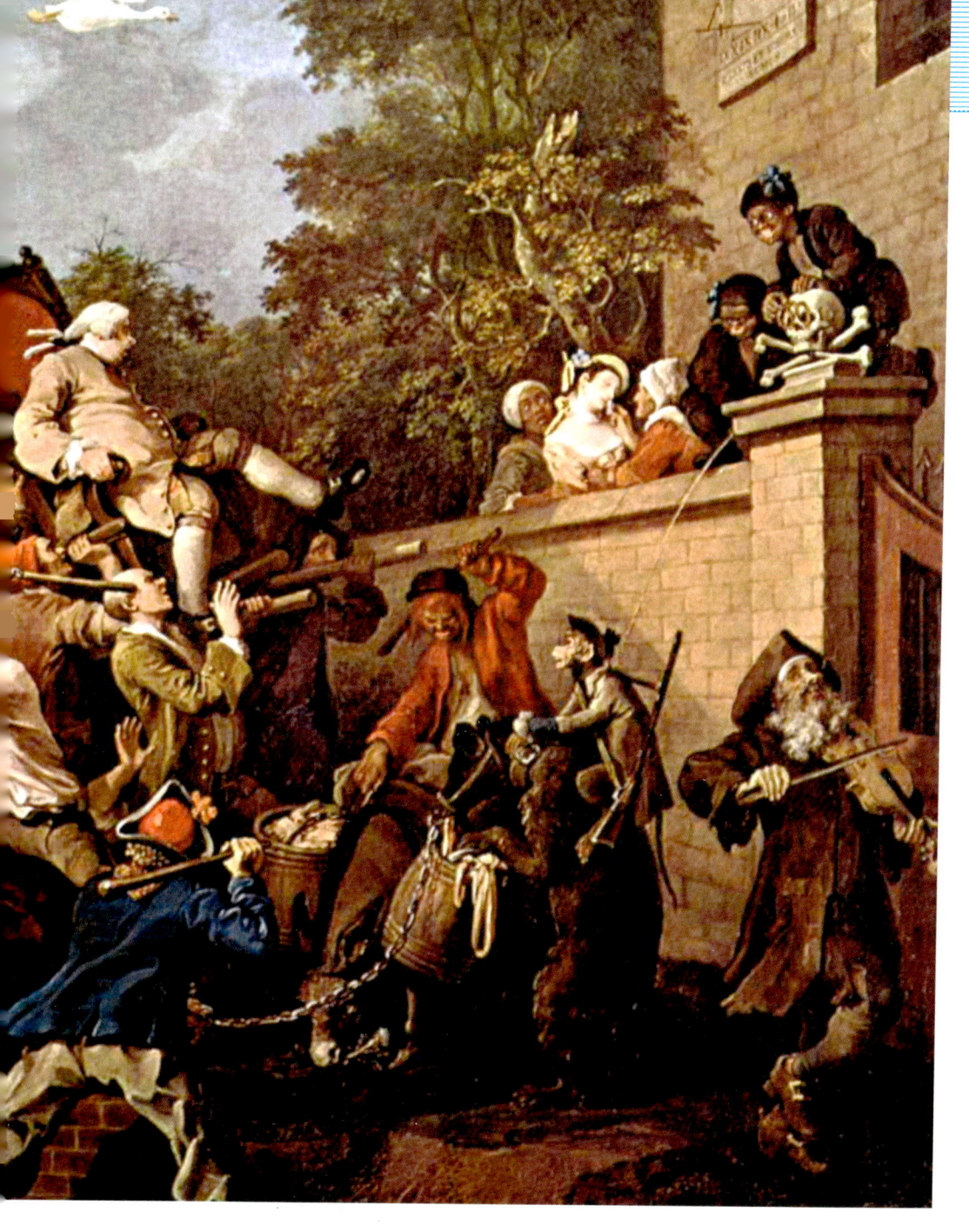

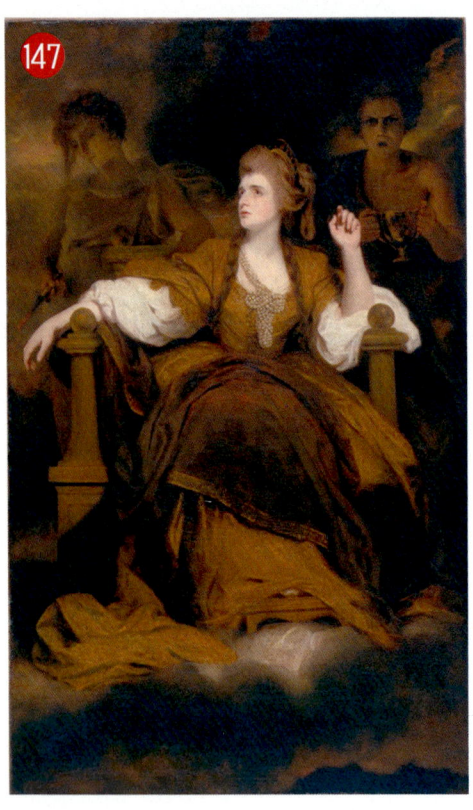

147

2007ஆம் ஆண்டு லண்டன் டேட் அருங்காட்சியகத்தில் ஹோகார்த்தின் படைப்புகள் பார்வைக்காக வைக்கப்பட்டிருந் தன. அப்போது கலை விமரிசகர் ஸோல் சொன்னார்: ஹோகார்த் எல்லாவற்றையும் பார்த்தார்; நேராகப் பார்த்தார்.

அவர் சொன்னது உண்மைதான். நேராகப் பார்த்து நேராக நமக்கு அளித்திருக்கிறார்.

ஹோகார்த் மக்கள் ஓவியர் என்றால் அன்றைய இங்கிலாந்தின் மேற்தட்டு மக்களை வரைந்தவர் களில் குறிப்பிடத்தக்கவர்கள் இருவர். முதல்வர். ஜோஷுவா ரெய்னால்ட்ஸ். இவர் வரைந்த '**டாக்டர் ஜான்சன்**' எனக்குப் பிடித்த ஓவியம் (145). கிட்டப் பார்வையால் புத்தகத்தைக் கண் களுக்கு அருகில் வைத்துப் படித்துக் கொண்டிருக்கிறார். அவர் மிக எளிதாகக் கோபமடையக்கூடியவர் என்பது அவரது முகத்தைப் பார்த்தாலே தெரிகிறது.

இவரது மற்றொரு ஓவியம் '**திருமதி ஸிட்டன்ஸ்**' (147). இவர் அன்றைய நாட்களின் புகழ்பெற்ற நடிகை. இந்த ஓவியத்தில் துன்பியல் தேவதை. உருவில் வரையப்பட்டிருக்கிறார். முகத்தில் சோகத்தோடு அழகும் ததும்பி வழிகிறது.

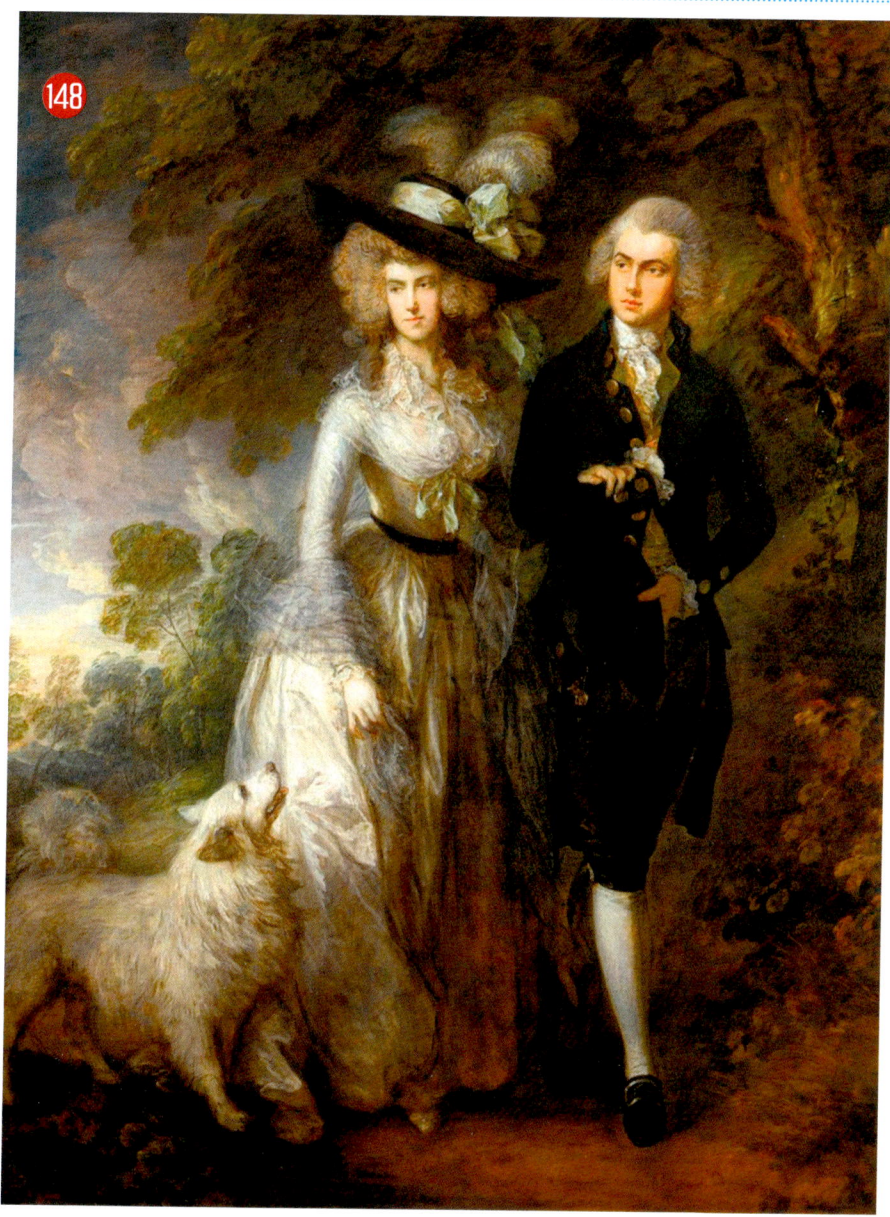
148

149

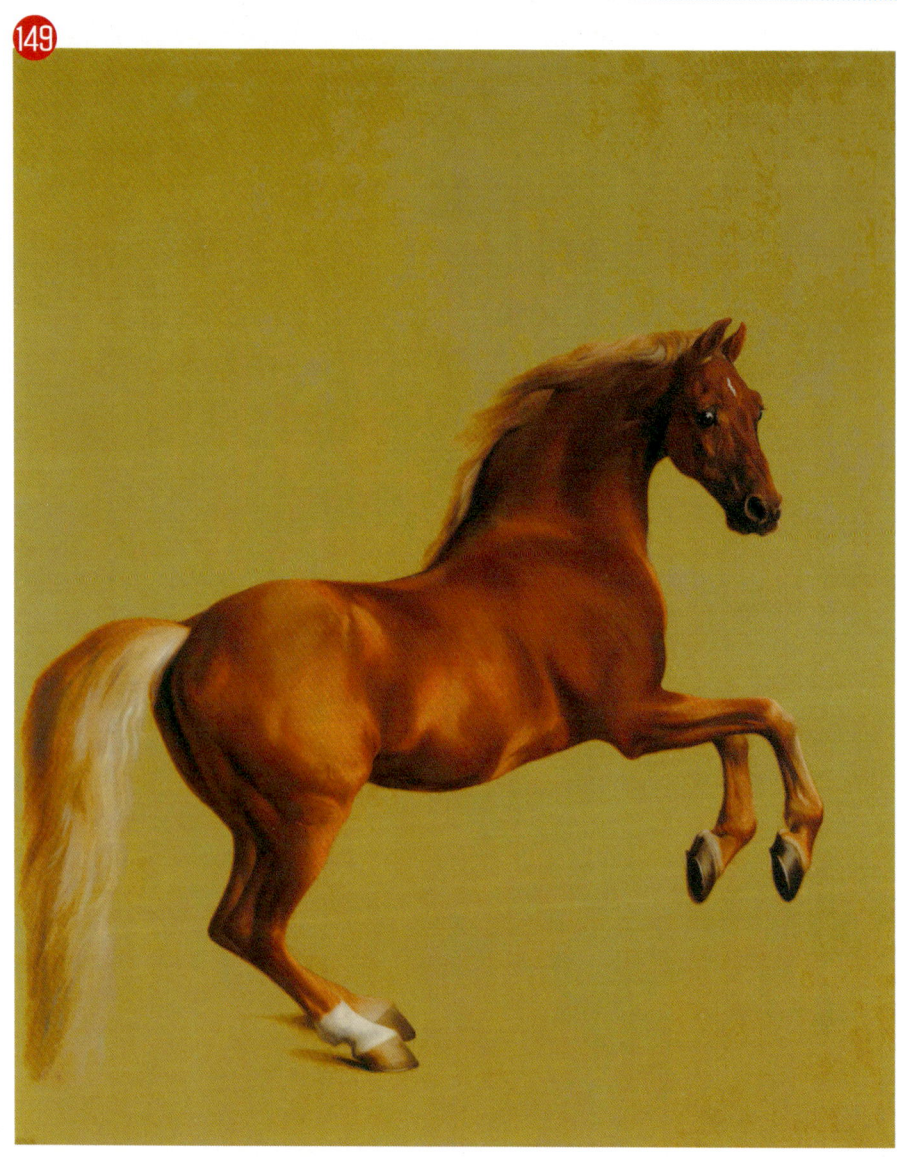

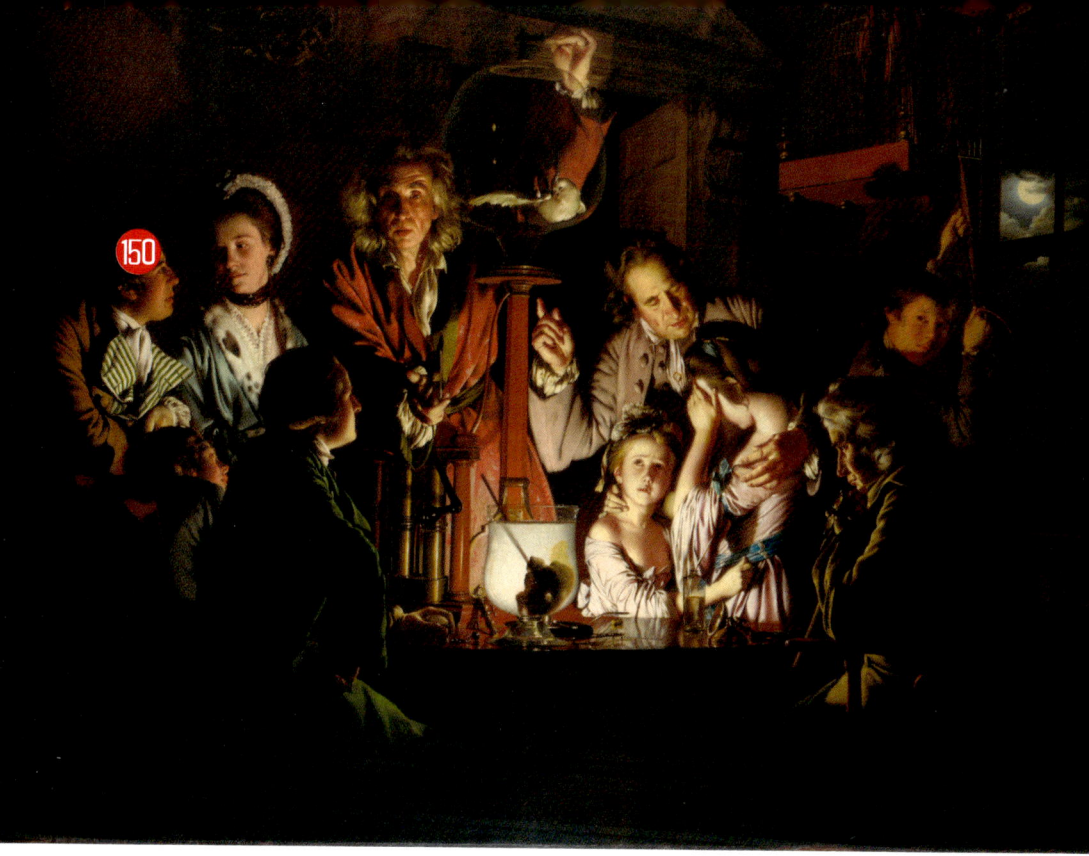

150

ஜோஷுவா ரெய்னால்ட்ஸ் ராயல் அகாடமியின் முதல் தலைவர். பிரிட்டிஷ் கலைகளுக்கு ஊக்கம் அளிக்க வேண்டும் என்ற உறுதியோடு ஆரம்பிக்கப்பட்ட இந்த நிறுவனம், இன்று வரை இயங்கிவருகிறது.

இவரது காலத்திலேயே மற்றொரு ஓவியரும் 'அழகான' மக்களை வரைந்தார். 1992ஆம் ஆண்டு நான் லண்டனில் இருந்த சமயத்தில் Swagger Portrait என்ற ஒரு ஓவியக் கண்காட்சி நடைபெற்றுக்கொண்டிருந்தது. இந்தக் கண்காட்சியில் ஆங்கிலத்தில் unsurpassed loveliness என்று சொல்வார்களே, அந்தச் சொற்றொடருக்கு உதாரணம் போல் இருக்கும் ஓர் ஓவியத்தைப் பார்த்தேன். கெயின்ஸ்பரோ வரைந்த '**காலை நடை**' என்ற ஓவியம் (148). மழையில்லாத ஒரு செப்டம்பர் மாலையில் பார்த்தது. 20 ஆண்டுகளுக்கு மேல் ஆகியும் என் மனதில் பசுமையாக இருக்கிறது.

காலை நடைக்கு இவ்வளவு உடையோடு செல்ல அதிகாலையிலேயே எழுந்திருந்திருக்க வேண்டும். இளமையின் அழகு. சொல்லொணா அழகு.

பதினெட்டாம் நூற்றாண்டில் வாழ்ந்த ஜார்ஜ் ஸ்டப்ஸ் மிருகங்களின் ஓவியர் என்று அழைக்கப்படுபவர். இவரது '**விஸில்ஜாக்கெட்**' என்ற இந்த ஓவியம் (149) மறக்க முடியாதது.

அர்ஜுனன் குறிவைத்ததுபோல குதிரையை மட்டும் பார்த்துப் பார்த்து வரையப்பட்ட ஓவியம் இது. குதிரைகளைப் பற்றி இவருக்குத் தெரியாதது இல்லை என்றே கூறலாம். ஓவியம் வரையாத வேளைகளில் குதிரையின் உடல் அமைப்பை ஆராய்ந்து *The Anatomy of Horse* என்ற புத்தகத்தை எழுதியவர் ஸ்டப்ஸ். விஸில்ஜாக்கெட்டும் புகழ்பெற்ற குதிரை. தனது பந்தய வாழ்வில் நான்கு முறைதான் தோல்வியைச் சந்தித்திருக்கிறது. இவ்வளவு துல்லியமாக வரையப்பட்ட ஓவியம் அனேகமாக இல்லை என்றே சொல்லிவிடலாம்.

பதினெட்டாம் நூற்றாண்டின் மற்றொரு சிறந்த ஆங்கிலேய ஓவியர் டெர்பி (நகரத்து) ரைட் எனப்படும் ஜோசஃப் டெர்பி. இவர் பிறந்த முப்பதுகளில் இங்கிலாந்து, கிராமங்களின் நாடு. சாலைகள் சீராக இல்லை. ஓர் ஊரிலிருந்து மற்றொரு ஊருக்குச் செல்வது மிகவும் கடினம். இவர் இறந்த 1797ஆம் ஆண்டு இங்கிலாந்து அடையாளம் தெரியாத அளவிற்கு மாறிவிட்டது. சிறு தொழில்கள் செய்துகொண்டிருந்த நாடு பெரிய ஆலைகளின் மையமானது. 1709இல் வார்ப்பிரும்பு செய்யும் முறை கண்டுபிடிக்கப்பட்டது. நியூகாமன் 1712ஆம் ஆண்டு நீராவி இயந்திரம் ஒன்றைக் கண்டுபிடித்தார். இதையே சீரமைத்து ஜேம்ஸ் வாட் தனது சுழலும் நீராவி இயந்திரத்தை வடிவமைத்தார். நெசவுத் தொழிலில் பயன்படுத்தக்கூடிய பல கருவிகள் இந்த நூற்றாண்டில்தான் கண்டுபிடிக்கப்பட்டன. சோடா, ஃப்ளஷ் கழிப்பு, அழிப்பான் (ரப்பர்; இந்தியாவிலிருந்து சென்ற ஒரு பிசினிலிருந்து தயாரிக்கப்பட்டது) போன்ற பல கண்டுபிடிப்புகள் நிகழ்ந்தன. தொழிற்புரட்சி தொடங்கியது. தொழிலாளர் வர்க்கம் உருவானது. உலக வரலாறும் மக்களின் வாழ்க்கைமுறையும் வியக்கத்தக்க அளவிற்கு மாறத் தொடங்கியது இந்த நூற்றாண்டில்தான்.

இந்த மாற்றங்கள் நிகழ்வதையும் அவற்றின் மீது மக்கள் கொண்டிருந்த ஆர்வத்தையும் ஓவியமாக வரைந்தவர் டெர்பி. '**காற்று பம்பில் ஒரு பறவை மீது நடத்தப்படும் பரிசோதனை**' **An Experiment on a Bird in the Air Pump** என்ற இந்த ஓவியத்தில் (150) வெற்றிடம் (vacuum) உருவாவதால் ஏற்படும் விளைவுகள் சித்தரிக்கப்படுகின்றன (வெற்றிடத்தை உருவாக்கும் காற்று பம்பு 17ஆம் நூற்றாண்டிலேயே கண்டுபிடிக்கப்பட்டுவிட்டது). பறவை ஒன்று

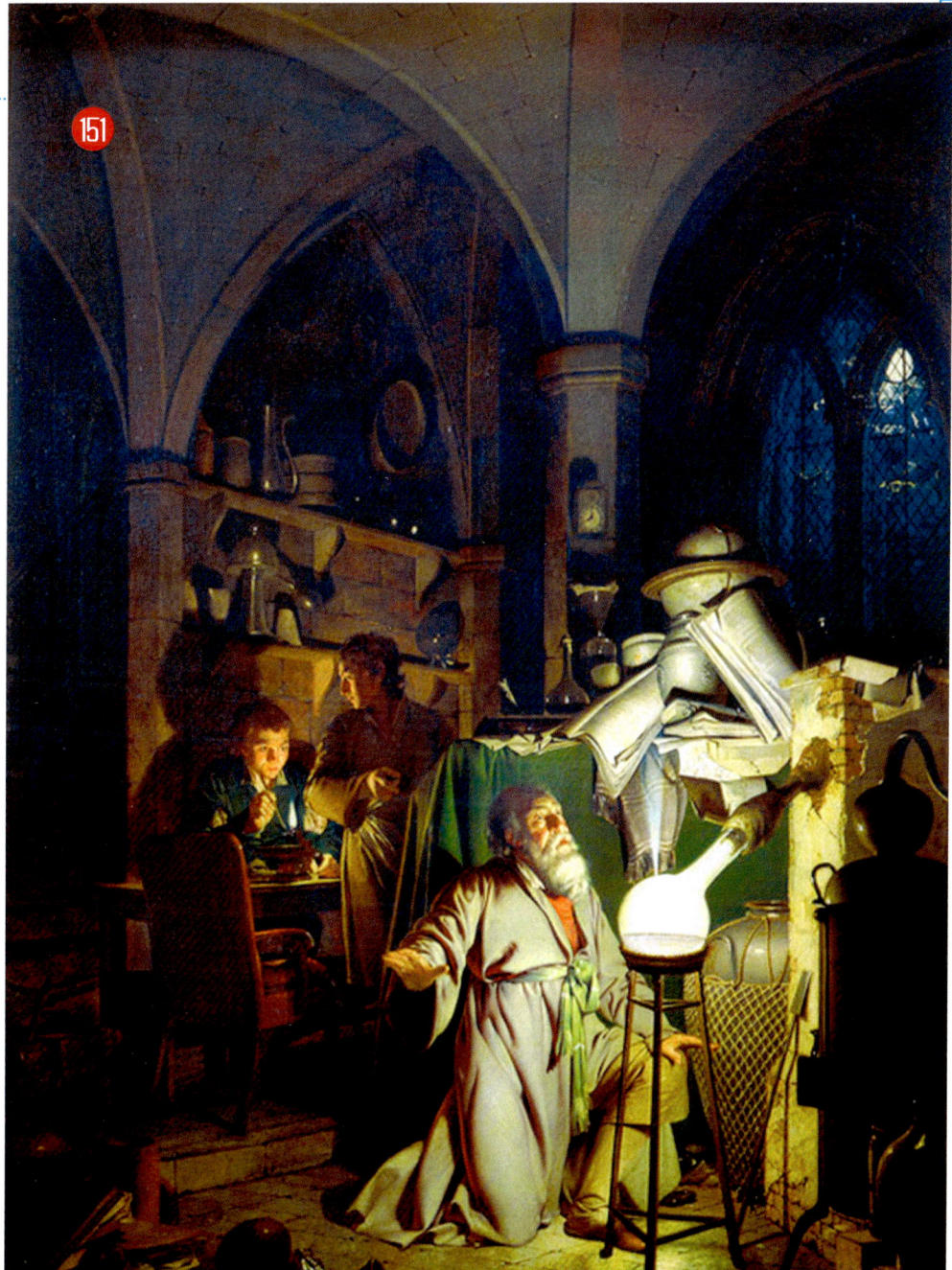

151

(காக்கட்டூ?) கண்ணாடிப் பாத்திரம் ஒன்றில் அடைக்கப்பட்டு, காற்று வெளியேற்றப்பட்டதால் மூச்சு முட்டித் திணறுகிறது. சோதனை செய்பவர் வால்வைத் திறந்து காற்று செல்ல வாய்ப்பளிக்க இருக்கும் தறுவாயில் ஓவியம் உறைகிறது. பறவை பிழைக்குமா, பிழைக்காதா என்ற பதற்றம் ஓவியத்தில் இருக்கும் இரு குழந்தைகளுக்கு. அவர்களில் பெரியவள் மரணத்தைப் பார்க்க விருப்பமில்லாமல் கண்களைக் கையால் மறைத்துக்கொள்கிறாள். அவளது தந்தை அரவணைத்து ஆறுதல் கூறுகிறார். பெண்ணின் தங்கை அக்காவை இறுகப் பிடித்துக்கொண்டிருக்கிறாள். முகத்தில் பேரச்சம். நடப்பதைப் பார்க்கலாமா வேண்டாமா என்ற தயக்கம். இடப்பக்கம் அமர்ந்திருக்கும் இருவரும் அமைதியாக சோதனையைப் பார்த்துக்கொண்டிருக்கிறார்கள். வலப் பக்கம் அமர்ந்திருப்பவர் சிந்தனையாளர். அவர் இந்த உலகில் இருப்பது போலத் தெரியவில்லை. இடப்புறத்தில் இளம் காதலர்கள். அவர்களும் வேறு உலகத்தில் இருக்கிறார்கள். வலப்புறத்தில் ஒரு சிறுவன் திரையை விலக்குகிறான். வானத்தில் சந்திரன். ஒரே மெழுகுவர்த்தியின் வெளிச்சம் ஓவியம் முழுவதும். மெழுகுவர்த்தி முன்னால் இருக்கும் கண்ணாடிப் பாத்திரத்தில் மண்டை ஓடு.

மனிதன் வரைந்த பேரோவியங்களில் இதுவும் ஒன்று.

பதினெட்டாம் நூற்றாண்டின் வேதியியல் அறிஞர்களில் பலர் ஈயத்தைப் பொன்னாக்கும் முயற்சியில் இருந்தார்கள். அந்த வேலையைத் ‘தத்துவஞானியின் கல்’ (Philosopher’s Stone) என்ற பொருள் செய்யும் என்ற நம்பிக்கையில் அதை அடையாளம் காணப் பல சோதனைகளில் ஈடுபட்டுக்கொண்டிருந்தனர். இவர்கள் ரசவாதிகள் (alchemists) என அழைக்கப்பட்டனர். ‘**தத்துவஞானியின் கல்லைத் தேடும் ரசவாதி**’ என்ற தலைப்பிட்ட இந்த ஓவியம் (151) அத்தகைய சோதனை ஒன்றைக் காட்டுகிறது. ஓவியத்தில் உபகரணங்கள் துல்லியமாக வரையப்பட்டிருக்கின்றன என்று கலை விமரிசகர்கள் சொல்கிறார்கள். குடுவைக்குள் மிளிர்வது எது? பாஸ்பரஸ் என்று தெரிகிறது. அது சோதனையின் விளைவாக வந்ததாகத் தெரியவில்லை. மாயத்தால் வந்தது போலத் தோன்றுகிறது. எனவேதான் ரசவாதி மண்டியிட்டு வியப்புடன் பார்க்கிறார். பாஸ்பரஸ் ‘சாத்தானின் தனிமம்’ (Devil’s element) என்று அழைக்கப்படுவதால், ரசவாதச் சோதனைகள் சாத்தானைத் திருப்தி செய்வதில்தான் முடியும் என்பதை இந்த ஓவியம் சொல்ல முயன்றிருக்கலாம். ரைட் உயிரோடு இருந்த வரை இந்த ஓவியம் விற்பனை ஆகவில்லை.

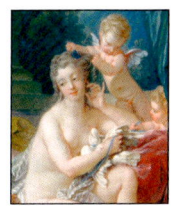

புது யுகத்தின் நுழைவாயிலில் பிரெஞ்சு ஓவியர்கள்

நிக்கோலா பூஸான் (Nicolas Poussin) *(1594 – 1665)* பதிமூன்றாம், பதினான்காம் லூயிகள் ப்ரெஞ்சு நாட்டை ஆட்சிசெய்த காலத்தில் வாழ்ந்தவர். இவரது ஓவியங்களின் முறை பராக் செவ்வியல் (Baroque Classicism) என்று அழைக்கப்படுகிறது. ஓவியத்தின் பொருள், கோட்பாடு, வடிவம், பாணி இவை நான்கும் செம்மையாக இருக்க வேண்டும் என்ற உறுதியோடு வரைந்தவர் பூஸான். உதாரணமாக இவரது '**ஜெர்மானிகஸின் மரணம்**' என்ற ஓவியத்தைக் (152) குறிப்பிடலாம். இவர் ஒரு ரோமானியப் படைத்தலைவர். மன்னர் டைபீரியஸின் தூண்டுதலால் அவருடைய வளர்ப்புத் தந்தையே அவருக்கு விஷம் கொடுத்தார். ஓவியத்தில் அவர் மரணப் படுக்கையில் இருக்கிறார். அருகில் இருக்கும் வீரர்கள் பழிவாங்குவோம் என்று சபதம் எடுக்கிறார்கள். ரோமாபுரிப் புடைப்புச் சிற்பம் போல ஓவியத்தில் நிகழ்வுகள் ஒரு குறுகிய செவ்வகத்தில் நடக்கின்றன. துயரம், நட்பு, விசுவாசம் போன்ற மனிதப் பண்புகளுக்கு உயிர் கொடுத்ததுபோல் ஓவியம் இருக்கிறது. எல்லாவற்றுக்கும் நடுவில் இறப்பு.

இவருடைய இயற்கைக் காட்சிகள்கூடச் செவ்வியல் மரபைச் சார்ந்தவைதான் ஆனால் இவருக்குச் சிறிது இளையவரான குளோது லொரைன் நமது கற்பனை உலகின் இயற்கைக் காட்சிகளை ஓவியமாக அமைத்தார். இன்று இந்தியா முழுவதும் வீடுகளிலும் கடைகளிலும் தொங்கிக்கொண்டிருக்கும் தென்னை

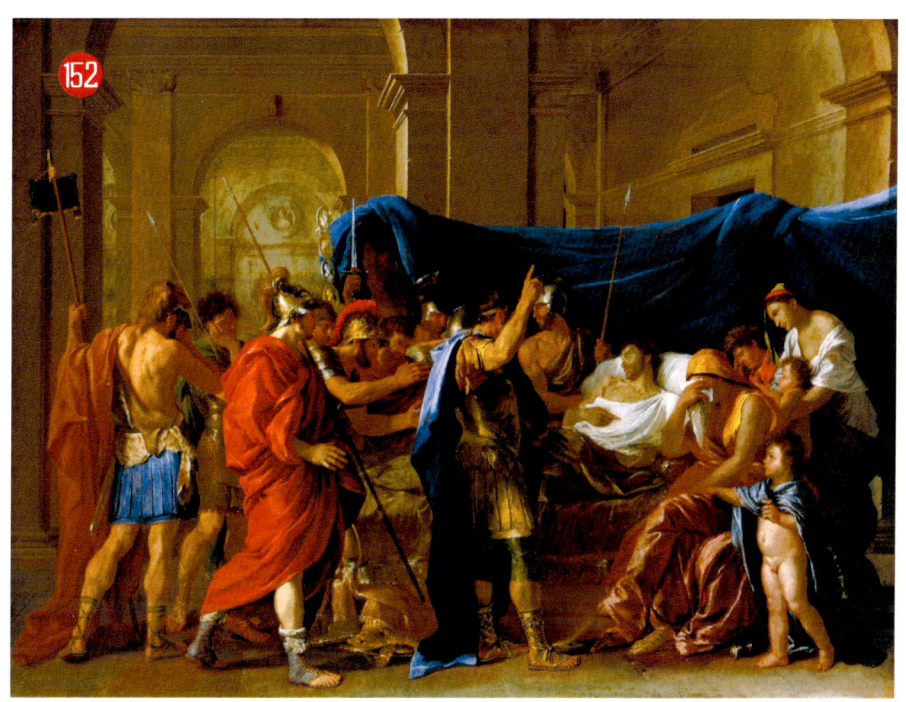

மரங்களும் குடிசைகளும் வயல்களும் பசுக்களும் கடலும் மரங்களும் மலர்களும் மடுக்களும் நிறைந்த மூன்றாம் தர ஓவியங்களுக்கு ஊக்கம் தந்தவர் இவர்தான். ஆனால் இவரது ஓவியங்கள் முதற்தரமானவை (153).

பூஸானுக்குப் பிறகு, பிரெஞ்சு அகாடமியில் (பிரெஞ்சு அகாடமி கார்டினல் ரிச்சலூவால் 1635இல் அமைக்கப்பட்டது. கார்டினல் ரிச்சலூ அலெக்ஸாண்டர் தூமாவின் மூன்று படைவீரர்கள் நாவலைப் படித்தவர்களுக்கு நிச்சயம் தெரிந்தவர். பதிமூன்றாம் லூயியின் பிரதம மந்திரி.) இரு அணிகள் உருவாயின. ஒரு அணி பூஸானைப் பின்பற்றி, ஓவியம் அறிவிற்கு நிறைவு தருவதாக இருக்க வேண்டும் என்று சொன்னது. மற்றது ரூபென்ஸின் ஓவியங்களைப் போல் கண்களுக்குப் பிடித்திருக்க வேண்டும் என்றது. ஓவியம் சாதாரண மக்களைக் கவர வேண்டும் என்று அந்த அணி கருதியது. இந்த அணியின் வெற்றிக்குக்

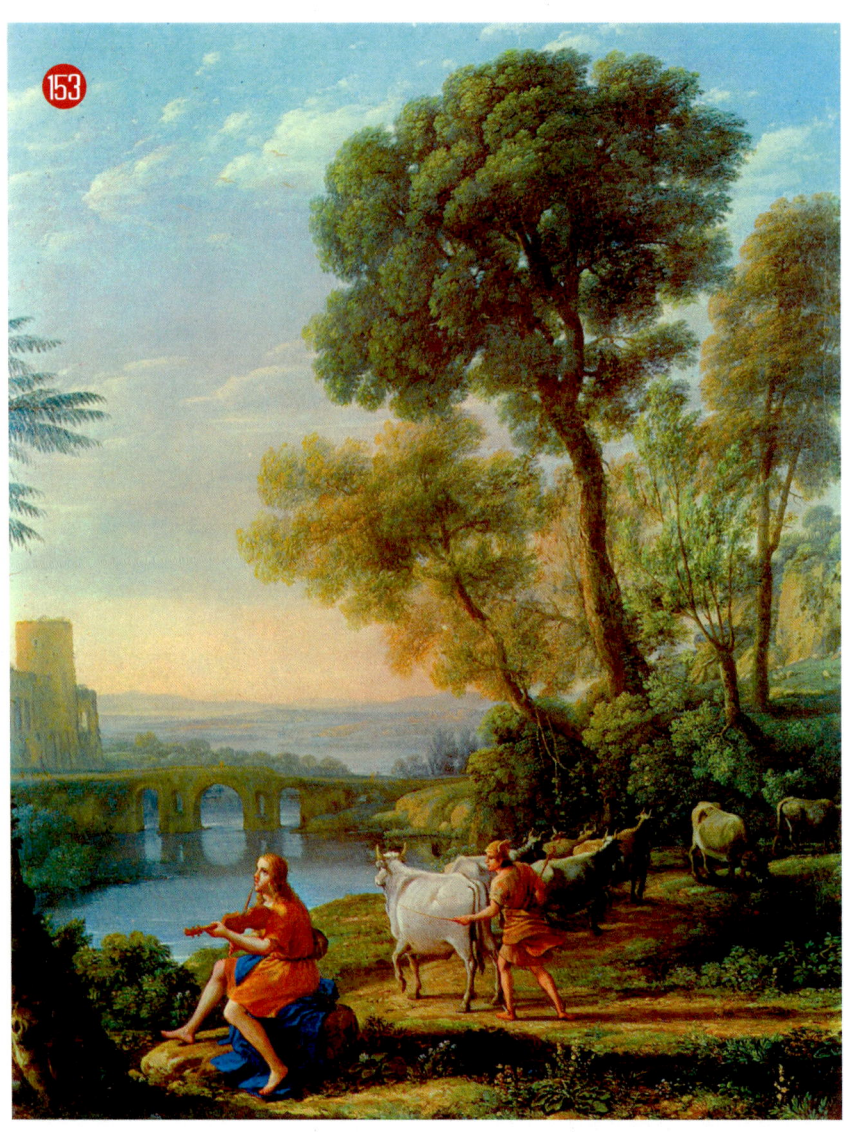

154

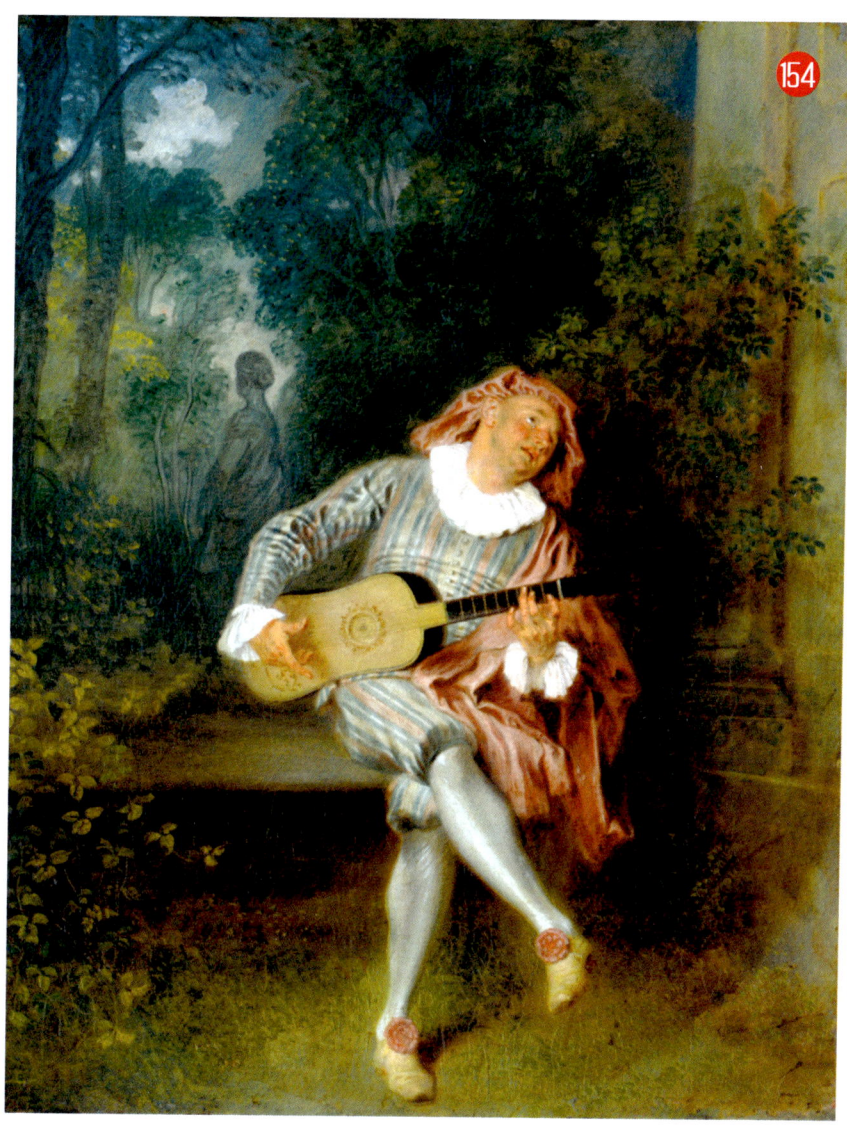

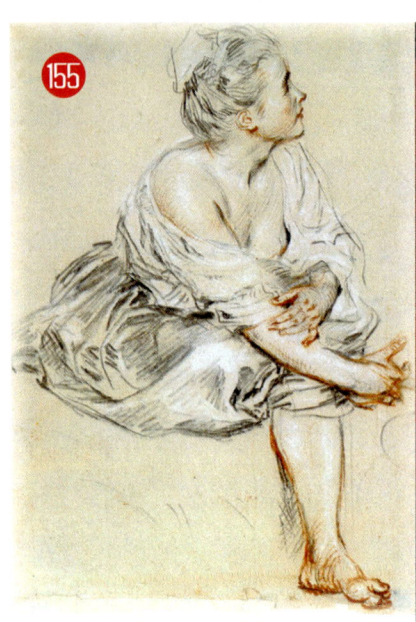

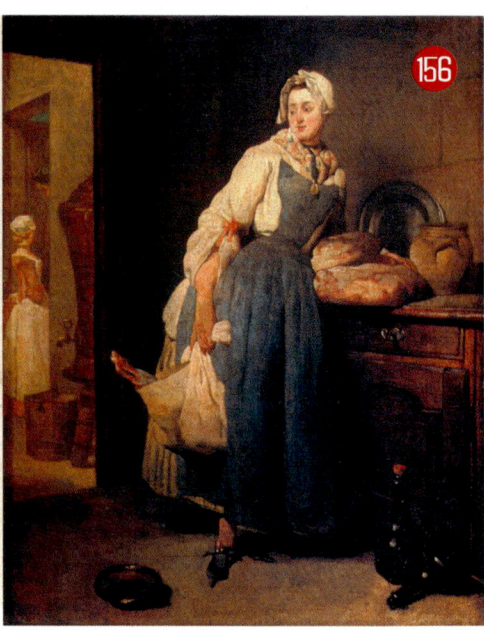

155

156

காரணமாக இருந்தவர் ஜான் ஆன்ட்வைன் வாத்தோ என்ற ஓவியர். இந்தக் காலகட்ட ஓவியங்களின் பாணி ரொகோக்கோ என அழைக்கப்பட்டது. வாத்தோ வண்ணங்கள் நிறைந்த ரூபென்ஸின் ஓவியங்களை விரும்பினாலும், இவரது ஓவியங்களில் இருக்கும் வசீகரத்தின் ரகசியம் நமது அறிவைத் தூண்டுகிறது.

அவரது '**இசைக்கலைஞன்**' என்ற இந்த ஓவியத்தைப் பாருங்கள் (154). காதல் வயப்பட்டு இசைக் கருவியை மீட்டுகிறான் என்பது பார்த்த உடனே தெரிந்துவிடுகிறது. ஆனால் ஓவியத்தில் காதல் மட்டும் இல்லை. பின்னால் தெரியும் பெண்ணின் சிலை யாருடையது? இவன் அவளை நினைத்து மீட்டுகிறானா? அல்லது சிலையைப் பார்த்ததும் காதலி நினைவு வந்துவிட்டதா? போன்ற பல கேள்விகளை ஓவியம் எழுப்புகிறது. வாத்தோவை இம்ப்ரெஷனிஸ்டுகளின் முன்னோடி என்று ஏன் சொல்கிறார்கள் என்பதும் சிறிது விளங்குகிறது. இந்தக் கலைஞனின் '**உட்கார்ந்திருக்கும் பெண்**' எனக்கு மிகவும் பிடித்த ஓவியம் (155). மூன்று வண்ணச் சுண்ணங்களால் (சிவப்பு, கருப்பு, வெள்ளை) மங்கலான மஞ்சள் தாளில் வரையப்பட்டது. இந்த ஓவியம்

டெகா என்ற பிரெஞ்சு இம்பெரெஷனிஸ ஓவியரின் பாலே பெண்களை நினைவுபடுத்துகிறது. வண்ணங்களை மட்டும் நம்பியிருக்கும் ஒருவனால் இதை வரைந்திருக்க முடியாது. அவள் தலை தூக்கி வாரியிருப்பதை சாக்பீஸின் ஒரு சில கோடுகளால் அவனால் காட்ட முடிந்திருக்கிறது. மடித்திருக்கும் காலும் உட்கார்ந்திருக்கும் தளமும் வரையப்படவில்லை. ஆனாலும் அவள் அந்தரத்தில் தொங்கவில்லை என்பது நமக்குத் தெரிகிறது.

பிரெஞ்சு ஓவியர்களில் முக்கியமான ஒருவர் சார்தான். இவரது ஓவியங்களில் வண்ணங்கள் கண்களை உறுத்தாது. ஓரங்கள் பின்புலத்தில் கரைந்து நிற்கும். வடிவங்கள் நாங்கள் இருக்கிறோம் என்று உரத்து அறிவிக்காது. '**சந்தையிலிருந்து திரும்பி வந்தவள்**' என்ற இந்த ஓவியம் சார்தானின் திறமைக்கு ஒரு சான்று (156).

157

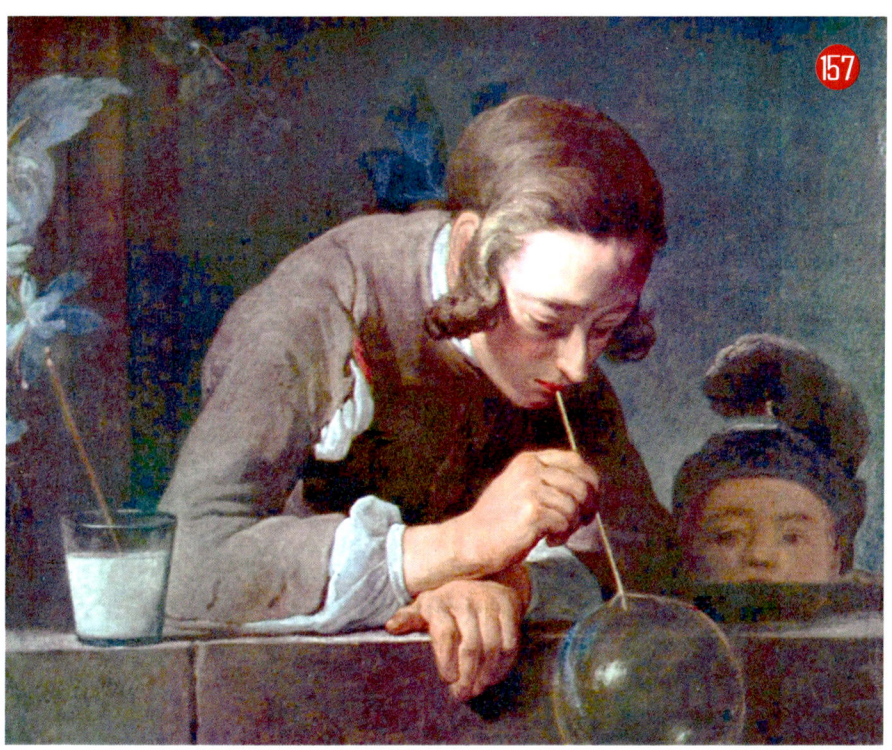

158

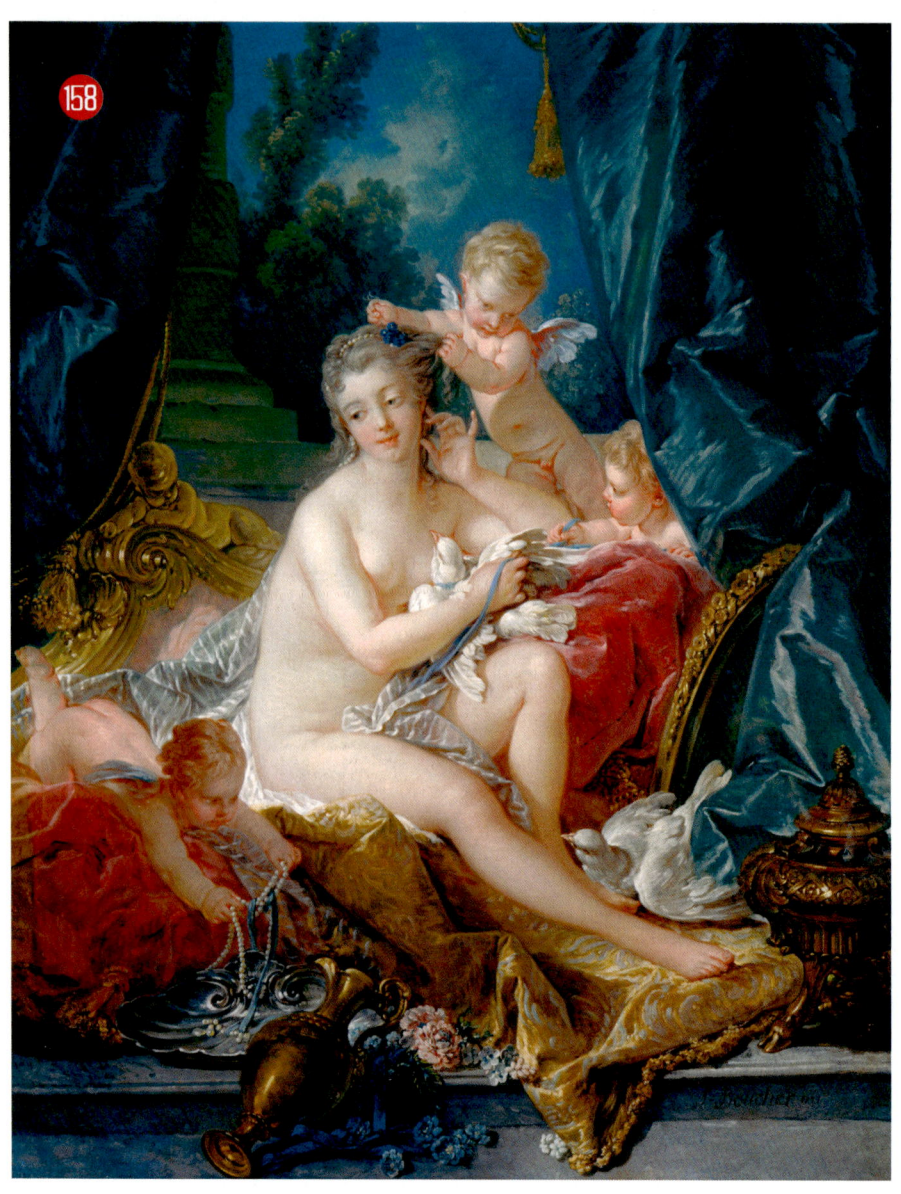

வெர்மீரின் ஓவியங்களை நினைவுறுத்தும் இந்தக் கலைஞனின் மற்றொரு ஓவியம். '**சோப்புக் குமிழிகள்**' (157). எப்படி குமிழியை உண்டாக்குவது என்பதை இதில் தம்பிக்கு அண்ணன் காட்டுகிறான். நிதானமான பாதி முகம் மட்டும் தெரிந்தாலும் தம்பியின் அவசரம் நமக்குத் தெரிகிறது. குமிழி உடைந்துவிடுமோ என்ற அச்சம். அண்ணனிடமிருந்து பிடுங்கி தானே ஊதிவிடுவான் என்று தோன்றுகிறது. சிறுவர்களின் உலகத்தை மிகுந்த நேர்த்தியுடன் காட்ட முடிந்திருக்கிறது. சில கணங்களே வாழும் குமிழிக்கு நிலைத்தன்மையை ஓவியன் கொடுத்திருக்கிறான். இவனும் இம்ப்ரஷனிஸ்டுகளுக்கு ஆசான்.

ரொகோக்கோ பாணியில் வரைந்த ஓவியர்களில் முக்கியமானவர் பூஷே (Boucher). இவரது ஓவியப் பெண்கள் கனவுக் கன்னிகள். பெரும் பணக்காரர்களின் கனவுகளில் அடிக்கடி வருபவர்கள். இவர் வரைந்ததே அவர்களுக்காகத்தான். '**வீனஸின் ஒப்பனை**' (158) பாம்பதோர் பெருமாட்டிக் காக வரையப்பட்டது. பாம்பதோர் பெருமாட்டி பதினைந்தாம் லூயியின் ஆசை நாயகி. அரசியலில் மட்டும் இன்றி கலைத் துறையிலும் இவரது செல்வாக்கு அதிகம். வெர்ஸய் மாளிகை முழுவதும் இவருக்குப் பிடித்த ஓவியங்கள்தாம் தொங்கிக்கொண்டிருந்தன. ஆனால் '**வீனஸின் ஒப்பனை**' வெர்ஸய் மாளிகைக்காக வரையப்படவில்லை. நகரத்திற்கு வெளியில் இருந்த இவரது வீட்டுக் குளியலறைக்காக வரையப்பட்டது. இன்று நியூயார்க் மெட்ரோபாலிடன் அருங்காட்சியகத்தில் இருக்கிறது. இதில் வீனஸ் புத்தீ (putti) என்று அழைக்கப்படும் இறக்கைகள் உள்ள சிறுவர்களால் அலங்கரிக்கப்படுகிறாள். அவள் உடையே இல்லாமல் இருந்தாலும் அவளைச் சுற்றிப் பட்டு, ஸாட்டின் துணிமயம். எங்கும் முத்துக்கள். வீனஸுக்கு மாடலாக இருந்தவர் பாம்பதோர் பெருமாட்டி என்கிறார்கள். பதினைந்தாம் லூயிக்கு இவர் மேல் ஏன் ஆசை இருந்தது என்பது நமக்குப் புரிகிறது. ஆனாலும் அவரது கண்களில் இருக்கும் குழந்தைத்தனம், அதிகம் முதிராத மார்பு, சருமத்தின் பளபளப்பு போன்றவை இவர் கன்னிமை மாறாதவரோ என்ற ஐயத்தை உருவாக்குகிறது. ஓவியம் அவரது முப்பதாவது வயதில் வரையப்பட்டது!

லண்டன் நகரில் ஒரு சிறிய அருங்காட்சியகம் இருக்கிறது. வாலஸ் சேகரிப்பு (Wallace Collection) என்று அழைக்கப்படும் இந்த அருங்காட்சியகத்தில் எனக்குப் பிடித்த இரண்டு ஓவியங்கள் இருக்கின்றன. முதலாவது நாம் முன்னால் பார்த்த '**சிரிக்கும் வீரன்**'. இரண்டாவது '**ஊஞ்சல்**' என அழைக்கப்படும் ஓவியம். '**ஊஞ்சல்**' இந்தப் புத்தகத்தின் கடைசி ஓவியம் (159). ஃப்ராகோனா (Fragonard) என்ற பிரெஞ்சு ஓவியன் வரைந்தது. இந்த ஓவியத்தை ரொகோக்கோ

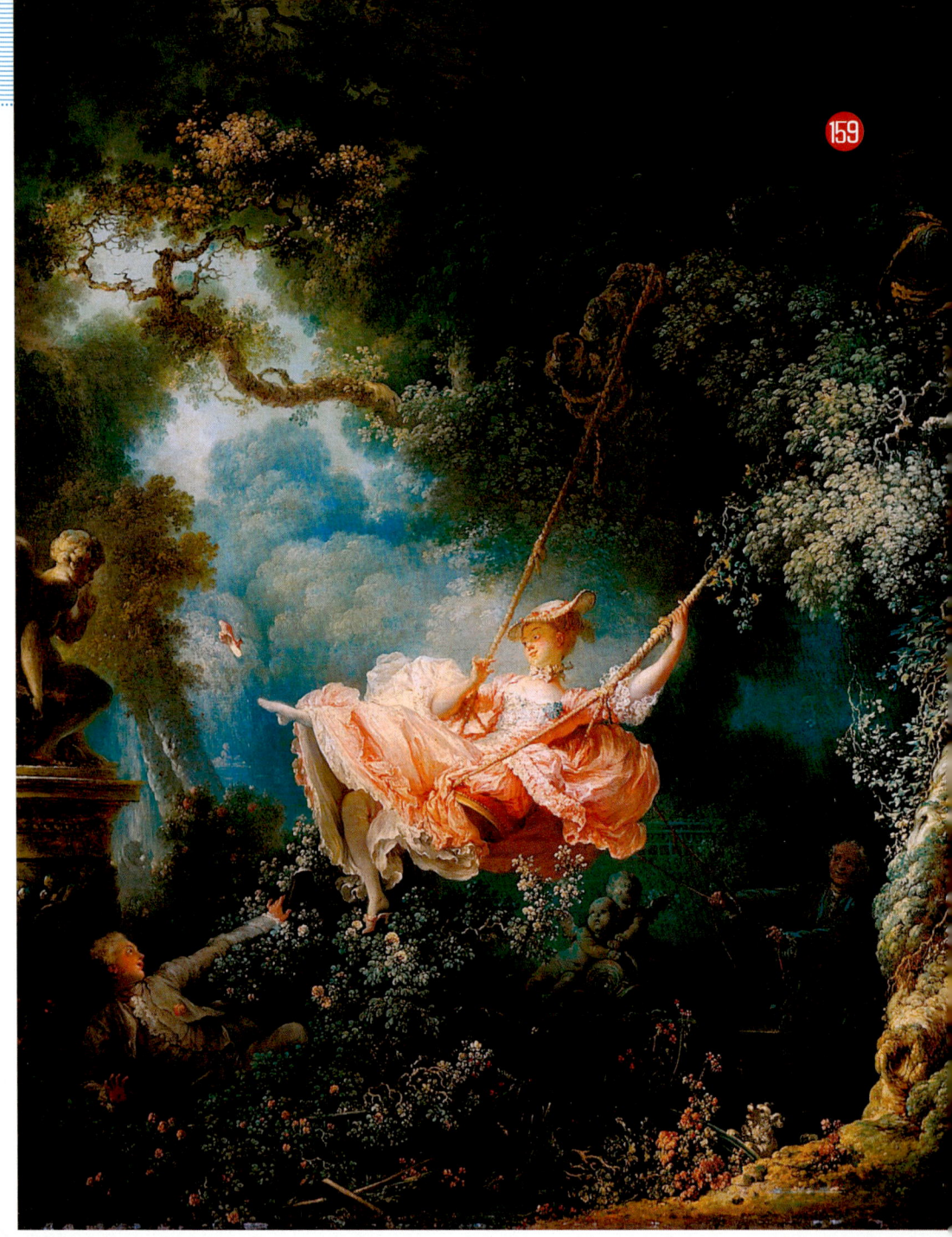

பாணியின் ஆன்மா என்று சொல்லலாம். கனவு, சரசம், சிறிது விரசம் கலந்தது. இந்த ஓவியத்தைப் பற்றிய கதை ஒன்று உண்டு. பிரெஞ்சுப் பிரபு ஒருவர் தனது ஆசை நாயகியின் ஓவியத்தை வரைவதற்கு டாயேன் என்ற ஓவியரை அணுகினாராம்.

"அவளை ஊஞ்சலில் ஆடுகிறமாதிரி வரைய வேண்டும். ஊஞ்சலை ஆட்டிவிடுபவர் பிஷப் ஒருவர். நான் தரையில் இருப்பேன். எனக்கு அவளது கால்கள் தெரிய வேண்டும். மேலும் எது தெரிந்தாலும் சரிதான்."

பதிலுக்கு டாயேன் என்னைவிட இந்த ஓவியத்தை வரைவதற்குத் தகுதியானவர் ஃப்ராகோனாதான் என்றாராம்.

கூர்ந்து பார்த்தால் ஓவியத்தில் குழந்தைகளின் சிலைகள் தெரிகின்றன. ஊஞ்சலை இயக்கி விடும் 'பிஷப்' மங்கலாகத் தெரிகிறார். ஆனால் நமக்குத் தெளிவாகத் தெரிவது பெண். அவளது பிங்க் உடை. அழகிய கால்கள். வேகமாக ஆடுவதால் காலிலிருந்து விடுபட்டு காற்றில் பறக்கும் செருப்பு. தரையில் இருக்கும் அவளது காதலன்.

அவன் என்ன கேட்கிறான்? எதைக் கேட்கிறான்?

ஊஞ்சலில் வேகமாக ஆடிக்கொண்டிருந்தவர்கள் நேராக தலை கொய்யும் எந்திரமான கில்லட்டின் முன்பு விழுந்தார்கள். இருளிலும் வெளியிலும் நடப்பவை என்ன என்பவை பற்றிப் புரிதலே இல்லாமல் இயங்கிக்கொண்டிருந்தவர்களுக்குப் பேரதிர்ச்சி காத்திருந்தது.

உலக வரலாற்றைப் புரட்டிப்போட்ட பிரெஞ்சுப் புரட்சி, இந்த ஓவியம் வரையப்பட்டபோது காலத்தின் சூலில் இருந்தது.

முதற் பாகம் முற்றும்

புத்தகத்தில் குறிப்பிட்டிருக்கும் கலைஞர்களின் பெயர்கள்

புத்தகத்தில் குறிப்பிட்டிருக்கும் முக்கியமான ஓவியர்கள், சிற்பிகள், எழுத்தாளர்கள் பெயர்கள், அவர்கள் பிறந்த வருட வரிசைப்படி தரப்பட்டிருக்கிறது. கூடியமட்டும் இங்கு தரப்பட்டிருக்கும் உச்சரிப்புகள் அந்தந்த நாடுகளில் புழங்குபவை. கவலைப்பட வேண்டாம். நீங்கள் எப்படி உச்சரித்தாலும் அந்தந்த நாட்டினருக்கு நீங்கள் யார் பெயரைச் சொல்கிறீர்கள் என்பது புரியாது!

ஏசுவிற்கு முன்:

1. Homer (lived around 850 BC) ஹோமர்

பதிமூன்றாம் நூற்றாண்டு:

2. Dante Alighieri (1265-1321) தாந்தே அலிகியரி
3. Giotto di Bondonne 1277-1337) ஜியாட்டொ டி பொண்டோனே

பதினான்காம் நூற்றாண்டு:

4. Buffalmacco (1300?) பஃபல்மாக்கோ
5. Francisco Trani (1300 -?) ஃப்ரான்செஸ்கோ ட்ரைனி
6. Petrarch (1304 -1374) பெட்ரார்க்
7. Boccaccio (1313 - 1375) பொக்காச்சோ
8. Geoffrey Chaucer (1343 - 1400) ஜெஃப்ரி சாஸர்
9. Brunelleschi (1377 - 1446) ப்ரூனெலெஸ்கி
10. Lorenzo Ghiberti (1378 - 1455) லோரன்ஸோ கிபர்டி
11. Limbourg Brothers (1385 1416) லைம்போ சகோதரர்கள்
12. Donatello (1386 -1466) டொனாடெல்லோ
13. Fra Angelico (1395 - 1445) ஃப்ரா அஞ்செலிகோ
14. Paolo Uccello (1397 - 1475) பவலோ உச்செல்லோ
15. Van Eyck (1397-1441) ஃபான் ஐக்

பதினைந்தாம் நூற்றாண்டு:

16. Masaccio (1401 - 1428) மஸாச்சோ
17. Fra Fillipo Lippi (1406-1469) ஃப்ரா ஃபிலிப்போ லிப்பி
18. Hieronymus Bosch (1415-1516) ஹியரோனிமஸ் பாஷ்
19. Piero Della Francesca (1415 -1492) பியாரா டெல்லா ஃப்ரான்சிஸ்கா
20. Andrea Mantegna (1430 -1506) ஆண்ட்ரியா மாண்டேன்யா
21. Giovanni Bellini (1430 -1516) ஜிவானி பெலினி
22. Michael Wolgemut (1434 -1519) மிசேல் வோல்கொமோட்
23. Andrea Del Verocchio 1435 - 1488) ஆண்ட்ரியா டெல் வெரொச்சியோ
24. Rogier Van Der Weyden (1400 -1464) ரோகீர் வாண் டெர் வெய்டன்
25. Sandro Botticelli (1445 -1510) ஸாண்ட்ரோ பாட்டிசெல்லி
26. Leonardo Da Vinci (1452-1519) லியனார்டோ டா வின்சி
27. Erasmus Von Rotterdam (1466-1536) எராஸ்மஸ்ஃ பான் ராட்டர்டம்
28. Grunewald (1470 - 1528) க்ருனவாட்
29. Giorgione (1470 -1510) ஜார்ஜோனே
30. Albrecht Durer (1471-1528) ஆல்ப்ரெச்ட் டூரர்
31. Lucas Cranach (1472- 1553) லுகாஸ் க்ரனாக்
32. Michelangelo Buonarroti (1475-1564) மைக்கேலாஞ்சலோ போனராடி
33. Thomas More 1478-1535) தாமஸ் மோர்
34. Albrecht Altdorfer (1480 -1538) ஆல்ப்ரெச்ட் அல்டோர்ஃபர்
35. Raphael (1483 -1520) ரஃபயெல்
36. Titian (1485 -1576) திஷியன்
37. Francois Rabelais (1494 -1553) ஃப்ரான்ஸ்வா ஹப்ளெ
38. Hans Holbein (1497 -1543) ஹான்ஸ் ஹால்பைன்

பதினாறாம் நூற்றாண்டு:

39. Pieter Aertsen (1508-1575) பீட்டர் ஆர்ட்சென்
40. Giorgio Vasari (1511- 1574) ஜார்ஜோ வஸாரி
41. Tintoretto (1518 -1594) டிண்டொரெட்டொ
42. Pieter Brueghel (1525 -1569) பீட்டர் ப்ரைகல்
43. Paolo Veronese (1528 -1588) பௌலோ வெரோனிஸே
44. El Greco (1541-1614) எல் க்ரேகொ
45. Nicholas Hilliard (1547-1615) நிக்கொலஸ் ஹில்லியார்ட்
46. Michelangelo Caravaggio (1571-1610) மைக்கேலாஞ்சலோ கரவாஜ்யோ
47. Peter Paul Rubens (1577-1640) பீட்டர் பால் ரூபன்ஸ்
48. Frans Hals (1580-1666) ஃப்ரான்ஸ் ஹால்ஸ்
49. Artemisia Gentileschi (1593-1656) ஆர்டிமீஸியா ஜெண்டிலெஸ்கி
50. Nicolas Poussin (1594 -1665) நிக்கோலா பூஸான்
51. Diego Velazquez (1599 - 1660) டியகோ வெலாஸ்கெஸ்
52. Anthony Van Dyck (1599-1641) அண்டனி வான் டைக்

பதினேழாம் நூற்றாண்டு:

53. Rembrandt Van Rijn (1606-1669) ரெம்பிராண்ட் வான் ரைன்
54. Johannes Vermeer (1632 - 1675) யோகனஸ் வெர்மீர்
55. Jean Antoine Watteau (1684 -1721) ஜான் அன்டாயினெ வாத்தோ
56. William Hogarth (1687-1764) வில்லியம் ஹோகார்த்
57. Canaletto (1697-1768) கனாலித்தோ
58. Jean Baptiste Simeon (1699 -1779) Chardin ஜான் பாப்திஸ்தே ஸிமொயோன் சார்தான்

பதினெட்டாம் நூற்றாண்டு:

59. Francois Boucher (1703-1770) ஃப்ரான்ஸ்வா பூஷே
60. Joshua Reynolds (1723 -1792) ஜோஷுவா ரெய்னால்ட்ஸ்
61. George Stubbs (1724 - 1806) ஜார்ஜ் ஸ்டப்ஸ்
62. Gabriel Francois Doyen (1726 -1806) காப்ரியல் ஃப்ரான்ஸ்வா தாயே
63. Thomas Gainsborough (1727- 1788) தாமஸ் கெயின்ஸ்பரோ
64. Jean Honore Fragonard (1732- 1806) ஜான் ஹானோஹே ஃபாகோனாஹ்
65. Wright of Derby (1734 -1797) ரைட் ஆஃப் டெர்பி
66. John Singleton Copley (1738-1815) ஜான் சிங்கிள்டன் காப்ளி
67. Ingres (1780 -1867) ஆங்கஹ்

பத்தொன்பதாம் நூற்றாண்டு:

68. Oravida Camille Pissarro (1830 -1901) ஒரவிடா கமி பிஸாரோ
69. Pablo Piccaso (1881-1973) பாப்லோ பிக்காஸோ
70. Marcel Duchamp (1887-1968) மாஸல் டூஷா

இருபதாம் நூற்றாண்டு:

71. Salvador Dali (1904-1989) ஸல்வதோர் தலி

LIST OF PAINTINGS AND THEIR LOCATIONS

1. Watson and the Shark – John Singleton Copley National Gallery of Art Washington DC, USA, http://www.nga.gov/feature/watson/watsonbig.jpg
2. The Milk Maid – Johannes Vermeer Rijks Museum, Amsterdam, Netherlands, http://en.wikipedia.org/wiki/File:Johannes_Vermeer_-_Het_melkmeisje_-_Google_Art_Project.jpg
3. The dying Bull – Lascaux, France, http://classconnection.s3.amazonaws.com/1522/flashcards/866891/png/2ccd92382553b387f12927c87499b4bd.png
4. Lions hunting a bison – Chauvet, France, http://rippleeffects.files.wordpress.com/2011/10/chauvet-cave-lions-hunting-bisons.jpg
5. Horses and Rhinos – Chauvet, France, http://essentialscafe.com/forums/storage/24/66026/Chauvet%20Cave.jpg
6. Wailing women at a funeral – tomb of Ramose, Thebes, Egypt, http://media.kunst-fuer-alle.de/img/41/m/41_00566972.jpg
7. Fowling Scene, Tomb of Nebamun, British Museum, http://upload.wikimedia.org/wikipedia/commons/0/06/TombofNebamun-2.jpg
8. Fowling Scene detail, http://rlv.zcache.com/nebamun_hunting_in_the_marshes_with_his_wife_poster-r4f4e691560fd4d15b9a144b30add6904_kog_8byvr_512.jpg
9. Pond, Nabamun British Museum, http://upload.wikimedia.org/wikipedia/commons/5/51/%22Pond_in_a_Garden%22_%28fresco_from_the_Tomb_of_Nebamun%29.jpg
10. Hunting of Hippo, Tomb of Ti, Saqqara, Egypt, http://employees.oneonta.edu/farberas/arth/images/109images/egyptian/hippo_hunt_ti.jpg
11. Cattle crossing, Tomb of Ti, Saqqara, http://upload.wikimedia.org/wikipedia/commons/b/b0/Maler_der_Grabkammer_des_Ti_001.jpg
12. Tutankhamen Hunting, Cairo Museum Egypt, http://www.nilemuse.com/muse/pic/TutChest/ChestA2.jpg
13. Death of a person, Greek Vase, Athens Archaeological Museum, Athens Greece, http://www.beazley.ox.ac.uk/images/pottery/painters/keypieces/tiverios/1-p50-detail.jpg
14. Warli painting India, http://simg.itasveer.com/common/images/indianart/warli-painting-in-india.JPG
15. Ajax and Achilles playing dice, Vatican Museum, Vatican, http://www.jerryandmartha.com/yourdailyart/uploaded_images/Ajax-and-Achilles-706307.jpg

16. The Warrior Leave-taking, Antiquarium, Munich, Germany
17. Pompeii fresco, Metropolitan Museum of Art, New York, USA, http://upload.wikimedia.org/wikipedia/commons/5/55/Pompeii_Fresco_001.jpg
18. Still life with peaches and a jar, Pompeii Italy, http://ericademane.files.wordpress.com/2011/07/herculaneum-peaches.jpg
19. Woman picking flowers, Pompeii, Italy, http://24.media.tumblr.com/tumblr_m7qluku-brq1rt82qqo2_1280.jpg
20. Husband and Wife, Pompeii, Italy, http://www.museumsyndicate.com/images/4/36655.jpg
21. Alexander and Darius, The House of Faun, Pompeii, Italy, http://upload.wikimedia.org/wikipedia/commons/b/ba/Alexandermosaic.jpg
22. Detail of Alexander and Darius, http://www.webpages.uidaho.edu/~rfrey/images/166/Christianity/Alexander%20fighting%20Persian%20King%20Darius%20III%20Mosaic%20Pompeii.jpg
23. Head of Medusa from Pompeii, Paul Getty Museum, Los Angeles, USA, http://www.getty.edu/art/gettyguide/artObjectDetails?artobj=7665&handle=li
24. The Miracle of Loaves and Fishes, Sant'Apollinare Nuovo, Ravenna Italy, http://05varvara.files.wordpress.com/2011/09/unknown-artist-the-miracle-of-the-loaves-and-fishes-st-apollinare-nuovo-ravenna-italy-6th-c.jpg
25. Resurrection, Stained glass from Saint Chappelle, Paris, France, http://upload.wikimedia.org/wikipedia/commons/5/59/Resurrection_dead_MNMA_DS_1893.jpg
26. Daniel, Cathedral of Augsburg, Germany, http://medievalart.tumblr.com/image/69361457351
27. Lamentation, Giotto, Arena Chapel, Padua Italy, http://upload.wikimedia.org/wikipedia/commons/4/40/Giotto_-_Scrovegni_-_-36-_-_Lamentation_%28The_Mourning_of_Christ%29.jpg
28. Betrayal of Christ, Arena Chapel, Padua, Italy, http://employees.oneonta.edu/farberas/arth/Images/ARTH213images/ArenaChapel/Passion/Betrayal.jpg
29. Adoration of the Magi, Giotto, Arena Chapel, Padua, Italy, http://2.bp.blogspot.com/-MZ8E4a0tN78/UFk8oqu7uPI/AAAAAAAAAAo/b3Q0DdyI5a8/s1600/Adore+that+Magi.jpg
30. Marriage of Arnolfini, Van Eyck, National Gallery, London, UK, http://lovinglifeandbeingabitch.files.wordpress.com/2011/07/arnolfini.jpg
31. Marriage of Arnolfini (detail), https://www.postercheckout.com/PrintImagesNew/BAL/BAL259750.jpg

32. Limbourg Brothers, Illustration from a book: Musée Condé in Chantilly, France, http://uploads2.wikipaintings.org/images/limbourg-brothers/the-meeting-of-the-magi.jpg
33. Descent from the Cross, Van Der Weyden, Prado Museum, Madrid, Spain, http://upload.wikimedia.org/wikipedia/commons/1/1a/Weyden_Deposition.jpg
34. Chancellor Rolin, Madonna and the Child, Lovure, Paris, France, http://upload.wikimedia.org/wikipedia/commons/1/14/Jan_van_Eyck_070.jpg
35. Joan of Arc, Ingres, Louvre Museum, Paris, France, http://www.eccentricbliss.com/wp-content/uploads/2012/09/Jeanne-dArc.jpg
36. http://en.wikipedia.org/wiki/File:The_Garden_of_Earthly_Delights_by_Bosch_High_Resolution.jpg
37. Triumph of Death Traini (or Buffalmacco) Camposanto, Pisa, Italy, http://www.johndclare.net/KS3/images/BlackDeath_Triumph.jpg
38. Isenheim Altarpiece Unterlinden Museum, Colmar, Alsace, France, http://objectiveart01.tripod.com/Grunewald_03.jpg
39. http://upload.wikimedia.org/wikipedia/commons/6/6d/The_Garden_of_Earthly_Delights_by_Bosch_High_Resolution.jpg (or) http://www.artinthepicture.com/artists/Hieronymus_Bosch/earthly_delights.jpeg
40. Lamentation, Mantegna, Pinacoteca de Brera, Milan Italy, http://upload.wikimedia.org/wikipedia/commons/3/3e/Mantegna_Andrea_Dead_Christ.jpg
41. The hands by Mantegna and Durer, http://www.hektoeninternational.org/images/hand-caption5_000.jpg
42. Portrait of Mother, Durer, Kupferstichkabinett, Berlin, Germany, http://fc08.deviantart.net/fs70/i/2013/269/3/1/albrecht_durer_s_mother_by_gab52-d6ny0d4.jpg
43. Four Horsemen of Apocalypse, Durer, Metropolitan Museum of Art, New York, USA http://upload.wikimedia.org/wikipedia/commons/a/a5/Durer_Revelation_Four_Riders.png
44. Knight, Death and Devil, Durer, woodcut, http://www.artinthepicture.com/artists/Albrecht_Durer/l-Knight-Death-and-the-Devil.jpg
45. Young Hare, Albrecht Durer, Albertina, Vienna, Austria, http://upload.wikimedia.org/wikipedia/commons/4/44/Albrecht_D%C3%BCrer_-_Hare%2C_1502_-_Google_Art_Project.jpg
46. Self Portrait, Albrecht Durer, Alte Pinacothec, Munich, Germany, http://cdn8.openculture.com/wp-content/uploads/2013/07/Albrecht_Durer_Self-Portrait_age_28_.jpg

47. Brunelleschi's Dome Florence, Italy, http://www.made-in-italy.com/files/imagecache/lg/pictures/travel-to-italy/destinations/florence/florence-view-with-brunelleschi-dome.jpg
48. Treelined street in winter, Pissaro,
49. The Holy Trinity, Masaccio, Santa Maria Novella, Florence, Italy, http://openlab.citytech.cuny.edu/arth11006414f11/files/2011/10/Masaccio_Holy_Trinity.jpg
50. Expulsion from the Garden of Eden, Masaccio, Santa Maria Del Carmine, Florence, Italy, https://www.veerkade.com/blog/uploads/2011/IMG_4073.jpg
51. Tribute Money, Masaccio, Brancacci Chapel, Florence, Italy, http://2.bp.blogspot.com/-WAGVkUmw2AQ/Tq3ko_af4LI/AAAAAAAAsA/9GVAGbYCWn4/s1600/MasaccioTribute+Money.jpg
52. Annunciation, Fra Angelico, Prado Museum, Madrid, Spain, http://www.backtoclassics.com/images/pics/fraangelico/fraangelico_annunciation3.jpg
53. Annunciation, Fra Angelico, San Marco, Florence, Italy, http://upload.wikimedia.org/wikipedia/commons/1/1b/ANGELICO,_Fra_Annunciation,_1437-46_(2236990916).jpg
54. Battle of San Romano, Paolo Uccello, National Gallery, London, UK, http://upload.wikimedia.org/wikipedia/commons/9/98/San_Romano_Battle_%28Paolo_Uccello%2C_London%29_01.jpg
55. Hunt in the Forest, Paolo Uccello, Ashmolean Museum, Oxford, UK, http://www.artexpertswebsite.com/pages/artists/artists_l-z/uccello/Uccello_TheHunt.jpg
56. Primavera, Sandro Botticelli, Uffizi Gallery, Florence, Italy, http://upload.wikimedia.org/wikipedia/commons/3/3c/Botticelli-primavera.jpg
57. Birth of Venus, Sandro Botticelli, Uffizi Gallery, Florence, Italy, http://upload.wikimedia.org/wikipedia/commons/4/47/La_nascita_di_Venere_(Botticelli).jpg
58. Creation of Adam, Michelangelo, Sistine Chapel, Vatican, Rome, http://www.prlog.org/11409306-the-creation-of-adam.jpg
59. Salvator Mundi, Leonardo Da Vinci, Private Collection, New York, http://upload.wikimedia.org/wikipedia/commons/1/1f/Leonardo_da_Vinci_or_Boltraffio_%28attrib%29_Salvator_Mundi_circa_1500.jpg
60. Lady with Ermine, Leonardo Da Vinci, Czartorisky Museum, Krakow, Poland, http://upload.wikimedia.org/wikipedia/commons/e/ed/Dama_z_gronostajem.jpg
61. Mona Lisa, Leonardo Da Vinci, Louvre Museum, Paris, France, http://upload.wikimedia.org/wikipedia/commons/6/6a/Mona_Lisa.jpg

62. Last Supper, Leonardo Da Vinci, Santa Maria Delle Grazie, Milan, Italy, http://upload.wikimedia.org/wikipedia/commons/c/ca/Leonardo_da_Vinci_-_Ultima_cena_-_ca_1975.jpg
63. Last Supper, Magdalen College Oxford, UK, http://upload.wikimedia.org/wikipedia/commons/1/11/Giampietrino-Last-Supper-ca-1520.jpg
64. Madonna on the rocks, Leonardo Da Vinci, National Gallery, London, http://en.wikipedia.org/wiki/File:Leonardo_da_Vinci_Virgin_of_the_Rocks_(National_Gallery_London).jpg
65. Pieta, Michelangelo, St Peter's Cathedral, Vatican, Rome, http://farm2.staticflickr.com/1051/1393894954_c962d4da3e_o.jpg
66. Ignudi, Michelangelo, Sistine Chapel, Vatican, Rome, http://upload.wikimedia.org/wikipedia/commons/0/06/Ignudo_(Michelangelo).jpg
67. Last Judgment, Michelangelo, Sistine Chapel, Vatican, Rome, http://www.lib-art.com/imgpainting/6/7/14276-last-judgment-michelangelo-buonarroti.jpg
68. Self Portrait, Raphael, http://2.bp.blogspot.com/-9SlXKuthVFM/USeFcB7NsDI/AAAAAAAAPNw/4nizo7GczfY/s1600/raphael+self+portrait.jpg
69. School of Athens, Raphael, Apostolic Palace, Vatican, http://uploads5.wikipaintings.org/images/raphael/school-of-athens-detail-from-right-hand-side-showing-diogenes-on-the-steps-and-euclid-1511.jpg
70. School of Athens, Detail, http://mv.vatican.va/1_CommonFiles/z-patrons/Restorations/Restorations_02.jpg
71. School of Athens, Detail, http://www.gotterdammerung.org/photo/travel/vatican-city/vatican-museums/060905-162602%20Socrates%20and%20Xenophon%20in%20Raphael's%20'The%20School%20of%20Athens'%20in%20Stanza%20della%20Segnatura.jpg
72. School of Athens, Detail, http://upload.wikimedia.org/wikipedia/commons/3/3f/Sanzio_01_Pythagoras.jpg
73. School of Athens, Detail, http://www.gotterdammerung.org/photo/travel/vatican-city/vatican-museums/060905-162302%20Bramante%20as%20Euclid%20in%20Raphael's%20'The%20School%20of%20Athens'%20in%20Stanza%20della%20Segnatura.jpg
74. School of Athens, Detail, http://beckydaroff.com/arthistory/raphael/segnatura/school_of_athens/heraclitus.jpg

75. School of Athens, Detail, http://www.mlahanas.de/Greeks/SchoolAthens/B20_21R.jpg
76. Deliverance of St Peter, Raphael, Apostolic Palace, Vatican, http://upload.wikimedia.org/wikipedia/commons/2/28/Deliveranceofstpeter.jpg
77. Deliverance of St Peter, Detail, http://upload.wikimedia.org/wikipedia/commons/5/5f/Raffael_086.jpg
78. Deliverance of St Peter, Detail, http://upload.wikimedia.org/wikipedia/commons/6/6c/Raffael_087.jpg
79. Deliverance of St Peter, Detail, http://upload.wikimedia.org/wikipedia/commons/1/16/Liberazione_di_san_pietro_03.jpg
80. http://en.wikipedia.org/wiki/File:Liberacion_de_San_Pedro_Murillo_1667.jpg
81. Savonarola burnt at stake at Piazza Della Signoria, Florence, http://upload.wikimedia.org/wikipedia/commons/f/f3/Hanging_and_burning_of_Girolamo_Savonarola_in_Florence.jpg
82. Piazza Della Signoria, Florence now, http://inzumi.com/images/destinations/IT_Florenz_Piazza_della_Signoria.jpg
83. A picture from an Italian book on Sex.
84. Last Supper Tintoretto, Basilica San Giorgio Maggiore, Venice, Italy, http://upload.wikimedia.org/wikipedia/commons/4/46/Jacopo_Tintoretto_-_The_Last_Supper_-_WGA22649.jpg
85. Madonna of the meadows, Giovanni Bellini, National Gallery, London, UK, http://upload.wikimedia.org/wikipedia/commons/f/f4/Giovanni_bellini,_madonna_del_prato_01.jpg
86. The Tempest, X-ray, http://mydailyartdisplay.files.wordpress.com/2011/03/giorgione-xray4.jpg
87. The Tempest, Giorgione, Gallerie, Dell'Accademia Venice, http://upload.wikimedia.org/wikipedia/commons/8/8f/Giorgione_019.jpg
88. Assumption of Mary, Titian, Basilica di Santa Maria Gloriosa dei Frari Venice, http://upload.wikimedia.org/wikipedia/commons/9/9e/Tizian_041.jpg
89. Rape of Lucretia, Titian, Fitzwilliam Museum Cambridge, UK, http://upload.wikimedia.org/wikipedia/commons/7/76/Tizian_094.jpg
90. St Peter in tears, El Greco, El Greco Museum, Toledo, http://upload.wikimedia.org/wikipedia/commons/6/69/El_Greco_-_Saint_Peter_in_Tears_-_Google_Art_Project.jpg

91. View of Toledo, El Greco, Metropolitan Museum of Art, New York, USA, http://upload.wikimedia.org/wikipedia/commons/c/ca/El_Greco_-_View_of_Toledo_-_Google_Art_Project.jpg
92. Woodcuts, Lucas Cranach, http://upload.wikimedia.org/wikipedia/commons/a/a3/Cranach_law_and_grace_woodcut.jpg
93. Battle between Alexander and Darius, Aldorfer, Alte, Pinokothek, Munich, Germany, http://upload.wikimedia.org/wikipedia/commons/6/64/Albrecht_Altdorfer%2C_The_Battle_of_Alexander_at_Issus.jpg
94. Peasant Wedding, Bruegel, Kunsthistorisches Museum, Vienna, Austria, http://www.ibiblio.org/wm/paint/auth/bruegel/wedding.jpg
95. The Meat Stall Pieter Aertsen, Uppsala University, Sweden, http://www.ibiblio.org/wm/paint/auth/aertsen/butchers-stall/butchers-stall.jpg
96. Hunters in the Snow, Bruegel, Kunsthistorisches Museum, Vienna, Austria, http://upload.wikimedia.org/wikipedia/commons/d/d8/Pieter_Bruegel_the_Elder_-_Hunters_in_the_Snow_%28Winter%29_-_Google_Art_Project.jpg
97. Blind Leading the Blind Bruegel. Museo di Capodimonte, Naples, Italy, http://c300221.r21.cf1.rackcdn.com/pieter-bruegel-the-elder-the-parable-of-the-blind-leading-the-blind-1365725620_org.jpg
98. Feast in the House of Levi, Veronese, Gallerie dell'Accademia, Venice, http://upload.wikimedia.org/wikipedia/commons/f/f1/Paolo_Veronese_007.jpg
99. Statue of Bacchus
100. Bacchus, Caravaggio, Uffizi Gallery, Florence, Italy, http://upload.wikimedia.org/wikipedia/commons/9/91/Bacco.jpg
101. Goliath, Caravaggio, Galleria Borghese, Rome Italy, http://berkshirereview.net/wp-content/uploads/2010/07/david-and-goliath-2.jpg
102. Head of Medusa, Caravaggio, Uffizi Gallery, Florence, Italy, http://uploads3.wikipaintings.org/images/caravaggio/medusa-1597-1.jpg
103. Judith Beheading Holofernes, Caravaggio, Galleria Nazionale d'Arte Antica at Palazzo Barberini, Rome, http://upload.wikimedia.org/wikipedia/commons/3/38/Judith_Beheading_Holofernes_by_Caravaggio.jpg
104. Supper at Emmaus, Caravaggio, National Gallery, London. UK, http://upload.wikimedia.org/wikipedia/commons/3/3a/Caravaggio.emmaus.750pix.jpg
105. Calling of St Mathew, Caravaggio, Contarelli Chapel, Rome, http://www.bc.edu/bc_org/avp/cas/his/CoreArt/art/resources/cvggo_calling.jpg

106. Judith Beheadin Holofernes, Artemisia Gentileschi, Detroit Institute of Art, Detroit, USA, http://www.theslideprojector.com/images/baroque/artemisiagentileschi/judithandthemaidservantwiththeheadofholoferneslesscontrast.jpg
107. Self Portrait Artemisia Gentileschi, Royal Collection, UK, http://www.artinthepicture.com/artists/Artemisia_Gentileschi/self.jpeg
108. The Water seller of Sevilles, Velazquez, Apsley House, London UK, http://upload.wikimedia.org/wikipedia/commons/c/cd/15_El_Aguador_de_Sevilla_%28Wellington_Museum%2C_Apsley_House%2C_Londres%2C_1623%29.jpg
109. Bacchus and friends, Velazquez, Prado Museum, Madrid, Spain, http://upload.wikimedia.org/wikipedia/commons/5/5d/Vel%C3%A1zquez_-_El_Triunfo_de_Baco_o_Los_Borrachos_%28Museo_del_Prado%2C_1628-29%29.jpg
110. Juan De Pareja, Velazquez, Metropolitan Museum of Art, New York, http://upload.wikimedia.org/wikipedia/commons/0/06/Retrato_de_Juan_Pareja%2C_by_Diego_Vel%C3%A1zquez.jpg
111. Pope Innocent X Velazquez, Galleria Doria pamphilij, Rome, http://upload.wikimedia.org/wikipedia/commons/e/e2/Vel%C3%A1zquez_pope.jpg
112. Surrender at Breda, Velazquez, Prado Museum, Madrid, Spain, http://silverandexact.files.wordpress.com/2010/11/the-surrender-of-breda-diego-velc3a1zquez-1635.jpg
113. Las Meninas, Velazquez, Prado Museum, Madrid, Spain, http://upload.wikimedia.org/wikipedia/commons/f/f8/Las_Meninas_(1656),_by_Velazquez.jpg
114. The Feast of Venus, Rubens, Kunsthistorisches Museum in Vienna, http://upload.wikimedia.org/wikipedia/commons/1/1a/Peter_Paul_Rubens_-_The_Feast_of_Venus_-_Google_Art_Project.jpg
115. The Descent from the Cross, Rubens, Cathedral of our Lady, Antwerp, Belgium, http://upload.wikimedia.org/wikipedia/commons/5/53/Peter_Paul_Rubens_066.jpg
116. Portrait of Ruben's daughter, Rubens, The House of Liechtenstein https://masterlinenscompany.com/child.jpg
117. Portrait of a Lady, Rubens, National Gallery of Art, Washington DC, USA, http://upload.wikimedia.org/wikipedia/commons/2/2d/Marchesa_Brigida_Spinola-Doria.jpg
118. Descartes, Frans Hals, Louvre Museum Paris, France, http://upload.wikimedia.org/wikipedia/commons/7/73/Frans_Hals_-_Portret_van_Ren%C3%A9_Descartes.jpg
119. Gypsy Girl, Frans Hals, Louvre, Museum, Paris, France, http://upload.wikimedia.org/wikipedia/commons/3/3d/Frans_Hals_008.jpg

120. Laughing Cavalier, Frans Hals, Wallace Collection, London, UK, http://upload.wikimedia.org/wikipedia/commons/9/97/Cavalier_soldier_Hals-1624x.jpg
121. The Boy with a lute, Frans Hals, The Metropolitan Museum of Art, New York, USA, http://upload.wikimedia.org/wikipedia/commons/0/02/Frans_Hals_-_Singing_Boy_with_Flute_-_Google_Art_Project.jpg
122. A view of Delft, Jan Vermeer, Mauritshuis, The Hague, Holland, http://upload.wikimedia.org/wikipedia/commons/a/a2/Vermeer-view-of-delft.jpg
123. Girl with a Pearl Earring, Jan Vermeer Mauritshuis, The Hague, Holland, http://upload.wikimedia.org/wikipedia/commons/c/ce/Girl_with_a_Pearl_Earring.jpg
124. Lace Maker, Jan Vermeer, Louvre Museum, Paris, France, http://upload.wikimedia.org/wikipedia/commons/0/03/Johannes_Vermeer_-_The_lacemaker_%28c.1669-1671%29.jpg
125. The Anatomy Class of Dr Tulp, Rembrandt, Maurithuis, The Hague, Holland, http://upload.wikimedia.org/wikipedia/commons/8/8c/The_Anatomy_Lesson.jpg
126. Woman bathing in a river, Rembrandt, National Gallery, London, http://uploads2.wikipaintings.org/images/rembrandt/bathing-river.jpg
127. The Return of the Prodigal Son, Rembrandt, Hermitage Museum, St Petersburg, Russia, http://www.lumenchristi.org/wp/wp-content/uploads/2011/02/rembrandt-return-of-the-prodigal-son11.jpg
128. Self Portrait, Rembrandt, National Museum Stockholm, Sweden, http://upload.wikimedia.org/wikipedia/commons/8/81/Rembrandt_van_Rijn_199.jpg
129. Self Portrait, Rembrandt, National Gallery, London, http://upload.wikimedia.org/wikipedia/commons/7/7c/Rembrandt_Harmensz._van_Rijn_135.jpg
130. Night Watch, Rembrandt, Rijksmuseum, Amsterdam, Holland, http://upload.wikimedia.org/wikipedia/commons/2/28/The_Nightwatch_by_Rembrandt.jpg
131. Christ Preaching, Rembrandt, Bibliotheque Nationale De France, Paris, France, http://rembrandt.louvre.fr/_commun/rembrandt/zoom_jpg/r22.jpg
132. Camera Obscura, http://upload.wikimedia.org/wikipedia/commons/2/26/Camera_obscura_box.jpg
133. View of the Grand Canal, Canaletto, Royal Collection, Windsor Castle, UK, http://uploads7.wikipaintings.org/images/canaletto/entrance-to-the-grand-canal-looking-east-1744.jpg
134. Stonemason's yard, Canaletto, National Gallery, London, UK http://upload.wikimedia.org/wikipedia/commons/6/6c/Canaletto_%28II%29_003.jpg

135. Old Walton Bridge, Canaletto, Dulwich Picture Gallery, London, UK, http://upload.wikimedia.org/wikipedia/commons/8/82/Canaletto-waltonbridge.jpg
136. Self Portrait, Nicholas Hilliard, Victoria and Albert Museum, London, UK, http://upload.wikimedia.org/wikipedia/commons/a/a8/Nicholas_Hilliard_021.jpg
137. The Skull Detail, http://upload.wikimedia.org/wikipedia/commons/0/03/Holbein_Skull.jpg
138. The Ambassadors, Holbein, National Gallery, London, UK, http://upload.wikimedia.org/wikipedia/commons/9/9d/Holbein-ambassadors.jpg
139. Thomas More, Holbein, Frick Collection, New York, USA, http://upload.wikimedia.org/wikipedia/commons/d/d2/Hans_Holbein%2C_the_Younger_-_Sir_Thomas_More_-_Google_Art_Project.jpg
140. Portrait of Henry VIII, Holbein, Thyssen- Bornemisza Museum Madrid, Spain, http://upload.wikimedia.org/wikipedia/commons/c/c7/Hans_Holbein%2C_the_Younger%2C_Around_1497-1543_-_Portrait_of_Henry_VIII_of_England_-_Google_Art_Project.jpg
141. Charles I in three positions, Van Dyke, Royal Collection, UK, http://upload.wikimedia.org/wikipedia/commons/b/b0/Sir_Anthony_Van_Dyck_-_Charles_I_%281600-49%29_-_Google_Art_Project.jpg
142. Charles I on a horse, Van Dyke, Royal Collection, UK, http://upload.wikimedia.org/wikipedia/commons/6/6c/Anthony_van_Dyck_-_Charles_I_%281600-49%29_with_M._de_St_Antoine_-_Google_Art_Project.jpg
143. Gin Lane, William Hogarth, http://upload.wikimedia.org/wikipedia/commons/d/d0/William_Hogarth_-_Gin_Lane.jpg
144. William_Hogarth_-_Beer_Street
145. Dr Johnson, Sir Joshua Reynolds, http://upload.wikimedia.org/wikipedia/commons/5/50/Samuel_Johnson_by_Joshua_Reynolds_2.png
146. Chairing the Member Election, William Hogarth, Sir Sloan's Museum, London, UK, http://upload.wikimedia.org/wikipedia/commons/5/5b/William_Hogarth_029.jpg
147. Mrs Siddons as the Tragic Muse, Sir Joshua Reynolds, The Huntington, San Marino, California, USA, http://upload.wikimedia.org/wikipedia/commons/6/64/Mrs_Siddons_by_Joshua_Reynolds.jpg
148. Mrs and Mr William Hellet, Thomas Gainsborough, National Gallery,, London, UK, http://upload.wikimedia.org/wikipedia/commons/b/bf/Thomas_Gainsborough_-_Mr_and_Mrs_William_Hallett_%28%27The_Morning_Walk%27%29_-_WGA8418.jpg

149. Whistlejacket, Stubbs, National Gallery, London, UK, http://upload.wikimedia.org/wikipedia/commons/6/60/Whistlejacket_by_George_Stubbs_edit.jpg
150. Experiment on a bird in an air pump, Wright of Derby, National Gallery, London, UK, http://upload.wikimedia.org/wikipedia/commons/2/22/An_Experiment_on_a_Bird_in_an_Air_Pump_by_Joseph_Wright_of_Derby%2C_1768.jpg
151. The Alchemist discovering phosphorous, Wright of Derby, Derby Museum, Derby, UK, http://2.bp.blogspot.com/-1WzxUDj05zg/Tx_5WnR2U3I/AAAAAAAABcI/ZKvtGzUcpuc/s1600/joseph+wright+of+derby+-+the+alchemist%252C+in+search+of+the+philosopher%2527s+stone.jpg
152. Death of Germanicus, Nicolas, Poussin, Minneapolis Institute of Art Minneapolis, USA, http://upload.wikimedia.org/wikipedia/commons/5/5a/Nicolas_Poussin_-_La_Mort_de_Germanicus.jpg
153. Pastoral Landscape, Claude Lorrain, Doria Pamphilij Gallery, Rome Italy (The existing painting may be replace with this painting), http://upload.wikimedia.org/wikipedia/commons/b/b4/Claude_Lorrain_014.jpg
154. Lover playing a musical instrument, Antoine Watteau, Metropolitan Museum of Art, New York USA, http://upload.wikimedia.org/wikipedia/commons/9/9c/Jean-Antoine_Watteau_-_Mezzetin.JPG
155. Seated woman, Watteau, Morgan Museum, New York, USA, http://www.aram.is/wp-content/uploads/2011/04/featured_2b_watteau_drawing.png
156. The Return from the Market, Chardin, Louvre Museum, Paris, France, http://beautyofbaroque.files.wordpress.com/2012/08/chardin_1739_back-from-the-market_ggw-31211.jpg
157. Soap Bubbles, Chardin, Metropolitan Museum of Art, New York , USA, http://1.bp.blogspot.com/-GaJEcxJoI1g/TaHdsRuSYTI/AAAAAAAAFmg/eK8TNsrIoG4/s1600/20091210005532%2521Jean-Baptiste_Sim%25C3%25A9on_Chardin_022.jpg
158. Toilet of Venus, Boucher, Metropolitan Museum of Art, New York, USA, http://upload.wikimedia.org/wikipedia/commons/c/c5/The_Toilet_of_Venus,_by_Fran%C3%A7ois_Boucher.jpg
159. The Swing, Fragonard, Wallace Collection, London, UK, http://upload.wikimedia.org/wikipedia/commons/e/eb/Fragonard%2C_The_Swing.jpg

REFERENCE:

1. Janson's History of Art, Seventeenth Edition, Pearson, 2007
2. Story of Art, E HGombrich, Phaidon, London, 1992,
3. The Story of Painting, Sister Wendy Becket, DK, London, 1994
4. Renaissance, Paul Johnson, Modern Library, 2002
5. Oxford History of Western Art, Oxford University Press, 2000
6. Prehistoric Art, The Symbol of Journey of Mankind, Randal White, Harry N Adams, 2003
7. Egyptian Art, Cyril Alred, Thames and Hudson, 1985
8. Ancient Greek Art, Susie Hodge, Na-h, 2006
9. Roman Painting, Roger Ling Cambridge University Press, 1991
10. Dutch Painting, Christopher Brown Phaidon, London, 2000
11. Giotto to Durer, Jill Dunkerton and others, Yale University Press, 2004
12. History of Renaissance Art, Hart and Wilkins, Prentice Hall, 1987
13. Flemish and Dutch Painting, Endeavour London, 2010
14. Five Centuries of British Painting, Andrew Wilton, Thames and Hudson, 2002
15. Painting in Spain, Jonathan Brown, Yale University Press, 1998
16. Masters of French Painting, Eric M Zafran, Giles, 2012
17. Annotated Art: The World's Greatest Paintings, explored and Explained, DK, 2012
18. The History of Art, Hodge, Arcturus Publishing, London, 2009
19. Marshal Cavendish Series of Great Artists of the Western World
20. The Art of Renaissance, Linda Murray and Peter Murray, 1963.